एकविसाव्या शतकातील दहशतवाद

प्रा. म. न. उदगावकर

डायमंड पब्लिकेशन्स

एकविसाव्या शतकातील दहशतवाद
प्रा. म. न. उदगावकर

Ekvisavya Shatkatil Dahashatvad
Prof. M. N. Udgaonkar

प्रथम आवृत्ती : २००७
द्वितीय सुधारित आवृत्ती : जानेवारी २००९
पुनर्मुद्रण : २०२१

ISBN 978-81-89959-02-9

मुखपृष्ठ
शाम भालेकर

प्रकाशक
डायमंड पब्लिकेशन्स
२६४/३ शनिवार पेठ, ३०२ अनुग्रह अपार्टमेंट
ओंकारेश्वर मंदिराजवळ, पुणे-४११ ०३०
☎ ८६०००१००४१६, ०२०-२४४५२३८७, २४४६६६४२

info@dpbooks.in
www.dpbooks.in

प्रस्तावना

दहशतवादाची संकल्पना या जगात नवीन नाही. समाजाच्या व राज्यसंस्थांच्या घडणीतून आतंकवाद अस्तित्वात आहे. फरक एवढाच की त्याची व्याप्ती व स्वरूप सतत बदलत आले आहे. २१व्या शतकातील दहशतवादाची व्याप्ती अवाढव्य आहे आणि जगाच्या काना-कोपऱ्यात तो पोहोचला आहे. त्यात आधुनिकीकरणाचा अंतर्भाव आहे. आज २००हून अधिक दहशतवादी संघटना जगाच्या पाठीवर अस्तित्वात आहेत. 'समाजातील असंतुष्टता' हे दहशतवादाचे मूळ आहे. ती असंतुष्टता वाजवी किंवा अवाजवी असो, त्या असंतुष्टतेची कारणे गेल्या कित्येक शतकांपासून अबाधित राहिली आहेत. राजकीय कारणे - सत्तेची हाव, अधिकार नाकारणे, स्वत:च्या फायद्यासाठी दुसऱ्याला जेरीस आणणे अशासारखी आहेत. सामाजिक कारणे - धर्मभेद व धर्मसत्ता लादणे, जातिभिन्नता, धर्म किंवा जातिवाचक पक्षपात अशी आहेत. सांस्कृतिक कारणात समाजातील भिन्न संस्कृतीचे लोक एकमेकांबरोबर आणि एकाच राजकीय छत्राखाली व एकाच न्यायव्यवस्थेखाली राहायला नाखूष असतात. त्यांना स्वत:चे अस्तित्व राखावयाचे असते. बरेचदा राज्यकर्ते एखाद्या भागाकडे दुर्लक्ष करतात व त्या भागाची प्रगती खुंटते. त्यामुळे एकाच देशात आर्थिक भेदभाव निर्माण होतात आणि त्यातूनच आतंकवादाचा जन्म होत असतो.

कारणे काहीही असोत, असंतुष्ट समाज आपला असंतोष सुरुवातीला शांततेच्या मार्गाने प्रकट करतो, त्यानंतर तुरळक हिंसाचार घडतो, राज्यकर्ते बहुतांशी दडपशाहीचा अवलंब करतात व मग हा असंतोष आतंकवादाचा आधार घेतो. बरेचदा इतर राष्ट्रे आतंकवादाला खतपाणी घालतात. हेच दृश्य सामान्यत: दिसून येते. आयर्लंड, जपान, पश्चिम आशिया, मध्य आशिया, दक्षिण व दक्षिण-पूर्व आशिया, पश्चिम/मध्य व उत्तर पूर्व आफ्रिका, दक्षिण अमेरिका या खंडांत व भूभागात आतंकवाद खोलवर रुतलेला आहे. अमेरिकेसारखे धनाढ्य व प्रगत देश आतंकवादाचे उच्चाटन करण्याची भाषा बोलत असतानाच स्वत:च्या राजकीय फायद्यासाठी काही ठिकाणी दहशतवादी संस्थांना पोसत असतात.

दहशतवादी संघटना पूर्वी लुटालूट करणे, मिळतील त्या शस्त्रांचा वापर करणे, जंगल-दऱ्याखोऱ्यांत लपून आपल्या छावण्या चालवणे इत्यादी मार्गांचा अवलंब करीत असत. त्यात शस्त्रास्त्रांची व अमली पदार्थांची तस्करी या मार्गांची २०व्या

शतकातील ७०च्या दशकात भर पडू लागली. पूर्वी अशिक्षित समाज आतंकवादाचा आधारस्तंभ होता, पण आता सुशिक्षित समाज त्यात सामील होऊ लागला आहे. पैशाचे पाठबळ उभे करण्यासाठी आतंकवादी आता बँकांवर दरोडे कमी घालतात, त्यांना पैसा परदेशातून पुरविला जातो व बरेचदा व्यवहारातील गुंतवणुकींपासून तो पैसा त्यांना मिळतो. दळणवळण आणि संपर्काची आधुनिक साधने आतंकवादी वापरू लागले आहेत व पुरुषांच्या बरोबरीने स्त्रियासुद्धा या मार्गाचा अवलंब करू लागल्या आहेत. आण्विक, जैविक व रासायनिक अस्त्रांचा वापर आतंकवादी करू शकतील अशी शक्यता आज जगात निर्माण झाली आहे. श्रीलंकेतील L.T.T.E. (तमिळ टायगर्स) यांनी कोलंबोतील सेनादलाच्या विमानतळावर नुकताच हवाई हल्ला केला. ही घटना हेच दर्शविते की आतंकवादी शक्ती कोणत्याही थरापर्यंत जाऊ शकतात.

'दहशतवाद' हा 'सामाजिक लढ्याची एक पद्धत' आणि 'समस्येच्या निराकरणाचा एक पवित्रा' या स्वरूपात जोपासला जात आहे आणि हे सत्य जनसामान्यांना आज भेडसावत आहे. या पार्श्वभूमीवर, प्रा. म. ना. उदगावकर यांनी सखोल अभ्यास करून २१व्या शतकातील दहशतवादावर लिहिलेले हे पुस्तक सर्वसामान्यांना अत्यंत उपयुक्त ठरेल यात शंकाच नाही. आपला समाज, आपला भारत आणि आपले जग कोणत्या वास्तवात वावरत आहे हे प्रत्येक वाचकाला यातून समजून येईल. राज्यकर्त्यांना व शासकीय निर्णय करणाऱ्या अधिकाऱ्यांना योग्य निर्णय घेण्यास हे पुस्तक उद्युक्त करणारे ठरेलच. तसेच महाविद्यालयातील व विद्यापीठातील समाजशास्त्र, पॉलिटिक्स व अर्थशास्त्र या विषयांत रस घेणाऱ्या प्राध्यापकांना व विद्यार्थीवर्गाला तसेच आय. ए. एस. व इतर परीक्षेला बसणाऱ्या इच्छुकांनासुद्धा मार्गदर्शक ठरेल.

प्रा. म. न. उदगावकरांच्या अभ्यासूवृत्तीची आणि या विषयातील ज्ञानाची एक झलक या पुस्तकरूपाने मला पाहायला मिळाली. इतर वाचकांनासुद्धा तोच अनुभव येईल यात शंका नाही.

या पुस्तकामुळे जर समाज घटना, राजकीय घडी व आर्थिक व्यवस्था सुधारून आपला देश व हे जग असंतुष्टता निवारण करू शकेल तर या पुस्तकाच्या अनमोलतेत भर पडेल असा विश्वास मला वाटतो.

प्रा. म. न. उदगावकरांचे हार्दिक अभिनंदन व वाचकांना शुभेच्छा !

– कर्नल प्रमोदन प्र. मराठे

लेखकाचे मनोगत

बगदादमधील मार्केटचे आवार, लोकांची ये-जा, एक मोटारकार येते. काही क्षणातच प्रचंड बॉम्बस्फोट, सर्वत्र हलकल्लोळ, विखुरलेली प्रेते, कारजवळच ड्रायव्हरचे छिन्न-भिन्न झालेले प्रेत. २१व्या शतकाचे निदर्शक असलेले हे दृश्य आहे. जगात सर्वत्र आता दहशतवादाची विषारी साथ पसरली आहे. मानवी संस्कृतीचा हा कॅन्सर आहे. भारतात काश्मीरपासून ते तमीळनाडूपर्यंत आणि कच्छच्या आखातापासून ते नागा टेकड्यांपर्यंत दहशतवादाची लागण झाली आहे. कालपरवाची ताजी घटना म्हणजे मुंबईतील लोकल गाड्यांतील बॉम्बचे धमाके !

गेल्या २० वर्षांत दहशतवादी प्रक्रियेने लोकशाही राज्यव्यवस्था लुळीपांगळी झाली आहे, राजेशाहींनी शरणागती पत्करली आहे, शासनव्यवस्था कोलमडली आहे. राजकारणी चिंताग्रस्त झाले आहेत. तर सर्वसामान्य नागरिक भांबावलेला आहे. असा आहे दहशतवादाचा, या मानवतेच्या शत्रूचा प्रताप ! त्यामुळे बिहार, ईशान्य भारताची प्रगती ठप्प झाली आहे. उद्योगपती उद्योगधंदे बंद करत आहेत. श्रीलंका, नेपाळ, इराक, अफगाणिस्तान, पॅलिस्टीन,बिहार राज्य ही याची चालती-बोलती उदाहरणे आहेत.

यानंतरचा चिंताजनक भाग म्हणजे दहशतवादी तंत्र, विचारसरणी, प्रक्रिया आणि आचार जास्तीतजास्त, बेडर, आक्रमक, विनाशकारी, क्रूर होत आहेत. २१व्या शतकातील आतंकवादी जवळ लॅपटॉप बाळगतात, इंटरनेट व संगणकाचा कौशल्याने वापर करतात. ९/११च्या वर्ल्डट्रेडवरील हल्ल्यातील दहशतवादी कुशल वैमानिक होते. तर ७/७च्या मुंबईतील दहशतवादी कारवाईतील एक दहशतवादी इंजिनिअर होता. काश्मीर, पॅलिस्टिनमधील अतिरेकी क्षेपणास्त्र (missile) पण सोडू शकतात. श्रीलंकेतील एल. टी. टी. ई. या गटाचे स्वतःचे नाविकदल व विमानदल पण आहे. थोडक्यात म्हणजे - 'State within State' आहे. ९/११च्या न्यूयॉर्कवर झालेल्या हल्ल्यावरून एक गोष्ट स्पष्ट झाली आहे की अल कायदासारख्या आंतरराष्ट्रीय जाळे असलेल्या संघटना कोणत्याही टोकाला जाऊ शकतात. हो ! आपल्या शत्रूविरुद्ध अणुबॉम्बचा देखील वापर करू शकतात शक्य असल्यास !

त्यामुळे दहशतवाद, त्याचे तंत्र, स्वरूप, व्यक्ती वगैरे आता अभ्यासाचा विषय बनला आहे. त्याकरिता खास संरक्षक दले उभारली आहेत. ओलीस अपहरण, बॉम्बस्फोट, जिहाद, वगैरे शब्द आता सर्वांना परिचित झाले आहेत. महाराष्ट्रातील

सर्व विद्यापीठात कला विधी (Law), सार्वजनिक सेवाआयोग संरक्षण अभ्यास (Defence studies) या शाखात या विषयाचा अभ्यास समाविष्ट केला आहे. कारण लोकशाही जिवंत ठेवायची आहे.

या विषयावर इंग्रजीत अनेक ग्रंथ प्रकाशित झाले आहेत व होत आहेत. पण मराठीत हाताच्या बोटावर मोजण्याइतकेच ग्रंथ प्रकाशित झाले आहेत. यापूर्वी माझ्या १९९१साली प्रकाशित झालेल्या 'अदृश्य भस्मासुर – दहशतवाद' या ग्रंथाचे सर्वत्र जोरदार स्वागत झालेले आहे. प्रस्तुतच्या ग्रंथाकरिता दर्जेदार ग्रंथाचा संदर्भाकरिता वापर केला आहे. या पुस्तकाकरिता 'डायमंड पब्लिकेशन'चे आदरणीय श्री. दत्तात्रय पाष्टे व त्यांचे सहकारी यांचा ऋणी आहे. माझ्या विद्यार्थिनीसमान असलेल्या सौ. शिल्पा कुलकर्णी यांनी हस्तलिखित तयार करण्यास जे साहाय्य केले त्याबद्दल धन्यवाद ! वाचकांनी या ग्रंथाचे स्वागत करावे ही विनंती.

या ग्रंथात प्रामुख्याने २१व्या शतकातील दहशतवादाचा विचार केला जाणार आहे. या ठिकाण आपण हे लक्षात घेतले पाहिजे की २१व्या शतकात आश्चर्यकारक असे राजकीय, आर्थिक, तांत्रिक, वैज्ञानिक बदल घडून येत आहेत. या सर्वांचा परिणाम दहशतवादी प्रवृत्तीवर, विचारसरणीवर होणे स्वाभाविक आहे. अनेक राज्यांच्या सीमा बदलत आहेत. उपभोक्तावादाने सर्व क्षेत्रे काबीज केली आहेत. आध्यात्मिक आणि नैतिक मूल्यांचा ऱ्हास होत आहे. सर्वत्र हिंसाचार वाढत आहे.

सोव्हिएट रशियाच्या अस्तानंतर सर्वत्र दबलेला व सुप्त असलेला राष्ट्रवाद उसळला. त्यामुळे आंतरराष्ट्रीय क्षेत्रात पण व्यापक आणि मूलभूत परिवर्तन घडून आले. वंश, जमात, जात, धर्म, पंथ यांना महत्त्व प्राप्त झाले. धर्मग्रंथ अत्यंत पवित्र मानले जाऊ लागले. त्यामुळे शेकडो वर्षांच्या परंपरेने चालत आलेल्या निष्ठा, श्रद्धा, धार्मिक आचार, कर्मे, समजुती यांना उजाळा मिळाला. त्याचा परिणाम म्हणजे धार्मिक, कर्मठ, मूलतत्त्ववादी संघटनांकडून, गटांकडून पाश्चिमात्य संस्कृती, जीवनपद्धती, आचार यांना विरोध केला गेला. या गटांच्या राष्ट्रवादाच्या ज्या कल्पना होत्या, साचा होता, त्या प्रत्यक्षात वापरण्यात आल्या. या संघर्षाने इंटरनेट, हँड ग्रेनेड, हातातील क्षेपणास्त्रे, ए. के. ४७ रायफल यांचा उपयोग करण्यात आला. ओसामा बिन लादेन याचा अल–जजीरा हा दूरदर्शन संच हे याचे उत्तम उदाहरण आहे. हा संघर्ष अमेरिकन व पाश्चात्य प्रभुसत्तेविरुद्ध होता. कारण अमेरिकेने पेट्रोलच्या खाणी व खनिजे असलेल्या प्रदेशावर, राज्यांवर स्वामित्व प्रस्थापित केले होते व त्या राज्यांवर नियंत्रण ठेवले होते. यातूनच दहशतवादी घटना आणि कारवाया केल्या

गेल्या. अमेरिकेचे इराकवरील आक्रमण हे या संदर्भातील उत्तम उदाहरण आहे.

या पूर्वीच्या काळात साम्राज्यवाद्यांनी आपल्या लहरीनुसार, सवयीनुसार अनेक राज्यांच्या सीमा (borders) ठरविल्या होत्या. त्या सर्व आता पुसट होणार आहेत. त्यांची जागा आता, मनातील सीमा घेणार आहेत. त्या पाठीमागे अस्मिता ही भावना आहे. अनेक प्रदेशात दहशतवादी कारवाया यामुळे केल्या जात आहेत. (उदा. ईशान्य भारत, पॅलिस्टीन, काश्मीर) राजकीय आणि भौगोलिक सीमा आता बदलत आहेत.

या संदर्भातील आणखीन एक गोष्ट – यापुढे मूलतत्त्ववाद वाढत जाणार आहे. ओसामा–बिन–लादेन आणि मुजाहिद्दीन यांचे सौदी अरेबिया, कुवेत आणि अन्य गल्फमधील पाखंडी अरब राज्ये यांच्यावरील हल्ले यापुढे पण चालूच राहणार आहेत, असे अभ्यासकांचे मत आहे. इराणचे अमेरिकेबरोबर संबंध जरी सुधारले तरी मूलतत्त्ववादाचा प्रभाव राहणारच आहे व त्यांचे अमेरिका या सैतानावर पुन्हा ९/११ सारखा हल्ले होण्याची शक्यता नाकारता येत नाही.

२१व्या शतकातील दहशतवादी घटना (Mass Terrorism) म्हणजे बहुसंख्य लोकांवरील अत्याचार व हिंसाचार अशा प्रकारच्या घटनेत (९/११च्या घटनेप्रमाणे) रासायनिक, जैविक, आण्विक विकिरण (radio-active) बेताल असतील. या काळातील दहशतवादी टोळ्या बेफाम व बेताम असतील, त्यांच्याकडे संयम असणार नाही. दुसरी गोष्ट अण्वस्त्रे बनविण्याकरिता लागणारे संयंत्र (reactor), अणुविभाजन साहित्य हे उपलब्ध होणे अवघड आहे. पण अविभाजन साहित्य (non fissionable material) हे सहज मिळू शकेल. त्याच्या विकिरणाने सर्व वातावरण कमालीचे दूषित होईल व अनेक प्रकारचे विकार निच स्तरावरील लोकांना होतील. उदा. त्वचारोग, कर्करोग (cancer) दमा, खोकला वगैरे. यामुळे सर्वजण आजारी पडतील. हे सर्व विचार अमेरिकन अभ्यासकांचे आहेत. या नाट्यातील खलनायक अमेरिका असेल.

अनुक्रमणिका

प्रकरण १ ले

दहशतवाद

दहशतवाद – व्याख्या, नवे प्रवाह, सर्वसाधारण संघर्ष, आत्मघातकी दले, भविष्यातील दहशतवाद, संगणकीय दहशतवाद

नवे प्रवाह

२१ व्या शतकात दहशतवादाचा प्रसार जगाच्या सर्व भागात झालेला आहे. विशेषत: भारतीय उपखंडात आणि मध्यपूर्वेत, दहशतवादाने नंगानाच घातला आहे. २००६ च्या एप्रिल महिन्यात काश्मीरमधील दोडा या गावाजवळ ६० हिंदूंची रांगेत उभे करून गोळ्या घालून केलेली हत्या, श्रीलंकेत, बॉम्बस्फोटाने बसअपघात करून ६० प्रवाशांची केलेली हत्या, की ज्यात काही बालक, विद्यार्थी होते, याचेच निदर्शक आहे. या भयंकर संकटाचे गांभीर्य ओळखून अमेरिका, युरोपीय संघ, ऑस्ट्रेलिया आणि अन्य अनेक देशांत दहशतवादाविरुद्ध लढण्यासाठी करार केला आहे. संयुक्त राष्ट्रसंघाने देखील याविरुद्ध पावले उचललेली आहेत व वेळोवेळी याविरुद्ध ठराव संमत केले.

२१ व्या शतकात दहशतवाद या संकल्पनेबाबत वितंडवाद घातला जात आहे. अभ्यासक व विद्वान मंडळी यांचे काही बाबतीत एकमत होत नाही. या संदर्भात दहशतवादाच्या पार्श्वभूमीचा आपला विचार केला पाहिजे.

राजकीय दहशतवाद म्हणजे काय?

राजकीय दहशतवादाचा प्रथम उदय केव्हा झाला, या प्रश्नाचे उत्तर देताना आपणास भूतकाळात डोकवावे लागेल. मनुष्य सुसंस्कृत झाला, समाजनिर्मिती झाली, राज्यसंस्था निर्माण झाली आणि दहशतवादी प्रवृत्ती डोके वर काढू लागली, असे म्हणता येईल. प्राचीन काळापासून राजकीय दहशतवादाचे भूत कोणत्या ना कोणत्या स्वरूपात नागरिकांच्या मानगुटीवर बसले होते, याची साक्ष इतिहास देतो. इजिप्शियन व ॲसीरियन संस्कृतीत राजकीय दहशतवादाची बीजे आढळतात. ग्रीक संस्कृतीत Tyrants ची कारकीर्द प्रसिद्ध आहे. स्पार्टाचा लष्करी दहशतवाद विख्यात आहे. रोमन साम्राज्यात दूरवरच्या प्रांतातील प्रजेला दहशतवादी अत्याचारांना तोंड द्यावे लागले. त्याचप्रमाणे गुलामांना अत्यंत क्रूरपणाने वागविण्यात येत असे. मध्ययुगातील

नादिरशहा व तैमुरलंग हे आक्रमक, एक प्रकारचे दहशतवादी राज्यकर्ते होते. भारतातील वेडा महंमद सर्वांनाच माहीत आहे. त्याने आपली राजधानी अचानकपणे बदलली व प्रजेला अनंत यातना, हालअपेष्टा सहन कराव्या लागल्या. मध्ययुगातील सरंजामशाही, दहशतीच्या जोरावरच राबविली जात असे. 'मी म्हणजे राज्य ' (I am the State) म्हणणारा फ्रान्सचा सम्राट चौदावा लुई याच प्रकारात मोडतो.

आता आपण फ्रेंच राज्यक्रांतीकडे वळूया. याच काळात नव्या युगाची पहाट होत होती. फ्रेंच राज्यक्रांतीत स्वातंत्र्य, समता, बंधुता या त्रयीचा उद्घोष होत असतानाच दहशतीचे राज्य (region of terror)एखाद्या अक्राळविक्राळ राक्षसाप्रमाणे आ वासून उभे राहिले. रोबेस्पिअर आणि चांडाळचौकशी यांनी शेकडो लोकांना गिलोटीनच्याद्वारे निर्दयीपणाने यमसदनास पाठविले. दुर्दैवी सोळावा लुई, राणी अन्तानवेत या निष्पाप जीवांचा बळी पण दहशतवादाच्या अग्निकुंडात पडला.

फ्रेंच राज्यक्रांतीच्या ज्वाळा विझतात न विझतात तोच युरोपीय लोकशाही आणि उदारमतवाद यांचे वारे वाहू लागले. पण फ्रेंच राज्यक्रांतीनंतर दहशतवादाने युरोपला अधूनमधून हादरे दिले. या काळात युरोपातील अनेक देशांत जुन्या राजवटी मोडकळीला आल्या, नवीन राज्यघटना देऊ केल्या. लोकशाही व उदारमतवादी विचारसरणीवर आधारलेली नवीन राज्यपद्धती अनेक देशात स्वीकारण्यात आली. नवीन राजघराणी उदयास आली. प्रजेला राजकीय हक्क बहाल करण्यात आले. या परिवर्तनात विश्वविद्यालयीन विद्यार्थी, विचारवंत व मध्यमवर्गीय बुद्धिवादी यांनी महत्त्वाची कामगिरी बजावली. राष्ट्रवाद (nationalism), उदारमतवाद (liberalism) व क्रांतिकारक विचारसरणी यांचा सर्वत्र प्रसार होऊ लागला. या सर्वांचा नेपोलियनच्या साम्राज्याला अर्थात कडवा विरोध होता.

एकीकडे पुराणमतवादी प्रस्थापित वर्ग, तर दुसरीकडे परिवर्तनवादी यांच्या संघर्षात युरोपात बराच हिंसाचार व गोंधळ निर्माण झाला. विशेषत: जर्मनी व इंग्लंड या देशात, लोकशाही उदारमतवादी सुधारणा घडवून आणताना, हा संघर्ष प्रकर्षाने जाणवला. यानंतरचा कालखंड म्हणजे १९व्या शतकाच्या उत्तरार्धात व २० व्या शतकाच्या पूर्वार्धात साम्यवाद, अराजकतावाद, नाझीवाद आणि फॅसिस्ट विचारसरणीचा प्रभाव जाणवू लागला. त्यामुळे राजकीय दहशतवादाला खतपाणीच मिळाले. किंबहुना याचा अटळ आणि भीषण परिणाम म्हणजेच पहिले आणि दुसरे महायुद्ध. राजकीय दहशतवादाचे प्रणेते हिटलर, स्टॅलिन, मुसोलिनी, जनरल फ्रॅन्को या नरराक्षसांचा या काळात उदय झाला. त्यांच्या पाशवी, सैतानी, क्रूर कृत्यांनी सर्व जगाला जबरदस्त मानसिक हादरा बसला. रक्ताचे पाट, प्रेतांचे ढिगारे, आक्रोश, आक्रंदन, यातना, अश्रू यांनी सर्व

वातावरण धूसर बनले.

दुसऱ्या महायुद्धानंतर जगाची वाटचाल एका वेगळ्या दिशेने चालू झाली. दुसऱ्या महायुद्धाने प्रचंड उत्पात घडवून आणले. युद्धानंतर युरोपात व इतरत्र फारच थोड्या दहशतवादी घटना घडल्या. याकाळात जगाच्या राजकीय नकाशात अर्थपूर्ण बदल घडून येत होते. इंग्लंड, बेल्जियम, फ्रान्स, हॉलंड यांची साम्राज्ये मोडीत निघाली. आशिया, आफ्रिका खंडात स्वातंत्र्याची पहाट आलेली होती. दोन महायुद्धांचा अनुभव चित्तथरारक होता. अभूतपूर्व अशी मालमत्तेची नासधूस व प्राणहानी झाली होती. हिटलर, स्टॅलिन, मुसोलिनी यांच्या पाशवी निर्घृण हत्याकांडाची खिन्न, उदास, काळीकुट्ट छाया, युरोपला भयभीत करत असतानाच, अनेक महत्त्वाच्या घटना घडून येत होत्या.

शीतयुद्ध (Cold War), जर्मनीची फाळणी, यांमुळे युरोपात बरीच उलथापालथ झाली. युरोपात युरोपियन सामायिक बाजारपेठेमुळे पश्चिम युरोपातील राज्याची राज्यपद्धती व अर्थव्यवस्था एकत्र बांधली गेली. लष्करीदृष्ट्या नाटो या संघटनेने राज्यांना एकत्र आणले. पूर्व युरोपातील साम्यवादी राष्ट्रांनी कमकॉन या संघटनेद्वारे समान अर्थव्यवस्था निर्माण केली. तर वार्सा कराराने ही राष्ट्रे लष्करीदृष्ट्या एकत्र बांधली गेली. ही राष्ट्रे साम्यवादी रशियाची पिट्टू म्हणून ओळखली जाऊ लागली. युरोपातील राष्ट्रांच्या आर्थिक स्थितीत झपाट्याने सुधारणा होत गेली. समृद्धीकडे वाटचाल सुरू झाली. जुनी मूल्ये लयास गेली. नवीन मूल्ये उदयास आली. जीवन राहणीमान इतके उंचावले की, युद्धपूर्व वर्गाधिष्ठित राजकीय संघर्षाची नावनिशाणी पण राहिली नाही. यापूर्वीची कट्टू, तिखट राजकीय विचारसरणीवर आधारलेली जीवघेणी स्पर्धा संपली. त्याची जागा आता मवाळ धोरण, सहकार्य सहजीवनाची भूमिका यांनी घेतली.

युद्धपूर्व काळातील राजकीयदृष्ट्या वंचित झालेला अल्पसंख्य वांशिक गट, अगर शोषित कामगारवर्ग अदृश्य होत होता. वास्तविक राजकीय दहशतवादाच्या निर्मितीस या दोन घटकांचीच अत्यंत आवश्यकता असते. युरोपातील बहुसंख्य शहरातील झोपडपट्टीत कामगार लोकांची वस्ती होती. पण यातील बहुसंख्य लोक बाहेर देशातून आलेले होते. अर्थात तीस-चाळीस वर्षांपूर्वी हे कामगार हंगामी स्वरूपाचे होते. इटलीमधील सिसीली, स्पेनमधील गॅलिसिया, फ्रान्समधील ब्रिटानी, ब्रिटनमधील वेल्स आणि स्कॉटलंड या प्रदेशाच्या सीमांवर त्रास व गैरसोय सहन करणारा, एक वांशिक गट नेहमीच होता. हा सीमाप्रदेश आर्थिकदृष्ट्या प्रगत होत असताना अशा वांशिक गटांची संख्या घटत गेली. या सीमाप्रदेशातून वांशिक घटकांची पश्चिम युरोपातील प्रगत अशा औद्योगिक शहरात रीघच लागली व त्या त्या प्रदेशात ते सामावले गेले.

त्यामुळे वंशवादावर आधारलेल्या सामाजिक, आर्थिक, राजकीय हितसंबंधाऐवजी समान कार्यपद्धतीत आधारलेले हितसंबंध निर्माण झाले. कारण पश्चिम युरोपात एकाच प्रकारची संस्कृती निर्माण होत होती. सेवा अर्थशास्त्राच्या विकासामुळे उपलब्ध असलेल्या नोकऱ्यांबद्दल युरोपातील बहुसंख्य विद्यार्थ्यांत व्यवहारी दृष्टिकोन निर्माण झाला होता. या पिढीला 'संशयवादी पिढी' असे संबोधले गेले. कारण त्यांना अतिरेकी वृत्तीचा तिटकारा होता. दुसऱ्या महायुद्धातील कटू व भयानक घटना, साम्यवादी रशियाची वाटणारी भीती, यामुळे या पिढीत हे संशयवादाचे भूत निर्माण झाले होते.

हे सर्व बदल घडून देखील १९६० च्या सुमारास हे चित्र एकदम पालटले. दहशतवादी डावपेचांचा अवलंब करण्यास प्रारंभ झाला. कॉर्सिका, स्कॉटलंड, वेल्स या प्रदेशात वांशिक दहशतवादी गट निर्माण झाले. ब्रिटानी, स्पेनमधील बास्कप्रदेश आणि उत्तर आयर्लंड या प्रदेशात दहशतवाद्यांनी पाय घट्ट रोवले. हे असे कसे घडले व का घडले? या प्रश्नाला एकच उत्तर आहे. प्रत्येक दहशतवादी गट आपापल्या परीने आधुनिकीकरणाच्या विरुद्ध प्रतिक्रिया व्यक्त करत होता. यातूनच फ्रान्समधील, अॅक्शन डायरेक्टर, इटलीमधील रेड आर्मी, जर्मनीतील बेदर-मेन हॉफ व इंग्लंडमधील I. R. A. या दहशतवादी गटांची निर्मिती झाली.

आता आणखीन एक प्रश्न पडतो - आंतरराष्ट्रीय दहशतवाद निर्मिती का झाली? काही राजकीय पंडितांच्या मते वैफल्य आणि सामाजिक दुरवस्था (social wrechedness) यामुळे आंतरराष्ट्रीय दहशतवादाचा राक्षस निर्माण होतो. फिलिस्टिन मुक्तिसंघटना, I. R. A. यांच्या बाबतीत वरील विधान लागू पडते. पण एवढेच कारण पुरेसे नाही. विस्तारवादी राष्ट्रांच्या राजकीय महत्त्वाकांक्षेचे आणि कारवायांचे दहशतवाद प्रतीक मानले जाते. इस्राईल, रशिया, अमेरिका आणि दक्षिण आफ्रिका या राष्ट्रांच्या विस्तारवादी कारवायांमुळेच पॅलिस्टाईन, अफगाणिस्तान, निकाराग्वा, क्यूबा व अंगोला येथे दहशतवादाचा प्रस्फोट झाला. विस्तारवादी राष्ट्रांच्या सक्रिय पाठिंब्याशिवाय आंतरराष्ट्रीय दहशतवाद अस्तित्वात आलाच नसता.

आंतरराष्ट्रीय दहशतवादाचा प्रारंभ १९६० नंतर अत्यंत वेगाने झाला. 'लैला खालदे' या पॅलिस्टिनी स्त्रीने प्रथम लंडनला जाणाऱ्या विमानाचे अपहरण करून सर्व जगाला आश्चर्याने थक्क करून सोडले. स्वतःच्या मातृभूमीतून हकालपट्टी केलेला दुर्दैवी समुदाय म्हणून सर्व जगात पॅलिस्टिनी लोकांच्याबद्दल आपुलकी व सहानुभूती वाटत होती. या नाटकाच्या पहिल्या अंकानंतर अधिक अधिक निष्पाप जीवांची हत्या केली जाऊ लागली. 'गोंडस व खट्याळ', वाटणाऱ्या या बालकाने अक्राळविक्राळ रूप धारण केले. P. L. O.या दहशतवादी संघटनेला सुरुवातीला चांगलेच यश मिळत

गेले. पाश्चिमात्य राष्ट्राच्या विमानांचे अपहरण एक आंतरराष्ट्रीय हत्यार म्हणून त्यांनीच प्रथम वापरण्यात सुरुवात केली. युरोपातील जहाल दहशतवादी गटांनी याच सुमारास युरोपात सर्वत्र महत्त्वाच्या ठिकाणी अगर मोटारीत स्फोट घडवून आणले. राजनैतिक प्रतिनिधींचे, उद्योगपतींचे अगर लष्करी अधिकाऱ्यांचे अपहरण करणे, पाळत ठेवून एखाद्या महत्त्वाच्या अगर साधारण व्यक्तीची हत्या करणे यांचा धडाका चालविला. परस्परांशी संबंध नसलेल्या दहशतवादी टोळ्यांचे युरोपात अमाप पीक निर्माण झाले. एवढेच नव्हे तर ही साथ जपान, उत्तर अमेरिका, दक्षिण व मध्य पूर्व अमेरिकेत पसरली. नंतर उपलब्ध पुराव्यानुसार असे सिद्ध झाले की, P. L. O., मुज्जाहिद, आर्मेनियातील आसला, जर्मनीतील बेदर-मेनहॉफ गट आणि इटलीतील रेड ब्रिगेड व जपानमधील रेड आर्मी यांचा परस्परांशी संबंध होता. एवढेच नव्हे तर, जहाल अरब राष्ट्रे आणि साम्यवादी राष्ट्रे यांच्याशी पण संबंध होता, हे एक आश्चर्य नव्हे काय?

मार्क्सवादी, दहशतवादी आणि जहाल मुस्लीम दहशतवादी यांच्यातील संबंध हा केवळ योगायोग नव्हे. साम्यवादी हुकूमशाही आणि कट्टर मुस्लीम दहशतवादी (Communist Totalitarianism and Islamic andArab Radicalism) विसाव्या शतकाच्या उत्तरार्धातील या दोन चळवळींत आधुनिक दहशतवादाची मुळे आढळतात. या दोन चळवळींना या काळातच अतिशय महत्त्व प्राप्त झाले. या शक्तींनी दहशतवादी टोळ्यांना प्रशिक्षण, साधनसामग्री पुरविली. आश्रय दिला, पैसा पुरविला. सुरक्षितपणाने प्रवास करण्याच्या सुविधा उपलब्ध करून दिल्या. उच्च ध्येयांच्या आणि महान् कार्यक्रमांच्या नावावर चालविलेल्या या स्वैर व घृणास्पद, अमानवी हिंसाचाराला कायदेशीर स्वरूप देण्याचा पण खटाटोप केला जात आहे. या दोन्ही चळवळींचा लोकशाहीला विरोध आहे. लोकशाहीविरुद्ध युद्ध पुकारण्यास हे उत्कृष्ट हत्यार प्राप्त झाले आहे. अशाप्रकारे ही धोकादायक प्रक्रिया (dangerous phenomena) सर्वत्र पसरली.

पण एक प्रश्न डोळ्यांसमोर उभा राहतो, आंतरराष्ट्रीय दहशतवाद म्हणजे काय? दहशतवादाची किचकट व्याख्या सांगण्याचा काथ्याकूट न करता त्याचे ढोबळ स्वरूप लक्षात घेणे योग्य ठरेल. दहशतवादाच्या संकल्पनेत पुढील मुद्द्यांचा समावेश होतो.

दहशतवादी घटनेच्या मागे एखादे ध्येय, दावा अगर समस्या यांना मान्यता मिळवून द्यायची हे उद्दिष्ट असते. म्हणजेच प्रसिद्धी, मग ती चांगली असो अगर वाईट असो, पाहिजे असते. दहशतवाद हा नेहमीच फौजदारी गुन्हा असतो. मग तो खून असो वा खुनाची धमकी असो. अपहरण, जबरदस्तीने पकडून ओलीस ठेवणे, हेही दहशतवादातच मोडते. दहशतवादी जाळ्यात सापडलेल्या व्यक्ती कोणत्याही क्षणी ठार केल्या जाण्याची

शक्यता असते. रागाने अगर द्वेषाने नव्हे, तर अगदी जाणूनबुजून, थंडपणाने. त्यामागे राजकीय हादरा बसावा, हा उद्देश असतो. दहशतवाद हे युद्ध नव्हे, गनिमी युद्ध तर मुळीच नव्हे. युद्धात काही संकेत पाळले जातात. तटस्थ राष्ट्रांच्या प्रदेशाला युद्धमुक्त म्हणून मान्यता दिली जाते. सामान्य नागरिक, स्त्रिया, मुले यांच्यावर हल्ले केले जात नाहीत. युद्धकैद्यांचा छळ केला जात नाही. पण दहशतवादी हे स्त्रिया, मुले, सामान्य नागरिक व निष्पाप व्यक्तींवरच हल्ले करतात आणि वरील संकेत पाळत नाहीत. दहशतवादात आकस्मितपणाचा भाग असतो आणि म्हणूनच त्यांना पूर्वनियोजित आखणी करावी लागते. त्याचप्रमाणे आपल्या मागण्या ताबडतोब पूर्ण कराव्यात अशी मागणी केली जाते. नाहीतर सरकारला पुढील गंभीर परिणामांना तयार राहण्याची ताकीद दिली जाते. अशा कृत्यांच्यामागे एखाद-दुसरी व्यक्ती नसून, एखादी टोळी अगर गट असतो. या टोळीची अवास्तव, स्वप्नाळू विचारसरणी असते, पण त्यांना मात्र ती वास्तव वाटते. कोणताही अतिरेकी, आपल्या दहशतवादी कृत्यांची जबाबदारी स्वीकारल्याखेरीज राहात नाही. आपण कोण आहोत याची संबंधितांना व इतरांना जाणीव करून न दिल्यास, त्यांनी कोणत्या मागण्या केल्या व कोणता निर्वाणीचा इशारा दिला याला काहीच अर्थ उरत नाही. दहशतवादी तत्त्वांचा वापर करताना कोणतीच राजकीय प्रेरणा अगर ध्येय नसेल, तर केवळ हिंसाचाराला काहीच अर्थ उरत नाही. दहशतवादी महत्त्वाच्या व्यक्तीची सहसा हत्या न करता सामान्यांची, मग ती व्यक्ती कोणीही असो, हत्या करतात. पण त्यांचा हेतू मोठ्या जनसमुदायावर मानसशास्त्रीय परिणाम घडवून आणणे हा असतो.

धक्कातंत्र : दहशतवादी घटनांचा एक ढाचा असतो. दहशतवादाची लाट उसळताना ठराविक टप्पे आढळतात. पहिला टप्पा म्हणजे बॉम्बस्फोट घडवून आणणे. या स्फोटामुळे प्राणहानी अगर जखमी न होता केवळ नुकसान होते. यामागे प्रसिद्धी मिळविण्याचा हेतू असतो. त्यानंतर बहुधा आंतरराष्ट्रीय वृत्तसंस्थेस अज्ञात व्यक्तीचा फोन येतो आणि कृत्याची जबाबदारी स्वीकारली हे तो घोषित करतो. अगर ठराविक ठिकाणी संबंधित गटाचे, टोळीचे पत्रक उपलब्ध होईल हे सांगतो. त्याप्रमाणे एखाद्या मोठ्या हॉटेलात अगर इमारतीजवळ हे पत्रक मिळते. या पत्रकातील संदेश सहसा इंग्रजीत टाईप केलेला असतो आणि त्या पत्रकात त्याच त्याच राजकीय पारिभाषिक शब्दांची खैरात केलेली आढळते.

या पुढची पायरी म्हणजे अमक्या ठिकाणी बॉम्ब ठेवला आहे, लोकांना इजाही होईल, असा फोन करतात. त्यानंतर लोकांची अर्थातच धावपळ होते. पण दहशतवाद्यांचा पहिला टप्पा साध्य होतो तो म्हणजे या प्रकरणाची भरपूर प्रसिद्धी होते.

याच वेळी या संदर्भात एखादे पत्रक प्रसिद्ध करण्यात येते. काही वेळेला वर्तमानपत्रास मुलाखती देणे, रेडिओवरून भाषण प्रक्षेपित करणे, वगैरे प्रकार देखील आढळतो. उदा. बी. बी. सी. वर खलिस्तानी नेता जगजितसिंग चौहान याची गाजलेली मुलाखत.

यानंतरचा टप्पा म्हणजे अत्यंत बिकट परिस्थिती होय. यावेळी मानसिक तोल जाण्याची स्थिती प्राप्त होते. अशावेळी धमकी देणे, अपहरण करणे व ओलिस म्हणून छळ करणे असले प्रकार सुरू होतात. याच वेळी जीवितांना धोकाही निर्माण होतो. अशा रीतीने सरकारवर वाटाघाटी अगर तडजोड करण्याकरिता एक प्रकारचा दबाव आणला जातो. या पवित्र्यामुळे दोन परिणाम संभवतात. बहिर्गत व अंतर्गत. बाह्यत: हत्या, रक्तपात यांचे प्रमाण वाढवले जाते, ज्यामुळे जास्तीत जास्त दबाव निर्माण होऊ शकेल. दुसरा अंतर्गत परिणाम म्हणजे, दहशतवादी कृत्यांची छाननी सुरू होती. योग्य-अयोग्य याचा विचार सुरू होऊन, दुफळी होते व तट निर्माण होतात. अंतर्गत मतभेदामुळे पुन्हा रक्तपात व हत्या सुरू होण्याची शक्यता असते. जेव्हा हा दहशतवाद एखाद्या देशाची सीमा पार करतो, तेव्हा त्याला आंतरराष्ट्रीय दहशतवादाचे स्वरूप प्राप्त होते.

व्याख्या (Definition) :

दहशतवादाने लपेटलेल्या आधुनिक जगात राज्यांना दहशतवादाची व्याख्या करणे अत्यंत आवश्यक आहे. कारण अधिकृत पत्रकात, प्रकाशनात, भाषणात त्यांचा उल्लेख करावा लागतो. या व्याख्या प्रत्येक राज्याच्या राजकीय परिस्थितीप्रमाणे, घटकाप्रमाणेच बदलतात. संयुक्त राष्ट्र संघटनेत तीन गट आहेत. तिसऱ्या जगातील राज्यांचा गट, साम्यवादी राज्यांचा गट, पश्चिमेकडील राज्यांचा गट. या तिन्ही गटांचे व्याख्येबाबत एकमत नाही. नामीबियातील (Namibia) स्वापो बंडखोरांना दक्षिण आफ्रिका दहशतवादी मानते. तर तिसऱ्या जगातील राष्ट्रे त्यांना स्वातंत्र्यसैनिक मानतात. साम्यवादी निकाराग्वा सरकारला विरोध करणाऱ्या लेपींरी ना अमेरिकन सरकार स्वातंत्र्यसैनिक मानते; पण त्यांची कृत्ये खतरनाक दहशतवाद्यांसारखीच आहेत. पाकिस्तानच्या मते, 'मकबुल भट्ट' हा स्वातंत्र्यसैनिक होता तर भारतात त्याला दहशतवादी म्हणून कठोर शिक्षा ठोठावण्यात आली.

खरी अडचण फ्रान्स या देशाची आहे. स्वातंत्र्य, समता, बंधुभाव या त्रयींचा घोष करणाऱ्या व राजकीय निर्वासितांना आश्रय देणाऱ्या फ्रान्सला, देशात राजकीय आश्रय घेणारे व दहशतवादी यांच्यात कसा फरक करावा ही एक फार मोठी समस्या निर्माण झाली आहे. फ्रान्सच्या राज्यघटनेमुळे ही समस्या अधिकच बिकट झाली आहे. व्याख्या करण्याकरिता सिनेट कमिटीने १७ मे १९८४ रोजी अहवाल सादर केला. पण

त्यात व्याख्या मात्र आढळून आली नाही. व्याख्या करण्याबाबतच्या अडचणी लक्षात घेऊन काही महत्त्वाच्या व्याख्या येथे देण्यात आल्या आहेत.

संयुक्त राष्ट्र संघटनेत ९२वे कलम म्हणून या प्रक्रियेचा उल्लेख करण्यात येतो व यावरच चर्चा केली जाते. गमतीची गोष्ट म्हणजे दहशतवादाचा अधिकृत उल्लेख न करताच चर्चा करण्यात येते. कलम ९२ पुढीलप्रमाणे -

Measure to prevent international terrorism, which endangers or takes innocent human lives or jeopardizes fundamental freedom and study of the underlying causes of those forms of terrorism and acts of voilence, which lie in misery frustration grievance and despair and which causes some people to sacrifice, human lives including their own, in an attempt to effect radical changes.

मराठी तर्जुमा : अ) ज्यामुळे निष्पाप माणसाच्या जीविताला धोका निर्माण केला जातो किंवा वेळप्रसंगी प्राण पण हरण केले जातात किंवा मूलभूत स्वातंत्र्य धोक्यात आणले जाते, अशा प्रकारच्या आंतरराष्ट्रीय दहशतवादाविरुद्ध उपाययोजना करणे.

ब) त्याचप्रमाणे दारिद्र्य, वैफल्य, दु:ख आणि निराशा यांतून निर्माण होणाऱ्या हिंसाचाराच्या आणि दहशतवादाच्या प्रकारांचा अभ्यास.

क) त्याचप्रमाणे काही माणसे झटपट आमूलाग्र परिवर्तन घडवून आणण्याकरिता स्वत:चा व इतरांचा बळी देताना, यातून निर्माण होणाऱ्या दहशतवादाचा आणि हिंसाचाराचा अभ्यास.

संयुक्त राष्ट्र संघटनेच्या ९२ या कलमातून काहीच अर्थबोध होत नाही व व्यवहारात देखील त्यामुळे विविध अडचणी होण्याची शक्यता आहे. ही व्याख्या अचूक नसून केवळ एक शब्दजंजाळच आहे.

अशाच प्रकारचा दुसरा प्रयत्न म्हणजे फ्रान्सच्या सिनेट मंडळाने सादर केलेला अहवाल. या अहवालात दहशतवादाला ढोबळपणाने शब्दांच्या चौकटीत बसविण्याचा प्रयत्न करण्यात आला आहे.

Finally, and since one knows that any definition is practically guaranteed to fail, let's restrict ourselves to remembering that terrorist act is an act of violence which tries in a legitimate state to impose broadly minority will, upon the authorities on the guardians of sovereignty, that is to say upon the electors. For that purpose it makes use of the effects of surprise and mobilises reactions of fears among public that is not very prepared far this shock treatment.

मराठी तर्जुमा : कोणतीच व्याख्या वास्तविकरीत्या सर्वमान्य होण्यासारखी नाही. याची आपण सर्वांनाच कल्पना असल्याने, सरतेशेवटी पुढीलप्रमाणे ठराविक मर्यादितच याचा वापर करावयास हवा. दहशतवादी घटना या अशा प्रकारचे हिंसाचाराचे कृत्य आहे की, ज्यामुळे ढोबळपणाने मूठभर लोकांच्या इच्छा-आकांक्षा शासनाच्या अधिकारी वर्गावर, किंवा सार्वभौमत्वाच्या संरक्षकांवर म्हणजेच मतदारांवर लादण्याचा प्रयत्न केला जातो. हा हेतू साध्य करण्याकरिता अशा प्रकारच्या दहशतवादी शक्तीकडून आकस्मिक, घबराटीचा उपयोग केला जातो. त्याचप्रमाणे ज्या सामान्य लोकांना धक्कातंत्राचा अनुभव नाही, अशांच्यावर भीतीपोटी निर्माण होणाऱ्या प्रतिक्रियांचा भडिमार करण्यात येतो. फ्रेंच व्याख्या फारच क्लिष्ट व अर्थबोध न होणारी आहे. आता शेरीफ बसीओनी (Cherif Bassionuni) या लेखकाने केलेली सोपी आणि सुटसुटीत व्याख्या बघूया.

Terrorism is a strategy of unlawful violence calculated to inspire terror in the general public or significant segment there of in order to achieve a power outcome or to propagandize claim or a grievance.

मराठी तर्जुमा :- एखाद्या विशिष्ट दाव्याचा अगर गाऱ्हाण्याचा प्रचार करण्याकरिता सर्वसामान्य जनात अगर त्यातील महत्त्वाच्या अंशात दहशत निर्माण करण्याच्या उद्देशाने, दहशत निर्माण करण्यात आलेले बेकायदेशीर हिंसाचाराचे तंत्र म्हणजेच दहशतवाद.

आणखीन एक वेगळी व्याख्या बघूया :

जॉन क्रेटम A) Terrorism is a violent criminal behaviour designed primarily to generate fear in the community or substantial segment of up far political purpose.

अर्थ : राजकीय उद्दिष्टे साध्य करण्याकरिता समाजाच्या किंवा त्यातील विशिष्ट स्तरात भीती आणि दहशत निर्माण करण्याच्या उद्देशाने केलेली हिंसात्मक गुन्हेगारी वर्तणूक म्हणजेच दहशतवाद होय.

B) Terrorism is an attempt to acquire or maintain power or contract by intimidation, by instilling a fear of destruction or helplessness in the object of terrorism.

अर्थ : दहशतवादी हे कृत्य हे अशाप्रकारचे कृत्य आहे की, त्यामुळे अतिरेक्यांची लक्ष्य बनलेल्या व्यक्तीत असाहाय्यता किंवा विनाशाची भीती निर्माण करून सत्ता राखण्याचा किंवा सत्तेवर नियंत्रण प्रस्थापित करण्याचा प्रयत्न होय.

अमेरिकन कायदेमंडळाने १९८४ साली एक कायदा संमत करून दहशतवादाची व्यापक व्याख्या करण्याचा प्रयत्न केला आहे –

Terrorism is the threat or use of violence for political purposes by individual groups, whether acting far or in opposition to established government authority, when such actions are intended to shock stun or intimidate target group wider than immediate victims.

अर्थ : राजकीय उद्दिष्टे साध्य करण्याकरिता काही व्यक्तिगत गटांनी, प्रस्थापित शासकीय अधिकाऱ्यांच्या बाजूने अगर विरुद्ध कारवाई करताना दहशतीचा अगर हिंसाचाराचा केलेला वापर म्हणजेच दहशतवाद होय. त्यावेळी अशी कारवाई, शिकार बनलेल्या जवळच्या व्यक्तीऐवजी अन्य गटाला धक्का देण्याकरिता किंवा त्याची शुद्ध हरपण्याच्या उद्देशाने केलेली असते.

१९८४ साली अमेरिकेच्या State Department ने दैनंदिन शासकीय कामकाजाकरिता केलेली सोपी, सुटसुटीत व्याख्या पुढीलप्रमाणे आहे.

Terrorism is a premediated, politically motivated violence perpetrated against noncombatants targets by subnational groups or clandestine state agents.

अर्थ : गौण राष्ट्रीय गटांकडून किंवा छुप्या सरकारी हस्तकांतर्फे नागरी लक्ष्यांवर पूर्वनियोजित व राजकीयदृष्ट्या प्रेरित हिंसाचाराचा केलेला प्रयोग म्हणजेच दहशतवाद होय.

अमेरिकेच्या संघराज्यीय गुन्हा अन्वेषण विभागाने (F. B. I.)केलेली आणखी एक व्याख्या :

Terrorism is the unlawful use of force or violence against persons or property to inlimidate or coerce a government, the civilian population or any segment there of furtherance of political or social objects.

अर्थ : आपली राजकीय आणि सामाजिक उद्दिष्टे साध्य करण्याकरिता व्यक्तीविरुद्ध, मालमत्तेविरुद्ध शासन किंवा नागरी समुदाय किंवा त्याचा अंश यांच्यात दहशत निर्माण करण्याकरिता किंवा त्याच्यावर जबरदस्ती करण्याकरिता अवैध हिंसाचाराचा अगर बळाचा वापर म्हणजेच दहशतवाद होय.

२१ व्या शतकातील काही अभ्यासकांनी याचा आणखी सखोल अर्थ लावला आहे. इंग्रजीत एक म्हण आहे : 'One man's food is another man's poison.' म्हणजे 'एखाद्या माणसाचे जेवण ते दुसऱ्याचे विष असते.' या उक्तीप्रमाणे दहशतवादी

कृत्यांचा अर्थ सापेक्ष किंवा व्यक्तीनिष्ठ समजला जात आहे. काश्मीरमधील हिंसाचारी, गुन्हेगार पाकिस्तानला स्वातंत्र्यसैनिक वाटतात तर भारतात दहशतवादी वाटतात.

दहशतवाद शब्द उच्चारताच आपल्या डोळ्यांसमोर गोळीबार, जखमी व्यक्ती, हत्या, रक्तपात याचे चित्र उभे राहते. प्रसारमाध्यमांकडून याचे अवाच्यासवा, अखंडपणे वर्णन केले जाते. नि:शस्त्र नागरिकांना डांबून ठेवणे, जखमी अवस्थेत त्यांची हत्या करणे यामुळे जगातील अनेक लोकांना फार मोठा धक्का बसला आहे, बसत आहे. दहशतवादी गट या प्रतिमेचा उपयोग करून आपला संदेश हजारो लोकांपर्यंत आणि संबंधित असाहाय्य, बळी ठरलेल्या व्यक्तीसमोर A. K. 47ही रायफल घेऊन उभा आहे व त्याला गोळी घालत आहे असे छायाचित्र जबरदस्त भयाचे वातावरण निर्माण करते. या धक्कादायक छायाचित्रांना सर्वसामान्य माणूस, अभ्यासू व्यक्ती, राजकारणी, यांच्याकडून भावनात्मक प्रतिसाद मिळतो. त्यामुळे या गोष्टी, दहशतवादाची कारणे, त्यातील गतिमानता (dynamics) व शेवट यांचा शास्त्रीय पद्धतीने अभ्यास करण्यास अडचणी निर्माण करतात. सरसकट प्रसारमाध्यमांकडून व सर्वांकडून याचा धिक्कार केला जातो. त्याच्यावर दोषारोप केला जातो.

नैतिकतेच्या आवरणाखाली केल्या जाणाऱ्या दोषारोपामुळे या कृत्यांचा, या प्रवृत्तीचा अभ्यास शास्त्रीय पद्धतीने करण्यास अडथळे निर्माण होतात. त्यामुळे या समस्या जास्त जटिल बनतात, असे अभ्यासकांचे मत आहे. नैतिकतेचा आधार घेऊन दहशतवादाचा अभ्यास करणे शक्य होणार नाही. दहशतवादाचा सामान्य घटक (element), धमकी (threat) किंवा हिंसाचाराचा वापर व त्याची धमकी हा असतो. पण केवळ हिंसाचाराची धमकी पुरेशी ठरू शकत नाही. काही काही वेळी अशी धमकी निरर्थक ठरण्याची शक्यता असते. शेवटी हिंसाचाराचा वापर आवश्यक ठरतो. एरवी दहशतवाद कितीही भयसूचक असला तरी त्यांची विश्वासार्हता (credibility) कमी कमी होत जाते.

अर्थात हा हिंसाचार शारीरिकच असला पाहिजे? याविषयी दुमत आहे. नाना प्रकारचे मानसिक अत्याचार, छळ म्हणजे दहशतवादच समजायचा का? या प्रश्नाचे उत्तर देणे सोपे नाही. याबाबतीत अभ्यासकांचे एकमत होत नाही. एका अभ्यासकाच्या मते दहशतवाद ही सरतेशेवटी मानसशास्त्रीय क्रिया आहे. आता डर किंवा दहशत निर्माण करण्याचे प्रारंभीचे मानसशास्त्रीय लक्ष्य मग ते व्यक्तीमध्ये किंवा समाजात असो, राज्यात किंवा महामंडळात असो – दहशतवादाच्या संकल्पनेत अतिशय महत्त्वाचे आहे. शिवाय आणखीन एक महत्त्वाचा यातील भाग म्हणजे सहेतुक कृती म्हणजेच भय किंवा धमकीचा संदेश, केवळ नजीकच्या असाहाय्य व्यक्तीपर्यंतच नव्हे तर त्याहून

विशाल समुदायापर्यंत पोहोचणे हा असतो. पुढील व्याख्या हाच अर्थ स्पष्ट करते.

Terrorism is the threat of violence and use of force to coerce, persuade and gain public attention.

थोडक्यात दहशतवाद म्हणजे शस्त्राच्या (arms) साहाय्याने केलेला प्रचार होय. केवळ संदेश देणारा प्रभावी मार्ग नाही तर प्रसारमाध्यमांचे वर्चस्व असलेल्या युगात, संदेश धडकविणारा प्रभावी मार्ग होय.

प्रत्यक्ष, एखादा दहशतवादी ध्येयनिष्ठ आहे का गुन्हेगार आहे, का विकत घेतलेला चक्रम आहे, हे ठरविणे अत्यंत अवघड आहे. कारण गुन्हेगार आपल्या कृत्याचे समर्थन करताना राजकीय आधार घेतो. सामान्यपणे असे समजले जाते की दहशतवाद हा राजकीय हिंसाचार (political violence) आहे पण तरीसुद्धा राजकीय हा शब्द दहशतवादी कृत्याला जोडण्यास अभ्यासक टाळाटाळ करतात. कारण त्यामुळे अशा कृत्याला कायदेशीरपणाची छटा चिकटते. त्यामुळे गुन्हेगारीला राजकीय रंग दिला जाईल अशी अभ्यासकांना भीती वाटते. गुन्हेगाराला राजकीय कार्यकर्ता समजले जाईल. तरी पण या विषयावर अभ्यासपूर्वक लेखन झालेले आहे. त्यात राजकीय हे विशेषण स्वीकारले गेले आहे. ग्रँड वॉर्डले यांच्या व्याख्येत हा अर्थ समाविष्ट आहे.

Political terrorism is the use or threat of use of violence by an individual or a group, whether acting for or in opposition to established authority, when such action is designed to create extreme anxiety and/ or fear inducing effects in target group larger than the immediate victims with the purpose of coercing that group into according to the political demands of the perpetrators.

अर्थ : एखाद्या व्यक्तीने अगर गटाने प्रस्थापित यंत्रणेच्या समर्थनार्थ अगर विरोधात हिंसाचार करण्याची दिलेली धमकी किंवा प्रत्यक्ष केलेला वापर म्हणजेच राजकीय दहशतवाद होय. नजीकच्या असाहाय्य व बळी ठरलेल्यांपेक्षा मोठ्या गटांवर, समूहावर या धमकीमुळे जबरदस्त ताणतणाव, भय निर्माण करायचा या पाठीमागे उद्देश असतो. त्यामुळे दहशतवाद्यांच्या राजकीय मागण्या मान्य करण्याकरिता प्रचंड दबाव आणला जातो.

२१ व्या शतकातील दहशतवाद

नवे प्रवाह

११ सप्टेंबरच्या वर्ल्ड ट्रेड सेंटरवर दहशतवाद्यांनी केलेल्या भीषण हल्ल्यानंतर आधुनिक जगाने महादहशतवादी युगात प्रवेश केला आहे. अभ्यासकांच्या मते यापुढे

दहशतवादाचा प्रसार जगभर होणार आहे; व मालमत्तेचे प्रचंड नुकसान होणार आहे. तर जास्तीत जास्त प्राणहानी होणार आहे. या घटनांमधील क्रौर्य पण वाढत जाणार आहे. ताजे उदाहरण – काश्मीरमधील दोडा येथे, ६० हिंदूंची गोळ्या घालून हत्या करण्यात आली, यावरून हे स्पष्ट होत आहे. इराकमध्ये बॉम्बस्फोटात २०० माणसे मारली जात आहेत. आपल्या राजकीय व अन्य मागण्यांसाठी राजकीय नेत्यांची हत्या, व्यक्ती-अपहरण, विमान-अपहरण, दहशतवादी तंत्राचा वापर एवढ्यापुरतेच ९/११ घटनेपूर्वी दहशतवादाचे स्वरूप मर्यादित होते. पण यानंतर या स्वरूपात कमालीचा बदल झाला आहे व होत आहे. यापुढील काळात दहशतवादी गट रासायनिक, जैविक आणि आण्विक अस्त्रे हस्तगत करून, अमेरिकेसारख्या महाबलाढ्य राष्ट्रांवर आघात करण्याची भीती व्यक्त करण्यात येत आहे.

यापूर्वी, मोठ्या प्रमाणात प्राणहानी आणि मालमत्तेचे नुकसान करण्यास या गटांची अनिच्छा असे. याविषयी काही नैतिक बंधने आणि राजकीय मर्यादा होत्या. पण ९/११ सप्टेंबरच्या भयानक हल्ल्यात हजारो नागरिक मरण पावले. योजनेप्रमाणे सायनाइड (Cynide) च्या कुप्या उघडल्या गेल्या असत्या, तर आणखीन हजारो अमेरिकन नागरिक मृत झाले असते. आता अमेरिकेने आंतरराष्ट्रीय दहशतवादाविरुद्ध आघाडी उघडली आहे. उत्तर कोरिया, इराण, यांच्याविरुद्ध उचललेली पावले याचे निदर्शक आहेत. याच कारणांनी अफगाणिस्तान आणि इराक यांच्याविरुद्ध कारवाई करून दहशतवादाला खतपाणी घालणाऱ्या राजवटी उलथून टाकल्या आहेत.

दहशतवादाचे हे भयंकर प्रलयंकारी स्वरूप होण्यास कारणीभूत होणारा महत्त्वाचा घटक – तंत्रज्ञान आणि विज्ञान क्षेत्रात होणारी विलक्षण प्रगती आणि झालेले संशोधन, अणुऊर्जा केंद्रात झालेली वाढ, जैविक, रसायन आणि आण्विक शास्त्रातील संशोधनाचा जगभर झालेला प्रसार आणि लोकशाहीकरणामुळे, दहशतवादाला खतपाणी मिळत गेले. त्याचप्रमाणे नियतकालिके (periodicals), अभ्यास पत्रिका आणि इंटरनेट या माध्यमांतून उत्पादनतंत्राची माहिती मिळत गेल्याने दहशतवादाच्या भगतांना (protogonist) दहशतवादी हिंसाचाराच्या संधी मिळत गेल्या, उपलब्ध झाल्या. विज्ञानाच्या प्रगतीबरोबरच माहिती तंत्रज्ञानात झालेल्या विलक्षण प्रगतीमुळे देखील या परिवर्तनाला हातभार लागला आहे. सॅटेलाईट, दूरदर्शन, वेबसाईट, इंटरनेटद्वारे साधा ओबडधोबड बॉम्ब बनविण्यापासून, उच्च तांत्रिक ज्ञानापर्यंत माहिती मिळू शकते. त्यामुळे घातपाताचे आदेश, हालचाली, योजना याविषयी संदेश संबंधित दहशतवादी गटांना सहज देता येतात. तसेच, दहशतवादी कारवाईचे सखोल वर्णन व अन्य गोष्टींना प्रसारमाध्यमे ठळकपणे प्रसिद्धी देतात. त्यामुळे एका दहशतवादी गटाचे कसब, तंत्र,

अनुभव यांचे दर्शन अन्य दहशतवादी गटांना सहजपणे घडू शकते व माहीत होते. अशा तऱ्हेने दहशतवादाची साथ सर्वत्र पसरते.

याचबरोबर, दळणवळण, वाहतूक, विमान सेवा यांत लक्षणीय प्रगती झाल्याने दहशतवादी गटांची एक मध्यवर्ती चौकट आणि आंतरराष्ट्रीय जाळे तयार होण्यास साहाय्य मिळत गेले. ज्या दहशतवादी गटांची विचारधारा समान आहे, उदा. पॅलिस्टिनी अरबांचा गट आणि काश्मीरमधील फुटीरवादी गट (एवढेच नव्हे तर समान नाही) त्यांच्यात सहकार्य, एकत्र काम करण्याची तयारी इ. गोष्टी आढळून येऊ लागल्या. परिणामत: पैशाचा पुरवठा, घातपाताचे प्रशिक्षण, लागणारी शस्त्रे, दारूगोळा, प्रचाराच्या सवलती, संघटनात्मक साहाय्य, आश्रयस्थाने, परभारे किंवा संयुक्तपणे कारवाई या सर्वांची देवाणघेवाण सुरू झाली. उदा. आसाममधील उल्फा दहशतवाद्यांना आय. एस. आय. या पाकिस्तानी गुप्तहेर संघटनेकडून सर्व साहाय्य मिळते.

महादहशतवादी प्रवृत्तीला चालना देणारा आणखी एक घटक म्हणजे कट्टरवादी किंवा मूलतत्त्ववादी (fundamentalism) विचारधारा. ओसामा बिन लादेन हा याचा पुरस्कर्ता आहे. हा एक धनाढ्य अरब आहे. त्याच्या 'अल कायदा' या दहशतवादी संघटनेचे अनुयायी जगभर विखुरलेले आहेत. ७-७-२००५ साली लंडन शहरातील भुयारी गाड्यांतील आणि डबल डेकर बसमधील बॉम्बस्फोट या संघटनेच्या दहशतवाद्यांनी घडवून आणले असे आता उघड झाले आहे.

९/११, २००१ च्या अमेरिकेतील दहशतवादी हल्ल्यांच्या पाठीमागे अल-कायदाचे सदस्य होते हे आता स्पष्ट झाले आहे. कट्टरवादाचे एक प्रवक्ते, झीयातुर महमंद हुसेन याच्या मते, 'दहशतवादी कारवाई हे एक धर्मयुद्ध (जिहाद) आहे आणि दहशतवादी हे मुज्जाउद्दीन (धर्मवीर) आहेत. मनुष्यहत्या, व्यक्ती-अपहरण ही दहशतवादी कृत्ये नसून, संरक्षण, न्याय आणि स्वातंत्र्य याकरिता केल्या जाणाऱ्या लढ्याचा एक भाग आहे. भारतातील गुजरात राज्यातील अक्षरधाम मंदिरावर केलेला हल्ला हा इस्लामी कट्टरवादाचाच भाग होता. ९/११ च्या सप्टेंबरच्या न्यूयॉर्कवरील दहशतवादी घटनेत आत्मघातकी पथकाने कारवाई केली. कट्टरवाद स्वत:चे प्राण गमावण्याचे व हुतात्मा बनण्याचे शिक्षण देतो.

दहशतवादाची वाढ होण्यास आणखीन एक घटक सहकार्य करतो, तो म्हणजे, साम्यवादाचा, म्हणजे कम्युनिझमचा अंत (रशियातील). रशियातील कम्युनिस्ट राजवट कोसळल्यामुळे आणि जगभर लोकशाही संस्थांची होत असलेली वाढ, यापूर्वी सत्तेपासून वंचित (deprived) असलेल्या उपराष्ट्रीय जमाती, गट (sub-national) सत्ता व अधिकार मिळाल्यामुळे, ते बलदंड बनले; व राज्यांतर्गत राज्ये (states within states)

निर्माण झाली. कायद्याचे राज्य चालविणे प्रशासनाला अवघड झाले. ईशान्य भारतातील प्रदेशात ही स्थिती आपणास पाहावयास मिळते. रशियातील चेचेन्या या संघराज्यातील राज्यात दहशतवाद फोफावण्यास हीच परिस्थिती कारणीभूत आहे. त्यांच्यातील वांशिक, धार्मिक, प्रादेशिक, आर्थिक ताणतणावामुळे प्रशासनाला वारंवार अडथळे येऊ लागले. लोकशाही राज्यपद्धती धोक्यात येऊ लागली. याच्या काळ्याकुट्ट छायेत मूलभूत हक्क, मानवी हक्क, स्वातंत्र्य यांच्या नरडीला नख लागते, देशांच्या प्रादेशिक अखंडतेला तडा जातो, (उदा. श्रीलंकेमधील वांशिक तंटा). राज्याची सुरक्षा धोक्यात येते, सनदशीर प्रशासन डळमळीत होते, बहुजाती, वंश, धर्म यांनी बनलेला समाज दुबळा होतो, राज्याच्या आर्थिक व सामाजिक प्रगतीवर विपरीत परिणाम होतो.

महादहशतवादाचा आणखीन एक विशेष म्हणजे, दहशतवादी कृत्यांकरिता, आत्मघातकी दलाची (suicides squad)ची योजना ९/११ सप्टेंबरच्या न्यूयॉर्कमधील हल्ल्यात अगदी कडव्या प्रशिक्षित दहशतवाद्यांनी भाग घेतला होता व हुतात्मा बनण्याच्या ईर्षेने ह्या कारवाईत भाग घेतला. प्रथम आयर्लंडमधील आय. आर. ए. या संघटनेने इंग्लंडविरुद्ध या प्रभावी शस्त्राचा वापर केला. त्यानंतर श्रीलंकेत एल. टी. टी. ई. या संघटनेने श्रीलंकेच्या सैन्याविरुद्ध याचा मोठ्या प्रमाणात वापर केला. २००६ साली इराकमध्ये आत्मघातकी दलाने निष्पाप, निरपराधी नागरिकांचा नरसंहार चालविला. काश्मीरमधील दहशतवादी संघटना पण याचा वापर करत आहेत. याचा सखोल विचार शेवटी केला आहे.

२१ वे शतक म्हणजे चमत्काराचे शतक आहे. उदा. मोबाईल फोन, वेबसाईट, इंटरनेट, वगैरे. मानवाने उपग्रह सोडून वैज्ञानिक प्रगतीचा उच्चांक गाठला आहे. विविध क्षेत्रात क्रांतिकारक शोध लागत आहेत; त्यामुळे मानवी समाजरचनेत, संस्कृतीत आमूलाग्र बदल होत आहेत. पण या मानवी संस्कृतीची उभारणी अत्यंत गुंतागुंतीची आणि परस्परावलंबी असल्याने अनेक समस्या निर्माण झाल्या आहेत.

कट्टर, आत्मघातकी दहशतवादी गटांनी बेसावधपणे केलेल्या हल्ल्यांना, निर्दयपणे केलेल्या आघातांना, मानवी समूहाला तोंड द्यावे लागत आहे. कारखाने, उद्योगधंदे, शहरे, रेल्वेमार्ग, धरणे, खाणी या सर्वांचे रक्षण करणे कोणत्याही राज्याला शक्य नाही. हे सर्व असुरक्षित (vulnerable) आहेत.

यापुढील काळात पाकिस्तान, इराण, उत्तर कोरिया यांसारख्या (rogues) देशांच्या दहशतवादी गटांच्या हातात जैविक, रासायनिक, आण्विक अस्त्रे पडण्याची भीती निर्माण झाली आहे. त्यामुळे मानवी संस्कृतीच्या अस्तित्वालाच फार मोठा धोका निर्माण झाला आहे. अमेरिकेने तालिबानची अफगाणिस्तानमधील दहशतवादी राजवट

मोडून काढल्याने तेथील अनेक दहशतवादी गटांनी पाकिस्तानमध्ये आश्रय घेतला आहे. त्यामुळे पाकिस्तान हे आंतरराष्ट्रीय दहशतवादाचे केंद्र बनत आहे. या पार्श्वभूमीवर पूर्ण दहशतवादाचा समूळ नायनाट करण्याकरिता अमेरिकेने पाश्चात्य राष्ट्रांबरोबर आघाडी उघडली. यात अन्य अनेक देश पण सामील झाले आहेत. भारताचे पंतप्रधान पण काश्मीरमधील दहशतवाद संपुष्टात यावा म्हणून सर्व राष्ट्रांचे सहकार्य मिळविण्याकरिता परदेशाचे दौरे करत आहेत व केले आहेत व याआधी त्या-त्या राष्ट्रप्रमुखांना याचे महत्त्व पटवून देत आहेत.

या समस्येला केवळ कायदेशीर बाजू नाही, तर याविरुद्ध संघर्ष करण्याकरिता बहुपदरी (multi faceted) व्यूहरचना हवी आहे. दहशतवादी कृत्यांना पायबंद घालण्याकरिता ज्या काही उपाययोजना कराव्या लागतील, त्याकरिता आंतरराष्ट्रीय कायद्याला महत्त्वाचे कार्य करावे लागेल. उदा. इराक व इराणमधील निरीक्षण मंडळ. आंतरराष्ट्रीय समुदायावर परिणाम घडविणाऱ्या सर्व दहशतवादी कारवायांना आळा घालण्याकरिता, त्या दडपण्याकरिता, त्याविरुद्ध संघर्ष करण्याकरिता, त्यांचा समूळ नायनाट करण्याकरिता प्रभावी उपाययोजना अमलात आणायची असल्यास पूर्ण आंतरराष्ट्रीय सहकार्य हवे.

आणखीन एक नवीन प्रवाह (Low intensity conflict)

सर्वसाधारण संघर्ष किंवा लढा (low intensity conflicts). ही संज्ञा पारंपरिक (conventional) युद्धापेक्षा कमी तीव्रतेच्या संघर्षाला, लढ्याला उद्देशून वापरली जाते. दुसऱ्या महायुद्धानंतर अनेक सशस्त्र संघर्ष किंवा लढे, बंडखोरी, नागरी असंतोष, दोन्ही प्रतिपक्षीयांना दमवणारी सरहद्दीवरची तणातणी, तणाव याप्रकारचे होते. भारताचा काश्मीर सरहद्दीवरचा तणाव, माओवादी हिंसाचार ही उदाहरणे बरीच बोलकी आहेत. याला small scale contigency, असेही नाव आहे. अमेरिकन लष्कराचे hand book या संज्ञेचे पुढीलप्रमाणे वर्णन करते - 'Low intensity conflict is a political military confrontation between contending states or groups which is, below general war and above routine peaceful competition'.

अशा प्रकारच्या संघर्षात, दहशतवादी कृत्यांत एक वैशिष्ट्य आढळते. या संघर्षात प्रति-कारवाईचे प्रतिहल्ल्याचे यशापयश केवळ प्रतिपक्षीयांच्या साधनसामग्रीवर (material resources) अवलंबून नसते तर संरक्षक पथकाची कठोर शिस्त, लक्ष्य असलेल्या शासनाची वैधता (legitimacy) जनता, पोलीस आणि सरकारी घटक यांच्यात ताळमेळ व एकवटून केलेले प्रयत्न, गुप्त माहितीची विश्वासार्हता यावर

देखील अवलंबून असते. पारंपरिक प्रकारच्या युद्धाचा निर्णय राष्ट्रांच्या आर्थिक आणि लष्करी बळावर अवलंबून असतो, तर या प्रकारच्या साधारण संघर्षात राजकीय आणि गुप्त माहितीचे घटक महत्त्वाचे ठरतात. दहशतवादी कारवायांमुळे लक्ष्य बनलेल्या (target) राज्याकडून आपल्या नागरिकांविरुद्ध बेताल, बेफाम केलेल्या प्रतिहल्ल्यांमुळे सर्व नागरिकांत असंतोष पसरतो व त्या राज्यांची कायदेशीरपणाची बाजू लंगडी होते. (उदा. नेपाळ नरेश यांचे शासन) आज सगळीकडे संघर्ष, तणाव, हिंसाचार पसरला आहे. अशा जागतिक संघर्षाच्या प्रांगणात लढे, चकमक, वैरभाव, कारस्थाने हे विशेष आहेत. जागतिकीकरण आणि तंत्रज्ञांची सहजपणे होणारी उपलब्धता यामुळे याला फार मोठी चालना मिळाली आहे. जगातील जवळजवळ सर्वच जनसमूहात कायदा आणि सुव्यवस्थेला लक्षणीय धोका निर्माण झाला आहे. तिसऱ्या जगात (third world) या घटना आधिक्याने घडत असल्याने त्याचा प्रभाव आणि ठळकपणा कमी प्रमाणात जाणवतो. अशा प्रकारच्या कारवायांत, लढ्यांत, यादवी बंडखोरी, त्याविरुद्ध प्रति–कारवाई, उपाययोजना, गनिमीलढा, टोळीची अस्मिता, वांशिक वेगळेपणाचा संघर्ष ही वैशिष्ट्ये आढळतात. पण हे संघर्ष सुद्धा कठोर आणि भीषण आहेत. उदा. दोडा, (काश्मीर) येथील इस्लामी अतिरेक्यांत केलेली ६० हिंदूंची गोळ्या घालून केलेली निर्घृण कत्तल, बऱ्याच राज्यांत मोठ्या प्रमाणात लष्करी कारवाई करून याला तोंड द्यावे लागत आहे. अशा प्रकारच्या संघर्षात व प्रतिहल्ल्यात आंतरराज्यीय अतिरेकी (non-state actors), विद्रोही चळवळी सशस्त्र टोळ्या, वांशिक आणि धार्मिक गट (उदा. नागा, बोडो, उल्फा), भाडोत्री सैनिक यांचा अधिक अधिक सहभाग असतो. विकसनशील राज्यात (developing countries) प्रचंड मोडतोड, विध्वंस, हिंसाचार यामुळे अनेक मानवी समस्या निर्माण होतात यातील काही गुंतागुंतीच्या, जटिल मानवी समस्या असतात. उदा. लष्करी कारवायांमुळे झालेले निर्वासित, त्यांचे व्यवस्थापन, दुसऱ्या भागात झालेले स्थलांतर (उदा. काश्मिरी पंडितांचे स्थलांतर, नागरिकांचे पुनर्वसन, पुनर्रचना, मानवी हक्कांची गळचेपी, विश्वासार्हता निर्माण करण्याची उपाययोजना वगैरे. या अशा परिस्थितीत संयुक्त राष्ट्रसंघाच्या शांततादलाची (peace-keeping operations) मदत घेण्यात येते.

अशा प्रकारच्या संघर्षाची कोणती कारणे असू शकतील? एखाद्या प्रदेशाचे मागासलेपण (उदा. नागालँड), काही प्रमाणातील नागवणूक, लोकशाही जीवनपद्धती आणि संस्थांचा अभाव, दलित, वांशिक, धार्मिक, अल्पसंख्याकांच्या गाऱ्हाण्यांकडे, अडचणींकडे दुर्लक्ष, वाढती बेकारी, राज्याची त्यांच्याविषयीची असहिष्णुता व वैरभाव

या सर्व कारणांमुळे दहशतवादाला खतपाणी मिळत जाते, व शांतता आणि सुव्यवस्थेचे तीन तेरा वाजतात.

सर्वसाधारण दहशतवादाच्या संकल्पनेबाबत आणि व्याख्येबाबत देखील समस्या निर्माण होतात व low intensly conflicts चा उद्‌भव होतो. संयुक्त राष्ट्रसंघाने (terrorism ची) – दहशतवादाची व्याख्या केलेली आहे. आंतरराष्ट्रीय राजवटीमुळे निर्माण होणारा दहशतवाद कोणता आणि राज्यांतर्गत असलेला दहशतवाद कोणता? कारण प्रत्येक राज्य आपल्या अंतर्गत आणि परराष्ट्रीय धोरणावर त्याचे मापन करते. याप्रकारचा दहशतवाद दक्षिण आशियातील अनेक राज्यांत आढळून येत आहे.

यातील आणखी एक नवीन प्रवाह म्हणजे –

आत्मघातकी दहशतवादी दले (Suicide squads) : सध्या इराकमध्ये दहशतवादाचा नंगानाच चालू आहे. अनेक निरपराधी माणसांचा त्यात बळी दिला जात आहे. त्यात अमेरिका, ब्रिटन, इटाली यांचे येथील सैनिक मारले जात आहेत. इराकमध्ये शिया-सुन्नी पंथीयांत संघर्ष होत असून त्यात दहशतवादाचा वापर केला जात आहे. यात आत्मघातकी तंत्राचा वापर केला जात आहे. या तंत्राविषयी पहिल्या प्रकरणात थोडी माहिती दिलेली आहे. येथे जरा विस्ताराने विचार केला आहे. इराकमध्ये एका आत्मघातकी हल्ल्यात २०० व्यक्ती मरण पावल्या आहेत. इतके हे तंत्र भयानक आहे.

यापूर्वीचे दहशतवादी एखाद्या महत्त्वाच्या व्यक्तीची हत्या करून पळून जात. पण गेल्या काही वर्षांत दहशतवादी गटांनी एका नवीन तंत्राचा वापर करण्यास सुरुवात केली आहे. एखादा दुसरा दहशतवादी आत्मघातकी हल्ले करून अनेक माणसांना यमसदनी पाठवतो व प्रचंड नुकसान करतो. पण या तंत्रात दहशतवाद्याला आपले प्राण गमवावे लागतात. असे आत्मघातकी दहशतवादी कृत्य भयंकर धक्कादायक आणि असह्य असे आहे. अशा दहशतवाद्याची मानसिक जडणघडण कशी असते? अमेरिकेतील अभ्यासक डॉ. पोस्टच्या मते, अशा माणसात एक प्रकारची न्यूनता असते. बालपणी काहीतरी हिरावून घेतल्याची भावना, मनाला झालेल्या खोल जखमा, आपल्यात काहीतरी कमी आहे ही टोचणी, भंगलेले व्यक्तिमत्त्व व आत्यंतिक निराशावादाच्या छटा आढळतात. कोणताही दहशतवादी शासनाच्या विरोधात असतो. हवा असलेला (wanted) हा दर्जा त्याला मिळालेला असतो. त्यामुळे मानसशास्त्र टोकाचे (extreme) बनलेले असते. सर्व प्रस्थापित चौकट, आपल्याला नष्ट करण्यास सज्ज आहे व या जगात न्याय प्रस्थापित करण्याकरिता आपण या प्रस्थापितांना खतम

केले पाहिजे, अशी भावना त्याच्यात निर्माण होते. या तत्त्वावर त्याची कडवी निष्ठा असते. तसे पाहिल्यास दहशतवादी हल्ली हातबॉम्ब, क्षेपणास्त्र, विषारी वायू यांचा वापर करत असला तरी ॲटोमॅटिक गन आणि बॉम्ब, म्हणजेच हातगोळा ही त्याची प्रिय शस्त्रे आहेत. बॉम्बमुळे अनेक माणसे मरण पावतात आणि प्रचंड दहशत निर्माण होण्यास मदत होते. त्याला लागणारे साहित्य आर. डी. एक्स. चोरून मारून मिळविले जाते. हे मिळविण्यास फारशी अडचण पडत नाही. हे बॉम्ब बनविण्यास सोपे आणि स्वस्त असतात. हे बॉम्ब, स्फोटके कमरेला घट्ट लपेटून ठरलेल्या लक्ष्यावर, त्याच्या विशिष्ट तंत्राने स्फोट घडवून आणला जातो. हल्ली 'टाइमर' नावाचे इलेक्ट्रॉनिक्सचे उपकरण पण वापरले जाते. यात दहशतवाद्याच्या शरीराच्या चिंधड्या उडतात. यानंतर इराकमध्ये वापरात असलेला मार्ग म्हणजे मोटारीत स्फोटके ठासून भरून लक्ष्याच्या जवळ त्याचा timer च्या साहाय्याने स्फोट घडवून आणला जातो. यात देखील दहशतवाद्याला प्राण गमवावे लागतात. पण काही वेळी दुरून देखील timer च्या साहाय्याने स्फोट घडवून आणला जातो. पण सध्या इराकमध्ये आत्मघातकी तंत्रच वापरले जाते. (कार-स्फोटाच्या बाबतीत) मूलतत्त्ववादी दहशतवाद्यांनी सतत या तंत्राचा वापर केला आहे. दिल्लीला पार्लमेंटवर केलेला हल्ला हा आत्मघातकी स्वरूपाचा होता. ९/११ चा वर्ल्ड ट्रेड सेंटर वरील विमान-हल्ला हा पण आत्मघातकी स्वरूपाचाच होता.

भविष्यातील महादहशतवादाचे स्वरूप (Super - terrorism) - ९/११ सप्टेंबरच्या न्यूयॉर्कवरील भीषण हल्ल्यानंतर आधुनिक जगाने महादहशतवादी युगात प्रवेश केला आहे. २१ व्या शतकात या दहशतवादाने भस्मासुराचे रूप धारण केले आहे. बहुसंख्य राष्ट्रांनी याचे स्वरूप ओळखले आहे. या महादहशतवादाविरुद्ध लढण्याकरिता जगातील बहुसंख्य राष्ट्रांनी निश्चय केला आहे. भविष्यकाळात रासायनिक, आण्विक, जैविक आणि संगणकीय दहशतवादाला जगाला सामोरे जावे लागेल.

यातील रासायनिक दहशतवाद हा छुपा शत्रू असून अतिशय घातक आहे. रासायनिक दहशतवादाचा पहिला प्रयोग मे, १९९५ साली झाला. यानंतर अनेक राज्ये उदा. रशिया ही शस्त्रे जवळ बाळगण्याचा विचार करत आहेत. ओम शिरिंको (Aum Shirinko)या जपानमधील धार्मिक संप्रदायाच्या अनुयायांकडून हे कृत्य घडले. या संप्रदायाचा गुरू शिको असहारा (Shiko Asahara), हा थोडासा, अंध असलेला, योगासनाचे वर्ग चालवित असे; हा आतंकवादी होता. सद् आणि असद् यांचा संघर्ष होणार असून, त्यात जगाचा विनाश होणार आहे, अशा प्रकारची विचारसरणी या

गुरूची होती. असद् जगाचा विनाश आपणच करावा, या विचाराने असहाराने सरीन (Sarin) नावाचा विषारी वायू निर्माण केला. त्याची अशी धारणा होती की या विनाशात आपण व आपले अनुयायी वाचणार आहोत. या संप्रदायाच्या सर्व जपानभर एवढेच नव्हे परदेशात देखील शाखा व अनुयायी होते. त्यांच्यामार्फत याने कोट्यवधी डॉलर्सची रक्कम गोळा केली होती. मे १९९५ साली वातावरणात सरिन हा विषारी वायू सोडून, ११ लोकांचा मृत्यू व ५०० लोकांना शारीरिक इजा पोहोचवली होती. आपण असत् प्रवृत्ती नष्ट केल्या पाहिजेत या विचारांपोटी त्याने हे कृत्य केले. रशियन अणुशास्त्रज्ञांची भरती करून अणुबॉम्ब देखील बनविण्याच्या तो खटपटीत होता. त्याकरिता प्रचंड रक्कम खर्च करण्याची त्याची तयारी होती. या खटपटीत सरकारला त्याचा सुगावा लागल्यानंतर ट्रकमधून या वायूची पळवापळवी करत असतात वायूची गळती होऊन टोकियोतील उपनगरात ११ लोक मरण पावले. यानंतर फुजी पर्वतावर असलेल्या या संप्रदायाच्या केंद्रावर पोलिसांनी धाड टाकून ते उद्ध्वस्त केले. असाच आणखी एक प्रयोग सुदानमधील एका औषधी कारखान्यात केला गेला. Vx नर्व्ह एजंट (Vx, Nerve Agent) हे अत्यंत जहाल रासायनिक संयुग तयार करण्यात आले होते. हे अत्यंत प्राणघातक होते. एलशिफा येथे हा कारखाना होता. अमेरिकन युद्धनौकांनी तोफांचा भडिमार करून हा कारखाना उद्ध्वस्त केला. मजेशीर गोष्ट म्हणजे फुजी पर्वतावर पोलिसांना सापडलेल्या एका पत्रात १५ दशलक्ष डॉलर्स देऊन अणुबॉम्ब विकत घेण्याविषयी मजकूर होता.

रासायनिक दहशतवादाइतकाच घातक जैविक दहशतवाद आहे. (Bio-terrorism). सूक्ष्म जंतू राडा (bacteriological materials) विखरून अनेक लोकांना यमसदनी पाठविता येईल असे भाकीत डॉ. रेमंड झीलीन्स्कास यांनी केले आहे. डॉ. रेमंड हे सूक्ष्मजीवशास्त्रज्ञ आणि 'युनोचे', एक अधिकारी होते. त्यांच्या मते, जैविक-दहशतवादी कारवाया तीन प्रकारे करता येतात. (१) साधारण दर्जाच्या तंत्रज्ञानाने जैविक शस्त्रे बनवून शत्रूच्या पाण्याच्या साठ्यात मिसळता येतील. (२) उच्च दर्जाच्या तंत्रज्ञानाने निर्माण केलेली जैविक हत्यारे विस्तृत परिसरात पसरून देऊन अनर्थ माजविता येईल. (३) शत्रूच्या परिसरात रोग-प्रतिबंधक औषधाला (anti-biotics) दाद न देणाऱ्या सूक्ष्मजंतूंची (viruses) निर्मिती करून सर्वांच्या आरोग्याला धोका पोहोचविता येईल. या संदर्भात झीलीन्स्कास यांचे पुढील वाक्य महत्त्वाचे आहे

"We can expect that, in not too distant future, some well-trained molecular biologist will utilize his or her skill, and knowledge for military or terrorist purposes."

जनसंहाराचा भस्मासुर – अणुदहशतवाद

९/११ सप्टेंबरच्या न्यूयॉर्कवरील भीषण हल्ल्यानंतर आधुनिक जगाने महादहशतवादी युगात प्रवेश केला आहे. यातील आण्विक दहशतवाद हा अत्यंत घातक प्रकार आहे. पहिली गोष्ट म्हणजे नागरी अणुकेंद्रांची जगभर वाढ होत आहे. दुसरी म्हणजे लहान पण कट्टर दहशतवादी गट अशा नागरी अणुकेंद्रांवर सहज हल्ला करू शकतात, त्यातील समृद्ध विभाजन साहित्याची–युरेनियमची चोरी करणे हा उद्देश त्यापाठीमागे असेल. आधुनिक काळात परंपरागत ऊर्जा उत्पादनाची साधने कमी कमी होत आहेत. उदा. कोळसा. अणुऊर्जेवर अवलंबून राहण्याखेरीज गत्यंतर राहिले नाही. त्यामुळे शांततेकरिता, नागरी उपयोगाकरिता अणुशक्तीचा वापर करण्यास उत्तेजनच मिळत गेले. पण हीच अणुशक्ती आता महाविनाशकारी ठरत आहे.

युरेनियम व प्लुटोनियम धातूंमधील समृद्ध साहित्याचे प्रमाण इतके असते की, त्यापासून विशिष्ट तंत्रज्ञानाने एखादे स्फोटक हत्यार सहज बनविता येते. हॉर्वर्ड विद्यापीठातील एका विद्यार्थ्याने असा प्रयोग करून एक घरगुती प्रकारचा ओबडधोबड बॉम्ब १९८६ साली बनविला होता. आधुनिक सुरक्षा उपायांची सोय नसलेल्या राज्याच्या अणुकोठारातून विभाजन साहित्याची चोरी करणे एखाद्या कट्टर दहशतवाद्याला सहज शक्य आहे. तोच उच्चशिक्षित दहशतवादी अणुबॉम्ब तयार करेल. गेल्या काही वर्षांत अणुशक्ती प्रसरणामुळे (nuclear proliferation) या आंतरराष्ट्रीय राजकारणाला अनिष्ट वळण लागत आहे. गेल्या दशकातील काही घटना आण्विक दहशतवादाला अप्रत्यक्षपणे उत्तेजन देणाऱ्या आहेत. सर्व युरोपात चोरून मारून, छुप्या मार्गाने अणुसाहित्याची चोरी करण्याचे प्रकार सतत वाढत आहेत. १९९४ साली अणुसाहित्याची चोरून पळवापळवी करण्याच्या १२४ घटना घडल्या आहेत (न्यूयॉर्क टाईम्स – १९९५). १९९५ सालापासून अशा १३२ घटना घडल्याचे आंतरराष्ट्रीय अणुऊर्जा आयोगाने मान्य केले आहे. सोव्हिएट रशियाच्या विसर्जनानंतर व फाळणीनंतर अणुसाहित्याची पळवापळवी होण्याची भीती जास्त बळावली आहे. ही पळवापळवी नागरी आणि लष्करी परिसरात होते. त्याचे कारण रशियातील संघटित गुन्हेगारी, कामगारांना अपुरे वेतन, लष्करातील खालावलेली नैतिकता आणि ढासळलेली आर्थिक स्थिती. जनसंहाराकरिता (mass destruction) लागणारे विभाजन साहित्य काळ्या बाजारात उपलब्ध असणे, ही सर्वांची झोप उडवणारी ऐतिहासिक घटना आहे, असे मत 'टाईम' या अमेरिकन मासिकाने व्यक्त केले होते (ऑगस्ट १९९४).

गेल्या काही वर्षात अणुशक्ती प्रसरणामुळे (nuclear proliferation) हा धोका अधिकच वाढत आहे. या आगीत तेल ओतण्याचे काम पाकिस्तान करत आहे.

पाकिस्तानच्या माजी पंतप्रधान श्रीमती बेनझीर भुत्तो यांनी अबुधाबी येथे एका परिषदेत असे मत व्यक्त केले होते. त्यांना पदच्युत केले नसते तर, अफगाणिस्तानात दहशतवाद बोकाळला नसता. परिणामत: ९/११ ची न्यूयॉर्कवरील हल्ल्याची घटना टाळता आली असती. पाकिस्तानचे अणुशास्त्रज्ञ श्री. ए. क्यु. खान यांनी गेली १८ वर्षे अणुबॉम्ब बनविण्याचे तंत्रज्ञान आणि विज्ञान शास्त्रीय पत्रकाद्वारे काही राष्ट्रांना पुरविले आहे. ही राष्ट्रे म्हणजेच दहशतवादी देश होय. हे तंत्रज्ञान छुप्या मार्गाने पुरविण्याच्या कारस्थानात चीनचा पण हात आहे. ही गोष्ट २००४ साली प्रकाशात आली.

उत्तरकोरिया हा त्यांपैकी एक देश आहे. सुरुवातीला काही वर्षे शेजारी राष्ट्रांना दमदाटी करणे व अणुशस्त्रे बनविण्याचा कार्यक्रम राबविणे या गोष्टी उत्तर कोरियाने चालूच ठेवल्या. पण आंतरराष्ट्रीय दबावामुळे अणुऊर्जा प्रसरण बंदी करारावर सही केली. शांततेकरिता अणुऊर्जेचा वापर करण्याकरिता लागणारे साहित्य अमेरिकेने पुरविण्याचे मान्य केले. पण अणुशस्त्रे बनविण्यावर बंदी घातली. कोरियाने या कराराच्या अटी पाळण्याचे मान्य केले. पण अमेरिकेच्या इराकमधील हल्ल्यानंतर व दादागिरीची चीड येऊन या अटी धुडकावून लावल्या व अण्वस्त्रे बनवणार आहे अशा घोषणा केली. पण जपान, चीन, दक्षिण कोरिया, अमेरिका यांच्या दडपणानंतर कराराच्या अटी पाळणार आहोत असे उ. कोरियाने जाहीर केले. पण हे घोंगडे भिजत राहिले आहे.

इराण हा आणखी एक देश आहे की, त्याला पाकिस्तानने चोरून अण्वस्त्रे बनविण्याचे तंत्रज्ञान पद्धतशीरपणाने पुरविले आहे व गेली १८ वर्षे अणुकार्यक्रम हा देश राबवित आहे. काही महिन्यांत इराणचा अणुबॉम्ब तयार होईल.

२००४ साली याचा गौप्यस्फोट झाल्यानंतर इराणने पण आंतरराष्ट्रीय दबावामुळे अणुप्रसरण बंदी करारावर सही केली व त्यातील अटी पाळण्याचे मान्य केले. पण अणुऊर्जा आयोगाला (आय. ए. ई. ए.) इराणच्या अणुऊर्जा प्रकल्पाची पाहणी केल्यानंतर वेगळेच चित्र दिसले. या आयोगाने स्पष्टपणे सांगितले की, इराणमध्ये छुपे आण्विक तळ नाहीत. साधने व साधनसामग्री नाही हे असे खात्रीचे शिफारसपत्र देता येत नाही. याचाच अर्थ असा की, इराण चोरून अण्वस्त्रे बनविण्याच्या खटपटीत आहे. यानंतर सप्टेंबर महिन्यात व्हिएन्ना येथे या आयोगाची बैठक झाली व सुरक्षा समितीकडे या प्रश्न सोपविण्याचा निर्णय घेण्यात आला. त्यामुळे इराणवर आर्थिक निर्बंध लादले जाणार होते. इराकसारखा पण साधकबाधक चर्चा, वाटाघाटीनंतर जर्मनी, फ्रान्स, इंग्लंड, अमेरिका व चीन या राष्ट्रांनी पुढील निर्णय घेतला. इराणला युरेनियमचे आपल्या अणुभट्टीत शुद्धीकरण करण्याची परवानगी दिली जाईल. ह्यानंतर हे प्रक्रिया केलेले

साहित्य रशियातील अणुभट्टीत नेऊन या साहित्याचे समृद्धीकरण (enrichment) केले जाईल. हे आवश्यक तेवढे साहित्य इराणमधील रशियन बनावटीच्या अणुसंयंत्राकरिता वापरून त्यापासून इराणला नागरी उपयोगाकरिता व शांततेकरिता अणुऊर्जा निर्माण करता येईल. या क्रियेत रशियाचा महत्त्वाचा भाग असेल. इराणला अण्वस्त्रे बनविण्यासाठी लागणारे अणुसाहित्य मिळू नये याची काळजी रशिया घेईल. २४ नोव्हेंबरला व्हिएन्ना येथे अणुऊर्जा आयोगाची (आय. ए. ई. ए.) बैठक भरणार असून इराणला हा प्रस्ताव दिला जाईल. त्याने तो स्वीकारण्यास ही समस्या सुटेल, न स्वीकारल्यास सुरक्षा समितीकडे हा प्रश्न नेण्याचे या सर्व राष्ट्रांनी ठरविले आहे.

आण्विक दहशतवादाचे स्वरूप पुढीलप्रमाणे राहील. ब्लॅकमेल किंवा बनवाबनवी करण्यासाठी वापर, आण्विक शस्त्रांची चोरी, विभाजन साहित्याची पळवापळवी, घबराट निर्माण करण्याकरिता अणुसंयंत्रांची (atomic-reactor) मोडतोड, त्यातून पसरणाऱ्या रेडिओॲक्टिव्ह किरणाचे विकिरण व त्याचा दहशतीकरिता उपयोग, पकडलेल्या कैद्यांची मुक्तता करण्याकरिता अणुशास्त्रज्ञाचे अपहरण.

समारोप – २१ व्या शतकात बऱ्याच राष्ट्रांनी खबरदारीचे उपाय योजले आहेत. पण आण्विक दहशतवादी घटना घडणारच नाही असे ठामपणे सांगता येणार नाही.

कारण –

१) विभाजन साहित्य आणि आण्विक शस्त्रे यांचे अस्तित्व आहे तोपर्यंत हे भूत जिवंत राहणारच.

२) आण्विक दहशतवादाविरुद्ध योजलेले सध्याचे थातूर मातूर व तात्पुरते उपाय कुचकामी आहेत.

३) या समस्येचा पाहिजे तितका सखोलपणे विचार अण्वस्त्रधारी राष्ट्रांनी केलेला नाही.

४) ही समस्या हाताळण्याकरिता कमाल सहकार्याची आवश्यकता आहे. ते सहकार्य मिळत नाही.

५) बड्या राष्ट्रांकडून स्वार्थामुळे याकडे कानाडोळा केला जात आहे, उदा. अमेरिकेची पाकिस्तानबाबत पक्षपाती वर्तणूक.

संगणकीय दहशतवाद (Cyber-terrorism)

काही दिवसांपूर्वी महाराष्ट्र शासनातर्फे असे सांगण्यात आले की संगणकीय

(cyber) गुन्ह्यात ५४% नी वाढ झालेली आहे. दहशतवादी गट पण संगणकीय प्रणालीचा गैरफायदा घेत आहेत व दहशतवादी कारवाया करून पळून जात आहेत. त्यांचा शोध पण लागत नाही. ९/११ च्या दहशतवादी घटनेत कुशल वैमानिक होते. नंतर मुंबई बॉम्बस्फोटातील एक गुन्हेगार दहशतवादी, इंजिनियर आहे. २१ व्या शतकातील दहशतवादी संगणक, इंटरनेट, यांचा कौशल्याने वापर करतात, जवळ लॅपटॉप बाळगतात. त्यांना बॉम्ब व अन्य स्फोटके बनविण्याचे तांत्रिक ज्ञान पण असते. काश्मिरातील दहशतवादी गट क्षेपणास्त्र सुद्धा सोडू शकतात. श्रीलंकेतील L. T. T. E. या दहशतवादी गटाजवळ नाविकदल व विमानदल पण आहे. म्हणजे असे म्हणता येईल, हे गट म्हणजे state within state आहेत. याची पुढची खळबळजनक घटना म्हणजे पाकिस्तानच्या अणुशास्त्रज्ञाने (श्री. खान), उ. कोरिया, इराण, लिबियासारख्या देशांना अणुबॉम्ब बनविण्याचे संपूर्ण तंत्रज्ञान हस्तांतरित केले आहे.

त्याचे असे आहे – २१ व्या शतकात प्रगत माहिती तंत्रज्ञानामुळे, माहितीची त्वरित देवाणघेवाण, प्रसरण, एकत्रीकरण – यात नेत्रदीपक प्रगती झाली आहे. कुशल आणि प्रभावी व्यवस्थापन शक्य झाले आहे. पण माहिती आणि मजकूर किती मोलाचा आणि महत्त्वाचा आहे यावर त्याचे भवितव्य ठरत आहे. अत्यंत महत्त्वाच्या मजकुराला, माहितीला अनेक धोक्यांना तोंड द्यावे लागत आहे. या पद्धतीवर बाह्य हल्ले होण्याची शक्यता वाढली आहे.

माहिती तंत्रज्ञानापेक्षा एक अलग असे तंत्रज्ञान अस्तित्वात येत आहे. उदा. वॉचिंग ब्रीफ (watching brief). आपण आपले कार्यक्षेत्र आहे त्याच्या पलीकडे कोणती प्रक्रिया चालू आहे, याकडे पण लक्ष दिले पाहिजे, की जेथून संभाव्य धोके निर्माण होऊ शकतील. थोडक्यात सांगावयाचे झाल्यास आता आणखी एक क्षेत्र असे मिळाले आहे की जेथे दहशतवादाने आपली चुणूक दाखविण्यास प्रारंभ केला आहे. माहिती तंत्रज्ञान प्रणीत युद्धात, परस्पर दळणवळण, संदेशवहन करणाऱ्या, संगणकीय पायाभूत मांडणीवर आघात केले जातात. प्रत्यक्ष मोडतोड केली जाते किंवा संगणकीय अतिसूक्ष्म विषाणूच्या द्वारे बिघाड केले जातात. माहिती तंत्रप्रणालीवर आघात करून किंवा अन्य मार्गांनी हल्ला करून, ती प्रणाली पूर्ण नादुरुस्त करून जबरदस्त आर्थिक हानी करणे काही व्यक्तींना किंवा गटाला सुलभ झाले आहे. जेम्स ॲडॅम्स हे अमेरिकेतील संगणकतज्ज्ञ म्हणतात, 'future world war will be fought, not with warriors, but cyber men and terrorists'.

याचा प्रभाव अनेक क्षेत्रांवर पडतो. दुसऱ्या राज्यांच्या दळणवळण व्यवस्था,

संगणक प्रणाली व यंत्रणा यात विशिष्ट सांकेतिक शब्दरचना (different computers codes), संगणक प्रणालीत घुसडून (penetrate) शत्रूची संगणकीय कार्यपद्धती विस्कळीत करून निकामी करता येते. त्याचप्रमाणे electronics तंत्रज्ञानाचा वापर करून अन्य राज्यांच्या निधीचा उपहार करता येतो. एवढेच नव्हे तर त्या-त्या देशाच्या हवाई वाहतुकीवर व ऊर्जा प्रणालीवर नियंत्रण प्रस्थापित करता येते. संगणकीय यंत्रणेत खोट्या व नकली प्रतिमा आणि संदेश घुसवून आकाशवाणी, दूरदर्शनवर खोट्या बातम्या व असत्य प्रचार, अफवा प्रक्षेपित करून हिंसाचाराला चिथावणी देऊन अराजक निर्माण करता येते.

जेम्स ॲडम्सच्या मते संगणकीय दहशतवाद पुढीलप्रमाणे असू शकेल.

लॉजीक बॉम्बस् विशिष्ट संगणकी तंत्राचा वापर करून सूचना प्रणालीत (programme) घुसवून लक्ष्याची माहिती तपशिलासकट पुन्हा लिहिली जाते व सर्व मजकूर निकामी केला जातो. १) Sniffers - computer networkम्हणजेच संगणक जाळे म्हणजे विभागून घेतलेले जाळे असते. हे विभागून घेणे म्हणजे जी माहिती दुसऱ्या यंत्राकरिता असते ती या संगणकाला मिळू शकते. 'To capture the information going over other network is called sniffing.याचा आपल्याला पाहिजे तसा उपयोग करून दुसऱ्याच्या दळणवळण, व्यवहार, संदेश यांवर पाळत ठेवता येते. २) संगणक कृमी (computer worms) आणि संगणक सूक्ष्म जंतू (virus) संगणकाच्या तबकडीवर नकळत आढळतात. त्याची वाढ अनेक पटीने होते, इतकी की संगणकाची स्मरणशक्तीच नष्ट होते. असा virus, घुसवून संगणक निरुपयोगी केला जातो. ३) हर्फ गनस् (Herf Guns) या बंदुका म्हणजे gigh energy radio frequency असते. एखाद्या आकाशवाणीच्या FM संगणकीय संचावर, रेडिओ प्रक्षेपणावर यांचा मारा करून त्याचे कार्य बंद पाडता येते. उदा. या दहशतवादाचा धोका ओळखून बहुसंख्य राष्ट्रांनी याविषयी उपाययोजना करण्यास प्रारंभ केला आहे.

सांकेतिक लेखन प्रणाली (Encryption/Cryptography) हा एक महत्त्वाचा उपाय योजला आहे. सांकेतिक लेखन प्रणालीत 'The use of mathematical procedures to scramble data to make it impossible to any one other than authorised recepicates to recover the original plain text. म्हणजेच सांकेतिक लेखन प्रणालीत गणिती कार्य पद्धतीने Procedures मूळ मजकूर अशा वेगळ्या पद्धतीने (निकृत) प्रविष्ट केला जातो की खुद्द ग्रहित असेल त्याखेरीज अन्य कोणालाही तो मूळ मजकूर समजू शकणार नाही. सोप्या भाषेत सांगायचे झाल्यास online वर चालणारे सांकेतिक संदेशवहन म्हणजे पाकीटबंद मजकूर की जो

कोणीही वाचू शकतो. अशा प्रकारच्या electronic पद्धतीत जी संदेश देवाणघेवाण होते, त्यामुळे गुप्तता, विश्वसनीयता राखली जाते. त्यातील मजकुरात फेरफार केला जात नाही. ही प्रणाली व्यक्ती, त्याचप्रमाणे कंपन्यांकरिता उपयुक्त आहे. किंबहुना ही सांकेतिक लेख प्रणाली (encryption) म्हणजे संदेश देणारा व नेणारा खास दूतच आहे. पण याला अनेक राज्ये विरोध करत आहेत.

अमेरिकेत निरीक्षण मंडळाला असे आढळून आले आहे की १०० हून जास्त राज्ये (states) या प्रकारच्या लेखनप्रणालीवर पाळत ठेवतात. राजकीय विरोधक, मानवी हक्कांचे दावेदार, पत्रकार, कामगार संघटना यांच्या संदेशवहन प्रक्रियेवर बारीक नजर ठेवली जाते. हे अतिक्रमण केवळ विकसनशील देशांपुरतेच मर्यादित नाही. फ्रान्समध्ये एक लाखाहून जास्त wire tapping प्रकरणे आढळून आली आहेत. इंग्लंडमध्ये तीच गोष्ट आढळलेली आहे.

वास्तविक अनेक मूलभूत मानवी हक्कांचे संरक्षण करण्याकरिता उदा. अभिव्यक्ती, संघटना, खाजगी जीवन वगैरे सांकेतिक लेखन प्रणालीचे महत्त्व अनन्यसाधारण आहे. पण अजून म्हणावे तसा त्याचा प्रभाव आढळत नाही. भारतात देखील महत्त्वाच्या व्यक्तींची wire tapping प्रकरणे घडली आहेत. हा एक प्रकारचा राज्य दहशतवादच (state terrorism) आहे.

काही अभ्यासकांच्या मते विकसनशील देशातच या विषयासंबंधी फारसे प्रबोधन झालेले नाही. राजकीय पक्ष, कामगार संघटना, सामाजिक संस्था, वांशिक व अल्पसंख्य जमाती, यांना आपल्या मानवी हक्कांची जाणीव करून देण्याकरिता एखादी शैक्षणिक चळवळ, आंदोलन केले पाहिजे, असे या अभ्यासकांना वाटते. म्हणजे राज्य-दहशतवादाविरुद्ध संघर्ष करून आपल्या हक्कांचे संरक्षण करता येईल. पण कायदे अंमलबजावणी करणारे व सरकारी अधिकारी यांना या सांकेतिक लेखन प्रणालीवर निर्बंध असले पाहिजे व त्यामुळे शांतता व सुव्यवस्था राखता येते असे वाटते. कारण सांकेतिक लेखनप्रणालीमुळे कायदेभंग करणारांना, गुन्हेगारांना आणि दहशतवादी कारवाया करणाऱ्यांना एक प्रकारचे संरक्षण मिळते. कारण या मार्गाने आपले गुप्त संदेश ते पाठवू शकतात, माहिती मिळवू शकतात, दळणवळण ठेवू शकतात. मुंबईच्या नाविकदलाच्या अधिकाऱ्याने अन्य देशाच्या गुप्तहेर खात्याला, नाविक दलाच्या संरक्षण विभागातील महत्त्वाची माहिती कळविली होती. म्हणून या सांकेतिक लेखन प्रणालीच्या वापरावर निर्बंध घालावेत.

पण दहशतवादी, गुन्हेगारांना आणि कायदेभंग करणारांना अनेक गोष्टी महत्त्वाच्या

वाटतात व आहेत. मग ही एकच गोष्ट निर्बंध लादण्यास योग्य असावी का? एवढ्या एकाच बाबतीत बंदी का घालावी? सांकेतिक लेखन प्रणालीच्या वापरांवर, सर्वच घटकांवर निर्बंध लादले तर त्यापासून जो फायदा होईल, त्यापेक्षा कितीतरी जास्त तोटा नागरिक, कंपन्या, उद्योजक यांच्यावर निर्बंध लादण्याने होणार आहेत. म्हणजेच सांकेतिक लेखनप्रणालीवर कोणतेच निर्बंध न लादणे हेच जास्त फायदेशीर आहे.

या सर्व गोष्टीचा विचार करूनच अमेरिकेचे अध्यक्ष क्लिंटन यांच्या प्रशासनाने प्रभावी व जोरदार असे सांकेतिक लेखन प्रणाली तंत्रज्ञान परदेशात निर्यात करण्यावर बंदी घातली होती. पण या बंदीला खुद्द अमेरिकेत आणि जगभर विरोध झाला, कारण या बंदीचा प्रतिकूल परिणाम अंतर्गत विक्रीवर देखील झाला. यासंदर्भात अमेरिकेच्या राष्ट्रीय संशोधन मंडळाने एक अहवाल प्रसिद्ध केला होता. त्यात स्पष्ट करण्यात आले होते की प्रभावी आणि जोरदार सांकेतिक लेखन प्रणालीची कायद्याची अंमलबजावणी करण्याकरिता आणि राष्ट्रीय सुरक्षिततेकरिता आवश्यकता आहे. पुढील वाक्याने या विषयाचा समारोप करूया – 'Cryptographic restrictions can not satisfy the standard for justifying human rights restrictions that are touted as combating terrorism'.

प्रकरण २ रे

भारतातील दहशतवाद – पंजाब

इंदिरा गांधी, राजीव गांधी हत्या, आयसी ८१४ चे अपहरण, ऑपरेशन ब्ल्यू-स्टार, जर्नेलसिंग भिंद्रानवाले

इंदिरा गांधी यांची हत्या– इंदिरा गांधी (१९१७-१९८४) भारताच्या पंतप्रधान. यांची हत्या त्यांच्या अंगरक्षकांनी ३१ ऑक्टोबर १९८४ रोजी केली. त्यामुळे भारतात व सर्व जगात अत्यंत खळबळ माजली. कारण पंतप्रधान कै. जवाहरलाल नेहरू यांच्या त्या कन्या होत्या. अनेक कारणांमुळे त्यांचे नाव झळकत होते एक खंबीर कार्यक्षम पंतप्रधान, जगातील सर्वांत मोठ्या लोकशाही राज्याच्या! अमृतसरमधील सुवर्णमंदिरातील दडून बसलेल्या शीख अतिरेक्यांचा बंदोबस्त करण्याकरता श्रीमती गांधी यांनी भारतीय लष्कराला कारवाई करण्याचा आदेश दिला होता. त्याचा प्रत्यक्ष परिणाम म्हणजे श्रीमती इंदिरा गांधी यांची त्या त्यांच्या ऑफिसात जात असताना, त्यांच्यावर गोळ्या झाडून ही हत्या करण्यात आली; ही हत्या त्यांच्या निवासस्थानात झाली. शीखांची फुटीरवादी चळवळ नेस्तनाबूत करण्याकरता Operation Blue-star ही कारवाई करण्यात आली होती. जनरल वैद्य हे त्या कारवाईचे प्रमुख होते. यात संत भिंद्रानवाले ठार झाले व सुवर्णमंदिराची शीख अतिरेक्यांच्या तावडीतून सुटका करण्यात आली. पण आपले पवित्र स्थळ, उद्ध्वस्त केल्याबद्दल शीख जमातीला अत्यंत क्रोध आला. श्रीमती इंदिरा गांधींविषयी कमालीचा द्वेष, वैर वाटावयास लागले. परिणामत: त्यांच्याच दोन अंगरक्षकांनी त्यांची हत्या केली व सुवर्णमंदिरावरील हल्ल्यांचा सूड घेतला.

राजीव गांधी यांची हत्या– इंदिरा गांधी यांच्या हत्येनंतर त्यांचे पुत्र राजीव गांधी यांची हत्या २१ मे १९९१ रोजी आत्मघातकी बॉम्बहल्ल्याने करण्यात आली. भानू नावाच्या एल. टी. टी. ई. च्या suicide लोलशी ने आपल्या शरीराला लपेटलेल्या बॉम्बचा स्फोट घडवून आणला व ही हत्या केली. राजीव गांधी भारताचे पंतप्रधान १९८४ ते १९८९ पर्यंत होते. त्यानंतर काँग्रेस पक्षाच्या निवडणुकीत प्रचार करत होते; निवडणुकीत काँग्रेस पक्षाला विजय मिळवून पुन्हा पंतप्रधान होण्याची त्यांची इच्छा

होती. श्रीलंकेतील तमिळ फुटीरवादी विशेषत: एल. टी. टी. ई. चा राजीव गांधींवर राग होता. कारण १९८७ साली पंतप्रधान राजीव गांधी यांनी श्रीलंकेत शांतता प्रस्थापित करण्याकरता भारतीय सैन्य पाठवले होते. भारतीय सैन्याने तमिळ बंडखोरांचा प्रतिकार मोडून काढला होता व या लष्करी कारवाईत एल. टी. टी. ई. चे बरेच बंडखोर मारले गेले होते. यावेळी भारतीय लष्कर, श्रीलंकेच्या तमिळ बहुसंख्याकांना व भारतीय तमीळांना देखील अप्रिय ठरले होते. त्यामुळे राजीव गांधींचा निवडणुकीत पराभव झाल्यानंतर १९९० साली भारतीय लष्वर श्रीलंकेतून काढून घेण्यात आले. भारतातील न्यायालयाने एल. टी. टी. ई. चा प्रमुख प्रभाकरन याला या घटनेबद्दल जबाबदार धरले व प्रभाकरनचे भारतात प्रत्यार्पण करावे अशी श्रीलंकेच्या शासनाकडे मागणी केली होती. त्याविषयी २००६ मध्ये प्रभाकरनने या अपराधाबद्दल क्षमा मागितली होती. पण भारत सरकारने असे जाहीर केले की, अजूनसुद्धा प्रभाकरन जर भारतात आला तर त्याच्यावर खटला भरला जाईल. पण या गोष्टी जर-तरच्या असल्यामुळे यात काही अर्थ नाही. १९९८ साली या कटातील २६ व्यक्तींवर खटला भरण्यात आला व २६ जणांना मृत्युदंडाची शिक्षा ठोठावली. पण सर्वोच्च न्यायालयाने त्यापैकी १९ जणांची निर्दोष म्हणून सुटका केली, तर चार जणांची फाशीची शिक्षा कायम केली.

भारतीय विमान फ्लाइट आय.सी. ८१४ चे अपहरण – भारतीय प्रवासी विमानसेवेचे फ्लाइट आय.सी. ८१४ विमान काठमांडूहून नवी दिल्लीला येत असताना २४ डिसेंबर १९९९ रोजी त्याचे अपहरण करून प्रथम अमृतसर येथे नेण्यात आले. तेथून लाहोरला नेण्यात आले आणि तेथून ते अफगाणिस्तानमधील कंदाहार येथे नेण्यात आले. त्यावेळी अफगाणिस्तानमध्ये तालिबान या इस्लामी संघटनेची सत्ता होती. तालिबानने आपल्या कारवायांनी सर्वत्र खळबळ माजवली होती. लाहोर येथे अपहरणकर्त्यांना शस्त्रे पुरवली गेली असावीत. ज्यावेळी विमानात पुन्हा इंधन भरले जात होते; पण कंदाहारकडे विमान निघाले असताना प्रारंभी तालिबान सरकारने हे विमान उतरवण्यास प्रतिबंध केला व म्हणून हे विमान दुबईला नेण्यात आले. वाटेत रूपीन कट्याल या प्रवाशाला ठार करण्यात आले. अपहरणकर्त्यांनी पाकिस्तानातील हरकत-उल, जिहादी इस्लामी (HUJI) चा मुख्य सचिव व संस्थापक, मौलाना मसूद अझर यांची तुरुंगातून सुटका करण्याची मागणी केली. हा अतिरेकी १९९४ पासून भारतीय तुरुंगात शिक्षा भोगत होता. TADA कायद्यान्वये ही शिक्षा त्याला झालेली होती. अपहरणकर्त्यांबरोबर केलेल्या वाटाघाटीनंतर मौलाना मसूद अझर, ओमर शेख, मुश्ताक झरगर यांची तुरुंगातून सुटका झाल्यानंतर विमानातील ओलीसांची पण सुटका

करण्यात आली (१९९९ च्या जानेवारी महिन्यात). भारताचे त्यावेळचे परराष्ट्रमंत्री जसवंतसिंह स्वत: विमानाने कंदाहारला गेले व ही अदलाबदल करण्यात आली. अपहरणकर्ते आणि सुटका करण्यात आलेले अतिरेकी पाकिस्तानात निर्धास्तपणे रवाना झाले.

पंजाब : पाच नद्यांचा प्रदेश! प्राचीन काळापासून या प्रदेशाने भारतीय उपखंडांत महत्त्वाची कामगिरी केली आहे. स्वातंत्र्ययुद्धात पंजाबी क्रांतिकारकांनी नेत्रदीपक कार्य केले. हुतात्मा भगतसिंग यांचे नाव भारताच्या इतिहासात अजरामर झाले आहे. पण पंजाबची फाळणी ही फार मोठी शोकांतिका ठरली. १९४७ नंतर पाकिस्तानातून लाखो हिंदू, शीख निर्वासित भारतात आले. हे लोंढे १९५० पर्यंत येतच होते. नवीन जीवनास प्रारंभ करताना त्यांना अनंत यातना भोगाव्या लागल्या, मानसिक ताणतणावाला सामोरे जावे लागले. याच प्रदेशात महाराजा रणजीतसिंग यांचे साम्राज्य होते; एक उज्ज्वल परंपरा, वारसा होता. शीखांच्या स्वतंत्र राज्य स्थापण्याच्या कल्पनेस याचा आधार घेतला गेला. यातूनच स्वतंत्र शीख राज्याची कल्पना पुढे आली.

खलिस्तानच्या कल्पनेचा उदय : शीखांच्या इतिहासात 'दल-खालसा'चा मूळ अर्थ 'पवित्र लोकांचे सैन्य' असा होतो (army of the pure). हे सैन्य मोगलांच्या विरुद्ध लढण्याकरिता एका सर्वमान्य नेत्याच्या आज्ञेखाली एकत्र जमत असे. आधुनिक 'दल खालसा' या गटाची स्थापना शीख पंथाच्या सुंदोपसुंदीमुळे झाली. १३ एप्रिल १९७३ रोजी काही निरंकारी पंथाच्या शीखांनी अमृतसर या शीखांच्या पवित्र स्थानात एक धार्मिक मेळावा घेतला. शीखांचे त्यावेळचे एक धार्मिक नेते, संत भिंद्रानवाले निरंकारी पंथीयांना पाखंडी समजत असत. निरंकारी पंथीयांचा हा मेळावा भंग करण्याकरिता निदर्शने करण्याचा भिंद्रानवाले यांनी घाट घातला. तलवारी घेतलेल्या १३ निदर्शकांनी निदर्शने करण्यास सुरुवात केल्यानंतर बंदूकधारी निरंकार पंथीयांनी त्यांना गोळ्या घालून ठार मारले. याचा सूड उगविण्याचा भिंद्रानवाले यांनी निश्चय केला. काही हिंदू नेत्यांनी या निरंकारी पंथीयांना आसरा दिला होता. त्यांनासुद्धा शासन करण्याचे भिंद्रानवाले यांनी ठरविले होते. याचा सूड उगविण्यासाठी 'बब्बर खालसा' या गटाची स्थापना करण्यात आली होती. या गटाच्या पाठीमागे बिबी अमरजीत कौर या सक्रिय होत्या. त्यांचे पती या चकमकीत मारले गेले होते. या भांडाभांडीतूनच खलिस्तानच्या कल्पनेचा उदय झाला.

चळवळीचा जोर

१९८० च्या जून महिन्यानंतर खलिस्तान चळवळीने जोर धरला. याच वेळी 'खलिस्तान राष्ट्रीय मंडळा'ची स्थापना झाल्याचे जाहीर करण्यात आले- (Khalistan National Council). मार्च १९८१ रोजी 'दल खालसा' या अतिरेकी गटाने या

मागणीला पाठिंबा दिला. या पाठीमागे असा उद्देश होता की, अकाली दल या शीखांच्या दुसऱ्या गटाने पण खलिस्तानच्या कल्पनेला पाठिंबा द्यावा व ही मागणी उचलून धरावी. याच सुमारास आणखी एक शीख संघटना- 'अखिल भारतीय शीख विद्यार्थी महासंघा'ने पण याला पाठिंबा दर्शविला व अमृतसरचे पावित्र्य राखण्याकरता वेगळे कायदे करण्याची मागणी केली. या फुटीरवादी मागणीमुळे शीख व हिंदू यांच्यात ताणतणाव निर्माण झाला. संत भिंद्रानवाले यांचा अ. भा. शीख महासंघाशी जवळचा संबंध होता. खलिस्तान चळवळीचाच एक भाग म्हणून शीख मागण्या आणि गाऱ्हाणी यांची दाद लावून घेण्यासाठी संत भिंद्रानवाले यांनी अमृतसरमध्ये आंदोलन सुरू केले (२० जुलै १९८२). हे आंदोलन सुवर्णमंदिराच्या आतील भागात करण्यात येत होते. या गाभाऱ्यातच त्यांनी आपला बाडबिस्तारा हलवला होता. त्यांच्या अनुयायांनी, त्यांचा आशीर्वाद घेऊन अतिरेकी कारवाया करण्यास सुरुवात केली होती. सुवर्णमंदिरात कोणताही कायदा चालणार नव्हता. कारण त्यावर शिरोमणी गुरुद्वारा प्रबंधकाची सत्ता होती. पण जे जे उदारमतवादी शीख आणि हिंदू होते, त्यांच्या विरुद्ध दहशतवादाचा पवित्रा घेण्यात आला. यात भिंद्रानवाले यांच्या पक्षाचे राजकीय विरोधक पण होते. या कारवाईचाच एक भाग म्हणून दोन भारतीय विमानांचे अपहरण करण्याचा प्रयत्न करण्यात आला. त्यावेळचे पंजाबचे मुख्यमंत्री श्री. प्रतापसिंग कैरा यांची हत्या करण्याचा अयशस्वी प्रयत्न करण्यात आला. २३ एप्रिल १९८३ रोजी पंजाबचे उपमुख्य पोलिस अधिकारी, अटवरसिंग अटवाल प्रार्थनेकरता सुवर्णमंदिरात गेले होते. ते बाहेर आल्यानंतर त्यांची गोळ्या घालून हत्या करण्यात आली. या सर्व कारवायांबद्दल भारत सरकारने संत भिंद्रानवाले व त्यांच्या अनुयायांना जबाबदार धरले. या काळात 'दल-खालसा' या आणखीन एका अतिरेकी संघटनेच्या चिथावणीमुळे शीख, हिंदू जमातीत मोठ्या प्रमाणात दंगे झाले व यात बरेचजण मरण पावले. त्याबद्दल पण संत भिंद्रानवाले यांनाच जबाबदार धरण्यात आले. यानंतरची घटना म्हणजे सुवर्णमंदिराच्या अंतर्भागात म्हणजे 'अकाल तख्त' या अत्यंत पवित्र स्थानाजवळ भिंद्रानवाले यांनी आपला मुक्काम हलवला व तेथून आपले कार्यक्रम व हालचाली करण्यास प्रारंभ केला (१५ नोव्हे. १९८३). सर्व पंजाबमध्ये तंग वातावरण निर्माण झाले.

ऑपरेशन ब्ल्यू-स्टार

यानंतर दुसऱ्याच दिवशी भारत सरकारने संत भिंद्रानवाले यांच्या अटकेचे वॉरंट काढले. पण सुवर्णमंदिरात असलेल्या भिंद्रानवाले यांना अटक करण्यात येत नव्हती. शेवटी नाइलाज म्हणून ५ जून १९८४ रोजी भारत सरकारने 'ऑपरेशन ब्ल्यू स्टार'ला प्रारंभ केला. भारतीय लष्करी कारवाईचे प्रमुख जनरल ए. एस. वैद्य हे होते.

रणगाड्याच्या ताफ्यासह लष्कराने सुवर्णमंदिरावर हल्ला चढवला. रणगाड्यांच्या तोफांच्या माऱ्यात अकाल तख्त उद्ध्वस्त झाले. सुवर्णमंदिराची बरीच पडझड झाली. बिबी अमरजीत कौर आणि त्यांचे ४०० अनुयायी लष्कराला शरण आले. संत भिंद्रानवाले ठार मारले गेले. या कारवाईत ७०० सैनिक, तर ५००० नागरिक मारले गेले. सर्व जगभर प्रचंड खळबळ उडाली. अशा प्रकारे या नाटकाचा पहिला अंक समाप्त झाला.

दहशतवादाला उधाण

यानंतर हिंदू आणि शीख यांच्यात मोठ्या प्रमाणात देशभर दंगली सुरू झाल्या, अनेक माणसे मारली गेली, कत्तली केल्या गेल्या, जाळपोळ, लुटालूट यांना धरबंध राहिला नाही. सर्व पंजाब व हरियाना यात होरपळून निघाला. पंजाब सरकारच्या आकडेवारीनुसार १९८५ साली दहशतवादी कृत्यात ६१ व्यक्ती ठार झाल्या, तर १९८६ साली ५२० माणसे मारली गेली. १९८७ साली १११८ माणसे यमसदनास गेली. १९८८ साली १९८४ व्यक्ती मरण पावल्या. याच सुमारास पाच खळबळजनक दहशतवादी घटना घडल्या होत्या. त्याची जबाबदारी 'दशमेश रेजिमेंट' या दहशतवादी गटाने घेतली. यानंतरची अत्यंत खळबळ उडवणारी घटना म्हणजे, भारताच्या पंतप्रधान श्रीमती इंदिरा गांधी यांची हत्या त्यांच्या दोन अंगरक्षकांनी केली. हे दोन शीख अंगरक्षक अर्थात कोणत्याच दहशतवादी गटाचे नव्हते. दोन बसेस अडवण्यात आल्या व आतील प्रवाशांना ठार करण्यात आले. पहिली बस अडवून ३८ माणसांना ठार मारले व ३२ जणांना जखमी केले, तर दुसरी बस अडवून ४ जणांना ठार करण्यात आले व काहींना जखमी केले. या हल्ल्याची जबाबदारी 'खलिस्तान कमांडो फोर्स'ने घेतली होती. पण वस्तुत: अ.भा.शी. महासंघाच्या अतिरेकी गटाचे हे कृत्य होते.

या सर्व कारवाया भारतात विशेषत: हरयाना आणि पंजाब प्रांतात केल्या जात होत्या. पण दशमेश रेजिमेंटने भारताबाहेरच्या दोन दहशतवादी घटनांची जबाबदारी स्वीकारली होती १) टोकियोमधील 'तरीना' विमानतळावरील Air India Boing 747 या विमानात बॉम्ब ठेवला जाणार होता; पण त्याचा स्फोट अगोदरच झाला. २) दुसरी घटना– २३ जून १९८५ रोजी Air India Boing१८२ या विमानात ३०७ प्रवासी होते आणि २२ विमान सेवक (Crew) होते. हे विमान मॉन्ट्रि–यलवरून दिल्लीला येणार होते, पण आयर्लंडजवळ, १८० मैलांवर बॉम्बस्फोट होऊन विमानाचे तुकडे तुकडे झाले. आतील सर्व प्रवासी ठार झाले. हा स्फोट दहशतवाद्यांनी विमानात ठेवलेल्या बॉम्बमुळे झाला, असे तज्ज्ञांचे मत पडले.

या दहशतवादी घटनांची वैशिष्ट्ये – १९८४ च्या सुवर्णमंदिरावर केलेल्या कारवाईनंतर अनेक शीख युवक पाकिस्तानात जीव बचावण्याकरता पळून गेले होते. या घटनेमुळे शीख जमातीच्या धार्मिक भावना अत्यंत दुखावल्या होत्या. परिणामत: पंजाबात दहशतवादी कृत्यांना उधाण आले. पाकिस्तानमध्ये पळून गेलेल्या शीख युवकांना आश्रय दिला. शस्त्रे पुरविली. प्रशिक्षण दिले व भारत–पाक सीमेतून दहशतवादी कृत्ये करण्यास चोरटेपणाने पंजाबात पुन्हा ढकलले. त्यामुळे पंजाबात व इतरत्र दंगलींचा डोंब उसळला.

पंजाबमधील दहशतवादी कृत्यांत अनेक प्रकार आढळून येत होते. घरात घुसून हल्ला करणे, दुचाकीवरून आघात करणे, घरातून व्यक्तीचे अपहरण करणे, मोटारीतून पाठलाग करून पुढील मारुती कारमधील व्यक्तीची गोळी झाडून हत्या करणे, झाडाला टांगून फाशी देणे, बॉम्बने इमारत उडवणे, बसवर बेछूट गोळीबार करणे, रेल्वे रूळ उडवणे, स्टेशनला आग लावणे, बँकांवर धाडी घालणे वगैरे वगैरे. चंडीगढ येथील दूरदर्शन केंद्रावर हल्ला करून ते उद्ध्वस्त करण्याचा पण प्रयत्न करण्यात आला. दहशतवाद्यांच्या गोळीबारात, बॉम्बफेकीत बळी पडलेल्यात सीमा सुरक्षा जवान, पोलिस अधिकारी, लष्करातील जवान, राखीव दलाचे सैनिक, न्यायाधीश, राजकीय नेते, मंत्री, सरकारी नोकर, पत्रकार, बँक अधिकारी एवढेच नव्हे, तर अनेक स्त्रिया व मुले यांचा समावेश आहे.

पंजाबमधील दहशतवादाचे आणखी एक वैशिष्ट्य म्हणजे मूलतत्त्ववाद (fundamentalism) म्हणजे कट्टर धार्मिकवाद. अखिल भारतीय शीख विद्यार्थी महासंघाच्या अतिरेकी गटाने आपली प्रतिमा ठळक करण्याकरता १३ कलमी शुद्धीकरणाच्या कार्यक्रमाचा धडाका लावला होता. हा कार्यक्रम पुढीलप्रमाणे होता– दारू गुत्ते, मटणाची दुकाने, पान–सिगारेटची दुकाने बंद करणे; त्याचप्रमाणे नाभिकांची हकालपट्टी करणे, सर्व मुलामुलींना खालसा परंपरेप्रमाणे पोषाखाची सक्ती करणे, वगैरे.

दहशतवादाचा अस्त – १९९२ नंतर शीख अतिरेकी गटाच्या दहशतवादी कारवाया थंडावल्या. १९९१ साली दहशतवादी कृत्यांमुळे ३००० मनुष्यहत्या झाली. हा आकडा आत्तापर्यंतच्या हिंसाचाराचा उच्चांक होता. अर्थात दहशतवाद्यांचा आणि दहशतवादी कारवायांचा पूर्ण बंदोबस्त करण्याचे श्रेय भारतीय लष्कराला, पोलिस अधिकाऱ्यांना, निमलष्करी दलाला दिले जाते. विशेषत: शीख पोलीस अधिकाऱ्यांनी वेळप्रसंगी स्वत:चा जीव धोक्यात घालून, अत्यंत कठोर उपाययोजना करून दहशतवादाची पंजाब हरयानातून हकालपट्टी केली. के. पी. एस. गील या शीख पोलिस

प्रमुखाची कामगिरी स्पृहणीय आहे. यानंतरच्या काळात दहशतवादाला उतरती कळा लागली व खलिस्तानचे नावही ऐकू येईनासे झाले. याला गालबोट १९९७ साली लागले. नवी दिल्ली येथे बॉम्बस्फोटाच्या २५ घटना घडल्या. यात २५ माणसे बळी पडली आणि २०० जखमी झाली. या स्फोटांची जबाबदारी 'शहीद खालसा' या गटाने घेतली. याच सुमारास काश्मीर-तंट्यामुळे भारत आणि पाकिस्तानचे संबंध फार ताणले गेले होते. त्यामुळे पाकिस्तानचा यात हात असण्याची शक्यता होती व भारताने पाकिस्तानवर तसा आरोपही केला (७/७/२००६ मधील मुंबईचे बॉम्बस्फोट, पाकिस्ताननेच घडवून आणले आहेत व त्याबद्दलचा सबळ पुरावा भारताजवळ आहे).

पंजाबमधील त्यावेळचे दहशतवादी गट

त्याकाळात पंजाबमध्ये ३१ दहशतवादी गट होते. त्यांपैकी काही महत्त्वाच्या गटांचा येथे परिचय करून दिला आहे.

बब्बर खालसा - सर्वांत लहान गट कोणता असेल तर बब्बर खालसा. बब्बर खालसा हा अत्यंत खतरनाक असा गट होता. निरंकारी पंथीयांनी भिंद्रानवाले यांच्या अनुयायांना ठार मारल्याचा सूड उगवण्याकरता या पक्षाची स्थापना झाली होती. हा गट सर्वांत शिस्तप्रिय, निष्ठावंत, आपल्या ध्येयाप्रत बांधिलकी असणारा होता. हा गट कर्मठ, पुराणमतवादी असल्याने केस वाढवणे, दाढी ठेवणे हे या गटातील सदस्यांचे मुख्य लक्षण होते. दहशतवादी कारवाया करण्याकरता गुरुद्वाराचा उपयोग करण्याविरुद्ध हा गट होता. त्याचप्रमाणे निरपराधी स्त्रीपुरुषांची हत्या करणे या गटाला मान्य नाही.

दशमेश रेजिमेंट - हा एक आणखीन कुप्रसिद्ध गट होता. पंजाबी भाषिकांचे एक स्वतंत्र राज्य स्थान करण्याचे या गटाचे ध्येय होते. ज्यांनी ज्यांनी खलिस्तान चळवळीला विरोध दर्शवला, त्यांची हत्या करण्याची जबाबदारी या गटाकडे जाते. या गटाने भावी खलिस्तानच्या हद्दीत प्रवास करणाऱ्या हिंदूंची देखील हत्या करण्यास मागेपुढे पाहिले नाही. या उत्साहाच्या भरात एका प्रवासी व्यापारी विमानावर बॉम्बफेक करण्याचे धाडस या गटाने केले. 'दशमेश' म्हणजे दहावा गुरू गोविंदसिंग, की ज्याने शीखांच्यात लढवय्या वृत्ती निर्माण केली. असेपण समजले जाते की संत भिंद्रानवाले यांच्या प्रेरणेने आणि आशीर्वादाने या गटाची स्थापना झालेली होती. संत भिंद्रानवाले यांचीपण खलिस्तानच्या स्थापनेची योजना होतीच. याच कारणामुळे भिंद्रानवाले यांचे दल खालसा आणि अखिल भारतीय शीख विद्यार्थी महामंडळाबरोबर जवळचे संबंध होते. या संबंधांमुळेच हा गट स्थापन झाला असावा.

दल-खालसा - १९७८ च्या काळात काही राजकीय नेतेमंडळी, अकाली दलावर नाराज होती. कारण पंजाबी जनतेच्या हितसंबंधाच्या ज्या काही गोष्टी होत्या,

त्या केंद्रीय सत्तेकडून मिळविण्यास अकाली दलाला यश मिळाले नाही. त्यामुळे काही शीख नेत्यांनी एक समिती स्थापन केली. त्याला ऐतिहासिक महत्त्व असलेले नाव दिले 'दल खालसा'. या गटाचे ध्येय निरंकारी पंथाच्या प्रभावापासून शीख परंपरेचे, संस्कृतीचे रक्षण करणे हे होते. शिरोमणी गुरुद्वारा प्रबंधक समितीच्या निवडणुकीत संत भिंद्रानवाले यांनी 'दल-खालसा'ला पाठिंबा दिला. त्याचप्रमाणे नवलाची गोष्ट म्हणजे काँग्रेस पक्षाने देखील दल-खालसा आणि भिंद्रानवाले यांची तळी उचलून धरली. कारण उघड होते! अकाली दलाला कमकुवत आणि निष्प्रभ करावयाचे होते. दल-खालसा ही धार्मिक विचारसरणीची राजकीय संघटना होती. या संघटनेला पण पंजाब भाषिकांच्या प्रदेशाचे एक स्वतंत्र राज्य स्थापन करावयाचे होते. शीख धर्मावर जो अन्याय झाला असेल, त्याचा सूड उगवण्यासाठी, त्यांच्या मागण्या मान्य करून घेण्यासाठी, शीखांवर जहाल विचारसरणीचा प्रभाव पाडण्यासाठी या संघटनेने दहशतवादी मार्ग स्वीकारला.

यानंतर 'खालसा कमांडो फोर्स' हा सर्वांत मोठा गट होता. दुसरा मोठा गट 'खालसा लिबरेशन फोर्स' हा होता.

संत जर्नेलसिंग भिंद्रानवाले (१९४७-१९८४) – पंजाबमधील दहशतवाद चळवळीतील सर्वांत प्रसिद्ध व्यक्ती होती. पंजाबमधील एका शीख जमीनदाराच्या कुटुंबात संत जर्नेलसिंग यांचा जन्म १९४७ मध्ये झाला. दमदमी टाकसाळ येथील धार्मिक विद्यालयात धार्मिक पद्धतीचे शिक्षण झाले. १९७१ साली ते प्रमुख धर्ममहंत झाले. भिंद्रानवाले हे आडनाव त्यांनी घेतले. पंजाबमध्ये त्यावेळी जाट जमीनदार पैसेवाले बनले होते. त्यांची मुले पाश्चात्य पद्धतीच्या शिक्षणात रस घेत होती. शीखांचा इतिहास, संस्कृती, परंपरा यांचा त्यांना विसर पडला होता, त्यांच्या श्रद्धा ढासळत होत्या. त्यामुळे संत भिंद्रानवाले यांना अत्यंत राग आला होता. त्यामुळे ते मूलतत्त्ववादी, जहाल होत गेले. त्यांनी अशा युवकांना पाखंडी म्हणून संबोधण्यास प्रारंभ केला. त्या काळात त्यांचा प्रभाव वाढतच गेला. याचे आणखीन एक कारण म्हणजे सत्ताधारी काँग्रेस पक्षाने पंजाबमधील राजकारणावर आपला पगडा टिकवण्याकरता भिंद्रानवाले यांना विरोध केला नाही. एकप्रकारे त्यांना प्रोत्साहन दिले, कारण अकाली दल या शीखांच्या राजकीय पक्षावर विजय मिळवायचा होता.

यानंतर भिंद्रानवाले यांची महत्त्वाकांक्षा वाढतच गेली व उघड उघडपणे त्यांनी खलिस्तानच्या मागणीचा पुरस्कार केला. त्याचा परिणाम म्हणजे पंजाबात अराजकाची स्थिती निर्माण झाली आणि हिंसाचार कळसास पोहोचला. विरोधकांना लक्ष्य (target) बनवून त्यांचे नाव hitlist मध्ये घातले जाई व हत्या केल्या जात. गुरुद्वारात, सुवर्णमंदिरात केलेल्या धार्मिक प्रवचनवजा भाषणात शीखांच्या इतिहासाचे, धार्मिक विचारसरणीचे,

हौतात्म्याचे दाखले देत व तथाकथित शीखांवरील अन्यायाविरुद्ध हिंसाचार करणे न्याय्य व योग्य आहे - हे पटवून देत. १९८३ मध्ये भिंद्रनवाले यांनी सुवर्णमंदिरात स्वत:ला बंदिस्त करून घेतले व तेथून खलिस्तानच्या चळवळीची सूत्रे हलविण्यास प्रारंभ केला. शेवटी दहशतवादी हिंसाचाराचा कहर झाल्यानंतर भारत सरकारने जून १९८४ मध्ये लष्करी कारवाई केली व सुवर्णमंदिरावर चढाई केली. त्यात संत भिंद्रानवाले ठार झाले व या नाट्याचा शेवटचा अंक समाप्त झाला.

भारतातील दहशतवाद- धार्मिक दहशतवाद- काही घटना

राजकीय, सामाजिक, आर्थिक, वांशिक दहशतवादाची कारणे आणि दहशतवादी घटना यांचे विवेचन इतरत्र केलेले आहे. येथे धार्मिक दहशतवादाचे विवेचन केले आहे.

धार्मिक दहशतवादी गटांना पैसा, शस्त्रे, प्रशिक्षण हे पाकव्याप्त लष्करी छावण्यांत किंवा वायव्य सरहद्द भागात बलुचिस्तानच्या प्रदेशात असलेल्या शिबिरात दिले जाते. हे प्रशिक्षण ख. ड. ख. या पाकिस्तानच्या गुप्तहेर संघटनेतर्फे प्रत्यक्षपणे दिले जाते किंवा पाकव्याप्त प्रदेशात ज्या दहशतवादी संघटना आहेत, त्यांच्यामार्फत दिले जाते. भावलपूर येथील शिबिरात हे प्रशिक्षण दिले जाते. पाकिस्तानात पुढील पाच जिहादी संघटना आहेत - १) लष्कर- ई-तोयबा, २) जैशे-ई-महंमद, ३) हिजबूल मुज्जाउद्दीन, ४) हरकत-उल-मुज्जाउद्दीन, ५) हरकत-उल-अन्सार. ११ सप्टेंबर (२००१) पूर्वी ही शिबिरे अफगाणिस्तानमध्ये होती. पण ९/११ च्या घटनेनंतर या छावण्या पाकव्याप्त काश्मीरमध्ये आणि वायव्य सरहद्दीच्या टोळीवाल्यांच्या प्रदेशात हलवण्यात आल्या आहेत. अमेरिकेच्या दबावामुळे वरील पाकिस्तानी दहशतवादी संघटनांवर सिंध, पंजाब, वायव्य सरहद्दप्रांत, बलुचिस्तान या प्रांतात बंदी घालण्यात आली आहे. पण पाकव्याप्त काश्मीर प्रदेशात मात्र ही बंदी घातली नाही. H. U. M. आणि H. U. J. I. या संघटना लादेनच्या ख. ख. ऋ या आंतरराष्ट्रीय संघटनेच्या सदस्य आहेत. तरीपण त्यांचेवर बंदी घालण्यात आली नाही.

२००३ च्या सुमारास काही पाकिस्तानी डॉक्टरांनी अल कायद्याच्या काही सदस्यांवर औषधोपचार केला. त्यांना आश्रय पण दिला. पाकिस्तानच्या न्यायालयात खटला असताना, पाकिस्तानच्या सर्वोच्च न्यायालयातर्फे असे सांगण्यात आले होते की, यात कायदेभंग झालेला नाही. कारण पाकिस्तान सरकारने 'अल-कायदा' ही संघटना दहशतवादी संघटना म्हणून त्यावर कोणत्याच प्रकारची बंदी घालण्यात आलेली नाही व त्यांच्या हालचालीवर सुद्धा बंदी घातलेली नाही.

पाकिस्तानच्या दहशतवादी संघटनेत भाडोत्री सैनिकपण आहेत, की जे पैसे घेऊन

काम करतात. १९८९ ते १९९३ या काळात जम्मू काश्मीरमध्ये स्थानिक दहशतवादी गट अशा कारवाया करत असत. पण त्यांची ताकद कमी पडल्याने व त्यांना म्हणावे तसे यश मिळत नसल्याने I. S. I. ने अखिल पाकिस्तानी इस्लाम गटांना व अन्य प्रशिक्षित अतिरेकी गटांना काश्मीरमध्ये घुसविण्याचे कारस्थान रचले व त्याप्रमाणे त्यांची अंमलबजावणी केली. त्यामुळे जम्मू-काश्मिरात दहशतवादी हिंसाचाराने थैमान घातले. हे दहशतवादी १९८० च्या सुमारास अफगाणिस्तानमध्ये, सोव्हिएत रशियाविरुद्ध लढत होते. १९९९ पासून पाकिस्तानी जिहादी संघटनांनी भारताविरुद्ध कारवाया करण्यास प्रारंभ केला आहे व स्थानिक संघटनांचे बळ वाढवण्याकरता काश्मीरमध्ये घुसखोरीचे तंत्र अवलंबिले आहे. भारतीय प्रदेशात आणि काश्मीरमध्ये एकूण ४८ आत्मघातकी हल्ले झाले (suicide-bombings). त्यातील ४४ हल्ले पाकिस्तानी जिहादी संघटनांनी केले आहेत. या जिहादी संघटनांचे प्रमुख बहुसंख्येने पंजाबी आहेत. तर यातील बहुसंख्य स्वयंसेवक पाकिस्तानी आहेत.

पाकिस्तानी जिहादी संघटनांना काश्मीर हे भारताचे प्रवेशद्वार वाटते. काश्मीरची 'हिंदू- भारता'पासून मुक्तता केल्यानंतर, उत्तर भारतात एक व दक्षिण भारतात एक अशी दोन, मुसलमानांकरता स्वत:ची घरे (homland) म्हणजेच स्वतंत्र देश निर्माण करण्याचे, या पाकिस्तानी दहशतवाद्यांचे स्वप्न आहे. पण ध्येय साध्य होण्यासाठी बराच अवधी लागणार आहे. तरीसुद्धा त्या दिशेने या जिहादी संघटनांची वाटचाल चालू आहे. भारतातील घटकराज्यांत त्यांनी आपले हस्तक निर्माण केले आहेत. उदा. सीमी संघटनेचे कार्यकर्ते (Students Islamic Movement of India). ११ जुलैच्या मुंबईच्या बॉम्ब धमाक्यात काही सीमी (S. I. M. I.)कार्यकर्त्यांचे साहाय्य होते.

त्यांच्या केलेल्या काही कारवाया पुढीलप्रमाणे - जानेवारी २००१ ला दिल्लीला लाल किल्ल्यावर (Red fort) केलेला हल्ला, डिसेंबर २००१ साली भारताच्या पार्लमेंटवर केलेला हल्ला, सप्टेंबर २००२ साली गांधीनगरमधील अक्षरधाम मंदिरातील भक्तजनांवर केलेला अमानुष गोळीबार; भारताच्या अन्य भागातदेखील या काळात अशीच दहशतवादी कृत्ये करण्यात आली. उदा. कोलकता येथील अमेरिकन वकिलातीच्या बाहेरील सुरक्षा सैनिकांची हत्या, २००२-०३ या काळातील मुंबईत चार बॉम्बस्फोट करण्यात आले. त्यातील शेवटचा हल्ला १३ मार्च २००३ साली करण्यात आला व त्यात १३ माणसे मरण पावली.

अल कायदा आणि मुस्लीम समाज- भारतात १४० दशलक्ष मुसलमान आहेत. इंडोनेशियानंतर जगात सर्वांत जास्त ही संख्या आहेत म्हणजे दुसरा क्रमांक आहे. पाकिस्तानच्या जिहादी संघटनांमुळे आणि काही मूलतत्त्ववादी विचारसरणीमुळे

व काही व्यक्तिगत गाऱ्हाण्यांमुळे व अन्यायामुळे अगदी थोडे मुस्लीम या दहशतवादी जिहादी गटात सामील झाले आहेत. पण बहुसंख्य मुसलमान आपल्या देशाशी, मातीशी एकनिष्ठ आहेत; या देशाचे कायदेकानू पाळणारे आहेत, हे पुढील गोष्टीवरून स्पष्ट होते. भारत सरकारच्या काही धोरणांमुळे जरी भारत सरकारचा राग आला, तरी ते कोणत्याही दहशतवादी गटात सामील झालेले नाहीत. किंबहुना असे म्हणता येते की, भारतीय मुस्लीम लोकशाहीवादी, पुरोगामी आणि शांतताप्रिय आहेत. अर्थात जम्मू-काश्मीरचा मुद्दा वगळून!

१९८० च्या सुमारास जगातील अनेक भागातून जवळजवळ ६००० मुसलमान सोव्हिएत रशियाविरुद्ध लढण्याकरता अफगाणिस्तानमधील दहशतवादी गटात सामील झाले. पण भारतातील एकही मुसलमान या दहशतवादी गटात सामील झाला नाही. त्याचप्रमाणे जगातील इस्लामी प्रदेशातून अनेक मुसलमान दहशतवादाचे प्रशिक्षण घेण्याकरता अफगाणिस्तानातील मदरसात गेले, पण भारतातील एकही मुस्लीम अफगाणिस्तानमध्ये अध्यापनाकरता गेला नाही. तशी बातमी बाहेर आली नाही. संघटनेचे १३ प्रमुख दहशतवादी गट सभासद आहेत.

पण भारतातील एकही संघटना लादेनच्या Islam International Front चे सभासद नाहीत. जम्मू काश्मीरमधील सुद्धा नाहीत. आणखीन एक मुद्दा ज्यावेळी अमेरिकेत विमानांनी अफगाणिस्तानवर व तालिबानच्या अड्ड्यांवर विमान हल्ले सुरू केले, त्यावेळी जगातील अनेक इस्लामी देशांत त्याविरुद्ध निदर्शने करण्यात आली. पण लक्षात घेण्यासारखी गोष्ट म्हणजे यात एकही भारतीय मुसलमान नव्हता.

आतापर्यंत अल कायदा या दहशतवादी गटाचा कोणीही अरब अतिरेकी भारतीय प्रदेशात आढळला नाही. म्हणजे अल कायद्याच्या सूचनेनुसार भारतात दहशतवादी कृत्ये केली जात नाहीत. पण प्रतिबंधक दहशतवादी कारवाईत (counter terrorism) जम्मू काश्मीरमध्ये काही अरबी दहशतवाद्यांना अटक करण्यात आलेली आहे. पण हे अरब दहशतवादी सर्व पाकिस्तानी जिहादी गटातले आहेत. अल कायदा या गटाचे नाहीत.

भारतातील एकविसाव्या शतकातील काही प्रमुख दहशतवादी घटना: गुजरात राज्यातील स्वामी नारायणन पंथाचे अक्षरधाम हे एक भारतातील प्रसिद्ध मंदिर आहे. याचे आवार इतके विस्तीर्ण आहे की, त्यात ५००० भक्तमंडळी सहजपणे सामावू शकतात. त्यामुळेच दहशतवाद्यांनी हे लक्ष्य बनवले असावे. या मंदिरावर हल्ला होण्यापूर्वीच एक वर्ष अमेरिकेचे अध्यक्ष बिल क्लिंटन यांनी भेट दिली होती.

२४ सप्टेंबर २००२ दुपारी ४-३० वाजता दोन अतिरेकी काही हँडग्रेनेडस् (हातगोळे) व एके-४७ रायफली घेऊन मंदिराजवळ आले. त्यांनी exhibition hall कोठे आहे हे विचारले. ते लष्करी गणवेशात असल्याने प्रवेशद्वारावरील सुरक्षा सैनिकांनी त्यांना अडवले नाही. पण थोडे अंतर गेल्यानंतर हातातील हॅन्डग्रेनेड त्यांनी फेकले व गोळ्यांच्या फैरी झाडल्या. सर्वत्र गोंधळ, आरडाओरड, पळापळ सुरू झाली. या प्रकारात ३५ व्यक्ती मरण पावल्या, तर ५० जण जखमी झाले. सुरक्षा सैनिकांनी लगेच कमांडो रक्षकांना बोलावून घेतले. त्यांनी मंदिराची सर्व बाजूने नाकेबंदी केली. दोन्ही बाजूंनी गोळ्यांची सरबत्ती सुरू झाली. कर्णकर्कश आवाजाने मंदिराचे परिसर दणाणले. मंगळवारी रात्री दिल्लीहून राष्ट्रीय सुरक्षा सैनिक घटनास्थळी येऊन दाखल झाले. पहाटे पाचच्या सुमारास दोन्ही दहशतवाद्यांना ठार करण्यात सुरक्षा सैनिकांना यश आले. प्रदर्शन हॉलजवळ २० फुटांवर एक अतिरेकी हातात बॉम्बगोळा धरून मरून पडला होता. काही अंतरावर दुसरा अतिरेकी पण मरून पडला होता. जखमीत एक मुसलमान तरुण देखील होता. तो अक्षरधाम देवळात सहज आला होता. मारले गेलेले दहशतवादी दोन कोवळी तरुण पोरे होती. एकूण ३७ माणसे मरण पावली. त्यात तिघे सुरक्षा सैनिक होते. यात ६ सुरक्षाकर्मी पण जखमी झाले. एकूण ३४ नागरिक मरण पावले... एका अतिरेक्याच्या खिशात उर्दूमध्ये लिहिलेली चिठ्ठी आढळली. त्यात लिहिले होते, 'गुजरात दंगलीच्या वेळी जी माणसे मारली गेली, त्याचा बदला घेण्यासाठी हा हल्ला आहे.' दोन दिवस अक्षरधाम मंदिराचा परिसर, आसमंत गोळीबाराच्या आवाजाने दणाणून गेला होता; सर्व माणसे हादरून गेली होती व सर्वत्र घबराट पसरली होती. कोणत्या तरी अप्रसिद्ध दहशतवादी गटाने या कृत्यांची जबाबदारी स्वीकारली होती.

जम्मूमधील दोन प्रसिद्ध मंदिरांवरील दहशतवादी हल्ला : जम्मूमधील प्रसिद्ध रघुनाथ मंदिर हे महाराज रणबीरसिंग यांनी १८८३ साली बांधले. उत्तर भारतातील हे सर्वांत मोठे असे मंदिर आहे. हे मंदिर शहराच्या मध्यभागी असून रघुनाथ-बाजार या बाजारपेठेजवळ आहे. दुसरे शंकराचे मंदिर पंजबख्तवार (Punjbakhtwar) रस्त्याजवळ आहे. या दोन्ही मंदिरांवर दहशतवादी हल्ले करण्यात आले. २४ नोव्हेंबर २००२ च्या रविवारी करण्यात आलेला हा हल्ला अत्यंत धाडसी व बिनधास्त होता. राजघराण्याचे कुलदैवत असलेल्या देवतेचे हे मंदिर आहे. हल्ला झाल्यानंतर सर्वत्र गोंधळ माजला. लोक सर्वत्र पळत सुटले व सरकारविरुद्ध घोषणा देत रस्त्यावर आले. लगेचच स्थानिक पोलिसांनी सर्व परिसराची नाकेबंदी केली. राष्ट्रीय सुरक्षा सैनिकांना विमानाने घटनास्थळी आणण्यात आले. यावेळी मंदिरात शेकडो भक्त जमलेले होते. सर्वत्र गर्दी झाली

होती. त्यातून सर्वत्र असे वृत्त पसरले होते की, दहशतवादी मंदिराजवळच्या उंच वृक्षांवरून गोळीबार करत आहेत. हा दिवस रविवार असल्याने सर्व दुकाने बंद होती. तीन तासांच्या चकमकीनंतर दोन दहशतवादी मारले गेले. हे दोन अतिरेकी देवळात शिरताना कोणीतरी बघितल्याचे सांगितले. हा हल्ला 'फीदीयान' या दहशतवादी गटाने केला होता. यात आठ माणसे मारली गेली आणि २८ जण जखमी झाली. त्यावेळचे उपपंतप्रधान श्री. अडवाणी म्हणाले, 'काश्मीरमध्ये जातीय तणाव निर्माण करण्याकरता व संघर्ष होण्याकरता हेतुपुरस्सर हे स्थळ अतिरेक्यांनी निवडले आहे.' त्यावेळी भारतीय जनता पक्षाचा प्रवक्ता म्हणाला, फुटीरवाद्यांना खूष करण्याच्या धोरणाचा हा परिणाम आहे. राज्य सरकारचे फुटीरवादाबरोबर आणि दहशतवादाबद्दलचे गुळमुळीत असलेल्या धोरणाचा हा परिपाक आहे. या हल्ल्यामुळे भारतात सर्वत्र मोठी खळबळ उडाली होती.

१९९३ सालातील मुंबई शहरातील बॉम्ब धमाके– मुंबई हे भारतातील एक प्रसिद्ध व्यापारी आणि उद्योगधंद्याचे केंद्र आणि महाराष्ट्राची राजधानी असलेले शहर आहे. १३ मार्च १९९३ रोजी मुंबई शहरातील अनेक इमारतींवर जबरदस्त बॉम्बहल्ले करण्यात आले. त्या पाठीमागचा असा उद्देश होता की, या शहरात प्रचंड नासधूस व्हावी, सर्वत्र घबराट पसरावी आणि आर्थिक व्यवहार ठप्प व्हावे. हल्ला करण्यात आलेल्या इमारती - स्टॉक एक्सचेंज (stock exchange), एअर इंडिया या होत्या. शहरात जातीय संघर्ष निर्माण व्हावा याकरता अनेक बॉम्बस्फोट करण्यात आले. १९९२ साली अयोध्या येथील बाबरी मशिदीवर हिंदू जातीयवाद्यांनी जो हल्ला केला होता त्याचा बदला घेण्यासाठी हा अभूतपूर्व असा हल्ला करण्यात आला होता. हा हल्ला पाकिस्तानच्या I. S. I. च्या गुप्तहेर संघटनेच्या चिथावणीमुळे जरी करण्यात आला, तरीपण प्रत्यक्ष कारवाई मुंबईच्या गुंड आणि दादालोकांकडूनच करण्यात आली होती. दाऊद इब्राहिम हा कुप्रसिद्ध तस्कर आणि दहशतवादी त्यावेळी दिल्लीत राहात होता, त्याच्यातर्फे ही सर्व कारवाई करण्यात आली. त्याचे मुंबईत अनेक साथीदार होते. त्यांच्या मदतीने ही कारवाई केली गेली. नाराज आणि असंतुष्ट मुस्लिमांची आपल्या गटात भर्ती करून प्रशिक्षणाकरता त्यांना दुबई (मध्यपूर्व) येथे नेण्यात आले. या कारवाईत वापरण्यात आलेली स्फोटके (explosives), विस्फोटके (detonator), रासायनिक कालनियंत्रक (timer) वगैरे साहित्य अफगाण युद्धात (सो. रशियाविरुद्धच्या) वापरलेल्या स्फोटकातील साहित्यातीलच होते, असे नंतर तपासांती स्पष्ट झाले.

यातील खरी गोम अशी होती की अतिरेक्यांनी आपले लक्ष्य काळजीपूर्वक निवडले होते. इमारतीचे जास्तीत जास्त नुकसान व्हावे या उद्देशाने स्फोटकांची निवड

केलेली होती. १९९३ सालच्या या घटनेतील आरोपीवरच्या खटल्यांचा निकाल लागत आहे. आतापर्यंत २० ते २५ लोकांना शिक्षा झाल्या आहेत. या घटनेत २८३ माणसे मरण पावली व ५०० हून जास्त जखमी झाली.

भारतीय संसदेवर हल्ला (Attack on Parliament)– पाकिस्तानी जिहादी गटांचा हा अत्यंत धाडसी प्रयोग होता. भारताच्या लोकशाही संस्थांचे यश पाकिस्तानच्या हुकूमशाही राजवटीच्या डोळ्यांत खुपत होते. भारताने पाकिस्तानचा युद्धात दोनवेळा पराभव केला होता. बांगलादेशाला पाकिस्तानपासून अलग केले होते. काहीही करून भारताची नामुष्की करणे एवढेच ध्येय पाकिस्तानने आपल्यासमोर ठेवले होते व त्यानुसार भारतात दहशतवादी कारवाया सुरू होत्या. त्यापैकी एक अत्यंत धाडसी, बेडर कृत्य म्हणजे पार्लमेंटवर केलेला हल्ला. यात दहशतवाद्यांना मंत्री, खासदार यांना ठार करावयाचे होते व जगात खळबळ माजवायची होती. पण यात देखील त्यांना यश मिळू शकले नाही.

१३ डिसेंबर २००१ रोजी पाच अतिरेक्यांनी पार्लमेंटवर सकाळी ११–४० वाजता हा हल्ला केला. जैशे–ई–महंमद या संघटनेचे हे सभासद होते. पाकिस्तानात ही संघटना नवीन आहे व भारत आणि जम्मू काश्मीरमध्ये सक्रिय आहे. लष्करी गणवेश घातलेले व कारमध्ये बसून ते आले. सुरक्षा सैनिकांना खुणेची सर्व चिन्हे, शब्दप्रयोग दाखवीत दाखवीत पार्लमेंटच्या V. I. P. प्रवेशद्वारापाशी येऊन दाखल झाले. तोपर्यंत त्यांना कोणीही ओळखू शकले नाही, ही सुरक्षा सैनिकांची केवढी नामुष्की! त्यानंतर आत प्रवेश करून त्यांनी हॅन्डग्रेनेडस्‌चा मारा सुरक्षा सैनिकांवर केला. सोबत एके–४७ रायफलीतून गोळ्यांची सरबत्ती पण सुरू केली. हातगोळे, स्फोटके यांच्या आवाजाने पार्लमेंटचे आवार दणाणून गेले. कानाचे पडदे फाटतील एवढा हा कर्कश आवाज होत होता. पण भारताच्या सुदैवाने सर्व मंत्री, खासदार मंडळी इमारतीत होती, पण सुरक्षा जवानांनी लगेच आवाराची नाकेबंदी केली. त्यामुळे बऱ्याच जणांचे प्राण वाचू शकले. त्यावेळी पार्लमेंटच्या दोन्ही सभांचे कामकाज तहकूब करण्यात आले. पार्लमेंटच्या सुरक्षा पथकाने अत्यंत कौशल्याने व सावधगिरीने परिस्थिती हाताळली व पार्लमेंटचे मुख्य प्रवेशद्वार बंद केले. त्यामुळे पार्लमेंटच्या आवारात अतिरेक्यांना प्रवेश मिळू शकला नाही. काही वेळानंतर सुरक्षा सैनिकांना पाचही दहशतवाद्यांना ठार करण्यात यश मिळाले. त्यापैकी एकाने कमरेला असलेल्या स्फोटकांचा स्फोट करून स्वत:चा अंत करून घेतला. सरकारने लगेच लष्करी पथके बोलावून सर्व आवाराची कसून तपासणी केली. सर्व भारतात यावेळी पाकिस्तानविरुद्ध अत्यंत प्रक्षुब्ध मत झाले. त्यामुळे भारताने भारत–पाक सीमेवर काश्मीरसकट सैनिकांची संख्या दुपटीने वाढवली. पाकिस्तानने पण त्याला तसेच प्रत्युत्तर दिले. पाकिस्तानने अणुबॉम्ब वापरण्याची धमकी दिली.

भारताने हा अणुदहशतवाद आहे म्हणून त्याची उपेक्षा केली. परिस्थितीचे गांभीर्य ओळखून अमेरिका आणि ब्रिटन यांनी मध्यस्थी करून तप्त वातावरण शांत केले. पण हा प्रश्न अजून धुमसतच आहे.

दिल्लीवर पुन्हा एकदा बॉम्बहल्ला – काश्मीर प्रश्नाबाबत पाकिस्तानला हवे तसे यश मिळत नसल्याने, पाकिस्तानने दहशतवादी कारवाया करून भारताला नमवण्याचे धोरण अंगीकारले. २० ऑक्टोबर २००५ साली, पाकिस्तानच्या दहशतवादी गटाने एकामागून एक केलेल्या स्फोटाने सर्व दिल्ली हादरली. या हल्ल्यात एकूण ६३ माणसे मारली गेली आणि १०० जखमी झाली. हल्ला सरकारी संस्थांवर, इमारतीवर नव्हता, किंवा मंदिरावर पण नव्हता; कोणत्या सरकारी मंत्र्याच्या बंगल्यावर नव्हता, तर सर्वसामान्य माणसाच्या पार अंतर्भागात होता. नव्या दिल्लीतील पॉश बंगले, उंच झाडी, बागबगीचा हे सर्व सुरक्षित राहिले होते. सर्व सत्ताकेंद्रे पण सुरक्षित होती. पण सर्वसामान्य माणसांची ये-जा आहे, वर्दळ आहे, रहदारी आहे त्या भागात हे हल्ले करण्यात आले. दिल्लीच्या बाजारपेठेत फक्त दोन प्रकारची माणसे आढळतात. एक सामान खरेदी करणारे आणि दुसरे म्हणजे सामानाची विक्री करणारे. त्यामुळे इकडेतिकडे भटकण्यास वेळच नसतो. सर्वजण आपापल्या व्यापात दंग! अशा परिस्थितीत दिल्लीमधील प्रवासी बसमध्ये एक दाढी असलेला व स्पोर्टस् कॅप घातलेला एक तरुण चढला. आपल्या सीटच्या खाली एक बॅग ठेवली व काही अंतरावर चालत्या बसमधून उडी मारून उतरला. सर्व प्रवाशांना थोडे आश्चर्य वाटले. त्याचप्रमाणे सरोजिनीनगरमध्ये बेवारशी बॅग दिसत होत्या, त्याकडे पण कोणाचे लक्ष गेले नाही. दुपारी ५-४५ वाजता पहिल्या बॅगेचा स्फोट पहाडगंज येथे झाला. त्या भागातील दुकानांची पुढची सर्व बाजू पार उद्ध्वस्त झाली व अठराजण मरण पावले. सरोजिनीनगर येथे याच सुमारास आणखी एक स्फोट झाला. त्या स्फोटामुळे समोरच असलेल्या दोन सिलिंडरचा पण स्फोट झाला. त्या सर्व आवारात आग पसरली. आगीचे लोळ सर्वत्र दिसू लागले.

या घडामोडीत, पहाडगंज मार्केट जळत असतानाच, बस एका देवळाजवळ थांबली. एका स्पोर्टस् कॅप घालणाऱ्या तरुणाने चालत्या बसमधून उडी मारली, पण आपली बॅग त्याने बसमध्येच ठेवली होती, तो ती विसरला होता. पण जाणूनबुजून! ते सर्व बघून एका प्रवाशाने आरडाओरडा केला, पण त्याच्याकडे कोणी लक्ष दिले नाही. गोविंदपुरी भागात बस थांबवण्यात आली. ड्रायव्हर व कंडक्टर यांनी ती बॅग हातात घेतली. आत वायर्सचे जाळे होते. त्याने ती तशीच दूरवर फेकली. त्याअगोदर ७० प्रवाशांना बसमधून खाली उतरवण्यात आले. फेकलेल्या बॅगचा लगेच स्फोट झाला. त्यामुळे गाडीचे चालक आणि वाहक यांचे कान व डोळे कायमचे अधू झाले आहेत.

त्यामुळे सर्वत्र हाहाकार उडाला. एका १३ वर्षीय मुलाने आपले आईबाप गमावले होते, तर आसाममध्ये कॉलसेंटरवर काम करणारी तरुणी दिल्लीत आल्यानंतर दिल्ली बाजारात खरेदीला गेली ती परत आलीच नाही. एका मृत बालकावर तीन आई-बाप (couples) हक्क सांगत होते. गोविंदपुरी भागात अनेक प्रेतांचे कोळसे झाले होते. या अमानुष कृत्यांपाठीमागे कोणत्या गटाचे दहशतवादी आहेत याचा वृत्तांत हळूहळू बाहेर येत होता. महंमद मुजाउद्दीन नावाच्या हिझबूल मुजाउद्दीन गटाच्या अतिरेक्यावर लष्करी तोयबाच्या म्होरक्याने दिल्लीत ठराविक भागात बॉम्बस्फोट घडवून आणण्याची कामगिरी सोपवली होती. नंतर तो दिल्लीला २७ तारखेला आला. याच महंमदने दोडा येथे ३० हिंदूंची कत्तल केल्याचा बोलावा होता. याच महंमदने लष्करी तोयबाच्या तीन अतिरेक्यांना या जागा ठरवून दिल्या व हे स्फोट घडवून आणले. हे प्रकरण अजून चालूच आहे (खटला).

११ जुलै २००६ रोजी मुंबईमधील बॉम्बस्फोट

या दहशतवादी हल्ल्याविषयी आता पूर्ण माहिती मिळाली आहे. आय. एस. एस. (I. S. S.) या पाकिस्तानी गुप्तहेर संघटनेने हा कट मार्च महिन्यातच रचला होता. या कटात ११ भारतीय मुस्लिमांनी भाग घेतला होता. लष्कर-ए-तोयबा आणि जैशे-ई-महंमद या पाकिस्तानी दहशतवादी संघटनेतील १२ अतिरेक्यांचा पण यात प्रत्यक्ष सहभाग होता. यातील ११ भारतीयांना पाकिस्तानात भावलपूर प्रशिक्षण शिबिरात आझम चित्री या अतिरेक्यांच्या नेत्याने हे प्रशिक्षण दिले. या कटाची मुळे बिहारपर्यंत पसरलेली होती.

११ मार्च २००६ मध्ये ११ पाकिस्तानी दहशतवाद्यांनी भारतात प्रवेश केला. या कारवाईनंतर नऊजण पुन्हा पाकिस्तानात पळून गेले. त्यांचा अजून पत्ता लागलेला नाही. त्यातील एकजण रेल्वे डब्यातून वेळेवर बाहेर उडी न मारता आल्याने मरण पावला, तर आणखी एकाला दहशतवादविरोधी दलाने झालेल्या चकमकीत ठार मारला. चार ज्या भारतीय मुस्लिमांनी या कारवाईत भाग घेतला होता, त्यापैकी तिघेजण मीरा-रोड या मुंबईच्या उपनगरातील होते, तर एकजण बिहारचा होता. पाकिस्तानी अतिरेकी ४-४ च्या गटाने भारतात आले. एक गट नेपाळमार्गे आला, तर दुसरा बांगलादेश मार्गे आला. तिसरा गुजरातमार्गे आला. तीन भारतीय अतिरेक्यांची नावे पुढीलप्रमाणे आहेत- फैझल शेख (३१), एहेत शान सिद्दिकी (२८), जावेद हुसेन (३०). हे तिघेजण मीरा-रोड जवळचे राहणारे आहेत. चौथा- कमाल अहमद अन्सारी (३५) हा मधुबनी (बिहार)चा होता. यांनी पाकिस्तानी दहशतवाद्यांची बोरिवली, मालाड, बांद्रा आणि मुंब्रा येथे भाड्याने खोल्या घेऊन सोय केली होती. सर्वांजवळ अत्यंत प्रगत संदेश

देवाणघेवाण करणारी यंत्रे होती (sets). इहसनुल्ला या पाकिस्तानी दहशतवाद्याने पाकिस्तानातून २० किलो RDX हे स्फोटक आपल्याबरोबर मुंबईस आणले होते. त्याच्यापासून काही ओबडधोबड बॉम्ब तयार करण्यात आले. यानंतर त्यांनी ७ प्रेशरकुकर्स आणले. त्यात ही स्फोटके ठासून भरली (ठराविक तंत्रानुसार). कोणाला संशय येऊ नये म्हणून व ओळखू नये म्हणून वरून पुठ्ठे घातले. मालाड, बांद्रा, बोरिवली, मीरा रोड, स्टेशनवर १ल्या वर्गाच्या डब्यात हे प्रेशरकुकर्स ठेवले. एक पाकिस्तानी व एक भारतीय अशा दोघांनी हे अतिशय धोकादायक काम केले. त्यांनी कालनियंत्रक यंत्राने (timer) हे स्फोट घडवून आणले. यात १९० माणसे मरण पावली. ७०० च्या वर जखमी झाली. भारतीय मुस्लिमांची आणि पाकिस्तानी अतिरेक्यांची गाठभेट एप्रिल २००६ मध्येच झाली होती. कमाल अहमद अन्सारी या भारतीय अतिरेक्याला बिहारमधून अटक करून आणले. या सर्वांवरती खटला भरला आहे व प्रकरण चालू आहे.

प्रकरण ३ रे

नक्षलवाद

एकविसावे शतक
नक्षलवादग्रस्त काही राज्ये
काही घटना

प्रास्ताविक

नक्षलवादी किंवा नक्सल, नक्सलाईट या नावाने हा दहशतवाद ओळखला जातो. या दहशतवादी संघटनेची स्थापना १९६७ साली बंगालमधील नक्सलबारी गावात झाली. नक्षलवादी संघटना ही कम्युनिस्ट पक्षाचा क्रांतिकारक गट आहे. यात अनेक उपगट आहेत. २५ मे १९६७ रोजी एका तरुण शेतकऱ्याने न्यायालयातून आदेश आणून आपल्या मालकीच्या जमिनीचा ताबा मिळवला. तो जमीन कसण्यास शेतात गेला असताना त्याच्यावर जमीनदाराने हल्ला करून त्याला जखमी केले. त्याला प्रत्युत्तर म्हणून आदिवासी लोकांनी जमीनदारांवर हल्ला करून आपल्या जमिनी परत मिळवल्या. तेव्हापासून ही संघटना या नावाने ओळखली जाते. जनतेचा सशस्त्र लढा उभारून व सशस्त्र बंड करून जनतेचे राज्य स्थापन (people's government) करण्याचा या गटाचा निर्धार आहे. आदिवासी, भूमिहीन शेतकरी, शेतमजूर व दलित जनतेचे आपण प्रतिनिधी आहोत असा त्यांचा दावा आहे.

चारु मुजुमदार आणि कनू संन्याल यांनी या चळवळीला, जनतेच्या चळवळीचे स्वरूप आणून दिले. ते दोघेजण कम्युनिस्ट पक्षाचे सभासद होते. ते दोघेजण या पक्षातून बाहेर पडले व नक्षलवादी पक्षाची रीतसर स्थापना केली व या पक्षाचे नेतृत्व केले. या दोघांनी नक्षलवादी चळवळीचे पण नेतृत्व केले. चारु मुजुमदारला चिनी नेता माओ त्से तुंगची राजकीय विचारसरणी प्रिय होती. चारु मुजुमदारला असे वाटत होते की, भारतीय शोषितवर्ग, शेतकरी, आदिवासी शेतमजूर, दलितवर्ग यांनी माओचा मार्ग स्वीकारावा आणि उच्चवर्गाचे आणि त्यांच्या शासनाचे उच्चाटन करावे. कारण शेतकऱ्यांच्या व आदिवासींच्या दुःखाला दारिद्र्याला तेच कारणीभूत आहेत. याकरता लागणारे डावपेच म्हणजे गनिमी युद्ध, लपूनछपून हल्ले, हे होत. चारु मुजुमदार याने मार्क्सवाद, लेनिनवाद या विषयांवर आठ लेख लिहिले. तेच लेख नक्षलवादी

चळवळीची मार्गदर्शक तत्त्वे मानली गेली. १९९७ साली नक्षलवाद्यांनी साम्यवादी क्रांतिकारक (communist revolutionaries) अखिल भारतीय समन्वय समिती (co-ordinals) स्थापन केली (A. I. C. C.) व ते कम्युनिस्ट पक्षातून बाहेर पडले. या समितीत सात राज्यांचे - केरळ, तमिळनाडू, उत्तरप्रदेश, बिहार, कर्नाटक (पट्टा), ओरिसा आणि पश्चिम बंगाल याचे प्रतिनिधी होते. १९६९ साली या चळवळीत कम्युनिस्ट पार्टी ऑफ इंडिया - मार्क्सवादी, लेनिनवादी या राजकीय पक्षांची स्थापना करण्यात आली. या पक्षात सध्याचे नक्षलवादी गट निर्माण झाले. उदा. P. W. G. वगैरे. यातील दोन प्रमुख गट आहेत - 'पीपल्स वॉर ग्रुप' आणि 'माओवादी कम्युनिस्ट सेंटर' (M. C. C.). भारताच्या विस्तीर्ण मध्यवर्ती पट्ट्यात (corridor) या पक्षाने आपले बस्तान बसवले आहे. या भागात विकास अत्यंत बेताचा झाला आहे. हे प्रदेश म्हणजे बिहार, झारखंड, छत्तीसगढ, मध्यप्रदेश, पूर्व महाराष्ट्र व आंध्रप्रदेश, तेलंगण आणि ओरिसाचा पश्चिम भाग हे आहेत. या प्रदेशात सुमारे १५६ जिल्ह्यांत नक्षलवादी चळवळीने व हिंसाचाराने उच्चांक गाठला आहे. २००१ साली नऊ नक्षलवादी राज्ये व श्रीलंका आणि नेपाळमधील नक्षलवादी गटांनी एकत्र येऊन एक मध्यवर्ती संघटना - The Co-ordinating Committee of Parties and Organisations (C. C. M. P. O.) स्थापन केली आहे. दक्षिण आशियात नक्षलवादी चळवळीचा आणि तत्त्वज्ञानाचा प्रचार करण्याचा यापाठीमागचा उद्देश आहे.

आंध्रप्रदेशातील चळवळ : अनेक कारणांमुळे भारतीय कम्युनिस्ट पक्षात (C. P. I. M. L.) फाटाफूट झाली व त्यातून अनेक गट निर्माण झाले. पण शेतकरी व मजूरवर्गाचा सशस्त्र संघर्ष हे ध्येय सर्व गटांचे समान आहे. एकेकाळी एकट्या आंध्रप्रदेशात दहा नक्षलवादी गट अस्तित्वात होते, तर बिहारमध्ये ९ गट होते. चारु मुजुमदार यांचे कट्टर शिष्य कोंडापल्ली सीतारामय्या यांनी १९८० मध्ये 'पीपल्स वॉर ग्रुप'ची स्थापना केली व इतर नक्षलवादी गटांना निष्प्रभ करून सोडले. आंध्रप्रदेशात त्यांनी उत्कृष्ट संघटना उभी केली होती. अनेक गनिमी पथके (guirrilla squads) पण तयार केली. त्यांना 'डालमा' असे संबोधले जात असे. या पथकांनी, शत्रूचा पूर्ण 'खातमा' करणे, त्याचे तळ उद्ध्वस्त करणे, सुरक्षा सैनिकांवर दबा धरून हल्ले करणे, राज्य सरकारच्या मालमत्तेची मोडतोड करणे, नासधूस करणे यांचा सपाटा चालवला. १९८४ पासून १९८८ पर्यंत २१ शिपाई, ५ हेडकॉन्स्टेबल, ५ सबइन्स्पेक्टर्स, १ डेप्युटी सुपरिटेंडेंट यांना यमसदनी पाठवले आहे. डिसेंबर १९८७ साली 'पुलामेट्टा' खेड्याजवळ ७ आय. एस. ए. अधिकाऱ्यांचे अपहरण करण्यात आले. तुरुंगात असलेल्या ८ नक्षलवाद्यांना सोडल्यानंतरच त्यांची सुटका

करण्यात आली. त्यांनी जमीनदार, सावकार, सरकारी अधिकारी यांच्यात जबर दहशत निर्माण केली आणि आंध्र प्रदेशातील त्यांचे वर्चस्व असलेल्या भागात मजुरांना न्याय व योग्य मजुरी देणे भाग पाडले. व्याजाचे दरदेखील योग्य प्रमाणात आकारले जात आहेत की नाही हे बघितले. काही भागांत कमीत कमी श्रमाचा मोबदला देण्याकरता व योग्य किमती आकारल्या जाव्यात याकरता, जनता न्यायालये (people's court) स्थापन करण्यात आली. अशा प्रकारे राज्य सरकारच्या अधिकाऱ्यांना व जमीनदारांना वठणीवर आणण्यात आले.

१९९२ पासून माओवादी गटांवर आंध्रप्रदेशात बंदी आली होती. आंध्रप्रदेश सेक्युरिटी ॲक्ट या कायद्यान्वये ही बंदी घालण्यात आली होती. त्यामुळे सर्व प्रकारचा हिंसाचार हा गुन्हा समजण्यात येणार होता.

राजशेखर रेड्डी यांचे काँग्रेसपक्षाचे मंत्रिमंडळ अधिकारावर आल्यानंतर नक्षलवाद्यांवर घेराबंदी करून त्यांचा शोध घेणे, त्यांना अटक करणे, खटला भरणे या सर्व प्रक्रियांवर व मोहिमेवर तीन महिन्यांची स्थगिती देण्यात आली व नक्षलवादी गटांना वाटाघाटी करण्याकरता आमंत्रण देण्यात आले. नक्षलवादी हिंसाचारात आत्तापर्यंत ६०० हून जास्त माणसे मारली गेली आहेत व जबर आर्थिक नुकसान झाले आहे. अत्यंत कडवा, डावा गट, P. W. G ने पण वाटाघाटी करून ही समस्या सोडवण्यास संमती दिली. पण चार दिवसांच्या प्रदीर्घ आणि सखोल चर्चेनंतर सुद्धा हा प्रश्न अनिर्णित राहिला. P. W. G. गटाचे नेतृत्व श्री. रामकृष्ण यांनी केले होते, तर शासनातर्फे गृहमंत्री के. ज. रेड्डी यांनी शिष्टमंडळाचे नेतृत्व केले होते. एका गोष्टीबाबत या दोन्ही पक्षांचे एकमत झाले- राज्यात हिंसाचाराचे प्रमाण कमीत कमी व्हावे आणि शांतता प्रस्थापित केली जावी. मार्क्सवादी नेत्यांनी शेतजमीन सुधारणांवर (land reforms) जास्त भर दिला. हैदराबादच्या जवळपासच्या ज्या कंपनीच्या जमिनी आहेत, त्यांचा तपास करून त्या परत मिळवण्याकरता एक अभ्यासमंडळ स्थापन करण्यात आले. यानंतर आणखीन काही गोष्टींबाबत एकमत झाले. त्यांच्यावर गंभीर आरोप नसतील त्या आरोपींवरील खटले मागे घेण्यात यावेत. सात वर्षे शिक्षा पूर्ण केलेल्या जन्मठेप झालेल्या कैद्यांची मुक्तता करण्यात यावी. किरकोळ आरोप असलेल्या कैद्यांची पण सुटका करण्यात यावी. शासनातर्फे अशी मागणी करण्यात आली की नक्षलवाद्यांनी आपली शस्त्रे परत करावीत. पण नक्षलवाद्यांचे म्हणणे असे होते, की सरकारच्या समस्या सोडवण्यास नक्षलवादाचा उपयोग होणार आहे. तेव्हा त्यांचेजवळ शस्त्रे असणे आवश्यक आहे. पण याबाबत मात्र एकमत होऊ शकले नाही. कारण गृहमंत्री रेड्डी यांच्यानुसार शस्त्रांच्या सहाय्याने

प्रश्न सोडविण्याचे दिवस आता संपले आहेत. या घटना गेल्या काही वर्षातील आहेत.

या वाटाघाटीनंतर त्यातून एक गोष्ट स्पष्ट झाली की नक्षलवादी गटाने या बोलण्यात वाटाघाटीत भाग अशाप्रकारे घेतला की, सरकारने काय करावे व काय करू नये हे सांगणे आवश्यक होते, म्हणून हा खटाटोप करण्यात आला. दुसरी गोष्ट म्हणजे राजकीय क्षेत्रात मुख्य प्रवाहात आपले स्थान बळकट करण्याकरिता व त्यात सामील होण्याकरिता आपला base किंवा क्षेत्र मजबूत व्हावे, हा पण त्या पाठीमागचा आणखी एक हेतू होता. यानंतर कम्युनिस्टवादी पक्षाने उघडपणे कार्य करण्याकरिता काही कामगार संघटना, काही संस्था स्थापन केल्या व राजकीय प्रचार करण्यास प्रारंभ केला. पण आजतागायत ही समस्या पूर्णपणे सुटलेली नाही. केंद्रीय सरकारने नक्षलवादी हिंसाचाराने ग्रस्त असलेल्या राज्यांचे एक मंडळ स्थापन केले असून नक्षलवादी समस्येबाबत एकत्रितपणे, धोरण, डावपेच उपाययोजना यांचा विचार केला जाणार आहे व निश्चित धोरण स्वीकारले जाणार आहे.

छत्तीसगड या राज्याच्या सीमा मध्यप्रदेश, झारखंड, ओरिसा, कर्नाटक या राज्यांना भिडलेल्या आहेत. हे आर्थिक दृष्टीने मागासलेले राज्य आहे. डोंगराळ प्रदेशात, जंगल विभागात अनेक आदिवासी आणि जनजातीचे वास्तव्य आढळते. त्यात भूमिहीन, शेतमजूर यांचा भरणा असल्याने नक्षलवादी चळवळीकरता हा भाग अनुकूल असा आहे. त्यामुळे या राज्यात मधूनमधून हिंसाचाराच्या घटना घडत आहेत. त्यामुळे राज्यसरकार टेकीस आले आहे. पुढील घटनांवरून आपणास हे सहज लक्षात येईल.

१) ३ सप्टेंबर २००५ मध्ये केंद्रीय राखीव पोलीस दलाचे २४ जवान कुंजीरनाला येथे मारले गेले.

२) जुलै आणि ऑगस्टमध्ये विरोधी काँग्रेस नेते श्री. महेंद्रकर्म यांच्या जवळच्या दोन नातेवाइकांसकट ५० जणांची हत्या करण्यात आली.

३) २ जून २००५ रोजी केंद्रीय राखीव दलाचे ५ जवान फडीगुंडा येथे ठार करण्यात आले.

४) २२ मे २००५ रोजी कें. रा. दलाचे आणखीन पाच जवान भैरवगड येथे ठार करण्यात आले.

५) २० फेब्रुवारी २००२ साली भूमी सुरुंगाचा स्फोट करण्यात येऊन २३ पोलिसांना ठार करण्यात आले.

छत्तीसगडच्या मुख्यमंत्र्यांच्या म्हणण्यानुसार (रमणसिंग) १३, २२५ चौ.

क्षेत्रफळाच्या प्रदेशात नक्षलवाद्यांनी भूमी-सुरुंग पेरले आहेत. राज्य सरकारने १०४ भूमी-सुरुंग निकामी केले आहेत. तरीसुद्धा गेल्या वीस महिन्यांत नक्षलवाद्यांनी २२६ स्फोट घडवून आणले. छत्तीसगड राज्यात माओवाद्यांचा हिंसाचार म्हणजे फार यातना देणारी गोष्ट आहे, असे मुख्यमंत्र्यांचे म्हणणे आहे. मुख्यमंत्र्यांनी केंद्रीय गृहमंत्र्यांकडे गनिमी कावा कारवाईचे तज्ज्ञ पाठवावेत अशी मागणी केली आहे. भूमी-सुरुंग विरोध तंत्रज्ञान छत्तीसगड राज्याला हस्तांतरित करावे असेपण सांगण्यात आले आहे. या संदर्भातील एक घटना मन सुन्न करणारी आहे.

के. रा. पो. दलाचे काही जवान गंगालूर जवळ क्षेत्रपाल पोलीस छावणीकडे सुरुंगविरोधी वाहनात बसून चालले होते. हे वाहन भूमी-सुरुंगाचा स्फोट होऊन १० फूट हवेत भिरकावले गेले आणि त्याचे तुकडे तुकडे झाले व आतील २३ जवान जागच्या जागी ठार झाले. रुग्णालयात नंतर तिघेजण मरण पावले. काही महिन्यांपूर्वीच केंद्रीय सरकारने राज्याला २३ भूमीसुरुंगविरोधी वाहने (anti land mine vehicles) पाठवली होती. पण त्याचा काहीच उपयोग न होता, दहा आणखीन स्फोट घडून आले. यात लक्षात राहणारी गोष्ट म्हणजे एकाही नक्षलवादी आरोपीला शिक्षा झाली नाही. बहुतेक सर्व खटल्यात पोलिसांसकट सर्व साक्षीदारांनी साक्षी फिरवल्या.

स्फोटकांच्या भांडारावर हल्ला– सुमारे ९०० सशस्त्र नक्षलवाद्यांनी ८ फेब्रुवारी २००६ रोजी ८ वाजता केंद्रीय औद्योगिक सुरक्षा सैनिकांच्या तळावर (central industrial security force)हल्ला केला. हा हल्ला सार्वजनिक क्षेत्रातील उद्योगावर होता. हिरोलीजवळ हा तळ आहे. अतिरेक्यांनी आठ जवानांना ठार केले व अन्य ९ जणांना जखमी केले. अतिरेक्यांनी National Mineral Development Corporation हिरोली येथील दारूगोळा कोठारावर पण हल्ला केला. ५० टन स्फोटक पदार्थांची, १८ रायफलींची लूट केली. त्यात याच्याबरोबर वॉकीटॉकी उपकरणे, अमोनियम नायट्रेटचे बरेच साहित्य यांची पण लूट केली. अमोनियम नायट्रेट खाणीत खडकाळ कठीण भाग स्फोटाने फोडण्याकरता वापरतात. त्यापूर्वी माओवाद्यांनी त्या भागाची पूर्ण नाकेबंदी केली व अंदाधुंद गोळीबार करून प्रचंड दहशत निर्माण केली. त्यापूर्वी हातबॉम्बचा मारा करण्यात आला. नंतर आपली शस्त्रे हवाली करून शरण येण्यास सांगितले. यानंतर त्यांनी स्फोटकांच्या कोठाराचा ताबा घेतला. जवानांचा एक मदतनीस की जो नागरिक होता, त्याने कशीबशी सुटका करून घेऊन जवळच टेकाडावर असलेल्या पोलीसचौकीला ही बातमी दिली. पण पोलिसांची कुमक येण्यापूर्वीच नक्षलवादी निसटून गेले होते.

पण जाता जाता त्यांनी दोन पोलिसांना ठार केले होते, तर दोन वरिष्ठ

अधिकाऱ्यांचे अपहरण केले होते. पळून जाणाऱ्या नक्षलवाद्यांवर केला जाणारा गोळीबार मध्येच थांबवावा लागला. कारण अतिरेक्यांनी अपहरण केलेल्या दोन अधिकाऱ्यांची हत्या करण्याची धमकी दिली. पोलिसांच्या गोळीबारात मरण पावलेल्या आपल्या सहकाऱ्यांची प्रेते त्यांनी आपल्याबरोबर नेली.

बेलादिला प्रकल्पातील चर खनिज लोखंडाच्या खाणींची व्यवस्था N. M. D. C. म्हणजेच राष्ट्रीय खनिज विकास मंडळाकडे आहे. हा कार्पोरेशनचा (मंडळाचा) एक मोठा प्रकल्प आहे, की ज्यामुळे जास्तीत जास्त फायदा मिळतो. या लोखंडाच्या खनिजांचा दर्जा अतिशय उच्च आहे. या खनिजांची निर्यात जपानला केली जाते. हिरोलीतील स्फोटकांचा साठा खाणकामातील स्फोट करण्याकरता वापरला जातो. हिरोली हे ठिकाण किरणदल गावापासून १५ कि.मी. दूर आहे. हल्ला करण्यापूर्वी सर्व विजेच्या आणि टेलिफोनच्या तारा तोडून टाकल्या होत्या व सर्व रहदारीचे मार्ग बंद केले होते. मुख्यमंत्री रमणसिंग यांनी पंतप्रधानांची भेट घेऊन छत्तीसगढकरता ज्यादा सुरक्षा सैनिकांची मागणी केली होती.

एक धाडसी भयानक प्रकार – तुरुंगावर हल्ला- कैदखान्यावर हल्ला- पहिला हल्ला- ११ नोव्हेंबर २००५ रोजी २०० सशस्त्र नक्षलवाद्यांनी झारखंडमधील गिरीध येथील पोलीस ट्रेनिंग सेंटरवर भयानक हल्ला करून १८६ रायफली, २००० बंदुकीच्या गोळ्यांची लूट केली. ही लूट चोरून जहानाबाद Operation Jail break करता येथे पाठवण्यात आली. १३ नोव्हेंबर रोजी बंदुकीच्या गोळ्यांचा आवाज करत नक्षलवादी जहानाबाद गावात शिरले. एकामागून एक अशा त्यांच्या टोळ्यांनी गावात प्रवेश केला. यावेळी या लुटून आणलेल्या रायफलींचा आणि दारूगोळ्याचा त्यांना दहशत घालण्याकरता उपयोग करण्यात आला. त्यांनी दोन तास पोलिसांबरोबर झटपट केली. पण बिहारमधील निवडणुका लवकरच होणार असल्याने पोलीस इतरत्र बंदोबस्ताकरता पाठवण्यात आले होते व जहानाबादमध्ये अपुरा पोलीस फौजफाटा होता. त्यांनी तुरुंगावर हल्ला करून ३८९ जणांना पळवून नेले. त्यातील आपल्या नक्षलवादी सहकाऱ्यांची सुटका केली. उच्चवर्णीयांच्या रणवीर सेनेच्या काहीजणांना पण त्यांनी पळवून नेऊन त्यातील नऊजणांची हत्या केली. त्यापैकी वीसपंचवीस जण पुन्हा तुरुंगात परतले. अजय कानू नावाचा त्यांचा त्या विभागाचा कमांडर पोलिसांच्या गोळाबारात जखमी झाला होता. त्याचे नंतर रुग्णालयात निधन झाले.

२००६ मधील ताजी घटना

ओरिसा राज्य- खाकी गणवेशातील ४०० नक्षलवाद्यांनी, ज्यात काही

स्त्रियापण होत्या, दोन लहान ट्रक आणि दोन लहान सुमो गाड्यांमधून ओरिसा राज्यातील उदयगीरा शहरात पहाटे साडेचारच्या सुमारास प्रवेश केला. गावात प्रवेश केल्यानंतर लगेचच त्यांनी टेलिफोन आणि इलेक्ट्रिकच्या वायर्सची मोडतोड केली. शहरावर धाड घालण्यापूर्वी शहरात जाणाऱ्या सर्व रस्त्यांची नाकेबंदी केली. प्रथम त्यांनी तीन सशस्त्र ओरिसा पोलिसांना गोळ्या घालून ठार केले. परत जाताना दोन पोलीस अधिकाऱ्यांचे अपहरण केले. या धाडीत त्यांनी बरीच शस्त्रे व रोकड पळवली. पैसा लुटला. या तीन तासांच्या धाडीत, तुरुंगावर हल्ला करून ४० कैद्यांची सुटका केली. त्यानंतर त्यांनी पोलीस स्टेशनवर झडप घालून ट्रेझरी ऑफिसची जाळपोळ केली; मोबाइल टॉवर्सची नासधूस केली. त्याचप्रमाणे पोलिस अधिकारी श्री. आर. के. मलिक व तुरुंग अधिकारी श्री. सेठी यांचे अपहरण केले. पोलिसांनी ते पळून जात असताना त्यांचेवर गोळीबार केला, पण मध्येच तो थांबवावा लागला. कारण अतिरेक्यांनी अपहरण केलेल्या अधिकाऱ्यांची हत्या करण्याची धमकी दिली. मरण पावलेल्या आपल्या साथीदारांची प्रेते त्यांनी आपल्याबरोबर नेली.

बिहार

बिहार राज्य म्हणजे एकेकाळचे सम्राट अशोकचे साम्राज्य! याच प्रदेशात गौतम बुद्ध निर्वाणाप्रत पोहोचले. मानवी संस्कृतीचा पाळणा असलेले हे राज्य एकविसाव्या शतकात प्राण कासावीस झाल्यासारखे कालक्रमणा करत आहे. याचे कारण गरिबी, साक्षरता, भ्रष्टाचार आणि नैतिक अध:पतन! या जंगलराज्यात कायद्याचे राज्य जवळजवळ संपुष्टात आले आहे. उच्चवर्णीयांच्या छळाला, जबरदस्तीला तोंड देण्यासाठी नक्षलवादी चळवळ जन्मास आली आहे. गेले तीन दशके बिहार राज्य हे जातीय संघर्षाचे आगर बनले आहे. आपले वर्चस्व कायम राखण्याकरता उच्चवर्णीयांनी स्वत:च्या खाजगी सेना उभारल्या आहेत. राज्यात शासनयंत्रणा ठप्प झाल्यामुळे बिहारच्या अनेक भागात समांतर अशी व्यवस्था, यंत्रणा निर्माण झाली आहे. राज्याच्या नियंत्रणाखाली असलेल्या शिक्षणसंस्थांचा बोजवारा उडाल्यामुळे हजारो सामान्य, दिखाऊ शिक्षणसंस्था स्थापन झाल्या आहेत. सरकारी आरोग्यसेवेतील डॉक्टरांना खाजगी प्रॅक्टिस परवानगी दिल्यामुळे डॉक्टर मंडळींनी प्रचंड कमाई केली आहे. सरकारी पाणीपुरवठा, रोगराईचे माहेरघर बनला आहे; कारण दूषित पाणी पुरवठ्यामुळे हजारो माणसे पावसाळ्यात आजारी पडत आहेत. पोलीसखात्याबद्दल असंख्य तक्रारी आहेत. पोलीस खाते सर्वसामान्य माणसाला संरक्षण आणि सुरक्षा देऊ शकत नाही. देशातील सर्वांत जास्त मनुष्यहत्या,

अपहरणे, खंडणी वसुली, कस्टडीतील मृत्यू बिहारमध्ये आढळून येतात. अनेक प्रकरणात, पोलिसांचे, दादा लोक, मवाली, सशस्त्र गुंड यांचेबरोबर साटेलोटे असते. या सर्व कारणांमुळे बिहारमध्ये खाजगी सेनांचे प्राबल्य निर्माण झाले आहे. या पार्श्वभूमीमुळे, सामान्य जनता, दलित वर्ग, शेतकरी व शोषित वर्ग यांना पण आपापल्या खाजगी सेना उभ्या कराव्या लागल्या आहेत. एवढेच नव्हे, तर गनिमी काव्याची पथके पण येथे उभारली गेली आहेत. नक्षलवादाचा अभ्यास करताना या सर्व गोष्ट लक्षात घेतल्या पाहिजेत.

नक्षलवादी पक्ष – १९६७ साली नक्षलबारी किंवा नक्षलवादी चळवळीचा स्फोट झाला व डाव्या क्रांतिकारक चळवळीच्या युगाचा प्रारंभ झाला. मार्क्सचा सिद्धांत- वर्गसंघर्षाचा आणि अंतिम कामगारांचा विजय आणि त्यांचे राज्य- या विचारसरणीच्या पायावर नक्षलवादी पक्षाची स्थापना करण्यात आलेली आहे. या चळवळीतील नेत्यांना राजकीय सत्ता काबीज करावयाची होती; पण त्यांना अपयश आले आहे. या चळवळीचा जोर बिहार, आंध्रप्रदेश, झारखंड, ओरिसा या राज्यांत आढळतो, पण आता त्याचा प्रसार सर्वच राज्यांत झाला आहे. १९६६ मध्ये बिहारमध्ये भूमिगत स्वरूपात सुरू झाली. पण आता बिहारच्या सर्व भागांत नक्षलवादाचा प्रसार झालेला आहे. १९८० च्या सुमारास यातील तीन प्रमुख संघटना अस्तित्वात आल्या- १) कम्युनिस्ट पार्टी ऑफ इंडिया-मार्क्सवादी (P.I.M.L.), २) माओवादी कम्युनिस्ट सेंटर (M. C. C.) ३) लिबरेशन पार्टी-मार्क्सवादी (P. L. M.). १९८९ नंतर लिबरेशन पार्टीने आपल्या भूमिगत तंत्राचा त्याग करून, अन्य पक्षांप्रमाणे सनदशीर स्वरूप घेतले आणि अन्य पक्षांप्रमाणे निवडणुका लढविण्याचे ठरवले. पण या उपगटात, शाखांत सुंदोपसुंदी आणि कलह माजल्यामुळे माओवादी कम्युनिस्ट सेंटर हाच पक्ष प्रभावी ठरला. यातील महत्त्वाची घटना म्हणजे- पार्टी युनिटी हा नक्षलवादी गट आणि आंध्रप्रदेशातील पीपल्स वॉर ग्रुप- (People's War Group) आंध्रप्रदेश- यांचे एकीकरण होऊन कम्युनिस्ट पार्टी ऑफ इंडिया (M. L.) ही नवीन संघटना जन्मास आली. कालांतराने M. C. C. या संघटनेचा प्रभाव बिहारमधील २६ जिल्ह्यांत निर्माण झाला. नक्षलवादी गटांनी बिहारमध्ये शोषित शेतकऱ्यांच्या व शेतमजुरांच्या संघटना खड्या केल्या.

या शेतकरी संघटना, जमीनदारांची जबरदस्ती, छळवणूक, जुलूम यांविरुद्ध दंड थोपटून उभ्या राहिल्या व या नवीन लढ्यास प्रारंभ झाला. या संघटना रेड आर्मी किंवा रेड गार्ड या नावाने ओळखल्या जाऊ लागल्या. या हत्यारबंद होत्या. ही शस्त्रे, बंदुका जमीनदारांकडून किंवा पोलिसांकडून हिसकावून, पळवून आणलेल्या होत्या.

पण या लढ्याला आणीबाणीच्या (emergency) काळात मोठा दणका बसला. कारण सी. पी. आय. या डाव्या संघटनेने काँग्रेस पक्षाशी सख्य केले; त्यामुळे नक्षलवादी संघटना एकाकी पडल्या. ज्यावेळी समाजवादी मंडळी जनता पक्षात सामील झाली, त्यावेळी त्यांना दुसरा धक्का बसला. सरंजामशाही, जमीनदारी यांविरुद्ध एकत्र फळी उभारण्याच्या ध्येयापासून ही मंडळी ढळली. या फाटाफुटीमुळे नक्षलवाद्यांना पाहिजे तसे यश मिळू शकले नाही. पण याचा एक चांगला परिणाम म्हणजे, सर्व शेतकरी वर्ग नक्षलवाद्यांच्या छत्राखाली आला. या काळात नक्षलवादी नेतेदेखील शेतकऱ्यांच्या चळवळीला एक अभिनव स्वरूप देण्याच्या विचारात होते. या सर्व गटांना ही चळवळ पार खालच्या थरापर्यंत न्यायची होती. या चळवळीला जनता लढ्याचे स्वरूप द्यावयाचे होते.

पण जमीनदार वर्ग काही झोपलेला नव्हता! शिवाय त्यांच्या बाजूने सर्व राजकीय पक्ष होते; त्यात काँग्रेस पक्ष आघाडीवर होता. याविरुद्ध सी. पी. आय. (M) या डाव्या पक्षाने बराच आरडाओरडा केला; प्रचार केला. पण या पक्षाचा, गटाचा, भारतीय जनमानसावर विशेषत: बिहारी लोकांवर फारसा प्रभाव पडू शकला नाही. याची काही कारणे आहेत- १) या चळवळीची कार्यक्षेत्रे दूरवर पसरलेली होती. त्यामुळे सर्वांना एकत्र आणणे कठीण होते. २) परस्परांतील वैमनस्य, द्वेष, चुरस यांमुळे चळवळ जोर धरू शकली नाही. संसदीय राजकारण, निवडणुका, लोकशाही पद्धती याविषयी नक्षलवादी गटांची मते, विचार सारखे बदलत असल्याने, कार्यकर्ते आणि चळवळीला पाठिंबा देणारे यांच्यात गोंधळ उडाला.

यातील प्रमुख गट, माओइस्ट कम्युनिस्ट सेंटर (M. C. C.) याची स्थापना बिहारमधील बहारगोर या ठिकाणी १९७० साली झाली. लवकरच त्यांच्या कारवाया वाढत गेल्या. सिंगभूम जिल्ह्यातील जंगलात लपूनछपून, दहशतवादी कारवाया करण्यास त्यांनी प्रारंभ केला. लवकरच सरकारला त्याचा उपद्रव जाणवू लागला. सरकारने कठोर उपाययोजना करून, त्यांचा काटा काढला. काहींना अटक करून तुरुंगाची हवा दाखवली, तर काहींना थेट यमसदनाची वाट दाखवली. यानंतर त्यांच्या नेत्यांनी आपला पवित्रा बदलला. गया आणि औरंगाबाद जिल्ह्यात आपले बस्तान बसवले व तेथे तळ स्थापन केले; आपल्या कारवाया सुरू केल्या. १९८७ साली औरंगाबाद जिल्ह्यातील एका गावातील उच्चवर्गीय राजपूत कुटुंबातील ४२ व्यक्तींची हत्या केल्यानंतर सर्व बिहारमध्ये हा गट कुप्रसिद्ध झाला. यानंतर १९९२ साली, एका भूमीहार कुटुंबातील ३७ लोकांची अत्यंत क्रूरपणे कत्तल केली, यामुळे सर्व भारतात या गटाचे नाव बदनाम झाले. यानंतर M. C. C. गटाने जमीनदारांच्या,

सावकारांच्या, नक्षली प्रतिपक्षीयांच्या घरांवर धाडी घालून लुटालूट, खंडणी वसुली, हिंसाचार हे प्रकार चालूच ठेवले. या यादवी युद्धाचा फायदा, रणवीर सेनेसारख्या जमीनदारांच्या सेनेला मिळणे स्वाभाविक होते. M. C. C. ने पण रणवीर सेनेला नामशेष करण्याची व जमीनदारांवर सूड उगविण्याची कठोर शपथ घेतली होती. हा हिंसाचार चालू असताना, त्याविरुद्ध प्रतिक्रिया पण उमटत होत्या. काही गटांना हा हिंसाचार पसंत नव्हता; उदा. आंध्रप्रदेशातील पीपल्स वॉर ग्रुपला आपल्याच जनतेविरुद्ध हा हिंसाचार आहे असे वाटत होते. यानंतरची घडामोड म्हणजे, १९९८ साली Party Unity आणि आंध्रप्रदेशातील P. W. G. गटाचे एकीकरण होऊन C. P. M. - M. L. - People's War ही नवीन संघटना स्थापन झाली. यानंतर M. C. C. या गटाला मोठा शह बसला. पण यानंतर M. C. C. गटाने अनेक माणसे गोळा केली; हत्यारे, दारूगोळा जमवला व People's War च्या सदस्यांवर हल्ले सुरू केले. कारण त्यांना असे वाटले की, या नवीन संघटनेमुळे आपल्या पायाखालची वाळू घसरत चालली आहे व M. C. C. हा गट आपले क्षेत्र काबीज करत आहे. M. C. C.ने जहानबाद जिल्ह्यातील People's War च्या तळांवर आणि ठिकाणांवर हल्ले केले, तर People' War गटाने उत्तर बिहारमधील जंगलात एक अरुंद पट्टा होता, त्यावर हल्ले केले. या पट्ट्यात M. C. C. ची माणसे आसऱ्याला आलेली होती. नक्षलवाद्यांचे जे अनेक लहान लहान गट होते, आता त्यांच्यात पण ही सुंदोपसुंदी- यादवी सुरू झाली व कळसास पोहोचली. रक्तपात, हत्या, जाळपोळ, दहशत- वगैरे प्रकार चालूच राहिले व प्रतिस्पर्ध्यांच्या ठिकाणांवर हल्ले केले गेले. या पाठीमागे आपापल्या प्रदेशावर, भागावर स्वामित्व प्रस्थापित करणे हा प्रधान हेतू होता. यातील मजेची गोष्ट म्हणजे M. C. C. आणि People's War यांचे स्थानिक प्रश्नाबाबत परस्परांशी मतभेद होते, तंटा होता, पण आंध्रप्रदेशातील P. W. G. गटाबरोबर मात्र मिळतेजुळते होते.

आर्थिक बाजू – विचारसरणीत मतभिन्नता होती म्हणून हे युद्ध चालू होते असे नव्हते, तर पैसा, संपत्ती याकरता होते. बंडखोर, दहशतवादी, क्रांतिकारक असो वा कोणीही असो, तरी त्याला नेमून दिलेली कामे करण्याकरता, जिवंत राहण्याकरता निधीची (funds) अत्यंत आवश्यकता होती. नुसत्या तत्त्वज्ञानावर पोट भरणे शक्य नव्हते. कोणतेही ग्रामीण कुटुंब पंधरावीस लोकांच्या जेवणाची अचानकपणे कशी सोय करणार? अशा प्रकारची सोय करण्यास एखाद्या गटाने सांगितले तर! फजितीच उडणार. याला उपाय म्हणजे- छोटे सरकारी नोकर, भ्रष्ट अधिकारी, कंत्राटदार, व्यापारी, उद्योगपती, धंदेवाईक, लाकडाचे व्यापारी, वनसंपत्तीचोर या

सर्वांकडून रीतसर हप्ते (installment) गोळा केले जात. अशा तऱ्हेने नक्षलवादी गटांची आर्थिक गरज निभावली जात असे. त्यांच्या बंदुका, पिस्तुले हे काम सुलभपणे विनासायास व झटपट करत. भाडोत्री सैनिक म्हणून सेवा करण्याची मागणीदेखील काही गटांकडून त्यांच्याकडे केली जाई व हे काम करण्याची पण त्यांची तयारी असे. काही पोलिसांप्रमाणेच पिस्तुल दाखवून सक्तीचा पाहुणचार स्वीकारण्याची पण त्यांची मानसिकता होती. याप्रसंगी हाताला जे लागेल ते हिसकावून किंवा पळवून नेत.

ओरिसा, आंध्रप्रदेश व बिहारच्या काही भागांत केंदू (Kendu) पानांचे उत्पादन केले जाते. या पानातून बीडी (bidi) कमविली जाते. या बिड्या म्हणजे गरीब माणसाची सिगारेट (cigarette) असते. केंदू पानांच्या कंत्राटदारांकडून कमिशन हडप करून पैसा गोळा केला जाई. यातूनच नक्षलवादी चळवळ फोफावत गेली. नैर्ऋत्य बिहारमध्ये काही खनिजांच्या, ग्रॅफाइट, बॉक्साइटच्या खाणी आहेत. यातून देखील कमिशन नक्षलवादी गटांना सहजपणे मिळत होते. या भागात अन्य कोणत्याही गटाचा शिरकाव होऊ नये, याची काळजी M. C. C. गट घेत असे. पालामू कमिशनरच्या (Palamu) अंदाजानुसार M. C. C.आणि Party Unity हे दोन गट दरमहा ३० कोटी रुपये पट्टी (charges) वसूल करत होते.

त्याशिवाय त्या भागातील विकासयोजनेकरता (development funds) काही निधी राखून ठेवला जात असे. उदा. जवाहर रोजगार योजना. या निधीवर या गटांचीच (M. C. C., Party Unity वगैरे) मक्तेदारी असे. असे म्हणता येईल की नक्षलवादी गटांचे समांतर शासन (parallel government) होते. त्यांच्या माणसाकडूनच म्हणजेच अधिकाऱ्याकडूनच ज्या माणसांची नावे सुचवली जात, त्यांनाच या योजनेच्या निविदा दिल्याखेरीज गत्यंतर नसे.

कार्यक्षेत्रे (Field of Activities) – सुरुवातीला सामान्य व अन्य लोकांचे लक्ष्य आपल्या संघटनेकडे वेधून घेण्यासाठी हे गट नाना प्रकारच्या क्लृप्त्या लढवीत असत. हुंडापद्धती, दलितांची पिळवणूक, स्त्रियांवरील अत्याचार, वेश्या व्यवसाय वगैरे सामाजिक अनिष्ट गोष्टींवर टीका करून त्याविरुद्ध प्रचार करून हे कार्यकर्ते जनतेची मने वेधून घेत. M. C. C.गट सामान्य जनतेत लोकप्रिय होण्याचे कारण म्हणजे, त्यावेळी शासनयंत्रणा सर्वत्र कोलमडली होती.

जन–अदालत (People's Courts) – M. C. C. गटाचे आणखीन एक कार्यक्षेत्र होते जनअदालत (people's courts). अन्य नक्षलवादी गटांप्रमाणे हा गट पण जन–अदालत म्हणजेच लोक न्यायालये भरवीत असे. अर्थात ही न्यायालये,

त्यांच्या बालेकिल्ल्यातच भरवली जात. सहसा जंगलात, पार अंतर्भागात भरवली जात. तेथे या कोर्टाचे कामकाज चालत असे. यातील निकाल (verdict) झटपट दिले जातात. दिलेले निकाल कठोरपणाने अमलात आणले जातात. दंड करणे, सर्वांसमक्ष चोप देणे, यापासून ते मृत्युदंडापर्यंत शिक्षा दिल्या जातात. जन-अदालततर्फे राजकारणी, भ्रष्टाचारी, पोलीस अधिकारी, उच्च वर्गातील पुढारी, मंडळी व अन्य वर्गशत्रू (classenemies) यांची अपराधी म्हणून नावे नोंदवली जातात. त्यांच्या गैरहजेरीत त्यांना फाशीच्या शिक्षेसकट सर्व प्रकारच्या शिक्षा दिल्या जातात. जनता न्यायालये भरवण्यापूर्वी सर्व लोकांत दवंडी पिटवली जाते. याप्रसंगी, आम जनता हजर राहावी, म्हणून हे केले जाते.

पोलीसखात्याच्या गुप्त अहवालानुसार १९९६-९७ या काळात जनता न्यायालयाने दिलेल्या शिक्षेनुसार ८३ अपराध्यांना फाशी देण्यात आली. ही न्यायालये लोकप्रिय झाली, कारण सरकारी कोर्टकचेऱ्यातील खटले अनेक वर्षे चालतात. निकाल लवकर लागत नाहीत. वकिलाच्या डोंबलावर भलामोठा पैसा मारावा लागतो आणि इतके करूनही न्याय मिळेल याची शाश्वती नसते. या क्षेत्रात देखील भ्रष्टाचार माजला आहे. उपलब्ध आकडेवारी असे सांगते की, जिल्हा न्यायालयात प्रविष्ट असलेल्या २४०० प्रकरणांची संख्या १६०० पर्यंत कमी झाली. या १६०० मध्ये १२०० प्रकरणे दहशतवादी गुन्ह्यांची, ९५% प्रकरणे खोटी होती. यातील अपराधी, निरपराध, सरळमार्गी, शेतकरी, मजूर होते. हे सर्व ग्रामीण भागातील होते.

जनअदालत भरविण्याचे आणखीन एक उद्देश म्हणजे आपल्या पक्षाच्या विचारधारांचा प्रचार करणे- वर्गसंघर्ष, त्यातील कामगार, शेतकऱ्यांचा विजय, त्यांचे प्रशासन व सर्वांना न्याय या विचारधारा वगैरे वगैरे. मार्क्सवादाचा अर्थ समजावून सांगून अनुयायी बनवणे हे महत्त्वाचे कार्य, पण ठिकठिकाणी केले जाते. हे काम करत असतानाच त्यांच्याकडून वर्गणी पण गोळा केली जाते. शासनाकडून होणाऱ्या अन्यायाविरुद्ध सशस्त्र बंड केल्याखेरीज गत्यंतर राहिले नव्हते. याचा अर्थ असा की, रक्तपात, हत्या या गोष्टी आल्याच, असा प्रचार केला जाई.

त्यामुळे सरकारला या लोकन्यायालयांवर बंदी घालावी लागली. नक्षलवाद्यांच्या काही गटांना देखील या प्रकाराचा हिंसाचार मान्य नाही. लोकांना सुद्धा हे पटत नाही. त्यामुळे अन्य राजकीय पक्षांप्रमाणे नक्षलवादी संघटना व पक्ष राष्ट्रीय जीवनाच्या मुख्य प्रवाहात सामील होऊ शकत नाहीत. त्याचप्रमाणे जनमानसात त्यांची प्रतिमा उजळ राहिली नाही. पोलीसयंत्रणेने त्यांना प्रखर विरोध केला व करतात. त्यामुळेच रणवीर सेना नक्षलवाद्यांवर हल्ला करून बदला घेतात. नक्षलवादी गटांना हे सर्व

सहन करावेच लागते. पण हा M. C.C. गट आपल्या हिंसाचाराचे समर्थन करतो. याही पुढे जाऊन नक्षलवादी गट स्वार्थापोटी, राजकीय पक्षांबरोबर संधान बांधून त्यांच्याबरोबर सहकार्य करतात.

खाजगी सेना (Private armies) – पूर्वी जमीनदार लाठीधारी गुंड पदरी बाळगत, त्यांना लाठेता (lathetha) असे संबोधले जात असे.

स्थानिक लोकांचे तंटे मिटवण्यासाठी, शेतकरी आणि शेतावरील कुळे, यांच्यावर वचक ठेवण्यासाठी अशा प्रकारच्या आडदांड, दादा, मवाली लोकांची टोळी जमीनदार ठेवीत. या एका दशकात किंबहुना काही वर्षांतच विशिष्ट जातीची उदा. रजपूत सेना उभारली जात आहे. मध्य बिहारमध्ये हा प्रकार आढळतो. बऱ्याच गोष्टींत बदल होत आहेत. सध्या गरीब, दलित माणसांवर जबरदस्ती, जुलूम, अन्याय करण्याच्या पद्धतीत, प्रकारात, बराच बदल झालेला आढळतो. भूमिहीन शेतकऱ्यांना, मजुरांना जुलूम, मारझोड, अन्याय आता एकटादुकटा जमीनदार करत नाही. दबाव असणाऱ्या उच्च जातिजमातीच्या सेना कोणताही उठाव, बंड प्रतिकार मोडून काढते. यात कसलाही दयामाया दाखवली जात नाही. अशा प्रकारची सेना प्रथमच रजपूत जमातीने १९७९ साली स्थापना केली. या सेनेला कुएर सेना (Kuer) असे नाव होते. यानंतर अन्य जमातींनी पण अशा आठ सेना स्थापन केल्या आहेत. उदा. यादव सेना, सनलाइट सेना, रणवीर सेना, भूमी सेना वगैरे. मागासलेल्या जमातींनी पण आपापल्या सेना उभारल्या आहेत. १९८३ साली यादव जमातीने, 'लोरीक सेना' स्थापन केली. उदा. रणवीर सेना. मुस्लीम समाजाने रजपूत जातीशी समझोता करून 'सनलाईट सेना' उभारली आहे.

या सेनांच्या खर्चाकरता लागणारा पैसा गोळा करण्याचे मुख्य साधन म्हणजे उच्चवर्गीय जमीनदार. त्यांच्याकडून रीतसर वर्गणी गोळा केली जाते; देणग्या मागितल्या जातात; दिल्या जातात. कंत्राटदार, सरकारी अधिकारी, उद्योगपती, व्यापारी, धनिकवर्ग यांच्याकडून खंडणीवजा रक्कम वसूल केली जाते.

यानंतर प्रश्न म्हणजे बंदुका, पिस्तुले यांचा व दारूगोळा व स्फोटक पदार्थांचा. रीतसर परवाना काढून शस्त्रे व दारूगोळा मिळवला जातो. अन्य मार्गाने म्हणजे बेकायदेशीरपणे हत्यारे, दारूगोळा मिळवणे, पोलीस अधिकाऱ्यांना गाठून, हल्ला करून बंदुका, पिस्तुले हिसकावून घेतली जातात. हा अचानक हल्ला करण्याची कारवाई आतंकवादी करतात. चोरीचे कृत्य असेच केले जाते. जमीनदाराकडून अशाच प्रकारे शस्त्रे हस्तगत केली जातात. बऱ्याच वेळेला, पोलीस अत्याचाराला, छळवणुकीला बळी पडलेल्या व्यक्ती आपल्या टोळीप्रमुखांना दागदागिने सुद्धा

देतात व त्यांच्याकडून पोलिसांचा बदला घेतात, त्यांच्यावर सूड उगवतात. अशा तऱ्हेने परस्परांतील हा संघर्ष सतत चालत राहतो; कारण या टोळ्यांचे परस्परांशी संघर्ष होतच असतात. सेनेतील प्रत्येक जवानाला द. म. १००० ते १२००/- इतकी रक्कम तनखावजा दिली जाते. यांचे काम एवढेच की दलित माणसे, स्त्रिया, मुले यांना गोळ्या घालून ठार करणे. १९९९ साली एका पोलीस अधिकाऱ्याच्या अभ्यासानुसार, पाहणीत १९७ परवाना असलेल्या बंदुका होत्या, तर विनापरवाना याच्या पाचपट सहापट असाव्यात.

रणवीर सेना : उच्चवर्गाची खाजगी सेना म्हणून रणवीर सेनेचा निर्देश करता येईल व केला जातो. आत्तापर्यंत अनेक व्यक्तींच्या क्रूर हत्येत रणवीर सेनेचा प्रत्यक्ष सहभाग होता. राजपूत आणि भूमीहर जमीनदारांची ही खाजगी सेना आहे. १९९४ च्या ऑगस्टमध्ये ही सेना स्थापन करण्यात आली. ही सरंजामदारांची सेना असल्याने पोलीस अधिकारीही वचकून असतात; उदवंतनगर- बिहार येथील एका भूमीहर जमीनदाराच्या मालकीची १७०० एकर भूमी आहे. त्याच्या शेताला सरकारी पाटबंधाऱ्यातून पाणीपुरवठा केला जातो. रणवीर सेना हे एकेकाळी बडे प्रस्थ होते. सध्या या सेनेवर बंदी आहे. पण एकेकाळी या सेनेला सर्व राजकीय पक्षांचा पाठिंबा होता. बिहारमधील राजकारणाचा विचार केला तर, एक गोष्ट प्रकर्षाने लक्षात येते की, स्वातंत्र्योत्तर काळात प्रत्येक शासनाने उच्चवर्गीयांचेच लाड केले व त्यांना अनेक सवलती बहाल केल्या आहेत.

याचे कारण समजण्यासारखे आहे. केंद्रीय, राज्य निवडणुकांत, त्यांचे सहकार्य व पाठिंबा अपरिहार्य असतो. सध्यादेखील हीच परिस्थिती आहे; थोडाफार फरक पडला असेल एवढेच! याच्या अगदी उलट वागणूक नक्षलवादी गटांना मिळते. १९८६ साली बिहार सरकारने जातीवर उभारलेल्या खाजगी सेनांवर बंदी घातली. १९९६ साली रणवीर सेनेवर देखील बंदी घातली आहे; तरीपण हा संघर्ष २००६ सालापर्यंत चालू आहे.

राज्य सरकारने नक्षलवादी समस्या सोडवण्याकरता अनेक उपाय योजले आहेत. ७० कोटींची सिद्धार्थ साहाय्य योजना कार्यान्वित केली आहे.

या योजनेत शासकीय सुधारणा, रस्तेबांधणी वगैरे कार्यक्रम होते. मेघदूत साहाय्य कार्य ही आणखीन एक योजना होती. Operation Meghdut या कार्यक्रमात शासनाची मूळ पायापासून चौकट बदलण्याचा प्रयत्न होता. उदा. दूरवरच्या खेड्यांत रस्तेबांधणी, दळणवळण, वाहतूक व्यवस्था. यानंतर जवाहर रोजगार योजना पण राबविण्यात आली. पण या योजनेचा जास्तीत जास्त फायदा नक्षलवादी गटांनाच

मिळाला. गरिबी हटविण्याकरता आणखीन काही योजना राबविण्यात आल्या. पोलीस यंत्रणा सुधारण्याकरता काही कोटी रुपये खर्च करण्यात आले.

नक्षलवादी हिंसाचाराचा बंदोबस्त करण्याकरता काही उपाययोजना करण्यात आल्या, अनेक कारवाया करण्यात आल्या; नक्षलवाद्यांचा पाडाव करण्यात शासनाला काही प्रमाणात यश मिळाले. प्रत्येक क्रूर कत्तलीची दहशतवादी घटना घडल्यानंतर, प्रत्येक हत्येनंतर त्या व्यक्तीच्या कुटुंबाला १-५० लाख रुपये 'आधार' म्हणून देण्यात आले. त्याचप्रमाणे सहा महिने फुकट रेशन व पक्के कायमचे राहण्याकरता घर- या सुविधा पुरविण्यात आल्या. बिहार सरकारने या दहशतवादी कारवायांचा बंदोबस्त करण्याकरता खास पोलीस दलाची स्थापना केली. त्यात १५० कमांडोंची भरती करण्यात आली. गृहरक्षक दलाची (Home Guard) पण मदत घेण्यात आली. नक्षलवाद्यांचा उपद्रव असलेल्या ६०० खेड्यांत, त्यांची नेमणूक करण्यात आली.

इतके सगळे करूनही नक्षलवादी संकट पूर्णपणे टळलेले नाही. आजतागायत मधूनमधून दहशतवादी घटना घडतच आहे व त्याला अखिल भारतीय स्वरूप प्राप्त झाले आहे व हे संकट वाढतच आहे.

बिहार सरकारला दहशतवादी समस्या सोडविण्यासाठी पुढील गोष्टींचे पालन करणे गरजेचे आहे.

१) जातीजातीचे राजकारण थांबविल्याशिवाय नक्षलवादी कारवायांचा शेवट होणार नाही. राजपूत आणि भूमीहारसारख्या उच्च जाती भारतीय जनता पक्षसंमत पक्षाला पाठिंबा देतात. त्यामुळे नको ती माणसे निवडून येतात. यादव आणि कुर्मीसारखे मध्यमवर्गीय राष्ट्रीय जनता पक्षाला पाठिंबा देतात. काही छोट्या व खालच्या जातींकडून सुद्धा आर. जे. डी. ला (R. J. D.) पाठिंबा मिळतो. त्यामुळे या जातीची सेनादले पोसली जातात वा दहशतवादी कृत्यांना उत्तेजन मिळते. खतपाणी दिले जाते. तेव्हा हे सर्व थांबवलेच पाहिजे.

यातील महत्त्वाचा भाग म्हणजे पोलीस यंत्रणा अत्याधुनिक केली पाहिजे. संगणक, इंटरनेट, मोबाईल फोन यांचा पोलीसखात्याने वापर केला पाहिजे. त्यांना पुरेशी वाहने- जीपगाड्या, स्कूटर्स व दुचाकी गाड्या पुरवल्या पाहिजेत; म्हणजे पोलिसांच्या हालचाली वेगाने होऊ शकतील. नवीन पोलिसांची भरती केली पाहिजे व दूरवरच्या खेड्यांतसुद्धा पोलिसांची सेवा उपलब्ध झाली पाहिजे. संदेश देवाणघेवाण (communications) यात सुधारणा झाल्या पाहिजेत.

यातील महत्त्वाचा घटक- विकासयोजना- याची त्वरित अंमलबजावणी

झाली पाहिजे. बिहारमध्ये जातीजातीतील राजकारण आणि संघर्ष होण्याचे कारण म्हणजे सामाजिक आणि आर्थिक मागासलेपणा. शिक्षणाच्या सुविधा, आरोग्य, दळणवळण या सर्वांच्या अपुरेपणामुळे सामान्य लोक शासनापासून दुरावलेले आहेत. अशा एकट्या पडलेल्या खेड्यांना अतिरेकी आपले लक्ष्य (target) बनवतात. अशा खेड्यांत कोणत्याही प्रकारच्या सुविधा नसल्याने तेथे नक्षलवादी राज्य अस्तित्वात येते. तसेच केंद्र सरकारने आणि राज्य सरकारने ज्या काही योजना जाहीर केल्या आहेत, त्या दुबळ्या, कमकुवत शासनामुळे आणि भ्रष्टाचारामुळे त्यांची अंमलबजावणी रडतखडत झाली आहे. परिणामत: जैसे थे स्थिती आढळते.

नक्षलवादी चळवळीने केंद्रीय शासन व राज्य शासन हादरून गेले आहेत. या चळवळीचा सखोल अभ्यास केला जात आहे. केंद्रीय गृहमंत्रालयाद्वारे पुढील विस्मयकारक माहिती उपलब्ध करण्यात आली आहे.

समारोप :

* सर्व देशात एकूण सुमारे ६६२० इतके नक्षलवादी आहेत.
* त्यांचेजवळ नियमित ४८०० शस्त्रे आहेत.
* त्यांपैकी २८००, पोलिसांकडून चोरून, मारून आणलेली आहेत.
* सर्व व्यक्ती आणि शस्त्रे यांच्यावर; सीपीआय (माओवादी) यांचे नियंत्रण आहे.
* नक्षलवाद्यांजवळ अत्यंत प्रगत (V.H.F. Sets) अशी संदेश देवाणघेवाणीची यंत्रे आहेत.
* त्याचप्रमाणे ते Satelites Phone चा पण वापर करतात.

प्रकरण ४ थे

भारतीय उपखंड – दहशतवाद

१) श्रीलंका एल. टी. टी. ई., २) बांगला देश, ३) नेपाळ

प्रास्ताविक – इंग्रजी सत्तेचा अमल श्रीलंकेवर (त्यावेळचे सिलोन) असताना अनेक सुशिक्षित आणि कामगार श्रीलंकेत आपले नशीब काढण्याकरिता गेले. सिलोनच्या स्वातंत्र्यपूर्व काळात तमिळींनी आपल्या कर्तबगारीने शिक्षण क्षेत्रात, कारखान्यात, बँकांत महत्त्वाचे स्थान प्राप्त केले. पण सिलोनला स्वातंत्र्य मिळाल्यानंतर तमिळी लोकांवर सर्व क्षेत्रात अनेक प्रकारे अन्याय करण्यास प्रारंभ झाला. त्यांना नागरिकत्वाचे मूलभूत हक्क देखील देण्यास टाळाटाळ करण्यात आली. राज्य दहशतवादामुळे तमिळी जनतेला श्रीलंकेत राहणेदेखील अशक्यप्राय झाले.

या अन्यायाला, अत्याचाराला तोंड देण्यासाठी तमिळ राज्य स्थापन करण्याकरिता संघर्ष करणाऱ्या कडव्या लढाऊ सशस्त्र संघटना निर्माण झाल्या. प्रभाकरनने पण एल. टी. टी.ई. या सशस्त्र गटाची स्थापना केली. कालांतराने या छोट्या संघटनेचे मोठ्या संघटनेत रूपांतर झाले. तमिळ युनायटेड लिबरेशन फ्रंट (T.U.L.F) ही संघटना या सर्वांची मूळ संघटना होती. एल. टी. टी. ई. ने जाफनाच्या जंगल भागात आपली प्रशिक्षण शिबिरे उभारली. या शिबिरात तरुण तमिळ निर्वासितांची भरती केली जात असे. श्रीलंका सरकारने या काळात सरसकट तमिळींवर एल. टी. टी. ई.च्या दहशतवादी कृत्यांबद्दल कठोर शिक्षा केल्या, अत्याचार केले, त्यांना घराबाहेर हाकलले. ही सर्व तरुण मंडळी शिबिरात सामील झाली होती. याचा दृश्य परिणाम म्हणजे थोड्याच अवधीत तमिळ प्रशिक्षितांची संख्या १०,००० पर्यंत पोहोचली. कालांतराने भारताच्या तमीळनाडू राज्यात पण अशी शिबिरे उघडण्यात आली. स्थानिक तमिळ जनतेची याला सहानुभूती असल्याने सरकारला पण याबाबत काहीच करता आले नाही.

१९८० पर्यंत या गटाने बँकेवर दरोडे घालून संघटनेकरिता निधी उभा केला. १९८२ नंतर भारत, युरोप, उत्तर अमेरिका, आफ्रिका येथे जे तमिळ भाषिक होते तेथे चाचपणी करण्यात आली व एक जाळे तयार करून नियमितपणे त्यांच्याकडून निधी गोळा करण्यास सुरुवात केली. त्यामुळे एल. टी. टी. ला आर्थिक समस्या

कधीच भेडसावली नाही. आर्थिक प्राप्तीचा अन्य मार्ग म्हणजे- अफगाणिस्तानातील हेरॉईन हा मादक पदार्थ चोरट्या मार्गाने युरोपमध्ये जात असे. दरवर्षी निदान ५०० कि. ग्रॅम हेरॉईनची तस्करी १००० चोरट्यांतर्फे केली जात असे. या तस्करी धंद्यामुळे तुर्कस्तान, पॅलिस्टीन, आसाममधील दहशतवादी संघटनांशी तमिळ टायगर्सचा संबंध आला.

एल. टी. टी. ई. ही संघटना उभी राहिल्यानंतर अशाच प्रकारच्या २५ आणखीन काही संघटना स्थापन झाल्या. पण या सर्वांवर प्रभाकरनच्या संघटनेचा वरचष्मा राहिला. प्रभाकरनने कठोरपणाने काही संघटना नष्ट केल्या, त्याच्या पवित्र्यामुळे त्याच्या व्यक्तिमत्त्वाचे विशेष लक्षात येतात. वेळप्रसंगी कोणतीही कृती करण्यास मागेह्नपुढे न बघणारा, दयामाया नसणारा हा नेता फॅसिस्ट वृत्तीचा आहे, असे काही तज्ज्ञांनी त्याच्याविषयी आपले मत प्रकट केले आहे. तो कनिष्ठ जातीत जन्मला आहे. स्वतंत्र तमिळ राज्याची स्थापना हे याचे अत्यंत प्रिय असे स्वप्न आहे व त्याकरिता त्याचे प्रयत्न चालूच राहतील. स्वतंत्र, समाजवादी समाजरचना असलेले, लोकशाही तमिळ 'इलम' स्थापन करण्याचा त्याचा मनोदय असला तरी मार्क्सवादाच्या तो विरुद्ध आहे. एल. टी. टी. ई. ही श्रीलंकेच्या सरकार व लष्करावर हल्ले करतेच, पण सिंहली नागरिक व नागरी वस्त्यांवर देखील प्राणघातक हल्ले करते व दहशत निर्माण करते. त्यात त्यांचा हात कोणीही धरू शकत नाही.

मे १९८६ साली कोलंबोत एका विमानतळावरील हल्ल्यामुळे १७ प्रवासी, जिना उतरत असताना मरण पावले, तर २१ जण जखमी झाले. एप्रिल १९८७ साली कोलंबिया मुख्य बसस्टेशनवर जो बॉम्बहल्ला केला, त्यात १०६ प्रवासी मरण पावले तर २५६ जखमी झाले.

अशाच प्रकारच्या घटना सतत घडतच गेल्या. यात सरकार आणि दहशतवादी संघटना यांच्या मनोधैर्याची कसोटी लागत होती. सिंहली पोलिसांनी आपणास पकडल्यास आपणाला त्यात पोलीस चौकशीला सामोरे जावे लागेल. आपणाकडून मुख्य गोष्टींचा गौप्यस्फोट झाल्यास संघटनेवर संकट कोसळेल म्हणून तमिळ अतिरेकी गळ्यात सायनाइडविषाच्या कुप्या (cynide) बांधत व वेळ पडल्यास त्या विषारी कुपीचे प्राशन करत. पण काहीही करून पोलिसांच्या तावडीत सापडत नसत.

१९८७ नंतर आत्मघातकी बॉम्बस्फोट, कारबॉम्बस्फोट, गोळीबार, अचानक हल्ले, वगैरे दहशतवादी प्रकार वाढतच गेले. श्रीलंकेचा उत्तर भागाचा ताबा हा नाममात्र राहिला. त्यामुळे सिंहली लोकांनी आणि सरकारने तामिळींवर अत्याचार, जुलूम, जबरदस्ती, मारहाण, घराबाहेर हकालपट्टी व हत्या यांची सरबत्ती केली. या

विरुद्ध दक्षिण भारतात त्याचे पडसाद उमटले. या विरुद्ध लोकांनी ओरड करण्यास प्रारंभ केला व भारत सरकारकडे दाद मागितली. या घडामोडीत श्रीलंका सरकारने जाफना भागाचा ताबा घेण्याचा अयशस्वी प्रयत्न केला. हे शहर तमिळ बंडखोरांच्या ताब्यात गेले होते. या रणधुमाळीत शेकडो तमिळ अतिरेकी, निरपराधी, निःशस्त्र नागरिक यांचे पण प्राण गेले. पण हे सर्व घडत असताना तमिळ वाघांनी (Tigers) श्रीलंकेच्या सैनिकांना एक इंच देखील पुढे सरकू दिले नाही. गनिमी काव्याने त्यांना हैराण केले.

श्रीलंकेच्या अध्यक्षांनी "हे युद्ध शांतीकरिता लढले जात आहे व आम्ही तमिळ वाघांचा पुरता नायनाट करून शांतता स्थापना करणार आहोत." असे जाहीर केले होते, पण यानंतर तमिळ वाघांना शरण येण्याकरिता हे युद्ध लढले जात आहे असे सांगण्यास सुरुवात केली कारण तमिळ वाघांचा पराभव करता येत नव्हता. पण शेवटी शांतता स्थापन करण्याकरिता भारत सरकारने साहाय्य करावे असे भारत सरकारला श्रीलंका शासनाने आवाहन केले. त्यानुसार १९८७ साली भारत सरकार आणि श्रीलंका सरकार यांच्यात शांतता करार करण्यात येऊन त्यानुसार १,००००० (एक लाख) भारतीय सैनिक श्रीलंकेत येऊन दाखल झाले. त्यांनी तमिळ वाघांनी हा करार मान्य करावा व शस्त्रे खाली ठेवावी असा आदेश दिला. पण तमिळ वाघांनी तो अमान्य केला. त्यामुळे भारतीय सैनिक आणि एल. टी. ई. चे अतिरेकी यांच्यात एक प्रकारचे युद्ध सुरू झाले. हा संघर्ष ३ वर्षे चालू होता. एक तर तमिळ दहशतवाद्यांना या भागाची खडान्‌खडा माहिती होती. दुसरी गोष्ट गनिमी युद्धात तमिळ वाघांनी भारतीय सैनिकांना जर्जर केले. शेवटी भारतीय लष्कराला आपले उद्दिष्ट साध्य करता आले नाही. या युद्धात १५०० तमिळ अतिरेकी मारले गेले आणि २००० जखमी झाले. भारतानेदेखील १२०० सैनिक गमावले आणि २५०० जायबंदी झाले. या युद्धात ३०० कोटी रु. चा चुराडा झाला. १९९० साली भारताचे १,००,००० सैनिक कार्य सिद्ध न करताच परतले.

यानंतर तमिळ वाघांच्या दहशतवादी कारवायांना उधाण आले. १९९१ मध्ये श्रीलंकेच्या उपसंरक्षणमंत्र्यांचा बळी कार-बॉम्बस्फोटाने घेतला, तर १९९३ मध्ये आत्मघातकी बॉम्बस्फोटाने श्रीलंकेचे अध्यक्ष रणसिंगे प्रेमदास यांचा बळी घेतला. १९९४ साली नव्याने निवडून आलेल्या श्रीमती चंद्रिका कुमारतुंगे या अध्यक्षाने आपले धोरण बदलले. जाफना शहरावरील बहिष्कार उठविला व शस्त्रसंधी करण्याचे आणि शांतता प्रस्थापित करण्याचे एल. टी. ई. ला आवाहन केले. पण एल. टी. ई. चा शांततेवर विश्वास नसल्याने युद्धास पुन्हा तोंड फुटले. एल. टी. टी. ई. ला युद्ध करून विजय मिळवायचा आहे. त्यांचा शांततेवर विश्रास नाही. त्याला

प्रतिसाद न मिळाल्याने १९९५ साली युद्ध सुरू झाले व शस्त्रसंधी मोडली गेली. १९९५ सालात श्रीलंकेच्या त्रिकोमाली या नाविक तळावर तमिळ वाघांनी अचानक बॉम्बहल्ला करून ११ सिंहली खलाशांना ठार केले आणि २० जणांना जखमी केले. १९९५ सालच्या जुलै महिन्यात श्रीलंकेच्या लष्कराने जाफना शहर व आसपासचा प्रदेश आपल्या ताब्यात आणला. त्यापूर्वीच १५०००० तमिळी लोकांचे स्थलांतर एल. टी. टी. ई ने केलेले होते. यानंतर कोलंबोला जाणाऱ्या एका रेल्वेगाडीत बॉम्बस्फोट होऊन ६४ माणसे मारली गेली व ४०० जखमी झाले. हे सगळे अस्थिर, भावना भडकलेल्या, वातावरणात घडून आले. १९९७ च्या ऑक्टोबरमध्ये एका ट्रकमधील प्रचंड बॉम्बस्फोटाने कोलंबो शहर पुन्हा हादरले. एल. टी. टी. ई. नेच हा स्फोट घडवून आणला होता. यात १८ माणसे मृत झाली तर १०० जण जखमी झाले. या स्फोटात तीन Five-Star Hotels चे प्रचंड नुकसान झाले. त्याचप्रमाणे पार्लमेंटच्या जुन्या इमारतीची पण जबरदस्त मोडतोड झाली.

या समस्येचे निराकरण करण्याचा प्रयत्न आंतरराष्ट्रीय स्तरावरसुद्धा केला जात आहे. नॉर्वे देशाचे प्रतिनिधी श्री. हॅनसेन बॉवर हे मध्यस्थ म्हणून जबाबदारी स्वीकारण्यास तयार झाले व शस्त्रसंधी कराराचे पालन केले जाईल याची काळजीपण घ्यावयास तयार होते. त्याच्या मदतीला नार्वेतील ३० प्रतिनिधी आणि डेन्मार्क, स्वीडन आणि फिनलँडचे २४ प्रतिनिधी असे ४४ जणांचे प्रतिनिधिमंडळ ही जबाबदारी पार पाडणार होते.

या विषयात आंतरराष्ट्रीय सहकार्य उल्लेखनीय आहे. वेळप्रसंगी या मंडळाने स्वतःचा जीव धोक्यात घालून श्रीलंकेच्या विमानांच्या बॉम्बवर्षावात बंकरमध्ये (खंदक) आसरा घेऊन, संबंधितांच्या गाठीभेटी घेतल्या व श्रीलंकेत शांतता निर्माण करण्याचे मनापासून व तळमळीचे प्रयत्न केले.

पण दोन-तीन चुटपूट घटनांमुळे ही समस्या पुन्हा जटिल होण्याची आणि पूर्ण स्वरूपात यादवी युद्ध होण्याची भीती निर्माण झाली होती. एप्रिल २००६ च्या शेवटच्या आठवड्यात तमिळ वाघांनी पेरलेल्या भूमी-सुरुंगाने श्रीलंका सरकारचे दोन खलाशी मरण पावले. तर दोन पोलीस जखमी झाले. त्याला प्रत्युत्तर म्हणून श्रीलंकेच्या विमानांनी जाफना प्रदेशावर जोरदार बॉम्बफेक केली व निरपराधी तमिळ रहिवाशांची ससेहोलपट केली. यानंतरची घटना म्हणजे जाफना प्रदेशातील किलोन्नी जवळून एक बस जात असताना त्या बसचा अपघात होऊन, त्यात ६४ प्रवासी ठार झाले. हे सर्वजण सिंहली होते. त्यानंतर पुन्हा तीच गोष्ट घडली. History repeats system श्रीलंकेच्या विमानांनी पुन्हा जाफना प्रदेशावर जबरदस्त बॉम्बहल्ले केले व हजारो तमिळींची घरेदारे उद्ध्वस्त केली तर शेकडो जणांना जखमी केले.

तमिळ वाघ. एल.टी.टी.ई. आणि श्रीलंका सरकार यांच्यातील संघर्ष हा सर्वांची मती गुंग करणारा आहे. गेले २५ वर्षे हा संघर्ष चालू आहे. यात ६५,००० माणसे मरण पावली आहेत. ७,५०,००० रहिवाशांना आपल्या घरदारांना मुकावे लागले आहे. ६,५०,००० लोकांना देशांतर करावे लागले आहे. उत्तर आणि पूर्व भागातील (श्रीलंकेच्या) तमिळ निष्कांचन झाला आहेत. त्यांच्या पोटपाण्याचा ज्वलंत प्रश्न आ वासून उभा आहे. यानंतरची भयानक गोष्ट म्हणजे सर्वांच्या आरोग्याची धूळधाण झाली आहे. जरी श्रीलंका सरकारला हजार कोटी रुपयांचा चुराडा करावा लागला तरी हा संघर्ष अजून मिटेल याची काहीच खात्री देता येत नाही. श्रीलंका सरकारला हा प्रश्न सामोपचाराने न सोडविता युद्धाच्या मार्गाने व शस्त्रांचा वापर करून सोडवायचा असा त्यांचा प्रयत्न आहे. याउलट तमिळ वाघांना (L. T. T. E.) स्वतंत्र तमिळ राज्यच पाहिजे. त्याकरिता कितीही किंमत मोजावी लागली तरी, मोजण्याची त्यांची तयारी आहे. अन्य काहीही कोणतीही गोष्ट स्वीकारण्याची त्यांची तयारी नाही. त्याकरिता लागेल तेव्हा युद्ध पुकारण्याची त्यांची तयारी आहे. एक तर L. T. T. E. सशस्त्र आहे. दुसरी गोष्ट म्हणजे जगातल्या तमिळींचे त्यांना सहकार्य आणि मदत आहे. याउलट श्रीलंका सरकारचे गुप्तहेर खाते (Intellligence Department) कमकुवत आहे. त्यामुळे श्रीलंका सरकारला गुप्त माहिती मिळत नाही, त्यामुळे तमिळींच्या दहशतवादी कारवायांचा बंदोबस्त करता येत नाही. तर तमिळ वाघांची कोणतीही कारवाई करण्याची तयारी असते, त्याकरिता प्राण देखील गमावण्याची त्यांची तयारी असते.

या दहशतवादी वातावरणामुळे, श्रीलंकेतील सामान्य नागरिकांचे अतिशय हाल होत आहेत. गेल्या काही महिन्यांत (L. T. T. E.) आणि श्रीलंकेचे लष्कर यांत पुन्हा धुमश्चक्री माजली आहे. जाफनाच्या आसपासच्या प्रदेशावर श्रीलंकेच्या विमानांनी प्रचंड बॉम्बफेक करण्यास सुरुवात केली आहे. दोन्ही सैन्याच्या तुंबळ युद्धामुळे जाफना शहर आणि विभाग अगदी अलग पडला आहे. या भागाला होणारा जीवनावश्यक वस्तूंचा पुरवठा खंडित झाल्यामुळे त्यांची अतिशय चणचण भासत आहे. किमती गगनाला भिडल्या आहेत. अन्नधान्याच्या किमतीत तिपटीने वाढ झाली आहे. तर पेट्रोलच्या किमती चौपटीने वाढल्या आहेत.

आपल्याला स्थलांतर करावे लागेल या भीतीने सर्वजण बँकेतून आपल्या ठेवी काढत आहेत. त्यामुळे बाजारात चलन तुटवडा पडत आहे. सर्वसामान्य माणसाचे जीवन खडतर बनले आहे. रात्रभर आणि सकाळी तोफगोळ्यांचा आणि बंदुकीचा छातीत धडकी भरवणारा आवाज कानी पडत आहे. पण सकाळी संचारबंदी थोडीशी शिथील करण्यास अधिकाऱ्यांची परवानगी दिली आहे. श्रीलंकेचे अधिकारी

म्हणाले की, जाफनामधील नाविक दलाच्या काही पथकांवर त्यांनी विमानातून हल्ला केला व त्यांचे जबरदस्त नुकसान केले. एका नागरिकाच्या मते हे असेच आणखीन एक आठवडाभर चालले तर सर्वजण अन्नाला मोताद होतील. या भागातील टेलिफोनचे कार्य जवळजवळ ठप्प झाले आहे. कोलंबोच्या परिसरात कोलंबोत जाणाऱ्या सर्व रस्त्यांवर पोलिसांनी तपासणी नाकी, चौक्या स्थापन केल्या आहेत. संयुक्त राष्ट्रसंघाच्या निर्वासितांसंबंधी प्रमुखांच्या मते १,६०,००० लोकांनी आपली घरेदारे सोडून अन्यत्र पळ काढला आहे.

या वृत्तांवरून दहशतवादी कारवायांमुळे नागरी जीवनावर कसा प्रभाव पडतो याची कल्पना येते.

बांगला देश– इस्लामी दहशतवादाची दुसरी आघाडी

ज्या बांगला देशाच्या स्वातंत्र्याकरिता भारताने पाकिस्तानविरुद्ध युद्ध पुकारले, पाकिस्तानचा पराभव केला, तोच बांगला देश भारतापुढे अनेक जटिल समस्या निर्माण करत आहे व उपद्रवकारक शेजारी ठरत आहे ही अत्यंत खेदकारक गोष्ट आहे. 'Politics is a dirty game' ही म्हण या ठिकाणी सार्थ लागू होते. गेले कित्येक वर्षे लाखो अकुशल बांगलादेशी भारतात बेकायदेशीरपणे पोट भरण्याकरिता प्रवेश करत आहेत, राहात आहेत. भारताविरुद्ध दहशतवादी कारवायांत सहभागी होत आहेत. बांगला देशीय, दहशतवादी संघटना, सरहद्दीवर गोळीबार, बॉम्बस्फोट वगैरे कृष्णकृत्ये करत आहेत.

बांगला देशाची निर्मिती, मानवी इतिहासातील अत्यंत रक्तरंजित युद्धानंतर झाली. १७ मार्च १९७१ रोजी ढाका येथे बांगला स्वातंत्र्य सेनानी, शेख मुजीबूर रहमान यांनी स्वातंत्र्याची जाहीर घोषणा केली. त्यानंतर केवळ ८ महिन्यांनी पाकिस्तानी फौजा भारताला शरण आल्या. १६ डिसेंबर १९७१ रोजी बांगला देश स्वतंत्र झाला. या आठ महिन्यांत ३ दशलक्ष बंगाली मरण पावले. कित्येक स्त्रियांवर अत्याचार झाले. १० लाख लोकांना घरादाराला मुकावे लागले. भारतात बांगलादेशीय निर्वासितांचे लोंढेच्या लोंढे आले. हा विजय म्हणजे द्विराष्ट्रवादाच्या सिद्धांताचा (Two Nation Theory) चक्क पराभव होता. तर बंगाली राष्ट्रवादाचा, निधार्मिकतेचा, बंगाली भाषेचा, संस्कृतीचा विजय होता. पण केवळ चार वर्षांतच हे सर्व चित्र पालटले आणि ऑगस्ट १९७५ मध्ये लष्करी सत्तापालट झाला. बांगला देशाचा जनक शेख मुजीबूर रहमान आणि त्यांचे नातेवाईक यांची क्रूर हत्या करण्यात आली. त्यामुळे निधर्मी बंगाली राष्ट्रवादाची पीछेहाट झाली व देशात निधर्मी राष्ट्रवाद, निधर्मी संस्था, मूळ धरू शकल्या नाहीत. लष्कर प्रमुख आणि शासनकर्ते जनरल झिया-उल-रहमान आणि जनरल इर्शाद या दोघांनी बांगला

देशात मूलतत्त्ववादी (fundamentalist) राजकीय पक्ष आणि पाकिस्तानधार्जिण्या व्यक्ती यांचा प्रभाव निर्माण होण्यास बरीच खटपट केली. जमात-ई-इस्लामी या कट्टर गटाचा कार्यकर्ता गुलाम आझम, की ज्याने जाहीरपणे बांगला देशाच्या स्वातंत्र्याला विरोध केला होता व जो पाकिस्तानी लष्कराला जाऊन मिळाला होता, त्याला आपल्या बगलबच्च्यांसह बांगला देशात प्रवेश करू दिला व राजकीय हालचाली करण्यास स्वातंत्र्य दिले व त्याला नागरिकत्व बहाल केले. 'कालाय तस्मै नम:' पण जनरल झिया-उल-रहमान तर बांगला देशाच्या मुक्तिवाहिनीचे लष्करी अधिकारी होते. पाकिस्तानी अत्याचाराला सशस्त्र विरोध करावा असे त्यांनी बांगला देशीयांना जाहीरपणे आवाहन केले होते.

पण काही वर्षांतच जनरल झीया यांनी आपले खरे रूप प्रकट केले. त्यांनी स्वातंत्र्य युद्धातील अनेक शूरवीरांना फाशी दिली, उदा. अबू साहेर रहमान यांनी मूलतत्त्ववाद्यांना आणि पाकिस्तानबरोबर सहकार्य करणाऱ्यांना राजकीय मान्यता व व्यासपीठ मिळवून दिले. रहमानप्रमाणेच जनरल इर्शाद यांना बांगला देशाच्या स्वातंत्र्य युद्धाविषयी जिव्हाळा, प्रेम नव्हते. १९७१ मध्ये त्याने पाकिस्तानी राज्यकर्त्यांविषयी निष्ठा व्यक्त केली होती. तो पाकिस्तानी लष्करात चिकटून राहिला होता, की ज्या वेळी त्याचे अनेक सहकारी स्वातंत्र्य लढ्यात सामील झाले होते. जनरल इर्शाद यांच्या कारकिर्दीत अनेक सैनिकांची (मुक्तियोद्ध्यांची) हकालपट्टी करण्यात आली व पाक सैन्यातून बांगला देशात परतलेल्या सैनिकांची वर्णी लावण्यात आली.

या दोघांना पण बांगला देशावर राज्य करावयाचे होते, त्यांची ती महत्त्वाकांक्षा होती, याकरिता राजकीय मंचाची आवश्यकता होती. अवामी लीग हा पक्ष स्वातंत्र्य लढ्याचे प्रतीक होता. अर्थात या पक्षातदेखील काही धार्मिक विचारांची मंडळी होती, पण निधर्मी सर्व बंगाली जनतेचे प्रतिनिधी म्हणून या पक्षाला राजकीय मान्यता होती. त्यामुळे या दोघांना राजकीय चौकट हवी होती. या दोघांना भारत विरोधी फळी निर्माण करावयाची असल्याने स्वातंत्र्यलढ्याला, भावनेला, निर्माण झालेल्या वारशाला, त्याला कमी लेखण्याचा प्रयत्न चालविला. कारण यात हिंदू, मुसलमान, बौद्ध सर्वांनी हातभार लावून बंगाली राष्ट्रवादाला विजयी केले होते.

पाकिस्तानच्या फाळणीनंतर धर्मावर आधारलेले राजकारण निष्प्रभ झालेले होते. १९७१ नंतर जरी ते मावळले होते तरी त्याचा पूर्ण अस्त झाला नव्हता. या काळात शेख मुजीबूर रहमान यांनी बांगला देशाला इस्लामी राज्य संघटनेचे सभासदत्व मिळवून दिले, जरी अवामी लीगमधील बऱ्याच निधर्मी कार्यकर्त्यांचा याला विरोध होता. पण यामुळे इस्लामी कडव्या विचारसरणीला पुन्हा जीवदान

मिळाले. यानंतर जमाते-इ-इस्लामी या संघटनेने बांगला देशाच्या राजकारणात आपला प्रभाव धीरेधीरे निर्माण केला. यात पाकिस्तानी पैसा व आश्रयदाते यांचा अर्थात मोठा सहभाग होता. या दोन्ही लष्करी अधिकाऱ्यांनी, इस्लामी मूलतत्त्ववादी, लष्करी अधिकारी, सरकारी नोकरवर्ग, अवामी पक्षातील असंतुष्ट लोक या सर्वांना आकर्षित करून एक वेगळा राजकीय मंच स्थापन केला.

यानंतरच्या घडामोडी म्हणजे १९७१ची राष्ट्रभावना आणि संदेश यांचे खच्चीकरण. १९७२ च्या राज्यघटनेत १९७५ नंतर ५ वी दुरुस्ती करण्यात आली. राज्यघटनेतील बंगाली राष्ट्रवाद, निधर्मीवाद आणि समाजवाद या शब्दांची जागा आता अल्लाचे सार्वभौमत्व (Sovereignity of Allah) या शब्दाने घेतली व हे बांगला देशाचे मूलतत्त्व ठरले. चौथे तत्त्व लोकशाही ते काढून टाकण्यात आले नाही. तरीपण प्रत्यक्षात याची धूळधाण करण्यात आली. जनरल इर्शादने राज्याच्या इस्लामीकरणाला फार मोठी चालना दिली, ज्यावेळी राज्यघटनेत दुरुस्ती करून 'इस्लाम' हा राज्याचा धर्म राहील हे स्पष्ट करण्यात आले. यातील आणखी एक भाग म्हणजे दारूबंदी करण्यात आली.

यानंतर जनरल इर्शाद यांची खेळी म्हणजे, स्वतःचा राजकीय पक्ष स्थापन करणे. बांगला राष्ट्रीय पक्ष (BNP) आणि जातीय पक्ष (JP) हे दोन पक्ष स्थापन केले पण लष्करी सत्तेचा आशीर्वाद असलेल्या तीनही पक्षांत राजकीय चुरस निर्माण झाली. जमाते इस्लामी, बांगला राष्ट्रीय पार्टी आणि अवामी लीग या तीनही पक्षांनी एकत्र येऊन जनरल इर्शाद यांच्याविरुद्ध मोहीम उघडली. शेवटी १९९० साली लष्करी सत्तेचा शेवट झाला. यावेळी अवामी लीगसारख्या निधर्मी व लोकशाहीवादी पक्षाने जातीय इस्लामवादी पक्ष-बी. एम. पी. आणि जमाते-ई-इस्लामी या पक्षांबरोबर सहकार्य केले. पण तो केवळ डावपेचाचा भाग होता. असे या सहकार्याविषयी अवामी लीगच्या नेत्यांचे म्हणणे होते. पण त्यामुळे जमाते-ई-इस्लामीसारखा कट्टर व पक्षाला मान्यता मिळत गेली व जनतेच्या पुढे येण्याची संधी मिळत गेली.

१९९० नंतर तीन राज्य निवडणुका घेण्यात आल्या. त्यात अवामी लीग हा सर्वांत मोठा पक्ष ठरला. हा पक्ष स्वातंत्र्य लढ्याचा एकमेव वारसदार म्हणून जनता या पक्षाचा आदर करत होती. पण बी. एन. पी., जमाते इस्लामी व जातीय पार्टी यांच्या मतांची बेरीज अवामी लीगच्या मतांपेक्षा जास्त असे, त्यामुळे अवामी लीग सत्तेवर येऊ शकत नव्हती. याउलट 'घटक दलाल निर्मूल मंडळ'सारख्या राष्ट्रवादी गटांना पाठिंबा दिल्याशिवाय मूलतत्त्ववाद्यांच्या शक्तीचे खच्चीकरण करता येणार नाही हे अवामी लीग नेत्यांनी ओळखले नाही. हे मंडळ देशद्रोह्यांचा व पाकिस्तानशी

सहकार्य करणाऱ्यांचा समूळ नायनाट केला पाहिजे या विचाराचे होते.

आता २१ व्या शतकात, बांगला देश म्हणजे फाटाफूट असलेला समाज, हे स्पष्ट झाले आहे. निवडणुकांचे निकाल हे सूचित करतात. ४० ते ४५% मतदार, स्वातंत्र्य लढ्यात सहभागी झालेल्या पक्षांना मतदान करतात. या विरुद्ध इस्लामी मूलतत्त्ववादी पक्षांना तेवढेच मतदान करतात. उर्वरित मतदार, ठोस असे काहीच करत नाहीत, ज्याला आपण इंग्रजीत floating vote असे म्हणतो (वारा येईल तसे पाठ फिरविणारे मतदार) पण यात अवामी लीगच्या विरोधकांची एक जमेची बाजू आहे. त्यांना जास्तीत जास्त राज्य कारभाराचा अनुभव आहे. स्वतंत्र बांगला राज्यात अवामी लीग, केवळ ९ वर्षेच सत्तेवर होता. बाकीची वर्षे मूलतत्त्ववादी, लष्करी अधिकारी आणि त्यांच्याशी सहकार्य करणारे राजकीय पक्ष, यांचीच सत्ता होती. १९७५ पासून राजसत्तेने इस्लामी मूलतत्त्ववाद्यांना आधार दिलेला आहे. ज्या देशात टागोरांचे गोडवे गायले जात, तेच राज्य आता दक्षिण आशियातील इस्लामी आतंकवादी म्हणून ओळखले जाऊ लागले.

कवी नझरूल इस्लामला बांगला देशीय विसरून गेले. जिहादीवाल्यांचे हे एक सुरक्षित आश्रयस्थान बनले. येथून हे आतंकवादी म्यानमार (ब्रह्मदेश) आणि भारताचे स्थैर्य आणि शांततेचा भंग करण्याचा उद्योग करत होते. पाकिस्तानचे गुप्तहेर खाते भारताबरोबर परहस्ते, गुप्तपणे परवडणारे, युद्ध करण्यास तयार असतात. त्यांचा हा या देशातून कार्यक्रम चालू असतो. बांगला देशाची भूमी हे त्यांना चांगले, आयते सुरक्षित कार्यक्षेत्र मिळाले. पूर्वेकडील व ईशान्य भारतातील प्रदेशात दहशतवादी कारवाया करण्यास पण येथून चांगला अवसर मिळाला. मध्य पूर्वेतील इस्लामी देशांनी पैशाचा पाऊस पाडल्यामुळे, या दहशतवादी गटांना उदा. जमाते-ई-इस्लामी, ऐक्य ज्योत, उत्तेजन मिळत गेले. या प्रदेशातून नवीन युवकांची भरती करणे, त्यांच्या दहशतवादी टोळ्या तयार करणे, सरहद्दीपलीकडे दहशतवादी कारवाया करणे या सर्व गोष्टी या आर्थिक लक्ष्यांमुळे शक्य झाल्या. या सर्व प्रक्रियांमुळे - १) पूर्वेकडील व ईशान्य भारतातील राज्यात धार्मिक तंटा निर्माण करून, भारतीय राजकारण आणि समाज यांच्यात गोंधळ आणि अस्थैर्य निर्माण केले गेले. २) बांगला देश आणि भारतात कडवटपणा निर्माण झाला, त्यांचे संबंध बिघडले. ३) बांगला देशाच्या राष्ट्रवादाला आणि निधर्मीवादाला धक्का पोहोचला. ४) इस्लामी मूलतत्त्ववादी शक्तीचे पुनर्जीवन झाले. हे पुढील गोष्टीवरून स्पष्ट झाले. १) जमाते-ई-इस्लामी पक्षाचा उदय हा पक्ष जरी लहान असला तरी सुसंघटित असा होता. २) हरकत-उल-जिहाद अल-इस्लामी (HUJI) या भूमिगत अतिरेकी गटाचा उदय झाला. ३) लष्कर-ई-तोयबा, हरकत उल मुज्जाउद्दीन यांसारख्या

पाकिस्तानी संघटनांना सुरक्षित तळ आणि आश्रयस्थान निर्माण केले गेले. ४) या पक्षांत आणि जुन्या 'फ्रीडम पार्टी'सारख्या गटात दहशतवादी कार्ये करण्याबाबत सहकार्य निर्माण झाले व प्रसंगी हे गट एकत्रित कार्य करू लागले. ५) यात आणखी एक भाग, बांगला देशातील दहशतवादी गट आणि पूर्व प्रांतातील व ईशान्य भारतातील दहशतवादी गट व बंडखोर गट उदा. उल्फा ह्न यांच्यातील सहकार्य वाढत गेले. ब्रह्मदेशातील आराकान प्रांतातील दहशतवादी गटसुद्धा बांगला देशातील या अतिरेकी गटांना गटाबरोबर सहकार्य करून लागला. बांगला देशातील या अतिरेकी गटाला सौदी अरेबियातील काही इस्लामी संघटना पैसा पुरवित होत्या. या पैशाच्या जोरावर या पक्षांनी मदरसा (इस्लामी शाळा), रुग्णालये आणि इस्लामी बँका यांचे जाळे विणले. या मदरसामधून प्रभावी अनुयायी मिळाले. जमाते-इ-इस्लामी या गटाच्या विद्यार्थी शाखेने (इस्लामिक छात्र शिबिर) अनेक विद्यार्थ्यांना आपणाकडे आकर्षित केले. अर्थात याकरिता वारेमाप पैसा देणग्यांच्या स्वरूपात उधळण्यात आला. इस्लामी प्रतिष्ठानातर्फे शिष्यवृत्त्यांची खैरात करण्यात आली. ही संघटना सशस्त्र होती. ही शस्त्रे अनेक मार्गाने गोळा करण्यात आली होती. महाविद्यालयात अगर विद्यापीठात चकमक, खटका उडाल्यास, शस्त्रांचा वापर करण्यास हा गट कसलाही विचार करत नसे. आपला दबदबा राहावा, हा त्या पाठीमागचा उद्देश असे. जमाते-इ-इस्लामीने चालविलेल्या हॉस्पिटलांमुळे, ग्रामीण भागातील लोकांची सदिच्छा पक्षाला मिळत असे. इस्लामी विचारसरणीचा प्रसार करण्याचे कार्य इस्लामी बँका करत. पुढील मंडळांनी बांगला देशात पैशाचा पाऊस पाडला - १) रिव्हायवल ऑफ इस्लामिक सोसायटी, २) सोसायटी ऑफ सोशल रिफॉर्म, ३) कतार चॅरिटेबल सोसायटी, ४) आंतरराष्ट्रीय इस्लामिक मदत संघटना, ५) कुवेत मदत संघटना. त्यामुळे अर्थात कट्टरवादाला उत्तेजन मिळत गेले. या बँकांना मध्यपूर्वेतून अमाप पैसा मिळत असे. या सर्व कारणांमुळे जमाते-इ-इस्लाम आणि ऐक्य ज्योत, या इस्लामी पक्षांना मिळणारी १५% मते ही कायम स्वरूपाची होती. २००१ च्या पार्लमेंटच्या निवडणुकीत जमाते-इ-इस्लामी हा पक्ष तिसरा मोठा पक्ष ठरला. या पक्षाचे दोन प्रमुख नेते मोतीचूर रहमान निझामी आणि फझलर रहमान अमिनी हे बेगम खलीदा झीयाच्या मंत्रिमंडळात मंत्री होते. या पक्षाचे संघटनात्मक कार्य बांगला देशाच्या ६४ जिल्ह्यांत पसरले आहे.

अल्लाचे शिपाई (H. U. J. I.) या काळात आणखी एका दहशतवादी संघटनेने आपल्या कारवायांनी सर्व प्रदेशात अशांतता अस्थैर्य व हिंसाचाराचा कळस केला. अफगाणिस्तानातून सोव्हिएट रशियाने माघार घेतल्यानंतर, एका बांगला देशीयाने, मुजाहिद्दीनने हरकत जिहाद इस्लामी ही संघटना स्थापन केली. मूळ संघटना १९८०

साली अफगाणिस्तानातून सोव्हिएट फौजांची हकालपट्टी करण्याकरिता स्थापन झालेली होती. पाकिस्तानी संघटनांपेक्षा वेगळी अशी ही संघटना बांगला देशात कारी सैफुला याने केली. २००४ पर्यंत चितगावचे श्री. मौलाना फरीद या गटाचे नेतृत्व करत होते.

१९९० च्या प्रारंभीच्या काळात हुजी (Huji) हा गट सुप्तावस्थेत होता. बेगम खालीदा झीया सरकार त्यावेळी सत्तेवर होते व हुजीबरोबर या सरकारचे मित्रत्वाचे संबंध होते. या संघटनेने या काळात शस्त्रे गोळा केली, संघटना उभारली, अनेक नवीन माणसांची संघटनेत भरती केली. १९९६ साली बांगला नॅशनल पार्टी (BNP) निवडणुकीत हरल्यानंतर, अवामी लीग हा पक्ष सत्तेवर आला. अर्थात 'हुजी' पक्षाच्या पुढे आता एकच लक्ष्य होते. अवामी हा गैर इस्लामी पक्ष सत्तेवर आहे. त्याला खाली खेचलेच पाहिजे. यावेळी या संघटनेत भरती झालेले निम्मे स्वयंसेवक, रोहिंग्ये (Rohigue) निर्वासित होते. ते शिबिरात राहात होते. आराकान प्रांतातील ही अल्पसंख्य मुस्लीम जमात होती. ब्रह्मदेशाच्या शासनाने या जमातीची देशातून हकालपट्टी केल्यामुळे, बांगला देशातील शिबिरात हे लोक राहात होते. या पक्षाचा बालेकिल्ला चितगाव बझार होता. या गटात बिहारी व बंगाली मुसलमान पण सामील झाले होते. या भागात हुजीची प्रशिक्षण शिबिरे कार्यरत होती.

हुजी संघटना, अवामी लीग सरकारचा पाडाव करण्याकरिता कटिबद्ध झाली होती. एका पाठोपाठ काही दहशतवादी कारवाया केल्याचा आरोप अवामी शासनाने 'हुजी' गटावर केला आहे. जानेवारी १९९९ रोजी बांगला देशाचे राष्ट्रीय कवी शमसूर रहमान यांची हत्या करण्याचा प्रयत्न करण्यात आला. जुलै २००० रोजी माजी पंतप्रधान शेख हसीना यांच्या सार्वजनिक सभेत बॉम्बफेक करण्यात आली. अवामी लीगचा प्रचारक प्रवक्ता, काझी अरीफ यांची हत्या हुजीच्या आतंकवाद्यांनी केल्याचा संशय आहे. जुलै २००० मध्ये गोपाल गंजच्या जवळ कोटलीपारा येथील शेख हसीना यांच्या मेळाव्यावर बॉम्बफेक करण्याचा अपयशी प्रयत्न करणारा मुक्ती अब्दुल हनाम मुन्शी हा हुजीचा क्रमांक १ चा मारेकरी होता.

१९९६ साली अवामी लीग हा पक्ष पुन्हा सत्तेवर आल्यावर या पक्षाच्या विरोधी असलेले सर्व पक्ष एकत्र झाले. १९९९ साली चितगाव येथे त्यांच्या दोन सभा घेण्यात आल्या. १०,००० जिहादीवाद्यांचे एक पथक उभारण्याचा याच्या पाठीमागचा उद्देश होता. हे पथक भारताच्या विरुद्ध आणि पाकिस्तानच्या बाजूने कारगील युद्धात भाग घेणार होते. पाकिस्तान आपली लष्कर पथके कारगीलमधून मागे घेत असतानाच २५० जणांचे बांगला देशीय पथक पाकिस्तानला पोहोचले. या आधी कारगील भागात सैन्य पाठविण्याकरिता भारतीय सैन्याची जमवाजमव

चालू असतानाच, जलपैगुरी, पश्चिम बंगाल येथे सैन्याच्या तुकड्या नेणाऱ्या गाडीत जो बॉम्बस्फोट केला गेला, त्यावरून असे सूचित केले गेले, पाकिस्तानची गुप्तहेर यंत्रणा (I. S. I.) आणि 'हुजी' (Huji) दहशतवादी गट यांचे काहीतरी संगनमत, कारस्थान असले पाहिजे.

बांगला देशात हुजी, जमाते-ई-इस्लामी, ऐक्य ज्योत हे दहशतवादी गट सक्रिय असल्याने पाकिस्तानपुरस्कृत दहशतवादी गट हिझबुल-मुज्जाहिद्दीन, हरकत-उल-मुज्जहिदीन, लष्कर-ई-तोयबा यांसारख्या दहशतवादी गटांचे आश्रयस्थान बनले आहे. भारताच्या ईशान्य भागातील फुटीरवादी दहशतवादी गटांबरोबर संगनमत करून एकत्र डावपेच आखण्याकरिता I. S. I. ने राजनैतिक मार्गाचा वापर तर केलाच. पण दहशतवाद्यांना गुप्तपणे निवास करण्याकरिता सुरक्षित आश्रयस्थानांची पण व्यवस्था करून ठेविली. दहशतवादी गटांच्या या संयुक्त टोळ्यांनी ईशान्य भागातील भारतीय राज्यात गुप्तपणे बराच खोलवर शिरकाव करून घेतला होता. त्या राज्यातील दहशतवाद्यांबरोबर कट करून बॉम्बस्फोट, हत्या, अपहरण, यांचे सत्र सुरू केले आहे. ते अजुनही चालूच आहे.

१९९९ च्या ऑगस्टमध्ये उल्फाचा एक कमांडर बाबूल इग्ती या दहशतवाद्याला भारतीय लष्कराने एका चकमकीत ठार केले. पण यामुळे उल्फा संघटनेच्या नेत्यांना अतिशय राग आला व याचा बदला घेण्यासाठी रुळावर बाँम्बस्फोट करून ते उद्ध्वस्त केले. मध्य आसाममधील नायगाव येथील एका तेलसाठ्यावर देखील बॉम्बफेक केली. बाबूल इग्तीच्या डायरीवरून आसाम पोलिसांना I. S. I. आणि मुज्जउद्दीन यांच्या एकत्र कारवाईचा, कटाचा तपास लागला.

८ ऑगस्ट १९९९ ला दोन I. S. I. चे अधिकारी व लीगचे दोन वरिष्ठ नेते यांना आसाम पोलिसांनी अटक केली. या सर्वांनी कबूल केले की I. S. I. ने पाकिस्तानातून चोरून पाठविलेले R. D. X. चे पार्सल बांगला देशातील राजशाही मशिदीत गुप्तपणे ठेवले जाणार होते. हे मोठे पार्सल ताब्यात घेण्यासाठी आसामहून दोन उल्फाचे आतंकवादी अधिकारी येणार होते. याप्रमाणे वेळ व ठिकाण सर्व काही गुप्तपणे ठरले होते. ही गुप्त बातमी समजल्यानंतर राजशाही गावातील मशिदीतील जबरदस्त स्फोटकांचा ताबा घेण्यासाठी एक कारस्थान रचले. त्यांना यातील परवलीच्या खुणेचा शब्द I. S. I. च्या अधिकाऱ्यांना अटक केल्यानंतर समजला होताच. त्याचा आधार घेऊन आसाम पोलिसांनी राजशाही मशिदीत प्रवेश केला. अर्थात हे सर्व अत्यंत गुप्तपणे केले. R. D. X. च्या पार्सलचा ताबा घेतल्यानंतर ते पोलीस पथक सुरक्षितपणे बांगला देशाबाहेर आले. त्या वेळचे मुख्यमंत्री प्रफुल्लकुमार महंत यांनी ही धाडसी योजना आखली होती. यात फार मोठा धोका

होता. त्यावेळचे पंतप्रधान अटलबिहारी वाजपेयी पण फार अस्वस्थ झाले होते, कारण हे भारताच्या परराष्ट्रीय धोरणाच्या विरुद्ध होते. मुख्यमंत्री प्रफुल्लकुमार महंत यांनी B. B. C. ला दिलेल्या मुलाखतीत सांगितले की, हे कारस्थान तारीख ९ व १२ या दोन दिवशी तडीस नेण्यात आले. आसामला वाचविण्यासाठी याची आवश्यकता होती. पाकिस्तानच्या पकडलेल्या दोन अधिकाऱ्यांनी चौकशीच्यावेळी हे कबूल केले की असा डाव रचला होता. उल्फाच्या अतिरेक्यांकडून भारताच्या चार तेलशुद्धीकरण करणाऱ्या भट्ट्या, या स्फोटकांचा स्फोट करून, उद्ध्वस्त करावयाच्या होत्या. त्यांनी पुढे असा गौप्यस्फोट केला की कराचीहून हे प्रथम ढाक्याला आले. तेथे चार वरिष्ठ मौलवीबरोबर मुक्काम केला. या चार दिवसात राजशाहीत मशिदीत R. D. X. चे पार्सल नेले व गुप्त जागी ते ठेवले. त्यानंतर ते आसाममध्ये पण जाणार होते. यातील आणखीन एक बुचकळ्यात टाकणारी घटना त्याच महिन्यात उल्फाच्या वरिष्ठ नेत्यांच्या जवळच्या नातेवाइकांवर गोळ्या घालून ठार करण्यात आले. अर्थात हे काम आसाम पोलिसांचेच होते. आसाम पोलिसांना शरण आलेल्या उल्फाच्या दहशतवाद्यांकडूनच या हत्या घडवून आणल्या होत्या.

हुजीप्रमाणेच आणखीन एक महत्त्वाची अतिरेकी संघटना I. S. B. D. (Islami Solidarity Bangla Desh)ही आहे. विविध दहशतवादी गटांना एकाच छत्राखाली आणणारी ही संघटना आहे. सशस्त्र संघर्ष केल्याशिवाय कोणतीही इस्लामी संघटना यशस्वी होणार नाही यावर या संघटनेचा विश्वास आहे. हा गट सप्टेंबर २००२ च्या सुमारास प्रसिद्धीच्या झोतात आला. ज्यावेळी या गटाने चितगाव विद्यापीठातील पाच हिंदू प्राध्यापकांना, ताबडतोब बांगला देश सोडून जाण्यास फर्माविले, जर त्यांनी आदेशाचे त्वरित पालन न केल्यास कोणत्याही क्षणी, कोठेही त्यांना ठार करण्यात येणार होते. यासारख्या काही घटनांमुळे भारत-बांगलादेशातील संबंध बिघडले आहेत. जानेवारी २००३ ला भारतात बेकायदेशीरपणे राहात असलेल्या हजारो बांगला देशीय नागरिकांना बांगला देशात परत पाठविल्याचे प्रयत्न चालू होते. त्या वेळी बांगला देश सरकारने हे सर्व भारतीय नागरिक आहेत असा दावा केला. या नागरिकांना बांगला देशीय नागरिक आहेत असा खोटा शिक्का मारून बंगाली मुसलमानांची भारत सरकार हकालपट्टी करणार आहेत असा आरोप बांगला देशाने केला. अर्थात भारत सरकारने हे सर्व आरोप निराधार व वेडेपणाचे व चुकीचे आहेत असे ठामपणे सांगितले. लाखो बांगलादेशीयांचा भारतात बेकायदेशीरपणे प्रवेश, बांगला देशाच्या भूमीचा इस्लामी दहशतवाद आणि विघातक कार्याकरिता केला जाणारा उपयोग, भारत-बांगला देश सरहद्दीवरील अतिक्रमण, मादक पदार्थांची तस्करी यांसारख्या काही प्रश्नांबाबत दोन्ही राज्यात गंभीर मतभेद

आहेत. भारत-बांगला देश यांच्या अधिकाऱ्यांची जानेवारी २००३ साली एक बैठक झाली. त्यानंतर पण काही बैठका झाल्या आहेत.

ईशान्य भारतातील बंडखोर दहशतवादी नेत्यांना प्रशिक्षण देणारी शिबिरे बांगला देशात आहेत व भारताला त्याविषयी चिंता वाटते. हे बांगला अधिकाऱ्यांना वेळोवेळी सांगण्यात आले. २९ जानेवारी २००३ साली जी बैठक झाली, त्या वेळी बांगला देशात लपून राहात असलेल्या ८८ भारतीय दहशतवाद्यांना हवाली करण्याची बांगला सरकारला विनंती करण्यापूर्वी ७ जानेवारीला प्रमुख सचिव आणि पोलीस अधिकाऱ्यांच्या (भारतीय) बैठकीत उपपंतप्रधान श्री. एल. के. अडवाणी यांनी असे प्रकट केले की अंदाजे दीड कोटी बांगला देशीय भारतात बेकायदेशीरपणे राहात आहेत. त्यामुळे भारताच्या अंतर्गत सुरक्षिततेला धोका पोहोचत आहे. पण दोनच दिवसांनंतर बांगला देशीय सचिवाने श्री. चौधरी यांनी भारतात बांगलादेशीय बेकायदेशीरपणे प्रवेश करीत आहेत हा दावा फेटाळला. त्यानंतर सरहद्दीवरची परिस्थिती तणावपूर्ण राहिली आहे.

हा प्रश्न अजूनही सुटलेला नाही. २००६ सालात संयुक्त बैठकीत भारतीय अधिकाऱ्यांनी हा प्रश्न पुन्हा चर्चेस आणला आहे.

नेपाळच्या राजेशाहीचा अस्त - दहशतवादाचा विजय

भूतानप्रमाणेच हिमालयाच्या कुशीतील नेपाळ हे एक शेजारी राष्ट्र आहे. नेपाळची लोकसंख्या २७ दशलक्ष आहे. शेती मागासलेली आहे. उद्योगधंदे नसलेले व बेताचे असलेले आशियातील १ ल्या क्रमांकाचा गरीब व मागास देश आहे. ३१% लोकसंख्या दारिद्र्यरेषेखाली आहे. या देशाचे नागरिक, ज्यांना गुरखा म्हणून संबोधले जाते, भारताच्या लष्करी दलात सैनिक म्हणून भरती झाले आहेत. ब्रिटनच्या लष्करात देखील गुरखा पलटणी आहेत. परदेशी पर्यटकांमुळे या देशाला बरेच उत्पन्न मिळते. गेल्या काही वर्षांत नेपाळमधील राजकीय घडामोडींमुळे नेपाळविषयी आंतरराष्ट्रीय जगात बरीच खळबळ उडाली आहे. आता तेथे लोकशाही राजवट स्थापन झाली आहे. पण ही समस्या पूर्णपणे सुटलेली नाही.

अनेक वर्षे नेपाळमध्ये एकतंत्री राजेशाही व सरंजामशाही होती. भारतात लोकशाहीची वाटचाल चालू असताना नेपाळी जनतेने लोकशाही राज्यपद्धती स्थापन व्हावी याकरिता, तीव्र आंदोलन केले, लढा उभारला. त्याचा परिणाम म्हणजे १९९० साली लोकशाही राज्यपद्धती स्थापन करण्यात आली. पण सरंजामशाही व विशेषाधिकारांनी ग्रस्त असलेल्या नेपाळमध्ये लोकशाहीने डळमळीत स्वरूप धारण केले. १) ११ वर्षांत ११ लोकशाही सरकारे स्थापन झाली. २) राजकीय नेत्यांच्या भ्रष्टाचाराला उधाण आले.

३) त्यांनी स्वत:चे खिसे भरले. अगोदरच गरीब असलेल्या जनतेला आणखीनच दरिद्री केले. ४) सामान्य जनतेच्या हालअपेष्टांना मर्यादा राहिल्या नाहीत.

अशा स्थितीत एक विलक्षण, भयानक घटना घडली. राजे वीरेन्द्र यांचे चिरंजीव, गादीचे वारसदार, दीपेन्द्र यांनी मद्यपान व मादक पदार्थांच्या नशेत आपल्या माता-पित्याला व भगिनीला गोळ्या घालून ठार केले व नंतर स्वत:चा अंत करून घेतला. यापूर्वी शेरबहादूर देवबा यांनी ११ वे सरकार स्थापन केले होते. यानंतर दीपेन्द्राचे पुतणे ग्यानेंद्र यांना महाराजा म्हणून घोषित करण्यात आले. देवबांना या वेळी एका समस्येला तोंड द्यावे लागले. त्यांच्या पक्षात, नेपाळी काँग्रेसमध्ये बंडाळी माजली होती. अशा परिस्थितीत देवबा यांनी राजे ग्यानेंद्र यांना हवे होते तेच केले. मे २००२ ला पार्लमेंट बरखास्त करण्याची राजांना शिफारस केली. राज्यघटनेनुसार देवबा यांना ६ महिन्यांच्या आत पार्लमेंटच्या निवडणुका घेता आल्या नाहीत. राज्यघटनेच्या १२७ व्या कलमानुसार राजे यांना एकाधिकार प्राप्त झाला. त्यांनी देवबा यांची हकालपट्टी केली व नामधारी पंतप्रधान म्हणून लोकेंद्र बहादूरचंद यांची पंतप्रधान म्हणून नेमणूक केली. यानंतरच नेपाळवरती महासंकट ओढवले. २००५ साली राजे ग्यानेंद्र यांची एकतंत्री हुकूमशाही राजवट सुरू झाली. या आणीबाणीचा एक भाग म्हणजे राजकीय पक्षांच्या नेत्यांना, उदा. नेपाळी काँग्रेस, साम्यवादी पक्ष (C. P. N.) यांना तुरुंगाची हवा दाखविण्यात आली. काठमांडूतील विमानतळ तात्पुरता बंद करण्यात आला. दूरध्वनी सेवा ठप्प केली गेली व ई-मेल पण थांबविण्यात आली. बंडखोरांचा गोळीबार, बॉम्बस्फोट, अटकसत्र वगैरे एकतंत्री कारभाराचा नंगानाच सुरू झाला. राजकीय सभा, मेळावे, यांना बंदी घालण्यात आली. स्त्रियांवर पोलिसांनी बलात्कार करण्यास मागे-पुढे बघितले नाही. लहान मुलांना देखील झोपडीबाहेर ओढून गोळ्या घालण्यात आला. कमालीच्या दारिद्र्यामुळे आधीच नेपाळमध्ये माओवादी चळवळीने मूळ धरले. ग्यानेंद्र यांच्या दडपशाहीमुळे ७०७ माणसे बळी पडली. हेलिकॉप्टरमधून मारा करून जनतेच्या सभा उधळण्यात आल्या. अत्याचार, शोषण, जुलमामुळे साम्यवादी पक्षाच्या चळवळीस चालना मिळाली व त्या पक्षाची वाढ झपाट्याने होत गेली. त्यातील कम्युनिस्ट पक्षातील एक गट, माओवादी चळवळीने १९९६ च्या सुमारास उग्र स्वरूप धारण केले. मतदानापासून वंचित असलेल्या स्त्रिया, अल्पसंख्याक जमाती, दलित, बेकार युवक, अल्प वेतनधारी तरुण या सर्वांना माओवादी गटाने आकर्षित केले. त्यांच्यासमोर एक नवीन आशेचे जग निर्माण केले. या चळवळीचा नेता 'प्रचंड' या नावाने ओळखला जातो. त्याचे मूळ नाव पुष्पकमल दहाल असे आहे.

साम्यवादी पक्षाची कामगिरी – नेपाळी साम्यवादी पक्षाचे उद्दिष्ट जनतेचे राज्य स्थापन करणे, हे आहे. याकरिता ग्रामीण भागातून शहरांना वेढा घालून पूर्ण विजय मिळविण्याची रणनीती आखण्यात आली. हा सशस्त्र लढा उभारण्याचे ध्येय पुढीलप्रमाणे होते–१) सरंजामशाही आणि नेपाळी जनता, २) साम्राज्यवाद (मुख्यतः भारताचा) आणि नेपाळी जनता, ३) भारताचा विस्तारवाद आणि नेपाळी जनता, ४) सरकारी नोकर आणि नेपाळी जनता यांच्यातील जी दरी, अंतर निर्माण झाले होते, ते नष्ट करावयाचे आहे. मुख्य लक्ष्य जमीनदार, जहागीरदार, सरंजामदार यांच्या जमिनी जप्त करून 'कसेल त्याची जमीन' या तत्त्वानुसार भूमिहीन आणि गरीब शेतकऱ्यांना या जमिनीचे वाटप करणे हे आहे. जनतेचा हा लढा सुरू होण्याचे कारण म्हणजे राज्याने सर्वसामान्य लोकांवर, सामाजिक, आर्थिक अन्याय व दुरवस्था लादलेली आहे. म्हणजेच निमसरंजामी (semi-feudal) शासनयंत्रणेला जनतेला प्रभावी शासन पुरविण्यात अपयश आले आहे. ९०% लोक मागासलेली शेती करतात. यातून एकच गोष्ट स्पष्ट होते, की नोकरशाही, भांडवलशाही वृत्तीमुळे राज्यातील सामाजिक, आर्थिक दुःखे, गाऱ्हाणी यांत वाढ होत आहे. त्यांच्या सीमा रुंदावत आहेत. त्यामुळे जैसे थे (status-quo) स्थिती बदलण्यासाठी सर्व साम्राज्यवादी आणि भांडवलशाही विरोधी पक्षांनी माओवादी पक्षाच्या नेतृत्वाखाली एकत्र आले पाहिजे. फार मोठा औद्योगिक वर्ग व कारखानदारी नेपाळमध्ये नसल्याने, कृषिक्षेत्रातील क्रांती हे नजीकचे ध्येय माओवादी पक्षाने आपल्यासमोर ठेवले आहे. त्याचप्रमाणे आधुनिक उद्योगातील कामगार, शेतमजूर, वेठबिगारी, भूमिहीन शेतकरी, कुळे (tenants), मध्यम स्थितीतील शेतकरी, सधन जमीनदार, मध्यमवर्गीय या सर्व शक्ती आहेत व या शक्तीचा उपयोग करून क्रांती घडवून आणता येईल. प्रेरणेद्वारे कार्य करता येईल असे माओवाद्यांना वाटत होते. माओवाद्यांचे आदर्श, आशा-आकांक्षा व आचरण हे चिनी कम्युनिस्ट नेता माओ–त्से–तुंग याच्या कामगार वर्गाची हुकूमशाही या विचारसरणीवर व प्रत्यक्ष कृतीवर आधारलेले होते.

'कम्युनिस्ट पार्टी ऑफ नेपाल'–रचना–माओच्या तत्त्वप्रणालीनुसार क्रांतीची तीन महत्त्वाची साधने पुढीलप्रमाणे आहेत. पक्ष (party), संयुक्त आघाडी आणि लोकसेना (peoples army). माओवादी पक्षाचे प्रमुख सचिव हे 'प्रचंड' या नावाने ओळखले जातात.

बाबूराय महाराय हे राजकारण क्षेत्रातील प्रमुख आहेत. ते वृत्तीने मवाळ आहेत. या पक्षात पण मवाळ धोरणाचे बरेच सभासद आहेत. या सभासदांनी नेपाळमधील १९९१ च्या पार्लमेंटच्या निवडणुकीत भाग घेतला होता. त्यांची कनिष्ठ सभागृहात संख्या ७ होती, तर वरिष्ठ सभागृहात २ होती. 'कम्युनिस्ट पार्टी

ऑफ नेपाल' (C. P. N.) राजकीय रचना पुढीलप्रमाणे आहे- मुख्य राजकीय कार्यकारिणी व समिती, मध्यवर्ती समिती, प्रादेशिक मंडळे, उपमंडळे, जिल्हा कमिट्या आणि लहान कमिट्या अशी पिरॅमिडप्रमाणे ही रचना आहे. १९८८ सालीच पक्षाचा मध्यवर्ती लष्करी आयोग (Central Military Commission) स्थापन करण्यात आला. त्याचे पण मध्यवर्ती (central), प्रादेशिक (regional) आणि जिल्हा (district level) असे शासनाच्या सोयीकरिता तीन विभाग पाडण्यात आले व त्यांची विभागणी पुन्हा २७ जिल्ह्यांत करण्यात आली. तीन विभाग म्हणजे पूर्व विभाग (eastern zone), मध्यवर्ती विभाग (central zone) आणि पश्चिम विभाग (western zone). बाबूराव महाराय यांच्या नेतृत्वाखाली ३७ सभासदांचे एक क्रांतिकारक मंडळ निर्माण करण्यात आले. या मंडळातून मुक्त झालेल्या प्रदेशाची (liberated areas) प्रशासकीय, कायदेविषयक आणि युद्धकालीन कामांची जबाबदारी सोपविण्यात आली. १३ फेब्रुवारी १९९६ हा माओवादी लढ्याचा अत्यंत महत्त्वाचा दिन आहे. या दिवशी जनतेच्या लढ्याचा (people war) श्रीगणेशा करण्यात आला. पश्चिम नेपाळमधील रोलपा आणि रुकम पोलीस चौक्या (Rolopa & Rukum) , एक कृषी विकास बँक (Agricultural Development Bank) आणि मध्य नेपाळमधील तेलशुद्धी कारखाना, काठमांडूमधील कोकोकोला कारखाना, मध्य नेपाळमधील तेलशुद्धी कारखाना (refinery) यावर एकाच वेळी एकाच दिवशी हल्ला करण्यात आला. एका जहागिरदारावर सुद्धा अचानक धाड घालण्यात आली. राज्याच्या म्हणजेच सरकारविरुद्ध लढा दीर्घकाळ चालणारा (protracted) आहे हे ओळखून पूर्ण विचारांती रणनीती (strategy) आखणी करण्यात आली होती. सामान्य लोकांना शस्त्रे देऊनच लोकसेना निर्माण करता येईल आणि जाळे विणण्यात येईल, हे जाणून तशी व्यवस्था करण्यात आली आणि तेव्हापासून गनिमी काव्याने लढण्याचे (guirrilla war) विभाग पण ठरविण्यात आले व गनिमी काव्याची पथके निर्माण करण्यात आली. तेव्हापासून गनिमी पथकांनी सरकारी प्रतिष्ठानावर (establishments) साधनांवर, कचेऱ्यांवर हल्ले चढवले व जाळपोळ, लुटालूट केली. अनेक स्थानिक शासकीय कर्मचारी, खेडेगावातील पाटील व मान्यवर मंडळी यांना माओवाद्यांनी यमसदनास पाठविले. एप्रिल २००१ सालात प्रथमच नेपाळी लष्कराला लक्ष्य करण्यात आले. सुरुवातीच्या या लढ्यात वापरण्यात आलेली शस्त्रे ही स्थानिक लोकांनी तयार केलेली होती. प्रेशर कुकरसारख्या तंत्रानुसार बॉम्बसारखी स्फोटके तयार करण्यात आली. नंतर पोलीस चौक्यांवर हल्ले करून काही शस्त्रे जमवण्यात आली तर लष्करी डेपोवर अचानक धाडी घालून आधुनिक शस्त्र, बंदुका मिळविण्यात गनिमी सैनिकांना यश आले.

प्रारंभी केवळ ६ जिल्ह्यांतच प्रभाव असलेल्या माओवाद्यांचा प्रभाव २००१ पर्यंत ७६ पैकी ६६ जिल्ह्यांत जाणवू लागला व त्यांच्या दहशतवादी कारवाया सुरू झाल्या. पश्चिम नेपाळमधील पाच जिल्ह्यांत जनतेचे सरकार (peoples government) स्थापन करण्यात आले. तर १७ जिल्ह्यात माओवाद्यांच्या अनिर्बंध कारवाया सुरू झाल्या होत्या. त्यांच्या अमलाखालील (rule) प्रदेशात त्यांनी बँका, न्यायालये, स्थानिक पोलीस यंत्रणा उभी केली होती. याचवेळी डाव्या (left) विचारसरणीच्या बुद्धिवाद्यांनी व लेखक, शिक्षक, वकील आणि विद्यार्थ्यांनी माओवादी कार्यकर्त्यांना पाठिंबा दिला, एवढेच नव्हे तर वेळप्रसंगी आश्रयपण दिला. माओवादी कार्यकर्ते व विचारवंत स्त्रियांवरील अत्याचार, जुलूम, जबरदस्ती या विरुद्ध होते. त्यांच्या ४० मागण्यांपैकी स्त्रीह्रपुरुषांना मालमत्तेत समान अधिकार असावा, ही एक होती.

नेपाळमधील स्त्रियांची स्थिती अत्यंत वाईट होती. नेपाळी स्त्रियांना जगण्याकरिता मुंबईसारख्या ठिकाणी वेश्या व्यवसाय करावा लागत आहे. माओवाद्यांच्या अमलाखालील प्रदेशात बायकांच्या विषयीच्या अनेक वाईट परंपरा बंद करण्यात आल्या. उदा. बहुपत्नीत्वाची चाल, लग्नाची जबरदस्ती, बाल विवाह वगैरे. अखिल नेपाळी महिला संघटनेने, (All Nepal's Women's Association) या जनतेच्या लढ्यात सक्रिय पाठिंबा दर्शविला. १४ ते १८ वर्षांपर्यंतच्या मुलांना पक्षात स्वयंसेवक म्हणून काम करण्याची संधी देण्यात आली. लहान मुलांना देखील बातम्या गोळा करून त्या संबंधातील काम देण्याचे काम सोपविण्यात आले. कम्युनिस्ट पार्टी ऑफ नेपाल या पक्षाचा नेता 'प्रचंड' हा शेती (agriculture) या विषयाचा पदवीधर आहे. तो शिक्षकपण होता. त्याने माओच्या विचारसरणीचा, रणनीतीचा आणि मार्क्सवादाचा सखोल अभ्यास केला आहे. माओचे डावपेच (strategy), मार्क्स तत्त्वज्ञान आणि नेपाळी राष्ट्रवाद यांची उत्तम सांगड त्यांनी घातलेली आहे व त्याप्रमाणे आपले कार्यक्रम आखलेले आहेत. त्याने आपल्याभोवती कार्यकर्त्यांचे जाळे विणलेले आहे. मृदुभाषी, हसतमुख, विनोदी स्वभावाचा असलेला हा नेता एक जहाल क्रांतिकारक आहे यावर कोण विश्वासदेखील ठेवणार नाही. इतके दिवस तो भूमिगत होता. पण आता मात्र तो उघडपणे वावरतो.

प्रचंड याच्या संघटनेचे १४,००० प्रशिक्षित सैनिक आहेत. प्रत्येकजण बंदूकधारी आहे. सैन्यात चढत्या श्रेणीचे अधिकारी आहेत. सुरुवातीला त्यांच्याजवळ केवळ लाठी हेच शस्त्र होते. पण नंतर प्रत्येक पथनायकाने त्यांना आदेश दिला. लष्करी सैनिकांची किंवा पोलिसांची बंदूक हिसकावून घ्यावी, मग त्याला ठार करावे लागले तरी चालेल. आता प्रत्येकाजवळ आधुनिक प्रकारची बंदूक आहे. या सैनिकांना लष्करी गणवेश , बूट व थोडा भत्ता (allowance) पण दिला जात असे. त्यांच्या

भोजनाची पण व्यवस्था केली जात असे. याकरिता लोकांकडून ५% कर वसूल केला जाई. पक्षातर्फे गावोगावी, सभा, मेळावे भरवून, पत्रके वाटून, फलक लावून प्रचार केला जातो. माओवादी पक्षात सामील होण्यासाठी वेळप्रसंगी जबरदस्तीपण केली जाते. शिक्षकांना पण पक्षात सामील होण्याची सक्ती केली जाते. विरोध करणाऱ्या शाळांवर गोळीबार केला जातो. या सर्व कार्यक्रमांमुळे काही अनिष्ट गोष्टी पण घडल्या. उदा. राज्याचे काही आर्थिक कार्यक्रम रद्द झाले.

माओवादी संघटनेत स्त्रिया आघाडीवर होत्या. कित्येक हजार स्त्रियांनी सैनिक म्हणून लष्करात उत्तम कामगिरी बजावली आहे. रंजू नावाच्या एका महिला सैनिकाच्या पथकाने एका पोलीस चौकीवर हल्ला करून ४९ सैनिक आणि २५ अधिकाऱ्यांना ठार केल्याची बातमी एका अमेरिकन वार्ताहराने दिली आहे. यात २० महिला सैनिकपण ठार झाले. १९९६ पासून २००५ पर्यंत सरकारी लष्करी सैनिकांनी ८५०० निरपराधी नागरिकांना ठार केले आहे तर माओवादी स्वयंसेवकांनी ४५०० सरकारी सैनिकांना ठार केले आहे. या अस्थिर आणि हिंसक वातावरणामुळे दोन लाख लोकांना आपल्या घरादाराला मुकावे लागले आहे. १, ८०,००० जणांना परागंदा व्हावे लागले आहे. हे सर्वजण परदेशात गेले. यात राजकारणी, सरकारी नोकर, शिक्षक यांचा समावेश आहे. या सशस्त्र लढ्यात ग्रामीण भागातील सर्व पोलीस चौक्यांना टाळे लावण्यात आले होते. शासनाची सत्ता केवळ शहरी विभागातच राहिली होती. २००५ पर्यंत ही परिस्थिती होती पण आता मात्र बदल झालेला आहे.

अंतिम लढा आणि शेवट– हा लढा चालूच राहिला. त्यात शेवटी जनतेचाच विजय होणार होता. ७ एप्रिल २००५ ला विद्यार्थ्यांची पोलिसांबरोबर हातघाईची लढाई झाली. पोलिसांनी लाठीमार केला, अश्रुधुराची नळकांडी फोडली व मारा केला. पण विद्यार्थ्यांनी हे सहन करून प्रचंड दगडफेक केली. लोकशाहीचा जयजयकार करणाऱ्या गगनभेदी घोषणा केल्या. विद्यार्थ्यांनी चार दिवस बंद पुकारला होता. याच वेळी सात पक्षांच्या नेत्यांनी संप, निदर्शने करण्याचा आदेश दिला. विद्यार्थ्यांनी त्रिभुवन विद्यापीठात 'ग्यानेंद्र मुर्दाबाद'च्या घोषणा करत सर्व आवार दणाणून सोडले व पोलिसांवर हल्ला केला. उत्साहाच्या भरात निदर्शकांनी पोस्ट ऑफिसला आग लावली. आगीत मोटारींचे टायर्स फेकण्यात आले. या आंदोलनात सात राजकीय पक्षांनी हरताळ पुकारण्याचा आदेश दिला होता. पण त्यानंतर ५ व्या दिवशी पण निदर्शने, मोर्चा, दगडफेक वगैरे प्रकारे चालू होती, जरी या सर्व गोष्टींना बंदी घालण्यात आली होती, तरी खुद्द काठमांडूत अनेक भागात राजे ग्यानेंद्र यांच्याविरुद्ध घोषणा दिल्या जात होत्या. लोकांनी त्यांच्या प्रतिमेचे दहन केले. नेपाळच्या अनेक भागात निदर्शने, मोर्चे, सरकारी कचेऱ्यांवर हल्ले, जाळपोळ,

दगडफेक वगैरे प्रकार चालू होते. गुल्मी येथे जिल्हा अधिकारी कचेऱ्यांवर हल्ला करण्यात येऊन सरकारी कागदपत्रे जाळण्यात आली. पाटणा येथे म्युनिसिपल कार्पोरेशन अधिकाऱ्यावर हल्ला करण्यात आला.

एप्रिल, १८ तारखेला निदर्शनांचा १२ वा दिवस होता. १२ दिवस राज्यशासन ठप्प होते. सात राजकीय पक्षांनी असहकाराची चळवळ सुरू केली होती. जनतेला यात सहभागी होण्याचे आवाहन करण्यात आले होते. लोकांनी सरकारी कर भरू नये, असे पण लोकांना आदेश देण्यात आले होते. सर्वत्र देशव्यापी संप, हरताळ, मोर्चे यामुळे वातावरण अस्थिर व तंग बनले होते. सर्व नेपाळमध्ये जीवनोपयोगी वस्तूंची टंचाई, उदा. भाज्या (vegetables), मीठ, पेट्रोल वगैरेची तीव्र टंचाई भासत होती. सर्वसामान्य माणसाचे जीवन कठीण बनले होते. या परिस्थितीत सरकारने लष्कराच्या मदतीने काही ट्रक भरून या वस्तूंची आयात नेपाळमध्ये केली आहे. जनतेचा क्षोभ शांत करण्याचा हा एक प्रयत्न होता. पण सर्व वस्तूंच्या किमती आकाशाला भिडल्या होत्या. सर्वत्र असंतोष निर्माण झाला होता. काठमांडू, पोरबारा या शहरात हजारो नागरिकांनी संचारबंदीची आज्ञा धुडकावून लावली व ते रस्त्यावर आले, स्त्रिया पण मागे राहिल्या नाहीत. त्यांनी ताटे (dishes) वाजवीत निदर्शने केली. पंतप्रधानांच्या ऑफिसातला सेवकवर्ग देखील संपात सामील झाला. काठमांडू शहरात सरकारने सभा, मेळावे यांना बंदी घातली होती. व्यापारी बँकांनी आपले व्यवहार बंद ठेऊन सात पक्षांच्या आघाडीला व कार्यक्रमाला पाठिंबा दिला.

नेपाळी काँग्रेसचे अध्यक्ष गिरिजाप्रसाद कोइराला यांनी सरकारबरोबर बोलणी होण्याची शक्यता नाकारली व विजय मिळेपर्यंत लढा चालू ठेवण्याची घोषणा केली. जोपर्यंत घटना समितीच्या निवडणुका घेतल्या जात नाहीत व पार्लमेंटची पुनर्स्थापना होत नाही तोपर्यंत हा असहकार चालूच राहील, असे त्यांनी जाहीर केले. ते म्हणाले, ''राजे ग्यानेंद्र यांनी प्रथम पार्लमेंट पुन्हा स्थापन करावे, सर्वपक्षीय सरकार स्थापन करावे म्हणजे माओवाद्यांबरोबर बोलणी करता येतील.'' पुढे त्यांनी असा दावा केला की माओवादी पक्ष लोकशाही चौकटीत सामील होण्यास तयार आहे. आता नेपाळमध्ये पूर्ण लोकशाही राज्य स्थापन झाले आहे. राजे ग्यानेंद्र यांचे अधिकार काढून घेतले आहेत व नेपाळच्या लोकशाहीची वाटचाल सुरू आहे.

या लढ्याचा एक भाग म्हणून, नेपाळी काँग्रेसचे एक नेते, गोपालामन श्रेष्ठ यांनी लोकांना राजेशाहीविरुद्ध लढ्यात आर्थिक नाकेबंदी करण्याची विनंती केली. सात पक्षाच्या आघाडीने पण लोकांनी कर भरू नये, पाणी बिले, वीज बिले, टेलिफोन सेवेची बिले न भरण्याचे आव्हान केले. त्यांनी असा पण दावा केला की ही असहकारी चळवळ ६० जिल्ह्यांत पसरली आहे व ४० लाख लोक रस्त्यावर

आले आहेत व निदर्शने करत आहेत.

ताज्या वृत्तानुसार राजे ग्यानेंद्र यांनी पार्लमेंटची पुनर्स्थापना केली आहे. काँग्रेसचे नेते गिरिजाप्रसाद कोइराला हे सात पक्षांचे नेते म्हणून सुद्धा निवडून आल्याने आघाडीचे नेते म्हणून पंतप्रधान झाले आहेत. माओवादी पक्ष (C. B. N.) व नेपाळी काँग्रेस यांच्यात बोलणी चालू असून घटनासमिती बनविली आहे. माओवादी सैनिकांनी त्यापूर्वी शस्त्रे परत करावीत का नाहीत, या मुद्द्यांवर दोन्ही बाजूने बरीच वादावादी झाली व पुन्हा एकदा संघर्ष उडण्याची भीती निर्माण झाली होती. पण भारताच्या मध्यस्थीने हा प्रश्न सुटलेला आहे. लोकशाही नेपाळी राज्याचे भवितव्य आशादायक आहे, असे चित्र दिसत आहे.

या लोकशाही राज्याचे अध्यक्ष कोण होणार? जुलै २००६ ला एका खाजगी दूरदर्शन वाहिनीला दिलेल्या मुलाखतीत नेपाळच्या लोकशाही राज्याचे अध्यक्ष होण्यास श्री. प्रचंड यांची तयारी दर्शविलेली आहे.

ताज्या वृत्तानुसार नेपाळचा ऐतिहासिक करार करण्यात आला आहे व नेपाळच्या लोकशाहीची वाटचाल बिनधोक झाली आहे. नेपाळचे हंगामी पंतप्रधान गिरिजाप्रसाद कोइराला यांच्या कामचलाऊ सरकारमध्ये सामील होण्याचे माओवादी गटाने मान्य केले आहे. त्यामुळे हा पेचप्रसंग सुटलेला आहे. नेपाळमध्ये आता शांतता प्रस्थापित होण्याकरिता आशादायक परिस्थिती निर्माण झाली आहे. ८ नोव्हेंबर २००६ रोजी माओवादी नेता 'प्रचंड' आणि कोइराला यांच्यात करार झाला आहे. या करारानुसार सध्याची सत्ता बरखास्त करून २६ डिसेंबर २००६ ला २०९ सदस्यांची नवी संसद स्थापन केली जाईल. यात २०९ सभासद असतील. ७३ सभासदांची नेमणूक माओवादी करतील. नेपाळी जनतेमार्फत निवडून आलेल्या घटनासमितीच्या पहिल्या बैठकीत राजेशाहीचे भवितव्य ठरणार आहे. या ऐतिहासिक करारावर १६ नोव्हेंबरला सह्या होणार आहेत. या करारानुसार नेपाळी लष्कर आणि माओवाद्यांचा सैन्य विभाग यांनी शांतता स्थापन करावी असे ठरले. पण माओवाद्यांनी शस्त्रे खाली ठेवण्यास नकार दिला आहे. या दोन्ही विभागावर संयुक्त राष्ट्र संघाच्या प्रतिनिधींनी देखरेख करावी असे दोन्ही पक्षांनी मान्य केले आहे. सध्याची घटना रद्द करून हंगामी घटना २१ नोव्हेंबरला लागू करण्याचा निर्णय पण त्यांनी घेतला. सात पक्षांचे नेते, कोइराला आणि शेरे बहादुर देऊबा हे या चर्चेत सहभागी झाले होते.

प्रकरण ५ वे

ईशान्य भारतातील घटक राज्ये आणि दहशतवाद

दहशतवाद ईशान्य भारत–बंडखोरी
आसाम, नागालँड, त्रिपुरा–मणिपूर

प्रास्ताविक – भारताच्या पूर्व आणि ईशान्य भागातील प्रदेश आणि घटक राज्ये, भारतीयांना फारशी परिचित नाहीत. कै. सुभाषचंद्र बोस यांच्या आझाद हिंद सेनेने ज्या वेळी या प्रदेशाकडे धडका मारण्यास सुरुवात केली आणि १९६२ साली चीनने भारतावर आक्रमण केले, त्यावेळी या भागाविषयी, चिंता आणि उत्सुकता निर्माण झाली होती. त्यातून ब्रह्मपुत्रेला महापूर आला व सर्व प्रदेश जलमय झाला, एखादा भीषण अपघात झाल्यास किंवा अंगावर शहारे आणणाऱ्या मनुष्यवधाच्या काही घटना घडल्या तरच, वर्तमानपत्रात वृत्त येते, एरवी नाही. भारतीय पुराणात, महाकाव्यात कोठे संदर्भ आला असेल तेवढाच. एरवी आर्य संस्कृतीचा या प्रदेशाशी संबंध आलेला नाही. आता दहशतवादी घटनांमुळे बातम्या येत आहेत. हिमालय पर्वताच्या रांगा, डोंगर, हिरव्या दऱ्या आणि खोरी, दुथडी भरून वाहणाऱ्या नद्या, अभ्राच्छादित शेते व निळ्या टेकड्या, डोंगर उतरणीवरील छोटी छोटी शेते या सर्व गोष्टींमुळे हा प्रदेश मनाला भुरळ पाडतो. हा सर्व प्रदेश निसर्ग सौंदर्याने नटलेला असला तरी एका बाजूला दुर्गम असा आहे.

या भागात मेघालय, अरुणाचल, मिझोराम, नागालँड, त्रिपुरा, मणिपूर व आसाम ही घटक राज्ये आहेत. या भागाचा आणखी एक विशेष म्हणजे, चहाचे मळे, खनिजांच्या खाणी, (ग्रॅफाईट, बॉक्साईट वगैरे) नैसर्गिक वायू आणि पेट्रोलच्या खाणी, शुद्धीकरण संयंत्रे आहेत. डोंगर उतारावर शेती केली जाते. पण ती मागासलेली आहे. या प्रदेशात उद्योगधंदे फारसे नाहीत. विकास योजनांमुळे विकास झाला असेल तेवढाच. शेकडो वर्षांपूर्वी या आदिवासी टोळ्या जनजाती, वंश आणि जमाती, आपली वसतिस्थाने सोडून भटकत भटकत, जीवन चरितार्थाकरिता या भागात आल्या. मध्य, पूर्व आणि ईशान्य भागातील या जमाती होत्या. यातील बऱ्याच टोळ्या मैदानी सखल

प्रदेशात स्थिरावल्या, तर काही टोळ्यांनी डोंगर कपारी व टेकड्यांवर आश्रय घेतला. त्यामुळे या टोळ्या एकाकी पडल्या.

या आदिवासी टोळ्यांच्याविषयी त्यांचा प्रदेश, भाषा, संस्कृती, जीवनपद्धती, चालीरीती, माहिती नसण्याचे आणखीन एक कारण ब्रिटिश राज्यकर्त्यांनी नागा, अरुणाचल, लुशाई, खांसी,जयंतीया, मीकीर या सर्व टेकड्या, excluded area म्हणून घोषित केलेल्या होत्या. त्यामुळे मैदानी प्रदेशाचा आणि डोंगराळ भागाचा परस्पर संबंध राहू शकला नाही, पण हळूहळू यात बदल होत गेला.

मिशनरींचे कार्य : आसामच्या मैदानी प्रदेशावर अहोम (Ahom) राज्यकर्ते ६, ७ शतके राज्य करत होते. शेजारच्या बंगाल प्रांतातील उदार आणि सहिष्णू वैष्णव पंथाचा त्यांनी स्वीकार केला. त्यानंतर मणिपूरच्या राजाने पण आसामचेच अनुकरण केले. त्यानंतर त्रिपुराच्या राजाने पण हिंदू धर्म स्वीकारला. परिणामत: या सर्व प्रदेशात हिंदू धर्माचा प्रसार झाला. पण डोंगराळ भागात, पर्वतमय प्रदेशात आणि टेकड्यांवरील भागात आदिवासी चालीरीती, आचार, श्रद्धा यांचेच प्राबल्य आढळून येत असे. भूता-खेतांवरील विश्वास, माणूस किंवा पशू यांना फेर धरून नाचून, बळी देणे, काही समजुती, विशिष्ट कुटुंबपद्धती, मनुष्य वधाबद्दलची निर्भयता वगैरे विशेष या संस्कृतीत आढळतात.

१९ शतकाच्या मध्यानंतर ब्रिटिश व गोरे मिशनरी, ख्रिश्चन धर्मगुरू यांनी या प्रदेशात पाऊल ठेवले व टोळीवाल्यांचे व अनेक जनजातींचे एकाकीपण (isolation) संपविले. त्यांच्याशी प्रेमाने व सहानुभूतीने वागून, आपल्या चांगुलपणाविषयी त्यांची खात्री पटविली. त्यांची भाषा, संस्कृती, परंपरा यांना धक्का न लावता, त्यांची अस्मिता (self-respect) जागृत केली, त्यांच्या मुलांना शिक्षण देण्याकरिता विद्यालये उघडली. या माध्यमातून त्यांना चांगल्या सवयी, आरोग्य, सार्वजनिक स्वच्छता यांचे शिक्षण दिले. ख्रिश्चन धर्म स्वीकारलेल्या मुलांना त्यांनी प्रवेश दिलाच, पण गैर-ख्रिश्चन मुलांना पण प्रवेश दिला. कालांतराने त्यांनी पाश्चात्य पोषाख, इंग्रजी भाषा, आचार यांचा स्वीकार केला. गोऱ्या मिशनऱ्यांनी ख्रिश्चन धर्माचा प्रसार करताना फुटीरवादाची (seperatism) शिकवण दिली असा त्यांच्यावर आरोप करण्यात येतो. पण मायकेल स्कॉट या इंग्रज मिशनऱ्याखेरीज अन्य कोणीही असे दुष्कर्म केले नाही. मायकेल स्कॉट याने एक पुस्तक लिहून या प्रकारचे विचार मांडले होते. भारत सरकारने हे पुस्तक ताबडतोब जप्त केले व मायकेल स्कॉटची भारताबाहेर हकालपट्टी केली. मिशनऱ्यांनी फुटीरवादाची शिकवण दिली, हे सिद्ध करणारा कोणताही पुरावा उपलब्ध नाही. अर्थात, त्यांची भाषा, संस्कृती, चालीरीती, जीवनपद्धती यांची जाणीव करून दिली. कारण काळाच्या ओघात यांचा त्यांना विचार पडला होता. आदिवासी टोळ्यांची

स्वत:ची अशी ग्रामसभा होतीच. यातून टोळ्यांच्या सामाजिक, कौटुंबिक समस्या सोडविण्याचा प्रयत्न केला जात असे. पण ख्रिश्चन धर्माचा स्वीकार केल्यानंतर चर्च (church) हे एकत्र जमण्याचे स्थळ झाले. जनजातींची स्वत:ची भाषा, लिपी काळाच्या ओघात नष्ट झाली होती. त्यामुळे त्यांनी रोमन लिपीचा स्वीकार केला. कालांतराने एक विशिष्ट प्रकारची सामाजिक संस्कृती निर्माण झाली. बाप्टीस्ट मिशनऱ्यांनी, आसामी भाषा ही बंगालीपासून निर्माण झाली नसून ती एक स्वतंत्र भाषा आहे हे सिद्ध केले. ईशान्य भागातील आदिवासी टोळ्यांच्या भाषा या तिबेटी-नेपाळी भाषांतून निर्माण झाल्या आहेत. कालांतराने या लुप्त झाल्या तरी तोंडी व्यवहार करण्याकरिता त्यांनी आपापल्या भाषा तयार केल्या. चकपा, मैतली, नागा, बोडो, खांसी, मिझो, त्रिपुरी, मणीपुरी, हेमीस- अशा नाना प्रकारच्या जनजाती, आदिवासी जमाती, या प्रदेशात आढळतात. या भिन्न भिन्न संस्कृतींच्या, जीवनपद्धतीच्या, परंपरेच्या राष्ट्रीय जमाती आहेत, असे म्हणणे योग्य ठरेल. त्यांच्या आधुनिकीकरणाने (modernisation) या सर्वांना उजाळा मिळाला आहे.

भारतीय एकतेचा अट्टाहासाने पुरस्कार करणाऱ्यांच्या हे लक्षात येत नाही की, अशा प्रकारच्या विविधता असलेल्या जमाती, एक राष्ट्र, एक समाज, एक भाषा, एक संस्कृती या मुख्य राष्ट्रीय धारेत कशा सामील होणार? त्यातून ख्रिश्चन धर्माच्या शिकवणुकीमुळे त्यांच्या मनाची अशी चौकट तयार झाली आहे की, या जमाती आपल्या अस्मिता (identity) गमावण्यास तयार नाहीत. त्यामुळे या प्रदेशात सतत संघर्ष निर्माण झाले आहेत व त्यातून दहशतवादाला खतपाणी मिळत गेले आहे.

आसामींचा संघर्ष : आसामी लोकांनी, आसामी भाषिकांची चळवळद्व आसामी भाषिकांच्या अस्मितेचा प्रश्न निर्माण करून स्वतंत्र आसामी राज्याची चळवळ उभारली आहे. आसामी विद्यार्थी संघटनेने ही चळवळ १९८० च्या सुमारास सुरू केली. १९४८ च्या सुमारास महंमद सादुल्ला आसामचे मुख्यमंत्री असताना, लाखो बंगाली लोकांनी आसाममध्ये स्थलांतर केले, त्यामुळे बहुसंख्य असलेल्या आसामींना, त्यांच्या अस्मितेला, संस्कृतीला, सुरक्षिततेला आव्हान दिले गेले. यातूनच स्वतंत्र सार्वभौम आसामी राज्याची मागणी पुढे आली. प्रथम आसाम गण परिषद स्थापन झाली व त्यातून 'उल्फा' (United Liberation Front of Assam) ही दहशतवादी संघटना स्थापन झाली.

१९७९ साली परेश बारुआ आणि त्याच्या काही सहकाऱ्यांनी रंगपूर (आसाम) येथे ही संघटना स्थापन केली, 'उल्फा' या दहशतवादी संघटनेचे घोषित ध्येय, भारताच्या साम्राज्यवादी जोखडातून, आसामच्या भारतीय राज्याची मुक्तता करून समाजवादी

आसाम राज्य, सशस्त्र बंड करून स्थापन करणे हे होते. त्याशिवाय आसामचा आर्थिक विकास करण्याबरोबर आसामींना उद्योगधंद्याचे स्वामित्व बहाल करणे व वांशिक अस्मिता सुरक्षित राखणे हे पण त्यांचे लक्ष्य होते. १९८२-८३ सालापासून उल्फाने आपल्या अनुयायांना लष्करी शिक्षण देण्याचा श्रीगणेशा केला. यानंतर त्याच्या दहशतवादी कारवायांना उधाण आले. नागा गटाच्या N. S. C. N. च्या संगनमताने गोहाती व अन्य ठिकाणी भरदिवसा डाके घालून लाखो रुपयांची उल्फाने लूट केली.

उल्फाने १९९० च्या सुमारास चहामळ्यांच्या अधिकाऱ्याचे अपहरण करून त्यांच्याकडून खंडणी वसूल करण्याचा सपाटा चालविला. त्यामुळे १९९१ साली भारतीय लष्कराला त्यांच्या विरुद्ध लष्करी मोहीम उघडावी लागली. त्यात उल्फाचे अनेक कार्यकर्ते मारले गेले. त्याचा बदला घेण्याकरिता १९९५ साली उल्फा अतिरेक्यांनी कामरूप जिल्ह्यातील छायगाव येथील भारतीय पोलीस पथकावर अचानक हल्ला करून ८ पोलिसांना ठार मारले. यानंतरची घटना १९९५ ऑगस्टमध्ये केंद्रीय राखीव दलावर योजनाबद्ध दबा धरून हल्ला केला व अनेक सैनिकांना ठार मारले व काही जणांना जखमी केले.

उल्फा गटाने १९९० च्या सुमारास भूतानमध्ये अनेक लष्करी तळ (camps) स्थापन केले. स्थापन केलेल्या शिबिरांना भूतान मुलकी व लष्करी अधिकाऱ्यांकडून सर्व प्रकारचे सहकार्य आणि साहाय्य मिळत गेले. एका वेळी अशी ११३ लष्करी ठाणी होती. हे उल्फाचे वरिष्ठ नेते आपल्या हालचालींची सूत्रे बांगला देश आणि भूतानमधून हलवित असत. उल्फाचा लष्करी विभाग व संयुक्त मुक्ती फौज १९९६ साली स्थापन करण्यात आली. उल्फाचे पाकिस्तानच्या I. S. I. या गुप्तहेर संघटनेशी निकटचे संबंध आहेत. I. S. I. संघटनेने परेश बारुआ आणि अन्य उल्फा नेत्यांना पासपोर्ट मिळवून दिले आहेत. उल्फाच्या अनेक कार्यकर्त्यांना पाकिस्तानमधील अनेक शिबिरात लष्करी प्रशिक्षण मिळाले आहे. उल्फाच्या दहशतवादी कृत्यांना I. S. I. चे नेहमीच साहाय्य मिळाले आहे.

यानंतर ईशान्य भारतातील आणखीन एक जटिल समस्या- नागा समस्या. शेकडो वर्षांपासून नागा जमातीने कोणाचेही स्वामित्व मान्य केले नव्हते. कोणत्याही भारतीय राजाच्या अधिपत्याखाली नागा टोळ्या नव्हत्या. ही आदिवासी जमात स्वतंत्र व वेगळी अशी आहे. आसामच्या 'अहोम' राज्यकर्त्यांनी देखील नागांना आपल्या काबूत आणण्याचा प्रयत्न केला. पण तो यशस्वी झाला नाही. ही जमात आसाम, त्रिपुरा, मणिपूर, अरुणाचल या राज्यात विखुरलेली आहे. शेवटी सर्वांना नागा जमातीचे स्वतंत्र अस्तित्व मान्य करावेच लागले आहे.

ब्रिटिशांचे नागा टेकड्यांवरील प्रशासन नाममात्र होते. त्यामुळे नागा जमातीचा विरोध जाणवला नाही. मिशनरी लोकांना त्यांना अजिबात दुखावले नाही. त्यांचा दृष्टिकोन मवाळ राहावा याकरिता त्यांनी प्रयत्न केले. त्यामुळे स्वतंत्र भारतात सामावून घेणे किंवा सामील करण्याचे भारत सरकारचे धोरण त्यांना मुळीच मान्य झाले नाही व अगदी सुरुवातीपासून त्यांनी याविरुद्ध आवाज उठविला व दंड थोपटले.

याविषयी थोडी पार्श्वभूमी लक्षात घेतली पाहिजे. १९२० साली प्रसिद्ध सायमन कमिशनने ज्या वेळी कोहीमाला भेट दिली, त्यावेळी नागा पहाडी भागाला (Naga Hills) विशेष अधिकार द्यावेत अशी नागा मंडळातर्फे मागणी करण्यात आली. १९४६ साली नागा जमातींनी एक निवेदन दिले, त्यात नागांचे स्वातंत्र्य व प्रशासकीय फायदे यांचे रक्षण केले जावे व त्यांच्या आर्थिक व सांस्कृतिक हिताची दखल घेतली जावी, अशी मागणी पण करण्यात आली.

अगदी प्रारंभीपासूनच भारतीय संघराज्यात सामील होण्यास नागांचा नकार होता. त्यांना त्यांचे स्वतंत्र राज्य स्थापन करावयाचे होते. कारण कोणत्याच भारतीय राजाच्या अमलाखाली नागा जमात नव्हती. पण याविषयी विचार करण्यास नागांना १० वर्षांची मुदत दिली होती, पण त्यापूर्वीच त्यांनी बंडाचे निशाण उभारले. त्यांचा एक नेता अंगामी फिझोने, स्वतंत्र राज्याची घोषणा केली व चीनला देशांतर केले. परदेशातून आपल्या हालचाली करण्यास प्रारंभ केला. त्याने पाकिस्तानची पण मदत मागितली व या समस्येला आंतरराष्ट्रीय स्वरूप देण्याचा प्रयत्न केला. पण १९६५ पाकिस्तानचा पराभव झाल्यानंतर, भारत सरकारशी बोलणी करण्याखेरीज गत्यंतर राहिले नाही. फिझोने या दिशेने प्रयत्न सुरू केले. यानंतर कै. जयप्रकाश नारायण, विमलाप्रसाद लीहा आणि मायकेल स्कॉट यांच्या शिष्टमंडळाने या प्रश्नात मध्यस्थी करण्याची तयारी दाखविली. पण त्यांना अपयश आले. मायकेल स्कॉट यांचे याप्रसंगी दुट्टपी धोरण होते. त्याचप्रमाणे नागा नेत्यांचे सहकार्य नव्हते. शिष्टमंडळात देखील मतभेद होते.

१९६५-६७ या काळात चर्चेच्या सहा फेऱ्या झाल्या. पण त्यातून काहीच निष्पन्न झाले नाही. शेवटी नोव्हेंबर १९७५ मध्ये शिलाँग करार करण्यात आला. त्यानुसार तीन गोष्टींना प्राधान्य देण्यात आले- १) भारतीय राज्यघटनेचा स्वीकार, २) जवळील शस्त्रांची पूर्ण माहिती देणे, ३) भूमिगत नागा बंडखोरांना मुख्य राष्ट्रीय प्रवाहात आणणे.

या घडामोडीत एक अशी बातमी बाहेर आली की, काही भूमिगत नागा नेते चीनबरोबर संबंध ठेवत आहेत. १९६८ साली एक भूमिगत नागा ठार झाल्यानंतर त्याच्याजवळ काही चिनी कागदपत्रे आणि चिनी शस्त्रे सापडल्याने हे सिद्ध झाले की चीनबरोबर नागा बंडखोरांचे मेतकूट आहे. त्यामुळे १९६८ साली क्रांतिकारक नागा

प्रतिसरकार स्थापन करताना, त्यांच्यात या मुद्द्यावरून फाटाफूट झाली. त्यात मोवे अंगामी (Mowe Angami) या भूमिगत नागा नेत्याला त्याच्या अनेक अनुयायांसकट अटक केल्यामुळे भूमिगत नागांचा प्रभाव कमी झाला. त्यानंतर झालेल्या नागालँडच्या असेंब्लीच्या निवडणुकात नागा लोकांनी बहुसंख्येने मतदानात भाग घेतला व शासनाबरोबर सहकार्य केले. त्यामुळे शासनाविरुद्धचे वातावरण बदलत गेले. मात्र जनतेचा पाठिंबा आहे असे समजून भारत सरकारने 'नागा संघीय राज्य' आणि नागा संघीय लष्कर बेकायदा संस्थांवर बंदी घातली. अशा परिस्थितीत लष्कराचा दबाव वाढल्याने अनेक भूमिगत नागा दहशतवादी शरण आले. यानंतर १९७५ साली भारत सरकारबरोबर झालेल्या शिलाँग समझोत्यानुसार मात्र बंडखोरांविरुद्ध करण्यात येणारी लष्करी कारवाई रद्द करण्यात आली. नागा बंडखोरांनी भारतीय राज्यघटनेला व संघराज्याला व संघराज्याला मान्यता दिली.

पण चीनमधून परतलेल्या आणि प्रशिक्षण घेतलेल्या बंडखोर गटाने मात्र या समझोत्याला मान्यता देण्यास नकार दिला व आपला लढा चालूच ठेवला व नागालँड राष्ट्रीय समाजवादी मंडळ (National Socialist Council of a Nagaland)१९८० साली स्थापन केले. नागा जमातीचे स्वतंत्र राज्य स्थापन करण्याचा त्यांचा निर्धार होता. त्यांनी People Republic of a Nagaland स्थापन केले. या लोकसत्ताक राज्याचे अध्यक्ष Isak Swu इसाक स्वू होते, तर उपाध्यक्ष Khoplang खोपलँग होते. मुहीवह (Muivah) हे प्रमुख सचिव होते. या दहशतवादी व फुटीर संघटनेच्या छताखाली सर्व फुटीर गटांना एकत्र आणून, त्यांना प्रशिक्षण, शस्त्रे, पैसा हे सर्व देण्यात आले. या सर्व गटांना एकत्र येऊन भारत सरकारच्या विरुद्ध बंडखोरीच्या कारवाया करावयाच्या होत्या. पण त्यांच्यात एकोपा नव्हता. ख्रिश्चन नागांना ख्रिश्चन राज्य स्थापन करावयाचे होते. तर माओवाद्यांना माओवादी राज्य स्थापन करावयाचे होते.

अशा परिस्थितीत भारत सरकारने Isak swu आणि Muivah यांना शांततेची बोलणी करण्याकरिता पाचारण केले. त्यामुळे उपाध्यक्ष खोपलाँग यांना भलताच संशय आला व आपल्याविरुद्ध कारस्थान वाटले व या बोलण्यात त्याने भाग घेतला नाही, कारण खोपलाँग हा ब्रह्मी नागा होता. खोपलाँगच्या सैन्याने अचानक स्वु आणि मुवहच्या अनुयायांवर हल्ला केला व बऱ्याच जणांना ठार मारले. या घटनेमुळे नागांचे एक राष्ट्रीयत्वाचे (ब्रह्मदेशाचे सकट) व राष्ट्रीय ऐक्याचे स्वप्न भंग पावले. स्थानिक अभिमान (ego) आणि आपल्या जमातीविषयी प्रेम त्यामुळे नागा राष्ट्रीयत्वाची फारशी प्रगती होऊ शकली नाही. नागा बंडखोरांवर भारत सरकारने केलेला शस्त्रसंधी करार, सर्व राज्यांना लागू करावा असे त्या बंडखोरांचे म्हणणे होते. यानंतर N. S. C. N.चे दोन

शकले झाली. पहिला गट N. S. C. N. - I. M. (इसाक-मुवीह गट) हा गट थँगकूल (Thangkul) जमातीचे प्रतिनिधित्व करत होता, तर खोपलांग हा गट हेमीस टोळ्यांचे प्रतिनिधित्व करत होता. हेमीस ब्रह्मदेशाच्या नागांची टोळी होती. १९९४ साली नागा राष्ट्रीय असेंब्लीत एक ठराव संमत करण्यात आला. अन्य राज्यातील नागा बहुसंख्य असलेले प्रदेश नागालँडला जोडण्यात यावे अशी या ठरावानुसार केंद्र सरकारकडे मागणी करण्यात आली.

पण ही राज्ये (उदा. आसाम, मणिपूर) आपला प्रदेश सोडण्यास तयार नाहीत. त्यामुळे भारत सरकारला हा प्रश्न फार त्रासाचा व डोकेदुखीचा झाला आहे.

ईशान्य भागात भारत सरकारला अनेक डोकेदुखी (headaches) आहेत. त्यांपैकी एक नागा-कुकी संघर्ष. कुकी आदिवासी मवाळ, शांतताप्रेमी जमात मणिपूर, आसाम, नागालँड या राज्यात पसरली आहे. शेती करणारी ही जमात आहे. नागा सरकार त्यांची छळवणूक करते, त्यांच्यावर जबरदस्त कर लादले गेलेत. त्यांनी याला विरोध केला. त्यामुळे बराच हिंसाचार माजला. यानंतर त्यांनी नागालँडच्या उत्तरेकडील प्रदेशात स्थलांतर केले आहे. कारण नागा लोक त्यांच्या जमिनी हिसकावून घेण्याची भीती त्यांना वाटत होती. त्यांनी या संघर्षानंतर Kuki National Frontनावाची एक संघटना स्थापन केली आहे. त्यांना ब्रह्मदेशात आपल्या जमातीचे राज्य स्थापन करावयाचे आहे. त्यांनी तसा प्रयत्न केला, पण या संघर्षात त्यांचा दारुण पराभव झाला. कुकी जमातीचा नागांच्या भूमीवर डोळा आहे, असे पण सांगितले जाते. अजूनही समस्या सुटलेली नाही.

नागा दहशतवादाचा विचार करताना आणखीन एका गटाचा उल्लेख केला पाहिजे. Naga Students Federation ही आणखीन एक बंडखोरांची शाखा आहे. या संघटनेला नागा जमातीची अस्मिता जपावयाची आहे. त्यांची जीवन पद्धती, धार्मिक कल्पना, सामाजिक चौकट हे सुरक्षित राखावयाचे आहेत. नागा आदिवासी जमात ही या प्रदेशातील मूळ जमात आहे असा त्यांचा दावा आहे. अन्य कोणत्याही जमातीशी सरमिसळ करण्याची त्यांची तयारी नाही. या संघटनेच्या दृष्टिकोनातून-

१) सहेतुक विकास योजना (planned development schemes), २) त्यांचे नागालँड प्रदेशातील आक्रमण, ३) इतिहासाचा लावलेला चुकीचा अर्थ, ४) कृत्रिम सरहद्दीमुळे नागा प्रदेशाची झालेली फाळणी, ५) प्रदेशाचे लष्करीकरण, ६) नैसर्गिक साधनसंपत्ती आणि भूमी याचे डावललेले हक्क, या सर्व अन्यायांमुळे नागा जमातीचे अस्तित्वच धोक्यात आले आहे. नागा विद्यार्थी महासंघाची नागांबद्दलची ही गाऱ्हाणी आहेत. कुकी, नागा, मणिपुरी, बोडो यांच्या परस्परविरोधी दाव्यामुळे (claims) या

सर्व प्रदेशातील शांतता स्थैर्य, विकास आणि प्रगती यांचा बोजवारा उडाला आहे.

National Socialist Council of Nagaland - Isak Muivaया गटाच्या अनुयायांची संख्या ३००० च्या आसपास आहे. नागालँडच्या काही भागावर या गटाचा प्रभाव आहे. शेजारच्या मणिपूर राज्यातील जिल्ह्यांत यांचा दबदबा आहे. हा अत्यंत संघटित, खंबीर आणि प्रभावी गट आहे. याच गटाने नागांचे परदेशात एक सरकार स्थापन केले होते (government in exile). या गटाच्या लष्करी विभागात एक तुकडी आणि सहा पलटणी आहेत किंवा होत्या व एक मुख्य कार्यालय पण आहे. याचा राजकीय विभाग समांतर शासन चालवितो. या पाठीमागे संधी मिळताच राज्याची सूत्रे हाती घेणे हा उद्देश असतो.

National Socialist Council of Nagaland - Khoplang Groupया दहशतवादी गटांच्या अनुयायांची संख्या २००० च्या आसपास असावी, असे समजले जाते.

या गटाचा प्रभाव नागालँडच्या काही भागात, अरुणाचल राज्यातील काही जिल्ह्यांत, ब्रह्मदेशातील काही ग्रामीण भागात आहे. गेल्या काही वर्षांत N. S. C. N. ही संघटना भारतीय लष्करासमोर सरळ सरळ संघर्ष टाळत आहे. ही संघटना आपले जाळे सर्व ईशान्य भागात पसरविण्याच्या खटपटीत आहे. N. S. C. N. (IM) हा गट नागरिकांना दहशत घालून मोठमोठ्या रकमा उकळण्याचे कारस्थान करतो. काही प्रतिष्ठित राजकारणी नेत्यांकरिता खाजगी सेना म्हणून देखील हा गट काम करतो. राष्ट्रीय किंवा राज्य निवडणुकीच्यावेळी लागणारा निधी पुरविण्याचे काम हा गट करत असतो. त्यामुळे या गटाला विरोध सहसा कोणताच राजकीय नेता करत नाही. कोणी विरोध केलाच तर, त्याला दमदाटी हा गट करतो. या गटाला ओळखण्याचा trade mark बोधचिन्ह कोणते ? हो ! सुरक्षा सैनिकांच्या ताफ्यावर हल्ला करणारा राजकारणी नेत्यांचे अपहरण करणारा राजकारणी नेत्यांची हत्या करणारा गट म्हणजेच N. S. C. N. होय! पण आता या भागात शांतता आहे. जुलै २००२ रोजी भारत सरकारचे प्रतिनिधी आणि N. S. C. N. प्रतिनिधी यांच्यात शस्त्रसंधीचा करार झाला आहे. आजतागायत या प्रदेशात शांतता आहे. याविषयी ताजे वृत्त अजून बाहेर आलेले नाही. दहशतवादी गटाने स्थापन केलेली पहिली Tripura Tribal Force १९९० हीच ती संघटना आहे. यातूनच A. T. T. F. हा गट स्थापन करण्यात आला. हा गट भारतीय संघराज्यातून फुटून स्वतंत्र राज्य स्थापन करण्याची मागणी करत आहे. राज्यात ज्या बंगाली भाषिकांनी रहिवास केला आहे, त्या सर्वांची हकालपट्टी करावी असे पण या गटाचे म्हणणे आहे. हा उत्तर आणि दक्षिण त्रिपुरा प्रदेशात हालचाली

करणारा छोटा गट होता. पण १९९१ च्या सुमारास एक जबरदस्त गट म्हणून ओळखला जाऊ लागला. पण या गटाचे १६०० हून जास्त अतिरेकी १९९४ साली राज्याने माफी जाहीर केल्यानंतर शरण आले. या गटातील काही जणांनी शरणगती स्वीकारली नाही आणि N. S. C. N. पुन्हा सक्रिय केली. पण १९९७ साली बेकायदेशीर हालचाली प्रतिबंधक कायद्याखाली बंदी घालण्यात आली. या गटाला फार मोठा धक्का बसला. ज्या वेळी भारतीय नाविक दलाने अंदमान सागरी प्रदेशात मोठा शस्त्रसाठा जप्त केला आला. रणजित देबामी हा गटाचा प्रमुख आहे. Tripura People's Democratic Frontहा या गटाचा राजकीय विभाग आहे. या गटाने त्रिपुरा राज्याच्या दूरवरच्या एकाकी प्रदेशात समांतर प्रशासन स्थापन केल्याचे सांगितले जाते. या गटाच्या अनुयायांची संख्या ४०० च्या आसपास आहे. याचे मुख्य कार्यालय बांगला देशात तायबॉन येथे आहे. A. T. T. F. च्या कार्यकर्त्यांना लष्करी प्रशिक्षण चित्तगाव टेकड्यांजवळील छावणीत (बांगला देश) मिळाले आहे. येथे या गटाचे अनेक तळ आहेत. ईशान्य भागातील सक्रिय असलेल्या अन्य दहशतवादी गटांबरोबर या गटाचे लागेबांधे आहेत. उदा. उल्फा.

ईशान्य भागातील आणखीन एक आदिवासी टोळी बोडो जनजाती. बोडो जमातीला पण आपली अस्मिता (identity) जपायची आहे. त्यांची अशी तक्रार आहे की आसामी लोक त्यांच्यावर आसामी भाषा लादत आहे. त्यांचे आर्थिक शोषण केले जात आहे. या भाषिक कारणांवरून त्यांना परकेपणाची वागणूक दिली जाते. त्यांना नोकऱ्या दिल्या जात नाहीत. त्यांच्याबाबत पक्षपात केला जात आहे. या सर्व कारणांवरून बोडो जमातीने लढा आरंभला, पण उल्फाप्रमाणे त्यांनी या चळवळीला भडक स्वरूप दिले नाही. त्यांनी त्यांच्या जाहीरनाम्यात, घोषणापत्रात वेगळे राज्य का हवे, याचे स्पष्टीकरण करताना याचा उलगडा केला आहे की ही समस्या राजकीय आहे व त्या दृष्टिकोनातून याची सोडवणूक झाली पाहिजे. म्हणजेच त्यांना राजकीय हक्क पाहिजेत. याचा प्रात्यक्षिक भाग म्हणजे National Democratic Front या त्यांच्या संघटनेने २००२ मध्ये अनेक भयानक हत्या केल्या. त्यात राजकीय नेते होते, पोलीस होते, सैनिक होते पण २००३ मध्ये अत्यंत भीषण अशा हत्या त्यांनी केल्या नाहीत. या गटाला फार मोठा धक्का २००३ जानेवारीत बसला, ज्या वेळी या गटाचा उपाध्यक्ष धीरेन बोडो याला गँगटोक सिक्कीमची राजधानी येथे अटक करण्यात आली व गोहाटी येथे पोलीस कस्टडीत बंद करण्यात आले. बोडो जमातीचा आणखीन एका बंडखोर गटाने, Bodo Liberation Tigers, त्रिपक्षीय समझोत्यावर सह्या केल्या. राज्य, केंद्र आणि बी. एल. टी. या तीन पक्षांनी या करारावर दिल्लीत १० फेब्रुवारी

२००३ मध्ये सह्या केल्या. या समझोत्यानुसार चार जिल्ह्यांतील बोडो जमातीचा प्रभाव आणि अधिक्य असलेल्या ३०८२ खेड्यांकरिता स्वायत्ततेचा एक भाग म्हणून बोडो प्रादेशिक मंडळाची (Bodo territorial council) स्थापना करण्यात येईल. पण हा समझोता अजूनही अमलात आणलेला नाही. त्यामुळे अजूनही ही समस्या सुटलेली नाही.

कारणमीमांसा आणि प्रतिबंधक उपाययोजना

दक्षिण आशियात अनेक स्फोटक प्रदेश आहेत. घटनास्थळे आहेत. भारताचा त्यातील साधारण संघर्षाचा (low intensity conflict) हा प्रदेश आहे. काही अभ्यासकांच्या मते खुरटलेली, थंड अर्थव्यवस्था, सतत वाढणारी बेकारी, घुसखोरी करता येणारी सीमा, बांगला देश, म्यानमार (ब्रह्मदेश), भूतानसारखे शेजारी, मुख्य राष्ट्रीय प्रवाहापासून दुरावलेले, अलग पडलेले लोक, शेकडो मैलांचे अंतर, ऐतिहासिक वारसाह्न हे सर्व घटक, बंडखोरीला आणि दहशतवादाला उत्तेजन देणारे आहेत. याशिवाय नागवणूक (exploitation) आणि विकास योजनांचा खडखडाट यामुळे विद्रोह आणि बंडखोरी आकार घेते, या संदर्भात असे समजले जाते.

या भागात विपुल नैसर्गिक साधनसामग्री आहे. पण त्याचा उपयोग राज्याच्या विकासाकरिता न करता, केंद्राकरिता केला जातो असाही आरोप केला जातो. पण या समस्येचा अभ्यास आणि प्रत्यक्ष पाहणी केल्यानंतर या आरोपात काहीच तथ्य नाही, हे लक्षात येते. या विषयाची आकडेवारी काही तथ्ये (facts) स्पष्ट करतात. याविषयी असेही मत प्रकट करण्यात येते की, या मागासप्रदेशातील विकास योजनांत भरीव भांडवल गुंतवणूक केल्यास सर्व असंतोषाचे मूळ व त्याचे प्रकटीकरण, यांना आळा बसेल. राजकीय नेत्यांनी या सूचनेचे स्वागत केले आहे. याकरिता खास वर्गवारी केलेल्या १० राज्यांपैकी ७ राज्ये ईशान्य भागातील आहेत. ८ राज्यांच्या योजनांकरिता राखून ठेवलेल्या एकूण निधीपैकी (funds) ३०% निधी या राज्यांना दिला जातो. हा निधी National Development Council तर्फे देण्यात येतो. या योजनांना दिलेल्या साहाय्यापैकी ९०% रक्कम अनुदान म्हणून दिली जाते, तर १०% निधी कर्जाऊ दिला जातो. या खास राज्यांना असे साहाय्य दिले जाते. तर अन्य राज्यांना ३०% अनुदान आणि ७०% कर्जाऊ रक्कम म्हणून दिले जाते. यानंतरचा मुद्दा सामाजिक राजकीय आकडेवारी (socio-economic), हा सर्व भाग पुढारलेला आहे हे दर्शविते. या भागातील साक्षरताप्रसाराचे प्रमाण व टक्केवारी राष्ट्रीय टक्केवारीपेक्षा जास्त आहे. दारिद्र्यरेषेखालील जनतेचे राष्ट्रीय प्रमाण ३९% आहे तर या भागातील प्रमाण ३३% आहे. दरडोई राष्ट्रीय उत्पन्न ४४८५

रु.आहे. तर या भागातील हेच प्रमाण ५०७०/-रु. इतके आहे. या भागातील राज्यातर्फे दिल्या जाणाऱ्या आरोग्य सुविधा राष्ट्रीय सुविधांपेक्षा जास्त आहेत.

राज्यांना मिळणारे अनुदान (grants), करवसुली व अन्य वैध मिळणारे उत्पन्न हा सर्व पैसा कसा खर्च होतो? प्रशासनाची काय अवस्था आहे? विकास योजना पूर्ण केल्या जातात काय? या सर्व प्रश्नांची उत्तरे सोपी नाहीत. वर्षानुवर्षे चालणारी बंडखोरी आणि दहशतवादी कारवाया आणि हिंसाचारामुळे सर्व सरकारी कार्यालये आणि संस्था यांचे कार्य ठप्प आहे. केवळ सुरक्षा सैनिकांचे काम चालू आहे. याचा प्रत्यक्ष परिणाम म्हणजे विकास योजनांबाबत निर्णय घेणे व त्या अमलात आणणे. हे केवळ केंद्रसरकारकडे जाते. त्यामुळे अवाच्यासवा खर्च केला जातो, काही योजना अर्धवट राहतात तर काही योजना बारगळतात. जातिजमातींकडे ओढ, डोंगराळ भाग, कायदेपालन करण्याविषयी अनास्था आणि डळमळीत दृष्टिकोन या सर्व कारणांमुळे अतिरेक्यांच्या धमक्यांना स्थानिक जनता सहज बळी पडते. परिणामत: राज्याला कर देण्याऐवजी दहशतवादी गटाला कर देतात, त्यांना आश्रय देतात व साहाय्य करतात. दहशतवादी गटात नवीन युवकांची भरती करण्यास उत्तेजन देतात. दहशतवाद्यांनी अशा तऱ्हेने निर्माण केलेल्या दबावामुळे, भीतीमुळे, निवडणुका जिंकण्याकरिता व प्रतिस्पर्ध्यांचा बंदोबस्त करण्याकरिता राजकीय नेत्यांना अशा दहशतवाद्यांचा उपयोग होतो. याविषयी एक उदाहरण सूचक आहे. मणिपूरच्या एका भूतपूर्व राज्यपालाने असा जाहीर आरोप केला होता की, नागा राष्ट्रीय समाजवादी मंडळाचे (N.S.C.N.) राज्याच्या मुख्यमंत्र्यांबरोबर लागेबांधे आहेत व होते. दहशतवादी गटांकडून जी सेवा राजकारणी लोकांना मिळते, त्याच्या बदल्यात राज्य तिजोरीतून काही रकमा अप्रत्यक्षपणे या गटांच्या खिशात जातात. शिवाय राज्यकर्त्यांचे काही हस्तक असतात. त्यांच्याबरोबर संधान बांधून मादक पदार्थांची तस्करी करणे, अपहरण, खंडणी वसूल करणे यांचे जाळे हे हस्तक विणतात. सर्वच दहशतवादी गट हा उद्योग अत्यंत कौशल्याने करतो. याचे कारण म्हणजे आसाम गण परिषदेच्या कारकिर्दीत उल्फा गटाला चारी दिशा मोकळ्या होत्या. त्यामुळे याचा त्यांना बराच अनुभव पण होता.

ग्रामीण विकास योजना हा अतिरेक्यांच्या दृष्टीने आणखीन एक लाभदायक विभाग आहे. याकरिता राखून ठेवलेला निधी अगदी सहजपणे दहशतवादी गटांच्या सुसंघटित व योजनाबद्ध सापळ्यात गडप होतो. सरहद्दीपलीकडील महत्त्वाच्या मार्गाने चालणाऱ्या व्यापारावर नियंत्रण स्थापन करून जकात वसूल करणे, दहशतवादी गटांना मादक पदार्थांची तस्करी करण्यास उद्युक्त करणे, दहशत निर्माण करण्याकरिता गोळीबार करणे वगैरे प्रकार सर्रास चालतात.

या सर्व गोष्टींचा विचार केल्यानंतर आता शेवटचा प्रश्न. नागा बंडखोरांबरोबर १९९६ सालापासून केंद्र सरकार व नागा बंडखोर यांच्यात झालेला शस्त्रसंधी करार अजूनही चालू आहे. उल्फा गटाबरोबर सुद्धा ऑगस्ट २००६ मध्ये शस्त्रसंधी झाली आहे. अन्य समस्या पण अनिर्णित आहेत. यांची केव्हा सोडवणूक होणार? Time is running out.

काही तज्ज्ञांच्या मते राज्यघटनेचे ३७० वे कलम जास्त व्यापक करून, त्यात नागालँडच्या उल्फा गट, (पाठव ग्रूप) आणि अन्य गटांच्या मागण्यांनुसार आसाम, नागालँड, त्रिपुरा वगैरे राज्यांच्या सार्वभौमत्वाचा प्रश्न सोडवून भारतीय संघराज्यात त्यांना सामावून घेतले जावे. विविध, संस्कृती, भाषा, धर्म, चालीरीती व जीवनपद्धती असलेल्या जनजातीकरिता भारतीय संघराज्याचे ठोकळेबाज नियम, बंधने न घालता जास्त व्यापक व उदार धोरणे स्वीकारले जावे.

पण ताज्या वृत्तानुसार केंद्र आणि उल्फा गट (पाठव ग्रूप) यांच्यात झालेला १६ अ करार मोडला आहे व लष्कराने त्याच्या ठिकाणावर हल्ला केला आहे व दोन उल्फा कार्यकर्त्यांना ठार केले. उल्फा गटाने हत्या (killings) करण्याचे थांबविलेले नाही. होलोंग घाबडी ह्या चहाच्या मळ्याच्या मॅनेजरला खंडणी दिली व गोळ्या घालून ठार केले.

आसाम समस्या

राजीव समझोता (Accord) १९८५ – आसामी भाषा संस्कृती, प्रदेश यांचे रक्षण आसामी विद्यार्थी परिषद यांना अहिंसात्मक आणि भारताच्या अन्य भागांशी संबंध न तोडता लढविला होता. पण 'उल्फा' या दहशतवादी गटाने सशस्त्र लढा आरंभला व भारताबरोबर सर्वप्रकारचे संबंध पण उल्फाला तोडावयाचे होते. स्वतंत्र सार्वभौम राज्य स्थापन करावयाचे होते.पण प्रफुल्लकुमार महंत, विमला प्रसाद चलिला व त्यावेळचे पंतप्रधान राजीव गांधी यांच्यात दिल्लीत बोलणी होऊन पुढील समझोता दोन्ही पक्षांनी मान्य केला. याला १९८५चा राजीव ॲकॉर्ड (Rajiv Accord) असे संबोधले जाते. त्यात पुढील कलमे होती. (१) १९५१ ते ६१ या काळात आसाममध्ये प्रवेश केलेल्यांना पूर्ण नागरिकत्व बहाल करण्यात येईल. (२) १९६१-७१ या काळात ज्यांनी आसाममध्ये शिरकाव करून घेतला असेल त्यांना पण नागरिकत्व दिले जाईल पण त्यांना १० वर्षे मतदानाचा हक्क असणार नाही. (३) १९७१ नंतर ज्यांनी घुसखोरी केली असेल, त्यांची हकालपट्टी करण्यात येईल. आर्थिक सूचित गोष्टी आसाममध्ये (१) एक नवीन तेल कारखाना काढण्यात येईल (२) एक कागद गिरणी काढण्यात येईल. यानंतर लगेच आसाममध्ये निवडणुका झाल्या. थजनतेने त्यात सहभाग घेतला व श्री. प्रफुल्लकुमार महंत हे तरुण नेते मुख्यमंत्री बनले.

प्रकरण ६ वे

९/११/२००१ वर्ल्ड ट्रेड सेंटर आणि ७/७/२००५ लंडन भुयारी गाड्यांवरील हल्ले

१) वर्ल्ड ट्रेड सेंटरवरील (न्यूयॉर्क) हल्ला ९/११-२००१
२) भुयारी गाड्यांवरील धमाके ग्रेट ब्रिटन ७/७-२००५
७/७ चे लंडन शहरातील बॉम्बस्फोट

७ जुलै २००५ मध्ये लंडन शहरात चार ठिकाणी बॉम्बस्फोट झाले. त्याचा हा वृत्तांत.

याचवेळी जी-८ राष्ट्राची परिषद लंडन येथे भरत होती. जगातील औद्योगिक आठ राष्ट्रे पुढीलप्रमाणे आहेत- ग्रेट ब्रिटन, कॅनडा, फ्रान्स, जर्मनी, इटली, जपान, अमेरिका व रशिया. इ.स.२०१२ साली जी ऑलिंपिक स्पर्धा होणार आहेत, त्याचे यजमान पद स्वीकारण्याचे इंग्लंडने येथील परिषदेत मान्य केले. त्याचप्रमाणे युरोपियन राष्ट्रांनी जो संघ (union) स्थापन केला होता, त्याचे अध्यक्षपद स्वीकारण्याचे इंग्लंडने याचवेळी कबूल केले होते व तसे जाहीर पण केले.

यानंतर पुन्हा २१ जुलै २००५ ला पुन्हा एकामागून एक असे चार ठिकाणी बॉम्बस्फोट करण्यात आले. हे हल्ले भुयारी ट्यूब गाड्यात आणि बसवर करण्यात आले. पण स्फोट झाला नाही. केवळ वाती पेटल्या. हल्ल्यानंतर चार दहशतवादी बॉम्बफेके पळून गेले. नंतर त्यांना पकडण्यात आले. यात कोणीही जखमी झाले नाही. एक अस्थमा असलेला प्रवासी जखमी झाला एवढेच.

या संदर्भात लंडन शहरातील वाहतूक व्यवस्थेची आवश्यक ती माहिती घेणे जरुरीचे आहे. सर्व लंडन शहरात अनेक बस स्टेशन्स आहेत व लाखो प्रवासी दररोज बसने प्रवास करतात. त्यात डबलडेकर ही दोन मजली बस पर्यटकांना अत्यंत प्रिय आहे. त्यामुळे सर्व पर्यटन स्थळे आरामात बघता येतात. त्याचप्रमाणे लंडन शहरात भुयारी ट्यूब ट्रेनस् (गाड्या) आहेत. त्यांचे जाळे सर्व लंडन परिसरात गेलेले आहे.

या ट्यूब गाड्यांची २७३ स्टेशन्स आहेत. अनेक प्लॅटफॉर्मस् आहेत, गाड्या आहेत. दररोज १० लाख प्रवासी याने प्रवास करतात.

बॉम्बस्फोट- १) सर्कल लाईन स्टेशनवरून ट्यूब गाडी क्रमांक २०२४ निघाली. वाटेत ती किंग्ज क्रॉस स्टेशनजवळ प्रवासी घेण्याकरिता थांबली. त्यानंतर ती पॅनक्रॅस स्टेशनला आली व प्रवासी घेऊन तिने स्टेशन सोडले. गाडी सुटते न सुटते तोच धडामऽऽधूम असा आवाज आला. बॉम्बचा स्फोट झाला होता. तिसऱ्या डब्यात हा स्फोट घडून आला होता. सर्वत्र धूर, मोडतोड, उडणारे लाकडाचे, लोखंडाचे तुकडे पसरले. लिव्हरपूल पासून १०० यार्ड गाडी बोगद्यात असताना हा स्फोट झाला.

२) दुसरा स्फोट सरफेस लाईन ट्यूब गाडी क्रमांक २१६१ मध्ये झाला. किंग्ज क्रॉस स्टेशन सोडल्यानंतर आठ मिनिटातच हा स्फोट घडून आला. हा स्फोट झाला त्या वेळी जवळच्या प्लॅटफॉर्मसमोर आणखी काही गाड्या होत्या. त्या सर्वांचे अतिशय नुकसान झाले. याप्रसंगी एक भिंत पण कोसळली.

३) तिसरा बॉम्बस्फोट 'पिकॅडली सरफेस' लाईन ट्यूब गाडी क्रमांक ३११ मध्ये झाला. हा स्फोट पॅनक्रॉस स्टेशन व रसेल स्वेअर मध्ये गाडी असताना झाला. या वेळी गाडीने ५०० यार्डस् इतके अंतर काटले होते. किंग्ज क्रॉस स्टेशन गाडीने पार केल्यानंतर एक मिनिटात हा स्फोट झाला. हा स्फोट १ल्या डब्यात घडून आला. डब्याच्या मागच्या भागात बरीच मोडतोड व नुकसान झाले. त्याचप्रमाणे दुसऱ्या डब्याच्या पुढच्या भागाचे पण बरेच नुकसान झाले.

डबलडेकर बसवरील हल्ला- भरगच्च प्रवासी असलेल्या डबलडेकर बसने किंग्ज क्रॉस परिसर पार केला. ही बस हॅकनेविक (Hackneywick) स्टेशनवरून मार्बल आर्चपाशी वळली. काही प्रवासी बसमध्ये चढले. बस आपल्या मार्गाने परत फिरली. हे स्टेशन सकाळी ९ वा. सोडून ९.३५ ला बस युस्टन या स्टेशनपाशी आली. या ठिकाणी ट्यूब गाड्यातील प्रवासी बसमध्ये चढले. ट्यूब गाड्यातील प्रवाशांना बाहेर काढले जात होते. त्याचवेळी किंग्ज क्रॉस स्टेशन परिसर वाहतुकीला बंद करण्यात आलेला होता. कारण हे झालेले बॉम्बस्फोट आणि उडालेली घबराट, त्यामुळे बसने आपला नेहमीचा मार्ग बदलला. टॅव्हिस्टॉक भागातून जात असतानाच बसमध्ये स्फोट झाला. बसमध्ये बॉम्ब फेकणारे कधी शिरले हे समजू शकले नाही. स्फोटामुळे बसचा वरील मजल्याचा मागचा भाग उडाला. त्याची प्रचंड मोडतोड झाली. नंतर समक्ष पाहिलेल्या साक्षीदारांनी सांगितले की, निम्मी-आर्धी बस हवेत भिरकावल्यासारखी वाटली. हा स्फोट ब्रिटिश मेडिकल असोसिएशनच्या इमारतीजवळ झाला. त्यामुळे जवळच्या इमारतीतील अनेक डॉक्टर्स

तातडीच्या उपचाराकरिता धावून आले. दोन जखमी प्रवाशांनी सांगितले की एका व्यक्तीला बसमध्ये बॉम्बचा स्फोट घडवून आणताना प्रत्यक्ष पाहिले. B.B.C. च्या वृत्तानुसार या व्यक्तीचे नाव हसीब हुसेन असे होते. बसच्या पाठीमागच्या भागाचा पार चुराडा झाला. पुढच्या भागाला काहीच धक्का पोहोचला नाही. पुढच्या भागातील सर्व प्रवाशांचे प्राण वाचले, पण पाठीमागच्या भागातल्या प्रवाशांना स्फोटाचा दणका सहन करावा लागला. त्यामुळे काही प्रवासी जखमी झाले.

४) जखमी आणि मृत व्यक्ती- एकूण ५६ माणसे मरण पावली व ७०० जण जखमी झाले असे खात्रीलायक वृत्त आहे. यात चार बॉम्बफेके पण आहेत. अल्डगेट (Aldgate) स्टेशनमध्ये ९० जण जखमी झाले. ९५ जणांवर रॉयल मेडिकल असोसिएशनच्या हॉस्पिटलमध्ये उपचार करण्यात आले. त्यापैकी १७ जणांची स्थिती गंभीर होती. काही जणांवर सेंट मेरीज हॉस्पिटल पॅडींग्टन येथे उपचार करण्यात आले. किंग्ज क्रॉस स्टेशनजवळ तात्पुरते हॉस्पिटल उभे करण्यात येऊन जखमी लोकांवर तातडीचे उपचार करण्यात आले. विमानाने डॉक्टर मंडळींना बोलावून घेण्यात आले. तातडीची रुग्णवाहिका सेवा पुरविण्यात आली. ८ जुलै रोजी वृत्तपत्रात सरकारतर्फे जी मुलाखत देण्यात आली त्यात असे सांगितले की या स्फोटात एकूण ७०० जण जखमी झाले. ३५० लोकांवर जागीच उपचार करण्यात आले. २२ लोकांची स्थिती गंभीर होती. त्यांपैकी एकजण दगावला. जखमींपैकी ऑस्ट्रेलिया, दक्षिण आफ्रिका, कोलंबिया, पोलंड, इस्राईल, चीन या देशाचे नागरिक होते.

१२ जुलैला पोलिसांनी जी वृत्तपत्र मुलाखत दिली, त्यात आणखीन तपशील सांगण्यात आला. तपासात असे आढळून आले की चार संशयितांपैकी तिघेजण लीडस् परगण्यातील होते. ७ जुलै २००५ रोजी हे चौघेजण मोटारीने ल्युटन शहरात आले व तेथून ते लंडनला गाडीत आले. त्यांचे जवळील स्फोटक साहित्य-शस्त्रे, बॉम्ब, दारूगोळा पोलिसांना सापडला. यानंतर लीडस् (Leeds) शहरात २ छापे घालण्यात आले. त्यात त्यांना स्फोटक पदार्थ सापडले. ७ जुलै रोजी क्लोज सर्किट टेलीव्हिजनवरून या बॉम्बफेक्यांची ओळख पटली. हे पुढीलप्रमाणे आहेत.

१) हसीब हुसेन- मूळचा पाकिस्तानचा, वय १८, वास्तव्य लीडस्, २) जामाल लिंडसे- मूळचा जमेकाचा पण हल्ली वास्तव्य अयलेसबरी, ३) महमंद सिद्दीकी खान वय ३०, विवाहित, मूळचा पाकिस्तानचा, हल्ली ड्यूसबरीचा रहिवासी. ४) शेहजाद तन्वीर- वय २२, मूळचा पाकिस्तानचा, हल्ली मुक्काम कोलविनरोड लीडस्.

जबाबदारी : त्यांचे निवेदन वेबसाईटवर दाखविण्यात आले. त्याचा थोडक्यात

अनुवाद पुढीलप्रमाणे ''अरब देश आणि इस्लामी देशवासीय, करा. आनंद व्यक्त करा, हर्ष व्यक्त करा! कारण ब्रिटिशांनी इराक आणि अफगाणिस्तानमध्ये इस्त्राईलच्या वतीने जी कत्तल केली, त्याचा सूड उगविण्याची आता वेळ आली आहे. अल्लाची मेहरनजर (आशीर्वाद) असलेल्या मुजाहिदांनी (धर्मवीरांनी) लंडन शहरावर हल्ला केला आहे. छापा घातला आहे. ब्रिटन-उत्तर, दक्षिण, पूर्व, पश्चिम सर्व भाग आता जळत आहे. आम्ही या पूर्वी ब्रिटिश सरकारला आणि जनतेला अनेक वेळा ताकीद दिली होती. आता आम्ही डेन्मार्क, इटली आणि अन्य राष्ट्रांना ताकीद देत आहोत. त्यांनी आपले अफगाणिस्तानमधून व इराकमधून सैन्य काढून घेतले नाही तर त्यांना पण असेच कठोर शासन आम्हाला करावे लागेल.''

१ सप्टेंबर २००५ मध्ये 'अल-जजीरा' या कतार राज्यातून प्रक्षेपित होणाऱ्या दूरदर्शनपर एक टेप प्रक्षेपित करण्यात आली. त्यात बॉम्बफेक्यांपैकी एक महंमद सिद्दीकी खान बोलला, ''मी आणि माझ्यासारखे हजारोजण आम्हाला अत्यंत प्रिय, जवळचे आहे तेच गमावत, हरवत आहोत. मग तुम्ही आम्हाला भौतिक साहित्य, माल देऊ इच्छित आहे, त्याकरिता आम्हाला काहीच इच्छा नाही. त्याकरिता या प्रेरणा नाहीत, उद्देश नाही. आमच्या इस्लाम धर्माच्या आज्ञा आम्हाला पाळावयाच्या आहेत. परमेश्वराच्या अल्लाच्या पावलावर पाऊल टाकावयाचे आहे.''

''लोकशाही पद्धतीने निवडलेल्या तुमच्या शासनसंस्था सर्व जगभर माझ्या लोकांवर, मुस्लीम लोकांवर अत्याचार करत आहे. तुम्ही त्यांना पाठिंबा देत आहात. त्यांच्याबरोबर सहकार्य करत आहात. तुम्ही या गोष्टींना जबाबदार आहात. माझ्या मुस्लीम बंधू-भगिनींचे संरक्षण करणे ही माझी जबाबदारी ठरते. तुम्ही जोपर्यंत आमच्या लोकांचा छळ करणे, त्यांना कैदेत टाकणे, त्याच्यावर बॉम्बफेक करणे, त्यांना ठार मारणे थांबवत नाहीत, बंद करत नाहीत, तोपर्यंत हा लढा आम्ही चालूच ठेवणार आहोत. हे आपले युद्ध चालूच आहे व मी त्यातला एक सैनिक आहे.''

परिणाम : या काळात संदेश, बातम्या, देवाणघेवाण अत्यंत महत्त्वाची होती. त्यामुळे मोबाईल यंत्रणेवर व लँडलाईन टेलिफोनवर अत्यंत ताण पडला. ही यंत्रणा बंद होण्याच्या स्थितीत आली. शेवटी महत्त्वाचे संदेश (priorities) ठरविण्यात आले व तेच पोचविणे याला महत्त्व देण्यात आले. याची बरीच ओरड पण झाली. ही यंत्रणा अतिशय ताण पडल्यामुळे काही काळ बंदसुद्धा ठेवण्यात आली. कारण दहशतवादी त्याचा दुरुपयोग करतील अशी भीती वाटली.

लंडन शहरातील मध्यवर्ती वाहतूक व्यवस्था दिवसभर बंद पडली होती. कारण भुयारी ट्यूब सर्व्हिस पण बंद होती. सर्व बसझोन बंद पडल्यामुळे वाहतुकीवर बराच

परिणाम झाला. दुपारी चार वाजता बससेवा पुन्हा सुरू झाली. लगेच पुन्हा स्टेशनचे कामकाज पण सुरू झाले. सर्वत्र एकच गर्दी उसळली. ही झुंबड कमी करण्याकरिता नावा वाहतुकीकरिता वापरात आणल्या गेल्या. या नावा पर्यटकांच्या उपयोगाकरिता होत्या. पण आता त्या सरसकट सर्व प्रवाशांकरिता वापरल्या गेल्या. बहुतेक प्रवासी भुयारी ट्यूब गाड्या (tube trains) दुसऱ्या दिवशी सुरू करण्यात आल्या. प्रवाशांनी आपले दैनंदिन कार्यक्रम सुरू केले. किंग्जक्रॉस स्टेशन बंद होते कारण तेथे तात्पुरते हॉस्पिटल सुरू करण्यात आले होते. ते पण दुसरे दिवशी सुरू करण्यात आले.

आर्थिक परिणाम : या हल्ल्याचा ताबडतोब परिणाम जाणवला नाही. डॉलरच्या तुलनेने पौंड ०.८९ ने घसरला. तर स्टॉक एक्स्चेंज रेट २०० अंशाने घसरला. इराकबरोबर युद्ध सुरू झाल्यानंतरची ही सर्वांत मोठी घसरण होती. याची दखल घेऊन स्टॉक मार्केटने खास उपाययोजना केली व घबराटीने विक्री करणे व अन्य व्यवहार करणे थांबविले. स्थैर्य निर्माण करण्याचा प्रयत्न केला. पण हा केवळ ७१३ अंशानेच वधारला. फ्रान्स, जर्मनी, नेदरलॅन्ड, स्पेन यांचे बाजार बंद होते. ८ जुलैला मार्केटची स्थिती सुधारली पण सुरुवातीला जेवढे वाटले तेवढे या घटनेने नुकसान झाले नाही. बँक ऑफ इंग्लंड, सरकारी ट्रेझरी यांनी या काळात चर्चा, संदेश देवाण घेवाण व अन्य मार्गाने या संकटाची तीव्रता कमी करण्याचा प्रयत्न केला.

९/११ सप्टेंबरचा न्यूयॉर्कवरील वर्ल्ड ट्रेड सेंटरवरील दहशतवादी हल्ला.

प्रास्ताविक : ओसामा बिन लादेन या कुख्यात दहशतवाद्याच्या अल कायदा या संघटनेच्या कटानुसार, ११ सप्टेंबर २००१ मंगळवारी एका पाठोपाठ योजलेले विमान हल्ले, अमेरिकेवर केले गेले. या हल्ल्यात १९ अपहरणकर्त्यांनी (hijackers) भाग घेतला होता. त्यांनी चार अंतर्गत प्रवासी वाहतूक करणाऱ्या विमानांचा ताबा घेतला. न्यूयॉर्क शहराच्या मॅनहॅटन भागातील वर्ल्ड ट्रेड सेंटरच्या इमारतीवर दोन विमाने आदळविली. या ठोकरीमुळे विमाने कोसळली. त्यांपैकी दोन उंच टॉवरवर, एकेक विमान कोसळले. आतील पेट्रोलचा भडका उडाल्याने १८ मिनिटातच प्रचंड आगीचा भडका उडून, टॉवर्स आगीच्या लोळात सापडले. सर्वत्र आग पसरून, केवळ दोन तासांतच दोन्ही टॉवर्स कोसळले. यानंतर अपहरणकर्त्यांनी व्हर्जिनिया राज्यातील अर्लिंग्टन भागातील अमेरिकेच्या पेन्टॉगॉनच्या (संरक्षण विभागाच्या) इमारतीवर एक विमान आदळवून अपघात घडवून आणला. हे विमान कोसळल्याने या इमारतीचे पण प्रचंड नुकसान झाले. चौथे विमान शेतात कोसळले. विमानातील प्रवाशांनी अपहरणकर्त्यांना विरोध केल्यामुळे हे विमान ताबा सुटून सॉमरसेट परगण्यात

एका शेतात कोसळले.

या दहशतवादी हल्ल्यात १९ अपहरणकर्त्यांसकट एकूण २९८६ माणसे मरण पावली. यापैकी १५ अपहरणकर्ते सौदी अरबस्तानचे होते. हे दहशतवादी 'अल कायदा' या कट्टर इस्लामी संघटनेशी संबंधित होते. 'ओसामा बिन लादेन' हा मूळचा सौदी अरबस्तानचा नागरिक होता. पण या दहशतवादी कारवायांमुळे १९९४ साली त्याचे नागरिकत्व रद्द करण्यात आलेले होते. यातील दोन अपहरणकर्ते युनायटेड अरब एमीराट (United Arab Emirate) या देशाचे नागरिक होते. तर आणखीन एक इजिप्त या देशाचा होता व एकजण लेबॅनानचा होता.

तपशील : चार प्रवासी विमानांच्या अपहरणानंतर हा हल्ला करण्यात आला. हजारो लिटर इंधन-पेट्रोल वाहून नेण्याची क्षमता असलेल्या जेट विमानांचा उपयोग आग लावून भडका उडविणाऱ्या बॉम्बसारखा करण्यात आला. (१) अमेरिकन प्रवासी विमान फ्लाईट क्र. ११ हे वर्ल्ड ट्रेड सेंटरच्या उत्तरेला सकाळी ८.४६ ला कोसळले. (२) युनायटेड एअर लाइन्सचे हे प्रवासी विमान फ्लाईट क्र. १७५ हे सकाळी ९.०१ ला दक्षिण टॉवर्सवर कोसळले. या वेळी काय घडते याची कल्पना आल्यामुळे दूरदर्शनने आपले कॅमेरे उत्तर टॉवरवर वळविले व सर्व दृश्य चित्रित केले. (३) यानंतर प्रवासी विमान फ्लाईट क्र. ७७ हे ९.३७ वाजता पेन्टॅगॉनच्या इमारतीवर कोसळले. पेन्टॉगॉन येथे अमेरिकेचा संरक्षण विभाग आहे. (४) चौथे अपहरण केलेले युनायटेड एअर लाईन्सचे विमान. फ्लाईट क्र. ९३ हे सकाळी १०.९ वाजता सॉमरसेट परगण्यात एका शेतात कोसळले. पेनसिल्वानिया राज्यात कोसळलेले विमान सहेतुक कोसळण्यास भाग पाडले किंवा प्रवाशांनी विरोध करून विमानाचा ताबा घेण्याचा प्रयत्न केल्यामुळे ते शेतात कोसळले असावे.

यात मरण पावलेल्यांची संख्या हजारोंनी होती. एका वृत्तानुसार २६५ प्रवासी हे चार विमानांतच मरण पावले. तर २५९५ माणसे जमिनीवर मरण पावली. यात ३४३ अग्निसंरक्षक दलाचे सेवक होते, २३ पोलीस अधिकारी, ३७ बंदर विभागातील होते. सर्व मिळून २९७६ माणसे मरण पावली. एकूण ४३०५ माणसे मरण पावली. पेन्टॉगॉन विभागात १२५ माणसे मरण पावली. ११० मजली दोन टॉवर्स कोसळले.

जवळपासच्या पाच इमारती नष्ट झाल्या. चार सब-वे स्टेशन्स पण नष्ट झाली. संदेश पोहोचवणारी (communications) यंत्रणेची साधनसामग्री, आकाशवाणी (radio), दूरदर्शन (television), ॲन्टेना टॉवर्स यांची इतकी मोडतोड व नुकसान झाले की पुन्हा दुरुस्त होणे शक्य नव्हते. पेन्टॉगॉनच्या इमारतीचा काही भाग कोसळला. काही काळ अपहरणकर्त्यांविषयी काहीही माहिती मिळू शकली नाही. अपहरणकर्त्यांनी विमानाचा ताबा घेण्यासाठी चाकूसारखे धारदार हत्यार वापरले.

कसल्यातरी प्रकारचा रासायनिक फवारा (spray) पण वापरला. (अश्रुधुरासारखा) असे नंतर तपासांती समजले. प्रवाशांनी प्रथम वर्गाच्या केबीनमध्ये प्रवेश करू नये म्हणून ही तरतूद होती.

चौथे विमान युनायटेड एअर लाईन्सचे फ्लाईट ९ हे वॉशिंग्टनमध्ये व्हाईट हाउस येथेच कोसळवणार होते. तशीच योजना होती. तपासात असे प्रकाशात आले की टॉड बीमर, जेरेमी ग्लीक या प्रवाशांनी विमानाचा ताबा घेण्याचा प्रयत्न केला. अपहरणकर्त्यांनी यांना दाबून ठेवण्याचा प्रयत्न केला व या खटपटीत व हिसकाहिसकीत टॉडने प्रवाशांना प्रार्थना करण्यास सांगितले व लगेच विमान कोसळले.

हे जे हल्ले झाले त्यात नेहमी ९/११ सप्टेंबर असे लिहिले जाते. त्याचप्रमाणे ९ सप्टेंबर, ९, ११ : ९/११ किंवा ९-११ असे पण लिहिले जाते. यातील पहिले दोन प्रकार अमेरिकेच्या तारखा लिहिण्याची शैली (style) आहे. यातील पहिला आकडा महिन्याचा असतो, तर दुसरा तारखेचा असतो. ७ जुलै २००५ साली लंडन येथे जे बॉम्बस्फोट झाले त्याचा उल्लेख पण ७/७ असाच केला जातो.

प्राणहानी : वर्ल्ड ट्रेड सेंटर येथे प्रचंड धुराचे लोट, आगीच्या ज्वाळा यांमुळे भयानक स्थिती निर्माण झाली. आगीच्या ज्वाळांनी वेढलेल्या टॉवर्समधून २०० लोकांनी खाली शेकडो फूट रस्त्यावर, छपरावर पटापट उड्या मारल्या. सर्वत्र त्यांची प्रेते विखुरली. काही रहिवाशांनी टॉवर्सच्या वरती, छपरावर पोहोचण्याचा प्रयत्न केला, कारण हेलिकॉप्टर त्यांची सुटका करेल अशी आशा त्यांना वाटत होती. पण अचानक निर्माण झालेल्या अशा संकटाकरता कोणतीच योजना नव्हती. धुराच्या दाट लोटांमुळे देखील अशा प्रकारची सुटका होणे शक्य नव्हते. उत्तर टॉवर वर ६०० लोक अडकून पडले होते. त्यांपैकी कोणीही वाचू शकले नाही. वरून जो आगीचा डोंब उसळला होता, त्यातून १८ जणांना कशीबशी सुटका करून घेता आली. त्यानंतर लगेच तो टॉवर कोसळला.

न्यूयॉर्कजवळील उपनगरात झालेली व होणारी प्रचंड जाळपोळ, पडझड, त्यांची बातमी पोहोचल्यानंतर बऱ्याच शाळा बंद करण्यात आल्या. वर्ग बंद करून विद्यार्थ्यांना बाहेर काढण्यात आले व शाळांना कुलपे लावण्यात आली. आजूबाजूच्या शाळांनी आपल्या विद्यार्थ्यांना दूरदर्शन पाहण्यास मज्जाव केला. कारण काहींचे पालक वर्ल्ड ट्रेड सेंटरला सेवा करत होते. ग्रीनविच शहरातील शेकडो विद्यार्थ्यांचे या अपघातात बळी पडलेल्या व्यक्तींबरोबर जवळचे संबंध होते. ही नगरी जगातील अनेक सधन शहरांपैकी एक अत्यंत श्रीमंत नगरी आहे.

न्यूयॉर्कमध्ये जो हलकल्लोळ झाला, प्रेतांचा खच पडला, त्यात १६०० प्रेतांची ओळख पटली, तर ११०० प्रेतांची ओळख पटू शकली नाही. १०,०००

लोकांचे विद्रूप झालेले चेहरे, तुटलेले अवयव, हाडे, हातापायाचे अवशेष, सर्वत्र विखुरलेले होते. अत्यंत भयाण असे हे दृश्य होते. पण याची जबाबदारी घेण्यास प्रारंभी कोणीच तयार नव्हते. १६ सप्टेंबर २००१ ला बिन लादेन याने या हल्ल्याची जबाबदारी झटकून टाकली. कतारहून प्रक्षेपित होण्याचा अल-ज-झरीच्या चॅनेलमधून त्याने जाहीर केले- 'I have not carried out this act, I stress this.' हे प्रक्षेपण अमेरिकेच्या सर्व दूरदर्शनच्या चॅनेलवरून, आकाशवाणीवरून प्रक्षेपित करण्यात आले. पण हे निवेदन १९९८ साली त्याने जो फतवा (धर्माज्ञा) काढला होता, त्याविरुद्ध होते.

१९९८ साली काढलेल्या फतव्यात त्याने अमेरिकन लोकांना ठार करण्याचा आदेश दिला होता. २००१ च्या नोव्हेंबर महिन्यात अफगाणिस्तानवर अमेरिकन लष्कराने केलेल्या हल्ल्याच्या वेळी जलालाबाद येथील एका पडलेल्या घरातून एक व्हिडीओ टेप हस्तगत करण्यात आला होता. त्यातील एक व्यक्ती म्हणजे बिन लादेनच. खलेद अल हार्बी (Khaled al Harbi) नावाच्या दुसऱ्या व्यक्तीबरोबर संभाषण करत होती. तो टेप सर्व वृत्तसंस्थांच्या केंद्रावरून प्रक्षेपित करण्यात आला होता. त्यात याचा उल्लेख आढळतो.

त्यानंतर २००४ साली ओसामा बिन लादेनने या हल्ल्यात अल कायद्याचा सहभाग असल्याची जाहीर कबुली दिली होती. लादेनच्या मते हे हल्ले करण्यात आले कारण "We are free people, who do not accept injustice and we want to regain freedom of our nation." या हल्ल्याच्या पाठीमागची प्रेरणा, उद्देश, १९९८ साली काढलेल्या फतव्यात स्पष्ट करण्यात आला होता. या फतव्यात तो म्हणतो ''अमेरिकन लोकांनी केलेल्या तीन गुन्ह्यांकरिता आणि पातकाकरिता हा हल्ला करण्यात आला आहे. ते तीन गुन्हे म्हणजे १) अरबी प्रदेशांवर अमेरिकेने केलेले आक्रमण व त्यावरचा ताबा. २) इराकवर, इराकी लोकांवर केलेले आक्रमण. ३) इस्राइलला असलेला पाठिंबा.''

फतव्यात पुढील गोष्टी नमूद करण्यात आल्या होत्या (१) अमेरिका अरबी देशांची प्रदेशांची लूटमार करते. (२) या प्रदेशातील लोकांवर आपले धोरण व हितसंबंध लादतात. (३) मध्यपूर्वेतील बदमाश व नालायक अरब राजे (kings) लोकांना आणि राज्यांना पाठिंबा दर्शवितात. (४) अरबी देशात त्यांचे लष्करी तळ, शस्त्रे व यंत्रणा आहे. (५) त्यामुळे इस्लामची पवित्रभूमी भ्रष्ट होते व शेजारच्या मुस्लिम देशांना दमदाटी करता येते, दहशत घालता येते, परिणामतः मुस्लिम राज्यात दुफळी निर्माण होते व एक प्रकारची दुबळी राजसत्ता निर्माण केली जाते. (६) इस्राइलला पाठिंबा देणे व इस्राइलच्या आक्रमणापासून, जगाचे अन्यत्र

लक्ष वेधणे, या गोष्टी अमेरिका करते.

या फतव्यात गल्फयुद्ध (Gulf-war) आणि इराकविरुद्ध अमेरिकेने लादलेले आर्थिक निर्बंध आणि केलेले हल्ले हे याचे पुरावे म्हणून सादर केले आहेत. अमेरिका व त्यांचे नागरिक यांच्याविरुद्ध हिंसाचाराचा आदेश देणारा फतवा काढताना लादेनने इस्लामच्या पवित्र ग्रंथाचा आधार घेतला होता व धर्मयुद्ध (जिहाद) लढणे हे प्रत्येक मुस्लिमाचे कर्तव्य आहे, यावर भर देण्यात आला होता. याउलट बुश प्रशासनाने स्पष्ट केले होते की अमेरिकेने पवित्र मानलेल्या व आचरलेल्या स्वातंत्र्य व लोकशाही संस्थांचा द्वेष करणे या दुष्ट हेतूने हा हल्ला करण्यात आला आहे. त्रयस्थ व स्वतंत्र अभ्यासकांच्या मते अल कायदाचा मुख्य उद्देश अमेरिका विरुद्ध सर्व मुस्लिम देशांना एकत्र आणणे व त्यांची फळी उभारणे हा होता.

हल्ल्यानंतर या हल्ल्याचे जागतिक पडसाद उमटले. जगातील सर्व प्रसारमाध्यमांनी व वृत्तसंस्थांनी याचा निषेध केला. फ्रान्समधील ले मोंडे (Le Monde) या पत्राने आंतरराष्ट्रीय सहानुभूती आणि मत पुढील शब्दात व्यक्त केले आहे. "We are all Americans." अफगाणिस्तानमधील अल-कायदाच्या अनुयायांचा पाडाव करण्याकरिता अमेरिकेने मित्रसंघ (Alliance) स्थापन केला. तालिबान सरकारचा पाडाव करण्याकरिता अमेरिकेने अफगाणिस्तानमध्ये सैन्य रवाना केले. अल कायदा व ओसामा बिन लादेन यांच्याविरुद्ध निर्णायक कारवाई करण्याकरिता पाकिस्तानने पण त्वरित पावले उचलली. पाकिस्तानने आपले विमानतळ व लष्करी तळ अमेरिकन लष्कराच्या हवाली केले. अनेक कडव्या अनुयायांना अमेरिकन लष्कराच्या हवाली केले. या हल्ल्यांचा एक जागतिक परिणाम म्हणजे ब्रिटन, फ्रान्स, रशिया, इंडोनेशिया, पाकिस्तान, युगांडा, झिम्बाब्वे, भारत या देशांनी दहशतवादाविरुद्ध कायदे संमत केले. अल कायदा आणि लादेनशी संबंधित अमेरिकेत स्थायिक झालेल्या शिखांना पण अशाच प्रकारचा त्रास सहन करावा लागला. यात आठ व्यक्ती मरण पावल्या. कारण या हल्ल्याचा त्यांना बदला घ्यायचा होता. सप्टेंबर १५ ला बलबीर सिंग नावाच्या शिखाला गोळी घालून ठार करण्यात आले.

आर्थिक परिणाम : या हल्ल्याचा अत्यंत जबरदस्त आणि लक्षणीय परिणाम अमेरिकेच्या आणि जागतिक बाजारपेठेवर झाला. अमेरिकन 'स्टॉक एक्स्चेंज' आणि'न्यूयॉर्क स्टॉक एक्चेंज' मार्केट व्यवहार १७ सप्टेंबर पर्यंत ठप्प होते. सभासद, फर्मस्, ग्राहकमंडळी व बाजारपेठा यांना संदेश देवाणघेवाण करता येत नव्हती, कारण वर्ल्ड ट्रेड सेंटर जवळील टेलिफोन एक्स्चेंज यंत्रणा खराब झाली होती. या काळात अमेरिकन स्टॉक व शेअर्सचे अतोनात नुकसान झाले. निर्देशांक ६८४ अंशांनी घसरला. अमेरिकेतील एक अत्यंत मोठा व्यावसायिक विभाग-मॅन

हॅटनची आर्थिक स्थिती त्या हल्ल्यानंतर अतिशय बिकट झाली. तिचे तीन तेरा वाजले. शहराचा ३०% भाग ऑफिसे, कचेऱ्या यांचा परिसर उद्‌ध्वस्त झाला किंवा नष्ट झाला. येथील उद्योगधंद्यांना फार मोठा धक्का सहन करावा लागला. उत्तर अमेरिकेतील हवाई वाहतूक व दळणवळण काही दिवस बंद ठेवण्यात आले. पुन्हा ही वाहतूक सुरू झाल्यानंतर सुद्धा हवाई प्रवास करणाऱ्यांची संख्या मोठ्या प्रमाणात घटली. अमेरिकेत प्रवासी वाहतूक सेवा व्यवसायाला मोठ्या आर्थिक संकटाला तोंड द्यावे लागले. अमेरिकेच्या व्यापार उद्योग व उलाढाल यांना फार मोठा धक्का व तोटा सहन करावा लागला. विस्कटलेली घडी पुन्हा बसविण्यात व पूर्वस्थिती आणण्यास अनेक महिने लागले. अनेक इमारतीतील जळणारे ओंडके, लाकडांचे भग्नाशेष व अन्य साहित्य, तुकडे विझविण्यास बराच काळ लागला. सर्व काही स्वच्छ करण्यास, ठाकठीक करण्यास मे २००२ उजाडले. सर्व काही भग्नावस्थेत असल्याने लाकडी प्लॅटफॉर्मस् तयार करण्यात आले. अनेक पर्यटकांना हे बघण्याची इच्छा होती. या प्लॅटफॉर्मवर टॉवर्सना पडलेले खाचखळगे, तडे, बघता येत होते. हे प्लॅटफॉर्म २० मे २००२ साली काढून टाकण्यात आले.

अमेरिका हे सधन राष्ट्र असले तरी एवढ्या महाभयंकर संकटाला तोंड देण्याकरिता ताबडतोब आर्थिक उपाययोजना करता येणे शक्य नव्हते. त्यामुळे साहाय्यनिधी गोळा करावाच लागला. (Relief-funds) साहाय्यनिधी ताबडतोब गोळा झाला. याबाबत अमेरिकन जनतेचे अभूतपूर्व सहकार्य मिळाले, त्यामुळे मृत व्यक्तींच्या कुटुंबीयांना आणि त्यांच्या नातेवाइकांना मदत करता आली. नुकसानभरपाई मिळणाऱ्या तारखेपर्यंत ११ सप्टेंबर २००३ पर्यंत २८३३ लोकांचे अर्ज स्वीकारण्यात आले, हे अर्ज मृतांच्या नातेवाइकांकडून आले होते.

ही प्रचंड नासधूस, पडझड, आग, धूर यांनी सर्व वातावरण, परिसर दूषित झाला होता. ॲसबेस्टॉसचे तुकडे, वायर्स, रबराचे चपटे, कागदाची भेंडोळी, वितळलेले शिसाचे तुकडे वगैरेंमुळे रोगजंतूंचा प्रादुर्भाव झाला होता. अर्धवट जळलेल्या तुकड्याने रोगराई पसरली. त्यामुळे संकटातून वाचविणाऱ्या व पूर्वस्थिती निर्माण करणाऱ्या सेवकांना काही आजारांना तोंड द्यावे लागले, त्यांना अशक्तता जाणवू लागली. त्यांच्या आरोग्यात बिघाड झाला. लोअर मॅनहॅटन शहरातील सेवक, विद्यार्थी, ऑफीसमधील अधिकारी व नोकरवर्ग यांना अशीच बाधा झाली.

त्याच्या अनुषंगाने आणखीन एका समस्येला तोंड द्यावे लागले. या समस्येचा शास्त्रीय दृष्टिकोनाने विचार झाला. या काळात ज्या गर्भार मातांनी आपल्या अपत्यांना जन्म दिला, त्यांच्यात काहीतरी उणिवा, कमकुवतपणा राहणार असे काही शास्त्रज्ञांचे मत पडले. त्यामुळे याचा अभ्यास करण्याकरिता एक बालअभ्यास

केंद्र स्थापन करण्यात आले. दरवर्षी अशा मातांच्या मुलाखती घेण्यात आल्या. बालकांच्या तपासण्या करण्यात आल्या व त्यावरून काही निष्कर्ष काढण्यात आले. अजूनही ही पाहणी, अभ्यास चालू आहे.

दहशतवादाविरुद्ध जबरदस्त लढा : या हल्ल्यानंतर अनेक अमेरिकन नागरिकांची अशी भावना झाली की, जगाने एका नवीन कालखंडात प्रवेश केला आहे. पूर्वी कधीही जाणवला नाही एवढा दहशतवादी कारवायांचा धोका आता अमेरिका राष्ट्राला जाणवणार आहे. परिणामत: अध्यक्ष बुश यांनी असे जाहीर केले की, अल कायदा, ओसामा बिन लादेन व दहशतवादी मंडळी यांना कठोर शासन करण्याचा अमेरिकेचा निश्चय झालेला आहे. जी राष्ट्रे दहशतवाद्यांना आश्रय देतील, त्यांच्याबरोबर सहकार्य करतील, त्यांच्यावर आर्थिक व लष्करी निर्बंध घालण्यात येतील व मित्रराष्ट्रांबरोबर सहकार्य करून याविषयी गुप्त माहितीची देवाणघेवाण, पाळत ठेवणे, दहशतवाद्याला हवाली करणे वगैरेंवर भर देण्यात येईल.

याचा प्रत्यक्ष भाग म्हणजे अमेरिका आणि मित्रराष्ट्रांनी अफगाणिस्तानवर आक्रमण करून आंतरराष्ट्रीय दहशतवादाला खतपाणी घालणाऱ्या तालीबान शासनाचा पाडाव केला.

यातील आणखीन एक भाग म्हणजे इराकमधील सद्दाम हुसेनच्या राजवटीविरुद्ध आर्थिक व लष्करी निर्बंध लादण्यात आले. बॉम्बहल्ले करण्यात आले. शेवटी २००३ मध्ये इराकवर आक्रमण करून सद्दाम हुसेनला अटक करून, नवीन लोकशाही राजवट स्थापन करण्यास अमेरिकेने पुढाकार घेतला.

प्रकरण ७ वे

काश्मीर – एक जटिल समस्या

टोळीवाल्यांविरुद्ध भारतीय सैन्य पाचारण, १९६५ नंतर अतिरेकी संघटनांची कारस्थाने, १९७१ नंतर स्थित्यंतराचा काळ

काश्मीर भारतातील एक राज्य आहे. त्याचे तीन भाग आहेत. काश्मीर खोरे, जम्मू आणि लडाख. काश्मीर खोऱ्यात मुस्लिमांची जास्त लोकसंख्या आहे, तर जम्मूत हिंदू जास्त आहेत. लडाखमध्ये बौद्धधर्मीय बहुसंख्य आहेत. हा बराचसा भाग डोंगराळ आहे. सध्या तेथे लोकनियुक्त मंत्रिमंडळ आहे व गुलाम नबी आझाद हे मुख्यमंत्री आहेत.

१९४७ साली महाराज हरीसिंग राजे होते. खैबर खिंड, वायव्य सरहद्द, अफगाणिस्तान, येथील टोळीवाल्यांनी काश्मीरवर आक्रमण केले. त्याला पाकिस्तानी सैनिकांनी साथ दिली. त्या वेळी महाराज हरीसिंग यांनी काश्मीर भारतात सामील केले व भारतीय सैन्याने काश्मीरचे संरक्षण केले व आक्रमकांना पिटाळले. शेवटी हा प्रश्न पं. नेहरूंनी संयुक्त राष्ट्रसंघाकडे नेला व शस्त्रसंधी झाली. पण पाकिस्तानच्या ताब्यात काश्मीरचा १/३ भाग राहिलाय. चीनला आपल्या पक्षाकडे आणण्याकरिता, अक्साई चीनचा प्रदेश तसा भेट म्हणून देऊन टाकला. अशा तऱ्हेने काश्मीरचे तीन भाग झाले आहेत. पाकव्याप्त काश्मीर, भारतातील राज्य, काश्मीर खोरे, लडाख, जम्मू आणि चीनच्या ताब्यातील अक्साई चीन. १९४७ साली काश्मीरच्या महाराजांनी काश्मीर भारतात सामील करताना, असे मान्य केले होते की, नंतर सार्वमत घेऊन अंतिम सामीलीकरणास मान्यता द्यावी, पण पाकिस्तानने आपल्या व्याप्त प्रदेशातील फौजा पण मागे घेतल्या पाहिजेत. पण आजतागायत पाकिस्तानने आपल्या फौजा मागे घेतल्या नाहीत. या अर्थाचा ठराव संयुक्त राष्ट्रसंघाने १९५३ साली केला होता पण याबाबतची अंमलबजावणी होऊ शकली नाही. काश्मीरमधील दहशतवादाचे साधारणतः तीन टप्पे आहेत.

१९५३ साली नॅशनल कॉन्फरन्सचे नेते व मुख्यमंत्री शेख अब्दुल्ला यांनी बंडखोरी केल्याने त्यांना हटविण्यात आले. यानंतर जम्मू-काश्मीरची स्वायत्तता कमी कमी होत गेली. या दोन गोष्टी ज्यांना भारताबरोबर संबंध ठेवायचे नाहीत

त्यांना प्रचाराकरिता फायदेशीर ठरल्या.

दुसऱ्या महायुद्धात दोस्त राष्ट्रांच्या बाजूने काश्मीरमधील ६०,००० सैनिकांनी भाग घेतला. १९४५ साली युद्धसमाप्तीनंतर या सैनिकांना रजा देण्यात आली व त्यांची शस्त्रे डोग्रा व अन्य हिंदूंना देण्यात आली. याला विरोध करणाऱ्या माजी सैनिकांवर अत्याचार करण्यात आले. त्यामुळे काश्मीर खोऱ्यात महाराजांच्या सत्तेविरुद्ध कमालीचा असंतोष पसरला. हिंदू सैनिकांनी ही जुलूम जबरदस्ती केली. त्या वेळी वायव्य सरहद्द, अफगाण सरहद्द येथे शस्त्रास्त्रांचा मोठा व्यापार चालत असे. येथून चोरून मारून शस्त्रे मिळवून या टोळीवाल्यांनी काश्मिरी जवानांच्या समवेत हिंदू राज्यावर हल्ला केला. त्यात इस्लामच्या अभिमानाचा पण भाग होता. टोळीवाले श्रीनगरपर्यंत आल्यावर महाराजांनी भारतीय सैन्याला पाचारण करून टोळीवाल्यांना मागे सारले. हा अभ्यासकांच्या मते पहिला टप्पा मानला जातो.

यानंतर ताश्कंदच्या घोषणेनंतर १९६५ च्या युद्धानंतरचा २ रा टप्पा सुरू होतो. या काळात'अल-फताह' नावाची अतिरेकी संघटना कार्यरत होती. क्यूबा (Cuba) किंवा हंगेरीच्या धर्तीवर स्वातंत्र्यलढा उभारावा असे या संघटनेला वाटत होते. पॅलिस्टीनमधील अल-फताह या दहशतवादी संघटनेचे नाव या संघटनेने घेतले होते. या गटातील अतिरेक्यांना पाकिस्तानच्या, गुप्तहेर खात्याच्या अधिकाऱ्यांनी मेजर असगर, मेजर कुरेशी यांनी, या गटातील अतिरेक्यांना प्रशिक्षण दिले होते. या संघटनेची मुख्य उद्दिष्टे पुढीलप्रमाणे होती :

हेरगिरी, बॉम्बस्फोट, दरोडे, लुटालूट, फंदफितुरी वगैरे दहशतवादी कारवाया करणे, त्याचप्रमाणे धार्मिक स्थळाचा विध्वंस करणे व जातिजमातीत द्वेष निर्माण करणे. याच्या अनुषंगाने त्यानी काही हत्या केल्या व १९७० साली फूलबामा येथील तहसील कचेरीवर हल्ला करून, ७२,०००/- रु. ची लूट केली. त्याचप्रमाणे १९७१ साली श्रीनगरमधील हजरतबाल बँकेवर दरोडा घालून ९७,०००रु. ची लूट केली. पोलिसांनी लगेचच याचा छडा लावला व गुन्हेगारांना अटक करण्यात आली. याचवेळी बराच मोठा शस्त्रसाठा जप्त करण्यात आला. या वेळी तपासात असे बाहेर आले की मुख्यमंत्री आणि अन्य मंत्र्यांची हत्या करण्याचे कारस्थान पण रचले होते. कारस्थानातील वाट चुकलेल्या युवकांना राज्याच्या मुख्य प्रवाहात सामील करण्याच्या धोरणानुसार या अतिरेक्यांना माफी देण्यात आली व सरकारी नोकऱ्यांत सामावून घेण्यात आले व त्यांचे पुनर्वसन करण्यात आले.

यानंतरचा टप्पा, स्थित्यंतराचा हा कालखंड आहे. १९७१ च्या जानेवारीत दोन काश्मिरी युवकांनी 'गंगा' या भारतीय विमानाचे अपहरण करून ते लाहोरला नेण्यात आले. या वेळी मकबूल भट्ट या अतिरेक्याने या अपहरणकर्त्यांबरोबर संबंध

प्रस्थापित केले. या प्रसंगानंतर मकबूल भट्ट प्रसिद्धीस आला. भट्ट हा पाकव्याप्त काश्मीरमध्ये आपल्या हालचाली करत असे. १९७६ साली तो पुन्हा भारतातील काश्मीरमध्ये आल्यानंतर त्याला अटक करण्यात आली व बँकेच्या क्लार्कचा खून करण्याबद्दल त्याला फाशीची शिक्षा ठोठावण्यात आली. मकबूल भट्ट याच्याबरोबर अमानुल्लाखान पण J. K. L. F. चे कार्य करत होता. पण यानंतर त्याने आपले बस्तान १९७६ साली हलविले. यापुढील १० वर्षे त्याचे वास्तव्य इंग्लंडमध्येच होते. तेथूनच तो राजकीय हालचाली करत असे. या नंतरची महत्त्वाची घटना म्हणजे १९८४ मध्ये भारताचे इंग्लंडमधील राजदूत रवीन्द्र म्हात्रे यांचे अपहरण करून नंतर हत्या करण्यात आली. म्हात्रे यांची सुटका करण्याबद्दल, १० लाख पौंड खंडणी आणि भारतातील मकबूल भट्ट आणि अन्य कैद्यांची सुटका करण्यात यावी या अटी घालण्यात आल्या होत्या. पण यातून काहीच निष्पन्न न झाल्यामुळे म्हात्रे यांची हत्या करण्यात आली. १९८४ साली मकबूल भट्ट याला फाशी देण्यात आली. सप्टेंबर १९८५ साली अमानुल्लाखान याला इंग्लंडमध्ये शस्त्रे बाळगल्याबद्दल अटक करण्यात येऊन त्याचेवर खटला भरण्यात आला. घातक रसायने बाळगण्याविषयीच्या आरोपातून त्याची निर्दोष म्हणून मुक्तता करण्यात आली. पण त्यात त्याची पाकिस्तानमध्ये हकालपट्टी करण्यात आली.

तिसरा टप्पा-- १९८७ मध्ये काश्मीरच्या कायदेमंडळाच्या निवडणुका घेण्यात आल्या. या निवडणुका म्हणजे एक फार्स होता असा आरोप नॅशनल कॉन्फरसचे नेते फारुक अब्दुल्लावर करण्यात आला. यात नॅशनल कॉन्फरन्सचे बहुसंख्य उमेदवार निवडून आले. १९८७ मे महिन्यात फारुक अब्दुल्ला गाडीने मशिदीत प्रार्थनेला जात असताना त्यांच्या गाडीजवळ बॉम्बस्फोट करण्यात आला. फारुख थोडक्यात वाचले. संबंध वर्षभर अशा प्रकारचे छुपे बॉम्बहल्ले करण्यात आले. याचाच अर्थ असा की काश्मीर खोऱ्यात शस्त्रांची चोरून मारून प्रचंड आवक केली गेली. परिणामतः १९८८ च्या सुमारास काश्मीर खोऱ्यात सशस्त्र दहशतवाद हालचालीचे एक नवीन दालन उघडले गेले. १९८८ च्या सप्टेंबर पोलीसप्रमुख अली महंमद वटाळी व एक निवृत्त न्यायाधीश यांच्या हत्या करण्यात आल्या. याच न्यायाधीशाने मकबूल भट्टला फाशीची शिक्षा सुनावली होती. यानंतर काही घटना वेगाने घडत गेल्या. ११ फेब्रुवारीला मकबूल भट्ट याचा मयंतीदिन मोठ्या उत्साहाने पाळण्यात आला. तर २६ जानेवारी १९८९ ला भारताच्या प्रजासत्ताकदिनी काश्मीर खोऱ्यात संपूर्ण हरताळ पाळण्यात आला. १३ जुलै १९८९ रोजी हुतात्मादिन पाळत असताना अतिरेक्यांनी दोन केंद्रीय राखीव दलाच्या जवानांची हत्या केली. हत्येची जबाबदारी जे. के. एल. एफ. ने स्वीकारली व असे जाहीर करण्यात आले की भारताचा

साम्राज्यवाद आणि जुलूम, जबरदस्ती, अत्याचार यांचा शेवट होईतोपर्यंत असे हल्ले चालूच राहतील. हिझबूल जंबोरीया या दुसऱ्या संघटनेने पण अशाच प्रकारची घोषणा केली व हे हल्ले कालांतराने चालूच राहिले.

१४ ऑगस्ट हा पाकिस्तानचा स्वातंत्र्यदिन काश्मीरमधील दहशतवादी संघटनांनी उत्साहाने साजरा केला. १५ ऑगस्ट हा भारताचा स्वातंत्र्यदिन. पण या दिवशी सर्वत्र हरताळ पाळावा, असा आदेश दहशतवादी संघटनांनी दिला. कारण भारताच्या काश्मीरमधील सत्तेला विरोध करायचा होता. याचाच परिणाम म्हणजे १७ ऑगस्टला राज्य परिवहन बसचे अपहरण करण्यात आले व प्रवासी खाली उतरल्यानंतर ही बस जाळण्यात आली. यानंतर अशा कृत्यांची मालिका चालूच राहिली. अमानुल्लाखान हा जे. के. एल. एफ.चा नेता पाकव्याप्त काश्मिरातून आपली प्यादी हलवीत होता. त्याने या काळात असे जाहीर केले की जे. के. एल. एफ.ला आता स्वतंत्र काश्मीर हवे आहे. पाकव्याप्त काश्मीर, भारताच्या सत्तेखालील काश्मीर आणि चीनच्या ताब्यातील 'अक्साई चीनचा' प्रदेश या सर्वांचे मिळून एक स्वतंत्र काश्मीरचे राज्य स्थापन करण्याचे स्वप्न जे. के. एल. एफ.चे आहे. त्यांना पाकिस्तानमध्ये सामील व्हायचे नाही. अमानुल्लाखान याने पुढे असे जाहीर केले की, काही दहशतवादी संघटनांना काश्मीर पाकिस्तानमध्ये सामील व्हावे असे वाटते. पण सर्वच संघटना एका बाबतीत सहमत आहेत. ''काश्मीरने पाकिस्तानात का भारतात सामील व्हायचे का स्वतंत्र राहावयाचे हे ठरविण्याचा पूर्ण अधिकार जनतेला आहे.'' पण या ठिकाणी हे लक्षात ठेवले पाहिजे की जे.के.एल.एफ.चे सर्वधर्मसमभाव (secular) असे धोरण आहे. याच घडामोडीत काही कडव्या इस्लामवादी दहशतवादी गटांनी उदा. अल्लाचे वाघ (Allah's Tiger) काश्मिरी स्त्रियांच्याविरुद्ध पण आघाडी उघडली.'अल-जिहाद' या गटाला धर्मावर आधारलेले राष्ट्र हवे होते. त्यांच्या दृष्टीने सिनेमा टॉकीज, ब्युटी पार्लर या गोष्टी इस्लामच्या विरोधी आहेत. या गटाने ज्या स्त्रिया बुरखा वापरत नसत, त्यांच्यावर बुरखासक्ती केली. ज्यांनी विरोध केला, त्यांचेवर ॲसिड फेकण्यात आले. अर्थात जे. के. एल. एफ. या संघटनेला हे प्रकार मान्य नव्हते.

काश्मीरमधील दहशतवादाचा आणखीन एक भाग लक्षात घेतला पाहिजे. प्रचलित शासनाबद्दल, धोरणाबद्दल बरीच तरुण मंडळी नाराज होती. १९८७ च्या कायदेमंडळाच्या निवडणुकांत नॅशनल कॉन्फरन्सचे बरेच विरोधक निराश झाले होते. यात सर्व उच्चशिक्षित मंडळी होती. डॉक्टर्स, इंजिनियर्स, प्राध्यापक, शिक्षक, राजकीय नेते वगैरे. ही मंडळी भारताच्या काश्मीरविषयक धोरणामुळे दुरावलेली होती. त्यांची दुःखे, गाऱ्हाणी राजकीय स्वरूपाची, तशीच आर्थिक स्वरूपाची पण

होती. त्यांच्या दृष्टिकोनातून या समस्या शांततेने, सनदशीरपणे सोडविण्याचा खूप प्रयत्न केला, पण त्यांच्या पदरी निराशा आली. त्यांनी नाइलाजाने दहशतवादी मार्ग स्वीकारला होता व सक्रिय विरोध करण्यास ही मंडळी पुढे सरसावली.

१९८९ च्या ११ डिसेंबरला जे. के. एल. एफ. च्या अतिरेक्यांनी केंद्रीय गृहमंत्री, मुफ्ती महंमद सैद यांची डॉक्टर कन्या रुबया सैद हिचे अपहरण केले. अपहरणकर्त्यांनी कैदेत असलेल्या पाच दहशतवाद्यांची सुटका करण्याची मागणी केली. शेवटी पाच अतिरेक्यांची सुटका केल्यानंतर, दोन तासांनी डॉ. रुबया सैद यांची पण सुटका करण्यात आली. या काळात दहशतवादी घटनांनी उच्चांक गाठला. १३ फेब्रुवारीला काश्मीर दूरदर्शन केंद्राचे संचालक श्री. कौल घरी जात असताना त्यांची हत्या करण्यात आली. पण याबाबत दहशतवाद्यांनी शासनालाच दोष दिला, कारण त्यांच्या मते काश्मीर प्रशासनाने, भारताच्या बाजूने पक्षपाती बातम्या देण्याकरिता दबाव आणला व त्यामुळेच कौल यांची हत्या करण्यात आली. त्यानंतर १९९० च्या एप्रिलमध्ये काश्मीर विद्यापीठाचे कुलगुरू प्रा. मुशीर उल हक, त्यांचे सचिव अब्दुल गनी, हिंदुस्तान मशीन टूल्सचे व्यवस्थापक, एच. एल. खेरा यांचे अपहरण करण्यात आले व कैदेत असलेल्या त्यांच्या सहकाऱ्यांच्या सुटकेची मागणी केली. या वेळी सरकारने नमते धोरण न घेतल्याने या सर्वांच्या हत्या करण्यात आल्या.

आता काश्मीरमध्ये जे. के. एल. एफ. चे चांगलेच बस्तान बसत चालले होते. लोकांचा पाठिंबा पण भरपूर प्रमाणात मिळत होता. पण हिजबुल मुजाउद्दीनच्या यामुळे पोटात दुखावयास लागले. या गटातील कार्यकर्त्यांनी जे. के. एल. एफ.च्या युवकांना दमदाटी करून, वेळप्रसंगी मारहाण, खून करून अन्य गटात व हिजबुल गटात सामील होण्यास भाग पाडले. इस्लामाबाद येथे वृत्तपत्रांना मुलाखत देताना डिसेंबर १९९१ मध्ये अमानुल्लाखान याने अशी तक्रार केली पाकिस्तानधार्जिण्या संघटनांनी आपल्या कार्यकर्त्यांच्या लपून राहण्याच्या जागा व ठिकाणे याची कल्पना शासनाला दिली. त्यामुळे जे. के. एल. एफ. चे बरेच सभासद पकडले गेले. यानंतर अमानुल्लाखानने अनेक वेळा असे जाहीर केले की त्यांच्या मातृभूमीचे शकले दाखविणाऱ्या हद्दी (boundaries) J. K. L. F ओळखत नाही. ही मातृभूमी एकच आहे (पाकव्याप्त अगर भारतशासित या हद्दी मान्य नाहीत.) या त्याच्या नवीन धोरणाबद्दल पाकिस्तानकडून त्याला फार विरोध सहन करावा लागला. पण काश्मिरी जनतेने मात्र प्रतिसाद दिला. पाकिस्तानचा आपल्या स्वातंत्र्य चळवळीला पाठिंबा आहे हा त्यांचा भ्रम दूर झाला. यानंतरची घटना म्हणजे १९९३ साली, ३२ राजकीय विरोधी पक्षांनी एकत्र येऊन एक छत्री (umbrella) संघटना स्थापन केली.

All Parties Huriet Conference.येथे हुरीयत म्हणजे स्वातंत्र्य. या सर्वांचे एकच ध्येय होते. काश्मिरी जनतेला भारत, पाकिस्तान किंवा पूर्ण स्वातंत्र्य यांपैकी कोणतेही निवडण्याचे अधिकार मिळविणे. सध्या हुरीयत कॉन्फरन्स काश्मिरी राजकारणात सक्रिय आहे. यानंतर सर्व जगभर खळबळ उडवणारी घटना म्हणजे हजरतबाल या प्रसिद्ध मशिदीचा अतिरेक्यांनी घेतलेला ताबा. ऑक्टोबर १९९३ रोजी दहशतवाद्यांनी शासनाला आव्हान दिले व मशिदीच्या जवळच्या रस्त्यावर संचलन करण्यास सुरुवात केली. सुरक्षा सैनिकांनी मशिदीला वेढा घातला व आतील १०० अतिरेक्यांना व अडकलेल्या नागरिकांना बंदिस्त केले. कमीजास्त काही केल्यास अडकलेल्या मुस्लीम नागरिकांच्या जीवाला धोका होता. शेवटी ३२ दिवसांनंतर शासनाने अतिरेक्यांना सुरक्षितपणे जाऊ दिले व आतील नागरिकांची सुटका केली.

यानंतर भारत सरकारने आपल्या धोरणात आवश्यक तो बदल केला. १९९४ मध्ये सामान्य स्थिती आणि राजकीय प्रक्रिया, बोलणी या गोष्टींना महत्त्व दिले. याकरिता काश्मीरच्या कायदेमंडळाच्या निवडणुका घेतल्या जाणार होत्या. अर्थात अतिरेक्यांचा याविषयीचा प्रतिसाद नकारात्मक होता. शासनाने ही बोलणी करण्याकरिता अनुकूल वातावरण निर्माण व्हावे म्हणून काही प्रमुख कार्यकर्त्यांची सुटका केली. २७६ बंदिस्त असलेल्या चळवळ्यांची देखील सुटका केली. शबीर शहा, सय्यद शहा अली गिलानी, अब्दुल गनी लोन, यासिन मलीक यांची यापूर्वीच सुटका करण्यात आलेली होती. पण एवढे होऊन देखील अतिरेक्यांनी निवडणूक प्रक्रियेला खीळ घालण्याचा प्रयत्न केला. श्रीनगरमधील सरकारी कचेऱ्यांतून निवडणूक मतपत्रिका पळविण्यात येऊन जाळण्यात आल्या.

याच काळात आणखीन एक घटना घडली. वायव्य सरहद्द प्रांतातील एक दुकानदार मस्तगुल- ज्याला अफगाणिस्तानात प्रशिक्षण मिळाले होते, त्याने ७० भाडोत्री अनुयायांसहित 'चरे-ई-शरीफ' या काश्मीरमधील प्रसिद्ध मशिदीचा ताबा घेतला. ही मशीद नंद ऋषींशी पूर्वापार संबंधित होती व हिंदू-मुस्लीम ऐक्याचे प्रतीक होती. ११ मे १९९५ ला सुरक्षा सैनिकांनी या मशिदीला वेढा घातला व मशिदीला आग लावण्यात आली. पण या गडबडीत अन्य दहशतवादी मारले गेले, तरी मस्तगुल पाकिस्तानात पळून गेला. पण याबाबत काश्मिरी लोकांनी सुरक्षा सैनिकांना दोष दिला.

यासिन मलीकची कैदेतून सुटका झाल्यानंतर त्याने दहशतवादाची भाषा सोडून शांततेने व राजकीय मार्गाने काश्मीर समस्या सोडवणूक करण्याचे आवाहन केले. याचा परिणाम झाल्याखेरीज राहिला नाही. १९९० साली हिजबुल मुजाउद्दीनचे

२५०० अनुयायी होते. पण कालांतराने बरेच अतिरेकी सरकारला शरण येऊ लागले. पण अशा शरण आलेल्या दहशतवाद्यांना ठार करण्याचे हिजबुल संघटनेने ठरविल्यामुळे त्यांना प्राण वाचविण्याकरिता पुन्हा दहशतवादी गटात सामील व्हावे लागले. या काळात या कारणाने बऱ्याच हत्या घडल्या. पण कालांतराने दहशतवादी गटात सामील होणाऱ्या काश्मिरी युवकांची संख्या घटत गेली व भाडोत्री दहशतवाद्यांची संख्या वाढत गेली.

अशा वातावरणातच १९९६ ला काश्मीरच्या कायदेमंडळाच्या आणि लोकसभेच्या निवडणुका घेतल्या जाणार होत्या. या निवडणुका झाल्यानंतर नवीन पंतप्रधान अटलबिहारी वाजपेयी यांनी पाकिस्तानची बसयात्रा करून नवीन शांततेचे आणि स्नेहाचे वातावरण दक्षिण आशियात आणि भारतीय उपखंडात निर्माण केले. पण काश्मीरमधील पाकधार्जिण्या अतिरेक्यांना काश्मीर भारतापासून अलग केल्याशिवाय शांतता नको होती. त्यामुळे पाकव्याप्त अतिरेक्यांनी कारगील येथील प्रदेशात सशस्त्र आक्रमण केले. येथील प्रदेशात बर्फ वितळण्यास सुरुवात झाली होती. मे १९९९ च्या सुमारास हे आक्रमण केले व सरहद्दीवर पुन्हा छुपे युद्ध सुरू झाले. पण भारतीय सैनिकांनी जबर हानी पत्करून हे आक्रमण परतवून लावले. त्यामुळे पाकिस्तानची नामुष्की झाली व पुन्हा एकदा भारतीय सैन्याकडून पराभव पत्करावा लागला. या युद्धात 'फीदीयान' नावाच्या आत्मघातकी गटाने भारतात छुप्या मार्गाने प्रवेश मिळवून, स्फोटाने भारतीय सैनिकांचे अनेक खंदक (bunkers) उडविले. त्यामुळे भारतीय सैन्याची फार मोठी मनुष्यहानी झाली व अतोनात नुकसान झाले.

भारत सरकारच्या वाटाघाटीने हा प्रश्न सोडविण्याच्या धोरणानुसार हुरीयत परिषदेच्या नेत्यांची सुटका करण्यात आली होती, भारतीय राज्य घटनेच्या चौकटीत कोणत्याही फुटीरवादी संघटनेशी बोलणी करण्याची भारत सरकारने तयारी दर्शविली होती. पण दहशतवाद्यांना हे नको होते. राज्यमंत्री गुलाम हसन भट्ट याची मोटार भू-सुरुंगाने उडवून लावली. त्यात भट्ट आणि पाचजण मरण पावले. भारत सरकारबरोबर वाटाघाटी करणाऱ्या सनदशीर नेत्यांना ही ताकीद होती व धोक्याची सूचना होती. यानंतर लगेच छत्तिससिंग पोटा येथे ३५ शिखांची हत्या करण्यात आली. ११ शिया मुस्लिमांना पण ठार करण्यात आले.

२१ व्या शतकातील काही घटना – २० नोव्हेंबर २००२ साली, काही लष्करी अधिकारी त्यांच्या कुटुंबीयांसह, एक वाहन भाड्याने घेऊन मुंडाहून जम्मूला जात होते. त्या वेळी एका भुई-सुरुंगाचा स्फोट होऊन ९ माणसे मरण पावली. त्यात दोन स्त्रिया आणि काही लहान पण मुले होती. त्यानंतर २३ नोव्हेंबर २००२ सालात

दोन अतिरेक्यांनी जम्मूतील दोन शंकराच्या मंदिरांवर हल्ला केला व बॉम्बस्फोट घडवून ८ जणांची हत्या केली. यात एक अतिरेकी आणि एक सुरक्षा सैनिक होता. हे देऊळ महाराज रणवीर सिंगाने १८८३ साली बांधले होते व अत्यंत प्रसिद्ध होते (रघुनाथ मंदिर).

या देवालयाला रघुनाथ मंदिर असे पण म्हणतात. १६ नोव्हेंबर २००५ साली लाल चौकात केंद्रीय पोलीस दलाच्या माऱ्यामुळे दोन सैनिक आणि दोन नागरिक मरण पावले, तर एक दहशतवादी पण मारला गेला. दुसऱ्या अतिरेक्यास अटक करण्यात आली होती. यानंतरचा २००६ मधील एक हृदयद्रावक घटना - दोडा येथे ६० हिंदूंना रांगेत उभे करून अतिरेक्यांनी यांना गोळ्या घालून ठार केले.

मूल्यमापन - १९८९-१९९५ या काळात १३,४४७ ए. के. ४७ रायफल्स, ७५६ रॉकेट लाँचर, १६८२ रॉकेटस्, ५४ लाईट मशीनगन्स, ७३५ साध्या मशीनगन्स इतकी शस्त्रे जप्त करण्यात आली. १९९५ साली ५८४ बॉम्बस् मिळाले. या दहशतवादी कृत्यात गेल्या १० वर्षांत शेकडो विद्यालये, पूल (bridges) आणि सरकारी इमारतींचा चक्काचूर झाला. ५०,००० हून जास्त माणसे मरण पावली. १ लाख माणसांच्या संसाराची धूळदाण उडाली. काश्मीर खोऱ्यातील काश्मिरी पंडितांची ३ लाख घरे उद्ध्वस्त झाली, तर ३ लाख काश्मिरी पंडितांना घरेदारे सोडून भारतात आश्रय घ्यावा लागला. १९९०-९१ सालात दहशतवादी कारवायांनी उच्चांक गाठला होता. त्या वेळी १०,००० दहशतवादी सक्रिय होते, तर ५० दहशतवादी गट अस्तित्वात होते. सध्या काश्मीरमध्ये हिजबुल मुजाउद्दीन, हरकत-उल-अन्सार, लष्कर-ई-तोयबा आणि अल बद्र या पाकिस्तानधार्जिण्या संघटना कार्यरत आहेत. फक्त हिजबुल मुजाउद्दीन या संघटनेचा काश्मिरी जनतेवर प्रभाव आहे.

याबाबत भारत सरकारने एक समिती नेमली होती. त्याबाबतचा अहवाल (prevention of terrorism bill 2000 यावरचा अहवाल) तयार केला आहे. त्यानुसार पाकिस्तानच्या I. S. I. या गुप्तचर खात्याने निधी (funds) पुरवून, उत्तेजन दिलेल्या दहशतवादी घटनांमुळे व हस्तकांकरवी घडवलेल्या युद्धामुळे ५,१०१ सैनिक मरण पावले, २७३० स्फोट घडवून आणले. या कारवाया हाणून पाडण्याकरिता केलेल्या प्रतिबंधक उपाययोजनांवर ६४,००० कोटी इतका खर्च आला. दहशतवादी संघटना, 'हा आमचा स्वातंत्र्याकरिता चाललेला लढा आहे. यात I. S. I. चा काहीही हात नाही, असे जरी कंठरवाने ओरडून सांगत असल्या तरी लष्करी प्रशिक्षण आणि लागलेला पैसा या स्थानिक जनतेकडून मिळाला नाही. ही गोष्ट सूर्यप्रकाशाइतकी स्वच्छ आहे.'Institute of Defence Studies And Analysis'

इ.स. २००० च्या अहवालानुसार ५०% निधी हा वायव्य सरहद्द आणि अफगाणिस्तानातून अफू आणि चरस या वनस्पतींच्या उत्पादनातून मिळणाऱ्या उत्पन्नातून या कारवायांना पुरविला जातो. भरती झालेल्या प्रत्येक दहशतवाद्याला दर महिन्याला १०,००० ते २५,००० रु. इतके वेतन दिले जाते, तर नेत्याला द.म. १५ ते २० लाख रु. दिले जातात. दहशतवाद्यांच्या केवळ पगारावर द. म. १५-२० कोटी रुपये खर्च होतात. यात दहशतवादी कृत्यांचा पण समावेश होतो. असे तपासाअंती कळून चुकले आहे.

समारोप – काश्मीर समस्या ही एक जागतिक व अत्यंत जटिल समस्या आहे. ही सुटण्याकरिता दोन्ही देशाच्या नेत्यांनी अप्रतिम कौशल्य दाखविले पाहिजे व आपणास खरीखुरी शांततेची तळमळ आहे, हे दाखवून दिले पाहिजे. दोन्ही बाजूंनी (parties) कटू सत्य स्वीकारले पाहिजे.

२००५ साली काश्मीरमध्ये निवडणुका घेण्यात आल्या व काश्मिरी जनतेने पण त्याला उत्तम सहकार्य दिले. गुलाम नबी आझाद हे मुख्यमंत्री झाले आहेत, पण या निवडणुकांत फुटीरवाद्यांनी भाग घेतलेला नाही. लोकशाही वरून लादली जाता कामा नये, तळागाळातून आली पाहिजे. लोकशाही खऱ्या अर्थाने लोकशाही असली पाहिजे व भारतात राहण्यानेच आपले कल्याण आहे असे त्यांना वाटले पाहिजे. दुसरी गोष्ट म्हणजे पाकिस्तानकडून दहशतवादीकृत्ये घडल्यानंतर ताबडतोब शांतताबोलणी बंद करणे योग्य ठरणार नाही. हे खरे आहे की सरहद्दीवरून बॉम्बहल्ले होत आहेत, अपहरण केले जाते, हत्या केल्या जातात. सरहद्दीवरून घुसखोरी केली जाते. पण घुसखोरी झाल्यानंतर ताबडतोब बोलणी बंद केली जाणार, शांतता स्थापन करण्याचे प्रयत्न केले जाणार नाही. परिषदेला हजर राहणार नाही हे सर्व योग्य नाही. कारण शांतता निर्माण करणे एकट्या पाकिस्तानचे काम नाही. त्याची भारतावर देखील जबाबदारी येते. घुसखोरी, हत्या, बॉम्बस्फोट थांबविल्याखेरीज वाटाघाटी केल्या जाणार नाहीत असे जाहीर केल्यामुळे राजनैतिक क्षेत्रात भारताची प्रतिष्ठा कमी होते. पाकिस्तानने आक्रमण केले आहे, अनेक हत्या केल्या आहेत. I. S. I. ने दहशतवादाला प्रशिक्षण, पैसा पुरवून व उत्तेजन दिले आहे व हिंदूंचे काश्मीरमधून हकालपट्टीचे धोरण अवलंबले आहे. पण याचा कोठेही जास्त उच्चारही नाही, याविषयी बोलले जात नाही. कारण भारताचे आडमुठे धोरण. आतासुद्धा १७ जुलैला पाकिस्तानबरोबर होणारी शांततेची बोलणी भारताने पुढे ढकलली आहेत. पण अमेरिका आदी राष्ट्रांनी ही बोलणी व्हावीत असा भारताला सल्ला दिला आहे.

आणखी एक गोष्ट- केवळ पाकिस्तानच सरहद्दीवरून घुसखोरी करत आहे, बॉम्बहल्ले करत आहे, अपहरण करत आहे, असे मानणे चूक आहे. पाकव्याप्त

काश्मीर, काश्मीर खोरे येथे देखील भारतविरोधी शक्ती आहेत. त्यांना कमी लेखून चालणार नाही. त्यांच्याबरोबर सुद्धा बोलणी केली पाहिजेत. फुटीरवाद्यांच्या बरोबरसुद्धा वाटाघाटी करून ही समस्या सोडविण्याचा प्रयत्न केला पाहिजे. आपली बाजू त्यांना पटवून सांगितली पाहिजे. तरच ही समस्या सुटेल.

आता पाकिस्तानचा विचार केल्यास–पाकिस्तानने बळजबरीने, छुप्या मार्गाने अगर उघडपणे काश्मीर घशात घालण्याचा प्रयत्न सोडून द्यावा. ११ सप्टेंबरनंतर सर्वत्र स्थिती बदलत आहे. तेव्हा दहशतवाद्यांना फूस लावणे, पैसा, शस्त्रे पुरवणे, प्रशिक्षण देणे, दुसऱ्या राष्ट्राची शांतता धोक्यात आणणे, त्याच्याकरिता समस्या निर्माण करणे वगैरे उपद्रवकारक कृती सोडून घ्याव्यात. भारताबरोबर बोलणी करावीत व भारताला काही तरी विधायक करण्यास अवसर द्यावा. एरवी या संघर्षात पाकिस्तानचा सर्वनाश ओढविण्याची शक्यता आहे.

काश्मीरविषयी चुकीच्या धोरणामुळे पाकिस्तानात लोकशाहीचा बोजवारा उडाला आहे. समाजात कडवेपणा, कट्टरवाद निर्माण होत आहे, धार्मिक संघर्ष वाढीस लागला आहे, पंथ व जातीजातीत तेढ वाढत आहे. पाकिस्तानची साधनसामग्री बेताचीच आहे. त्यामुळे सामान्य माणसाला सुखी करण्यासाठी अनेक समाजोपयोगी योजना हाती घ्याव्या लागतील व देशाचे मागासलेपण घालवावे लागेल. याकरिता मानवतेचा बळी घेणारा दहशतवादी मार्ग सोडावा लागेल. या सर्वांगीण प्रगतीकरिता शेजारी राष्ट्राबरोबर सहजीवनाचे तत्त्व अमलात आणावे लागेल. या ठिकाणी कडव्या विचारसरणीचा काहीही उपयोग होणार नाही. राज्याराज्यातील तंटे सनदशीर मार्गानेच सोडवावे लागतील.

आंतरराष्ट्रीय जगात देखील पाकिस्तान एकाकी पडत आहे. अमेरिका, युरोपियन देश पाकिस्तानशी फटकून वागत आहेत. १७ जुलै २००६ रोजी पिटसूबर्ग रशिया येथे भरलेल्या G-8 राष्ट्रांच्या परिषदेत सर्व राष्ट्रांनी दहशतवादाविरुद्ध आणि त्याचा पुरस्कार करणाऱ्या देशांविरुद्ध कठोर कारवाई करण्याचे जाहीर केले आहे. अमेरिकेने या संदर्भात दुहेरी भूमिका स्वीकारली आहे. पाकिस्तानकडून जरी दहशतवादी कृत्ये घडली तरी बोलणी बंद न करता, पुढे चालू ठेवावी असे भारताला सांगितले आहे आणि पाकिस्तानला पण बजावले आहे की दहशतवादाला खतपाणी घालण्याचे आता थांबवावे. आता हे दिवस संपलेले आहेत, एरवी कठोर कारवाई करावी लागेल.

प्रकरण ८ वे

इस्लामी दहशतवाद – पाकिस्तान अल कायदा – अफगाणिस्तान

इस्लामी दहशतवाद– पाकिस्तान दहशतवाद
ओसामा बिन लादेन–अल कायदा–अफगाणिस्तान

पाकिस्तान, भारताचा शेजारी, एक मुस्लीम राज्य आहे. १९४७ साली हिंदुस्थानची फाळणी झाली व पाकिस्तान व भारत ही दोन राज्ये निर्माण झाली. पंजाब, सिंध, वायव्य सरहद्द प्रांत, बलुचिस्तान, वझीरीस्तान हे प्रांत पाकिस्तानची घटक राज्ये आहेत. त्यापैकी वायव्य सरहद्द प्रांत, वझीरीस्थान आणि बलुचिस्तान हे डोंगराळ प्रांत आहेत. पाकव्याप्त काश्मीर हा देखील एक प्रदेश आहे. हा सर्व प्रदेश अफगाणिस्तानच्या सरहद्दीला लागून आहे. पाकिस्तानमध्ये नाममात्र लोकशाही आहे, पण वास्तविक अध्यक्ष जनरल मुशर्रफ यांची सत्ता आहे, म्हणजे लष्करी सत्ता आहे. हुकूमशाही आहे. पाकिस्तानमध्ये हिंदू जवळजवळ नाहीतच. बौद्ध, हिंदू, ख्रिश्चन या अल्पसंख्य जमाती आहेत. अण्वस्त्रधारी राज्य असूनसुद्धा पाकिस्तान हे एक मागासलेले राज्य आहे आणि महत्त्वाचे म्हणजे पाकिस्तान जगातील दहशतवाद्यांचा अड्डा आहे असे समजले जाते. पाकिस्तानात ७०% सुन्नी पंथीय मुस्लीम जमात आहे, तर २०% शिया पंथीय आहेत. सुन्नी पंथात पुन्हा देवबंदी, बरेलवीस, वहाबी या पोटशाखा आहेत. यातही पुन्हा उपपंथ आहेत. त्यांच्यातील संघर्ष हा पाकिस्तानचा डोकेदुखीचा विषय आहे.

पाकिस्तानमधील राजकीय पक्ष : पाकिस्तानमधील राजकीय पक्ष धर्माधिष्ठित आहेत. सध्या पाकिस्तानचे लष्करप्रमुख परवेझ मुशर्रफ हे अध्यक्षपण आहेत. पाकिस्तानमधील दहशतवाद हा जगाच्या चिंतेचा विषय आहे. राजकीय पक्ष देखील दहशतवादाला खतपाणी घालणारे आहेत. जमीयत–ई–उलेमा हा उजव्या विचारसरणीचा पक्ष आहे. १९४५ साली याची स्थापना झाली. या गटाने मुस्लीम लीगला पाठिंबा दिला होता. पण पाकिस्तानच्या स्थापनेनंतर या पक्षाने आपल्या हालचाली कमी केल्या. सुन्नी पंथाच्या मतप्रणालीनुसार धर्मावर आधारलेले मुस्लीम राष्ट्र या पक्षाला हवे आहे. कुराणाच्या आदेशानुसार, शरीयतच्या कायद्यानुसार हे राज्य चालविले जावे

असे या पक्षाला वाटते. म्हणून या पक्षाला इस्लामी क्रांती हवी आहे. 'फझलूल रहमान' हे या पक्षाचे नेते आहेत. वझीरीस्थान आणि बलुचीस्थान या प्रांतात या पक्षाचा जास्त प्रभाव आहे; पुश्तु (pushtu) बोलणाऱ्या लोकात जास्त आहे. पक्षाच्या मदरसांतून (धार्मिक शाळांतून) अफगाणिस्तानमधील सत्तेवर असणाऱ्या तालीबान पक्षाचे नेते आणि स्वयंसेवक, या पक्षाने पुरविले होते. १९९८ साली या पक्षाने आपल्या मतानुसार शरीयत कायदा क्वेट्टा शहरावर लादण्याचा प्रयत्न केला. कार्यकर्त्यांनी दूरदर्शनच्या दुकानांवर हल्ला करून व्हिडीओची प्रचंड मोडतोड केली, नुकसान केले व दहशती कारवाया केल्या. स्थानिक शासनाने दुकानदारांना कोणतेच संरक्षण दिले नाही व अतिरेक्यांना अटक केली नाही.

सिपाही-साहबा-पाकिस्तान (S. S. P.) - या पक्षाची स्थापना १९८४ साली पंजाबमधील जंग जिल्ह्यात झाली. या प्रदेशात बहुसंख्य हे सुन्नीपंथीय आहेत. पण आर्थिक नाड्या मात्र शिया पंथीयांच्या हातात आहेत. शियांचा प्रभाव कमी करण्याकरिता या पक्षाची स्थापना झाली व लगेच शिया पंथीयाच्या विरुद्ध लपून छपून कारवाया सुरू करण्यात आल्या. या पक्षाने पाकिस्तानमध्ये केवळ सुन्नी पंथीयांचेच इस्लामी राज्य असावे, अन्य जमाती अल्पसंख्य असतील या विचारांकरिता प्रचार केला. पक्षातर्फे एक मासिक पण चालविले जाते. त्यात सुन्नी पंथाचे तत्त्वज्ञान, मते मांडली जातात. अनेक एस. एम. पी. दहशतवाद्यांनी तालिबानी अतिरेक्यांबरोबर लढण्याचा अनुभव घेतला होता व हरकत-उल-अन्सार या काश्मिरातील दहशतवादी गटाच्या शिबिरात प्रशिक्षण घेतले होते.

१९९६ च्या सुमारास या पक्षाने पोलिसांच्या त्रासाला कंटाळून आपले मुख्य केंद्र 'वहावालनगर' येथे हलविले. राजस्थानच्या सीमेजवळ हे ठिकाण आहे. यापूर्वी या पक्षाने शिया पंथीयाच्या विरुद्ध चळवळ केली होती, त्यांच्यावर हल्ले केले, त्यांच्या मालमत्तेचे नुकसान केले होते. पकडलेल्या काही S. S. P. कार्यकर्त्यांनी हे पण कबूल केले की पक्षाकरिता सशस्त्र दरोडे पण घातले होते व दहशतवादी कारवाया केल्या होत्या. यात 'कौमी मूव्हमेंट' च्या दुसऱ्या एका गटाचे पण त्यांना साहाय्य झाले होते.

लष्कर-ई-जांगवी - S.S.P. मधील काही जहाल कार्यकर्त्यांनी १९९६ साली या पक्षाची स्थापना केली. 'रियाझ बसरा' हा या पक्षाचा नेता होता. १९९७ साली लाहोर येथे इराणी परराष्ट्रीय दूताच्या हत्येनंतर हा प्रसिद्धीच्या झोतात आला. पाकिस्तानमधील अत्यंत कडवी संघटना म्हणून ही ओळखली जाते. अनेक शियांचा व सुन्नी अधिकाऱ्यांचा काटा पण या गटाने काढला. त्यांच्या धर्मस्थानांवर हल्ले केले. त्यावेळचे पाकिस्तानचे पंतप्रधान, नवाज शरीफ यांच्या हत्येचा प्रयत्न पण करण्यात आला होता. या पक्षाची संघटना बळकट आहे. ६-७ स्वयंसेवकांचे पथक असते.

संबंध ठेवण्याकरिता त्यांच्याजवळ सेल्यूलर फोन पण दिले जातात. प्रत्येकावर स्वतंत्र कामगिरी सोपविली जाते. त्याची माहिती दुसऱ्या पथकाला नसते. त्यामुळे पथक जरी पकडले गेले तरी गुप्त माहिती बाहेर येत नाही. ११ जून १९९८ साली झालेल्या कुप्रसिद्ध कत्तलीशी या गटाचा संबंध होता. या गटाचे काश्मीरमधील हरकत-उल-मुज्जउद्दीन या दहशतवादी संघटनेशी संबंध आहेत.

दावेत-ई-इस्लाम – १९८३ साली मौलाना इल्यास काद्री याने ही संघटना कराचीत स्थापन केली. हा जे. यु. पी. या संघटनेच्या युवा शाखेचा प्रमुख होता. १०० वर्षांपूर्वी धर्मबाह्य मानल्या गेलेल्या देवबंदी (Deobandi) नावाच्या कडव्या कर्मठ पंथ स्थापन झाला होता. त्याचा या पक्षावर प्रभाव होता. या पक्षाची विचारसरणी काहीशी गूढ, अस्पष्ट अशी आहे. हा पक्ष नेत्यांच्या व्यक्तिमत्त्वाभोवती फिरत होता. नेता म्हणजेच पक्ष असे समीकरण होते. या पक्षाचे सभासद उघडपणे राजकीय किंवा पंथीय हिंसाचारात भाग घेत नाहीत. आपल्या धार्मिक श्रद्धा, आचार, मतप्रणाली यांचा सभासदांवर, स्वयंसेवकांवर प्रभाव कसा पडेल यावरच पक्षाने आपले लक्ष केंद्रित केलेले असते. या पक्षाच्या गूढवादाने, आत्मज्ञानाने व शांततामय मार्गाने प्रचार करण्यामुळे हजारो पाकिस्तानी नागरिकांची मते या पक्षाने आकर्षून घेतली.

शियापंथीय काही संघटना - शियापंथीय मुस्लीम अल्पसंख्य आहेत. त्यांचे हितसंबंध सुरक्षित राखण्याकरिता ज्या संघटना, राजकीय पक्ष स्थापन झाल्यास, त्यात तेहरिक-ई-जाफरी-पाकिस्तान हा एक पक्ष स्थापन झाला. मुख्य पक्षातून फुटून निघालेला हा पक्ष आहे. इराणच्या अयातुल्ला खोमेनी या शिया धर्मगुरूच्या तत्त्वप्रणालीचे पालन करण्याचा निर्धार या गटाने केला होता. ही तत्त्वे म्हणजे शिया पंथीयांचे ऐक्य साधणे, सुन्नी बहुसंख्य असलेल्या राज्यात शियांचे हक्क अबाधित राखणे, राजकारणात भाग घेण्यास उत्तेजन देणे ही होत. १९८० च्या सुमारास S.S.P. हा सुन्नी पंथीयांचा पक्ष स्थापन झाल्यावर त्याला विरोध करण्यासाठी या पक्षाची स्थापना करण्यात आली. कालांतराने या पक्षाचे दोन गट झाले. ते दोन्ही गट खोमेनीच्या तत्त्वांशी एकनिष्ठ होते. त्यातील एक गट मवाळ आणि परंपरावादी होता, तर दुसरा कडवा पण सुधारणावादी होता. या पक्षाने आपले नाव तेहरीक जाफरीया असे ठेवले. एक राजकीय पक्ष म्हणून त्याची रचना केली. या पक्षाचा आणखी एक नेता अरिफ हुसेनी, याची पेशावर येथे हत्या झाल्यानंतर पक्षाने आणखीन मवाळ धोरण स्वीकारले.

सीपाई-ई-महंमदी– या पक्षाची स्थापना केव्हा झाली हे निश्चित सांगता येत नाही. S. M. P. या अक्षरांनी हा पक्ष ओळखला जातो. १९७० साली या पक्षाची स्थापना झाली असे सांगितले जाते. तर काही जण १९९४ साली हा पक्ष स्थापन

झाला असे सांगतात. ही एक विद्यार्थ्यांची संघटना होती. १९९० च्या सुमारास हा पक्ष जबर हत्यारबंद होता. या पक्षाचे नेतृत्व गुलाम रेझा नकवी आणि मुरीद अब्बास यझदानी हे युवा नेते करत होते. हिंसेला चटावलेला हा गट होता. हे दोघेही अभ्यासू होते, पण बंदुकीचा धाक दाखवून, दमदाटी करून, प्रसंगी लूटमार करून पक्षाकरिता ते धन गोळा करीत असल्याचा संशय त्यांच्या बाबतीत व्यक्त केला जातो. या पक्षाच्या बंदूकधाऱ्यांनी सुन्नी मुल्लामौलवीवर, S. S. P. कार्यकर्त्यांवर पद्धतशीरपणे हल्ले केले व पकडले पण गेले नाहीत. जी वर्तमानपत्रे विरोधी आहेत त्यांच्या ऑफिसांवर हल्ले करण्यास त्यांनी मागेपुढे बघितले नाही. या पक्षाचे बहुतेक कार्यकर्ते ग्रामीण भागातून किंवा लहान लहान गावातून आलेले होते. पंजाबमध्ये किंवा इराणमध्ये मदरसांत त्यांचे जुजबी शिक्षण झालेले होते. त्यांचे लष्करी शिक्षण अफगाणिस्तानमधील प्रशिक्षण शिबिरात झाले होते. या पक्षाला पाकिस्तानमध्ये लाखो लोकांचा पाठिंबा होता. या पक्षाच्या परदेशातदेखील कचेऱ्या (offices) होत्या. आणखीन एका वृत्तानुसार या पक्षाचे लष्कर, पोलीस, सुरक्षाखाते, गुप्तहेरखाते यांच्याशी घनिष्ट संबंध होते. या खात्यात पक्षाचे अनेक पाठीराखे होते.

दहशतवादाचे घटक– या राजकीय गटांतूनच अनेक जिहादी गट निर्माण झाले. काही जिहादी संघटना पुढीलप्रमाणे आहेत : याच संघटना अफगाणिस्तान, काश्मीर, मध्यपूर्व, दक्षिण आशियात सक्रिय आहेत. १) हरकत-उल-मुज्जाउद्दीन, २) लष्कर-ई-तोयबा, ३) जैशे-ई-महंमद. या शिवाय काश्मीर व पाकिस्तानात आणखीन दहा-बारा दहशतवादी संघटना सक्रिय आहेत. पण पाकिस्तानने असे जाहीर केले आहे की, पाकिस्तानचा दहशतवादाला विरोध आहे. पाकिस्तान या गटांना प्रशिक्षण देत नाही किंवा पैसा, शस्त्रे देखील पुरवित नाही.

खात्रीलायक वृत्तानुसार पाकिस्तान या दहशतवादी टोळ्यांना राजनैतिक आणि नैतिक पाठिंबा देत आहे.

धार्मिक भेद– झीया-उल-हकच्या कारकिर्दीत शिया आणि सुन्नी पंथ एक झाले व त्यांनी अहमदीया संप्रदाय गैरमुस्लीम आहे म्हणून घोषित करावयास लावले. पण त्यानंतर आपापल्या पंथाचे हितसंबंध राखण्यासाठी पुन्हा या दोन पंथांत संघर्ष सुरू झाला. या संघर्षाला पाकिस्तानमधील मदरसा (धार्मिक विद्यालये) कारणीभूत आहेत. पाकिस्तानच्या समाजात दहशतवादी प्रवृत्तीचा प्रसार होण्यास मदरसानी हातभार लावला आहे, असे काही अभ्यासकांचे मत आहे.

रशिया व अमेरिका यांच्यातील शीत युद्धात पाकने आघाडीचा देश म्हणून भूमिका बजाविली होती. काही क्षेत्रात सक्रिय भाग घ्यावा लागला होता. त्याचा अनिष्ट परिणाम पाकिस्तानच्या समाजव्यवस्थेवर झाल्याखेरीज राहिला नाही. रशियाच्या

कम्युनिस्ट वर्चस्वाविरुद्ध अफगाणी जिहादी टोळ्यांच्या कालखंडात (१९७९-१९८९) देवबंदी संप्रदायाचा प्रभाव वाढल्यामुळे शिया आणि सुन्नी पंथातील वितुष्ट वाढतच गेले. सुन्नी पंथाचीच एक उपशाखा देवबंदी संप्रदाय आहे. या संप्रदायाने इस्लामच्या कुराणातील वचनाचा आधार घेऊन काटेकोरपणे सनातनी, कर्मठ आचारांचे समर्थन केले व मध्ययुगीन समाजरचनेचा पुरस्कार केला. कालांतराने शियापंथीयांना डावलले जाऊ लागले. त्यांच्याबद्दल वाटणारा आदर कमी झाला.

यानंतर इराणच्या राजकीय प्रांगणात खोमेनीचे पदार्पण झाले. खोमेनीने शिया पक्षीयांना उचलून धरले व त्यांच्यात नवचैतन्य निर्माण केले. आपल्या पंथाचे रक्षण करण्यासाठी धार्मिक शिक्षण केंद्रे स्थापन केली. सुन्नी पंथीयांच्या दहशतवादी हल्ल्यांना तोंड देण्यासाठी शियांची लष्करी पथके बनविली. याच सुमारास बरेलबी या धार्मिक गटाने देवबंदी या सुन्नी संप्रदायाविरुद्ध आघाडी उघडली. या सर्व घटना घडत असताना शिया आणि सुन्नी पंथातील संघर्ष वाढतच गेला व दहशतवादी कारवायांना फूस मिळत गेली. बरेलवी या गटाने सौदी अरेबियाला देखील बजावले की पाकिस्तानच्या धार्मिक बाबतीत हस्तक्षेप करू नये व देवबंदी संप्रदायाला पाठिंबा देऊ नये.

झीया-उल-हक यांच्या कारकिर्दीत सुन्नी पंथाचे अवास्तव स्तोम माजविण्यात आले व झीया-उल-हक हे सुन्नी पंथ पाकिस्तानचा प्रमुख धर्मपंथ आहे असे घोषित करण्याच्या विचारात होते. पण याचवेळी शिया पंथीयांनी आपली बाजू बळकट केली व या योजनेला प्रखर विरोध केला. त्यामुळे सर्व बारगळले. पण सुन्नी पंथीयांनी त्यांच्याद्वारे सुन्नी पंथाचा प्रसार व शियापंथाविषयी तिरस्कार चालूच ठेवला. यातून दहशतवादी घटना घडत राहिल्या.

मदरसांचा वाटा – या मदरसा म्हणजे धार्मिक शाळा पाकमध्ये सर्वत्र आहेत. भारतात ज्याप्रमाणे गुरुकुल पद्धतीची शिक्षण पद्धती होती, त्याचप्रमाणे ही विद्यालये मध्ययुगातील विचार, कर्मठ आचार, कुराणातील वचने, शरीयतचा अभ्यास, धार्मिक ग्रंथांचे वाचन याचेच शिक्षण देत असत. या विद्यालयाचे अभ्यासक्रम असे ठरविलेले असतात. त्यांची अशी रचना असते की विद्यार्थ्यांनी यात प्रवेश घेतल्यानंतर त्यांच्यावर संकुचितपणाचे, कडवेपणाचे संस्कार केले जातात (भारतात ज्याप्रमाणे कडक सोवळे ओवळे होते). तालिबान पद्धतीचे संस्कार, ताठरपणा, असहिष्णुता केले जातात. विशेषत: ज्या मदरसात जेवणाखाण्याची, राहण्याची व्यवस्था असते, तेथे एकलेपणाचा विद्यार्थ्यांना त्रास सोसावा लागतो व त्यातून समाजविरोधी भावना निर्माण होते, असे काही अभ्यासकांचे मत आहे. कारण या मदरसांची रचना, व्यवस्थापन, धर्माचा आधार घेऊन केली जाते. धर्माच्या नावाखाली मध्ययुगीन कालबाह्य अभ्यासक्रम विद्यार्थ्यांवर लादले जातात. धार्मिक किंवा राजकीय घटना इस्लामचे नाव घेऊन,

जिहादचा पुकारा करून करतात, त्या वेळी अशा गटांना रंगरूट पुरविण्याचे काम मदरसा करतात व त्यामुळे अतिरेकी तयार होतात. नुकतेच या शिक्षण पद्धतीतील दोष काढून त्यात सुधारणा करण्याचे ठरविले आहे, ही गोष्ट चांगली व आशादायक आहे.

दहशतवादाला प्रोत्साहन देणारा आणखीन एक घटक म्हणजे, हत्यारांची बाजारातील उपलब्धता. कोणत्याही दहशतवादी कृत्याला हत्यारे अतिशय आवश्यक असतात. पाकमध्ये त्याचे अमाप पीक आहे. पेशावरहून कोहाटकडे जाताना मध्ये एक 'दारा अदामखेल' नावाचा भाग लागतो. हा प्रदेश जरी पाकिस्तानमध्ये मोडला तरी याचा प्रत्यक्ष कारभार राजकीय हस्तकातर्फे चालविला जातो. तेथे उत्तम बांधणीची, शेकडो शस्त्रांची आणि मादक पदार्थांची दुकाने आहेत. दुकानांवर रंगीबेरंगी पाट्या लावल्या आहेत. कांलनशिकाव्हचे दुकान, हेरॉइनचे दुकान, चरसचे दुकान वगैरे वगैरे. जगातील ही सर्वांत मोठी बाजारपेठ आहे, जेथे शस्त्रे आणि मादक पदार्थ मिळतात. पिस्तुलापासून ते ॲटोमॅटिक बंदुकांपर्यंत सर्व प्रकारची शस्त्रे मिळतात. हातबॉम्ब, R. D. X. साहित्य सर्व काही मिळू शकते. तसेच एखाद्या अमेरिकन रायफलीसारखी हुबेहूब डुप्लीकेट रायफल पण येथे घरपोच मिळण्याची बिनधोक व्यवस्था केली जाते. कायदे, नियम सर्व काही गुंडाळून ठेवले जाते.

पाकिस्तानमध्ये दहशतवादाचा नंगानाच चालू होता व आहे. त्याला खतपाणी घालणारा आणखीन एक घटक म्हणजे, राजकारण आणि गुन्हेगारी यांच्यातील पुसट होणारी रेषा. बरेच दहशतवादी गुन्हेगार राजकीय पक्षांचा आधार घेतात. भारतात ही गोष्ट बिहार, उत्तरप्रदेश, तमीळनाडू या राज्यांत आढळते. आणखीन एक भाग म्हणजे विविध प्रशासकीय मंडळे, संस्था, न्यायमंडळे, यांचे ठप्प झालेले कामकाज. हुकूमशाही असलेल्या पाकिस्तानात ही भयानक स्थिती विस्मयकारक आहे. त्यामुळे पाकिस्तानी राज्यकर्त्यांनी लष्करी न्यायालये स्थापन केली आहेत. प्रशासनाचे दैनंदिन कामकाज या पद्धतीने चालविले जाते.

दहशतवादी गट अशाचप्रकारे कारवाई करतात. 'मुज्जा हिद कौमी मूव्हमेंट' ही सिंधमधील अत्यंत हिंसाचारी संघटना आहे. यातील पाच ते सहा अतिरेक्यांची एकेक टोळी केली जाते. एका टोळीला एखादे वाहन पळवून, विवक्षित ठिकाणी पार्क करावयाचा आदेश दिला जातो. दुसऱ्या एका टोळीला ते वाहन आणखीन एके ठिकाणी ठेवण्याचा आदेश दिला जातो. तिसऱ्या टोळीवर कारवाईकरिता लागणारी हत्यारे व साधने आणण्याची जबाबदारी सोपविली जाते. सर्व टोळ्यांचे कार्य स्वतंत्रपणे केले जाते. आवश्यक तेवढीच माहिती प्रत्येक टोळीला दिली जाते. ही सर्व व्यवस्था बिनधोक असते. इंटरनेट, मोबाईल, संगणक या साधनांचा या प्रसंगी वापर केला जातो व त्यामुळे दहशतवादी परस्परांना संदेश देतात. माहिती मिळविणे, संदेश देणे, दळणवळण

ठेवणे यांकरिता याचा उपयोग करता येतो. या कारणांमुळेच दहशतवादी कारवायांचा बंदोबस्त करणे पाकिस्तानच्या पोलिसांना अतिशय कठीण गेले. पाकिस्तानमध्ये कायदा आणि सुव्यवस्था कोलमडून पडली आहे, असे अभ्यासकांचे मत आहे. गुन्हेगार माहीत असून देखील त्यांना अटक केली जात नाही. २००० पर्यंत तर ही स्थिती होती. याचे कारण उघड आहे. राजकीय कारणांमुळेच हे सर्व घडते. राजकीय नेते नोकरशाहीला आदेश देत असतात. त्यामुळे नोकरवर्गाला या आदेशांचे पालन करावेच लागते. कारवाई करू नका (Don't take action) असे आदेश नोकरवर्गाला दिले जातात. याचे जनतेसमोर समर्थन करताना असे सांगावे लागते-"अमक्याच्या विरुद्ध पुरेसा पुरावा नाही, त्यामुळे ॲक्शन घेता येत नाही." याचे उत्कृष्ट उदाहरण म्हणजे, "कराची इलेक्ट्रिक सप्लाय कार्पोरेशनचे" मॅनेजिंग डायरेक्टर शहीद हमीद यांची सकाळी नऊ वाजता त्यांच्या पॉश एरीयात ७ जुलै १९९८ रोजी हत्या करण्यात आली. भर दिवसा गोळ्या घातल्या. यात एम. क्यू. एम. चा हात होता हे सर्वांना माहीत होते. असे असूनही याविरुद्ध काहीच कारवाई करण्यात आली नाही. पाकिस्तानात आता hit list हा दहशतवाद्यांचा व्यवसाय झालेला आहे. पण त्यामुळेच राज्यदहशतवादाला उधाण आलेले आहे. ९/११ सप्टेंबरच्या घटनेनंतर अमेरिकेने दहशतवादाचा धसका घेतला आहे, व राज्यदहशतवादाकडे कानाडोळा केला आहे. काही महिन्यांपूर्वी (२००६) 'अकबर मुगती' या बलूच नेत्याला क्वेट्टा येथे भर दिवसा पाकिस्तानी लष्कराने गोळ्या घालून ठार मारले. यामुळे बलुची जनतेत फार मोठा असंतोष निर्माण झाला आहे.

पण अमेरिका पाकिस्तानचे अध्यक्ष जनरल परवेज मुशर्रफ यांना दहशतवादविरोधी लढ्यात सच्चा सहकारी मानते. अध्यक्ष मुशर्रफ यांनी पंतप्रधान मनमोहनसिंग यांना पण सहकार्याचे आश्वासन दिले आहे. हॅवाना येथे तटस्थ राष्ट्रांच्या परिषदेच्या वेळी दहशतवादाविरुद्ध कारवाई करण्याकरिता संयुक्त यंत्रणा उभारण्याचे दोन्ही राष्ट्रांनी मान्य केले आहे. पाकिस्तानमध्ये दहशतवाद्यांचे लष्करी तळ आहेत हे अमेरिकन वृत्तसंस्थेने प्रसिद्ध करून देखील अमेरिका कठोर उपाय योजण्यास कां कू करत आहे. आणखीन एक धक्कादायक घटना म्हणजे, पाकिस्तानच्या शासनाने वझीरस्तानमधील तालिबान अतिरेक्यांबरोबर समझोता केला आहे. या सर्व घडामोडी मती गुंग करणाऱ्या आहेत. २१ नोव्हेंबर २००६ ला अमेरिकेचे अध्यक्ष बुश आणि पाक अध्यक्ष परवेज मुशर्रफ यांची भेट झाली. त्यानंतर अमेरिकेत पाकिस्तान अध्यक्ष मुशर्रफ यांना आपले आत्मचरित्र प्रसिद्ध केले. आत्मचरित्रामधील त्यांनी केलेली विधाने दर्पोक्तीयुक्त, बेधडक, आधारहिन, खोटी, धडधडीत खोटी व हास्यास्पद अशी आहेत.

ओसामा बिन लादेन, अल कायदा

मूलतत्त्ववाद (Fundamentalism)– इस्लामी कायद्यांचे पुनरुज्जीवन करून एकत्रित अशी कायदेपद्धती खाजगी आणि सार्वजनिक जीवनात व्यापकपणे लागू करावी यावर मुख्यत: मूलतत्त्ववाद्यांचा भर आहे. एकसंध आणि व्यापक अशी ही कायदेपद्धती कुराण, दीर्घ परंपरा, त्यावरील अधिकृत भाष्य, स्पष्टीकरणे, ऐतिहासिक एकवाक्यता आणि न्यायविषयक पूर्वीचे दाखले या सर्वांतून निर्माण झालेली आहे. इस्लामी मूलतत्त्ववाद्यांच्या काही श्रद्धा आहेत, निष्ठा आहेत. त्या पुढीलप्रमाणे– इस्लामी कायद्यानुसार सर्व प्रकारच्या आर्थिक, सामाजिक, राजनैतिक, गुन्हेगारीविषयक, नागरी या सर्व समस्यांवर उत्तर मिळू शकते. इस्लामी कायदा हा पूर्णपणे अपरिवर्तनीय एकसंध (organic) आहे. कायद्याच्या कोणत्याही भागाची दुरुस्ती (amendment) करता येत नाही की रद्दबातल करता येत नाही. सध्याच्या इस्लामी राज्यात इस्लामी कायदे पद्धती आणि पाश्चिमात्य कायदेपद्धती यांची सरमिसळ आढळते. अनेक शेकडो वर्षांपासून चालत आलेल्या ऐतिहासिक साम्राज्याची अनेक राज्यांत विभागणी झालेली आहे (उदा. तुर्की साम्राज्य, मोगल साम्राज्य). पण हे सर्व खऱ्या इस्लामच्या आणि जिहादच्या तत्त्वप्रणालीच्या विरुद्ध आहे. जिहाद म्हणजे धर्मयुद्ध. एक धार्मिक कर्तव्य आहे, ते जे जे चांगले आहे त्याचा पुरस्कार करते, त्याचे रक्षण करते व जे जे वाईट आहे, दुष्ट आहे त्याला विरोध करते. परकीय सत्ता, त्याचे हस्तक, गैर इस्लामी कायदे, संस्था, राज्यकर्ते या सर्वांपासून सुटका करून घेण्याकरिता, हिंसाचार करण्याची अनुमती या कायदे पद्धतीत आहे. पण सर्व मार्ग खुंटल्यावरच.

इस्लामी कायदेपद्धती एकछत्री, एकखांबी नाही. इस्लामी मूलतत्त्ववादी विचारसरणीत अधिकृत आणि जनताभिमुख (populist) या दोन्ही प्रवृत्ती आढळतात. पर्शियन गल्फमधील छोटी इस्लामी राज्ये (emirates), सौदी अरबस्तान, इराण हे अधिकृत मूलतत्त्ववादी देश आहेत. या राज्यांच्या दृष्टिकोनातून, इस्लामी कायदेपद्धती या अगोदरच अमलात आणलेली आहे, यात नवीन असे काही नाही. असा मूलतत्त्ववाद राजकीय दृष्टिकोनातून पुराणमतवादी असतो, त्याचप्रमाणे सर्व प्रकारच्या क्रांतीविरोधी असतो. जनताभिमुख किंवा लोकप्रिय (populist) प्रकारात दोन प्रकार आढळतात. इसलाही (Islahi), सुधारणावादी आणि सलाफी (Salafi) म्हणजे शुद्ध मूलतत्त्ववादी सुधारणावादी. कार्यकर्त्यांना मुस्लीम समाजात नवीन नवीन सुधारणा करणे मान्य आहे. या सुधारणा शैक्षणिक, सामाजिक आणि राजकीय कार्यक्रमात सहभागी होऊन करावयाच्या आहेत. आवश्यकतेनुसार चळवळ करणे त्यांना मान्य आहे. अशा प्रकारची उदाहरणे 'मुस्लीम ब्रदरहूड' (Muslim Brotherhood) संघटनात सापडतात. सामाजिक कल्याण मंडळे (Social Welfare Committee), इजिप्त, सुदान, सीरीया या राज्यात

आढळतात. याउलट भ्रष्ट, अश्रद्ध, अनैतिक अशा समाजाबरोबर कोणताही समझोता करणे सलाफी मूलतत्त्ववाद्यांना मान्य नाही.

खराखुरा इस्लामी समाज आणि इस्लामी राज्य निर्माण करण्याकरिता हिंसाचारी, क्रांतिकारक मार्ग त्यांना मान्य आहेत. याचे एकच उदाहरण घ्यावयाचे झाल्यास २० नोव्हेंबर १९७९ रोजी मक्कामधील अल हराम मशिदीचा त्यांनी घेतलेला ताबा. सुधारणावादी मूलतत्त्ववाद्यांना राजकीय चौकटीत शांततेने कार्यक्रम राबवायचे आहेत. पण यात अडथळे आणल्यास त्यात वैफल्य, नैराश्य आल्यास, हे सुधारणावादी हिंसाचारी दहशतवादी मार्ग स्वीकारण्यास तयार असतात. उदा. इजिप्तमधील मुस्लीम ब्रदरहूड संघटना. नासरच्या वेळी या संघटनेला राजकीय मार्गाने सुधारणा करण्यास प्रतिबंध केल्यावर त्यांनी राजकीय हिंसाचाराचा मार्ग स्वीकारला.

बहुतेक populist मूलतत्त्ववादी पश्चिमी राष्ट्रांच्या आणि अमेरिकेच्या विरुद्ध आहेत. त्याची प्रामुख्याने तीन कारणे संभवतात– १) इस्राइलला पाठिंबा देणाऱ्यात अमेरिका हा प्रमुख देश आहे. २) इस्लामच्या तत्त्वानुसार न चालणारे धर्मभ्रष्ट मुस्लीम राज्ये आहेत. त्यांना पाठिंबा देणारे हे पश्चिमी देश आहेत. ३) इस्लामची नैतिक चौकट आहे, नीतितत्त्वे आहेत. समाज केंद्रित विचारधारा आहेत. त्याविरुद्ध अमेरिका आणि पाश्चिमात्य राष्ट्रांचा उपभोगवादी मोह निर्माण करणारी व्यक्तीनिष्ट अशी संस्कृती आहे. (materialistic). आंतरराष्ट्रीय साम्यवादाचा (International communism) अस्त झाल्यानंतर पश्चिमी लोकशाही पद्धतीला, राज्यव्यवस्थेला आव्हान देणारी बहुराष्ट्रीय अशी ही एकच चळवळ आहे. पण सर्वधर्मसमभाव (secular) आचरणारी काही इस्लामी राज्ये आहेत. उदा. सीरीया, इराक. इराक देशात शिया, सुन्नीपंथीय आणि कुर्द जमाती एकत्र नांदतात. पण हे धोरण मूलतत्त्ववाद्यांच्या आशा–आकांक्षेशी विसंगत असे आहे. त्यामुळे याला या राज्यात या धोरणाविरुद्ध दहशतवादाचा स्वीकार केला जातो व त्यांना दडपून टाकण्याकरिता राज्ये राज्य दहशतवादाचा (state terrorism) उपयोग करतात.

पण असे असूनही सलाफी किंवा शुद्ध मूलतत्त्ववादी चळवळीत संघटनात्मक किंवा वैचारिक एकसूत्रता नाही. शिया आणि सुन्नी पंथीयातील फाटाफूट, अरब आणि अरबेतर राज्यातील मतभेद, दहशतवादी नेत्यांचा चक्रमपणा, दहशतवादी गटातील वैरभाव या सर्व कारणांमुळे अखिल इस्लामी (Pan-Islami) ऐक्य चळवळीचा जोर ओसरला आहे. इराणी इस्लामी क्रांतीने हे स्पष्ट केले आहे. या क्रांतीत शिया पंथीय इराणचा प्रभाव अधिक होता. त्यामुळे इराणी क्रांतीचा प्रभाव, अयातुल्ला खोमेनीचे प्रयत्न, सुन्नी पंथीय अरब राज्यांवर पडू शकला नाही. याशिवाय populist इस्लामी मूलतत्त्ववाद्यांचा आणखीन एक पंथ आहे. हा पंथ प्रत्यक्ष अनुभव आचरण (experience oriented) यातून निर्माण झालेल्या गूढवादावर (mysticism) आधारलेला आहे. हा म्हणजे सुफी पंथ होय. १९ व्या-२० व्या शतकात सुन्नी पंथाच्या अनुयायांनी, की ज्यांना सुफी किंवा दरवेशी असे संबोधले जात होते, त्यांनी गूढवादी ब्रदरहूड संघटना स्थापन केल्या व पाश्चात्य साम्राज्यवादाविरुद्ध उठाव केला, पण गेल्या काही वर्षांत हे पंथ अराजकीय (non-political) बनले आहेत. हा सहिष्णू प्रकारचा पंथ आहे.

ओसामा बिन लादेन– लादेन याचे नाव त्रिखंडात गाजत आहे. हा एक अरब कोट्यधीश काय करू शकणार आहे किंवा नाही हे पुढील काळच सांगू शकेल. ओसामाचा जन्म १९५७ साली सौदी अरबस्थानात रियाद येथे झाला. लादेन कुटुंबात त्या वेळी ५० माणसे होती. ओसाम हा त्यातील एक होता. कुटुंबप्रमुख महंमद इब्न लादेन याचा बांधकामाचा व्यवसाय होता. या व्यवसायात त्याने अब्जावधी डॉलर्सची कमाई केली होती. लादेनने आपला स्वतंत्र व्यवसाय सुरू करून त्यात कोट्यवधी डॉलर्सचा नफा मिळविला होता. रियादमधील विद्यापीठातून व्यवस्थापनाचे प्रशिक्षण घेण्यापूर्वी इस्लामी कायद्याचा पण अभ्यास केला होता व प्रशिक्षण घेतले होते. १९७९ साली सोव्हिएट रशियाने अफगाणिस्तानवर आक्रमण केल्यानंतर, लादेनने आपला व्यवसाय सोडून अफगाणिस्तानमध्ये तो दाखल झाला. १९७९ पासून ते १९८४ पर्यंत लादेनने पाकिस्तानमध्येच मुक्काम ठोकला होता. एका इस्लामी राष्ट्रावर केलेले आक्रमण परतवून लावण्याचा निर्धार या वेळी लादेनने केला होता. त्याकरिता अफगाण सैनिकांना, निमसरकारी सैनिकांना, सरकारी यंत्रणेला त्याने आर्थिक मदत केली. सैन्याकरिता रस्ते बांधले. वाहतुकीची व्यवस्था केली. शस्त्रे पुरविली. सोव्हिएट रशियाच्या आक्रमणामुळे हजारो अफगाण निर्वासित पाकिस्तानमध्ये आले होते. त्यांच्याकरिता निर्वासित छावण्या उभारून, त्यांना सर्व प्रकारची मदत लादेनने केली. रशियाविरुद्ध युद्धात भागदेखील घेतला. सोव्हिएट रशियाचा पराभव करण्याकरिता कडव्या इस्लामी स्वयंसेवकांची भरती करणारी केंद्रे पाकिस्तानमध्ये, इस्लामी जगतात, युरोप, अमेरिकेत सुद्धा स्थापन केली. त्याच्या सैन्यात अमेरिकन व ब्रिटिश सैनिक पण होते. युरोपमध्ये ब्रुकलीन येथे पण अरबी केंद्र होते. येथील स्वयंसेवक / अतिरेक्यांनी २००१ साली अमेरिकेतील वर्ल्ड ट्रेड सेंटरवर हल्ला केला.

१९८९ मध्ये सोव्हिएट रशियाने अफगाणिस्तानमधून माघार घेतल्यानंतर लादेन पुन्हा सौदी अरबस्तानात परतला व त्याने पुन्हा आपला व्यवसाय सुरू केला.

१९९०-९१ अमेरिकेच्या संयुक्त फौजांनी इराकविरुद्ध युद्ध पुकारले (कुवेती आक्रमणाच्या प्रसंगी). त्याचा लादेनला फार राग आला होता. अगोदरच इस्राइलला पाठिंबा देणारा देश म्हणून अमेरिकेवर त्याचा राग होताच. गल्फ युद्धामुळे अमेरिकन सैन्याला सौदी अरबस्तानात तळ ठोकावा लागला होता. लादेनच्या मते हा पण

इस्लामचा अपमान होता, कारण अरबस्तानात मक्का आणि मदिना ही मुसलमानांची पवित्रे स्थळे आहेत व ही संरक्षित (protected) आहेत. त्यामुळे मुसलमानेतरांना (Non-Muslims) या प्रदेशात प्रवेश करण्यास इस्लामची बंदी आहे. त्या वेळी तो प्रदेश लादेनच्या दृष्टिकोनातून अमेरिकेच्या प्रभावाखाली होता. त्यामुळे अमेरिका इस्लामचा शत्रू आहे. सौदी अरबस्तानचे शासन पण विश्वासघातकी आणि देशद्रोही आहे.

या घडामोडीत लादेन १९९१ साली व्यवसायानिमित्त सुदानला गेला व तेथे रस्तेबांधणी वगैरे प्रकल्प सुरू केले. त्या गरीब देशाला आर्थिक मदत करण्याचा त्याचा उद्देश होता. पण या प्रदेशात त्याचे बस्तान बसू शकले नाही. इजिप्त, अल्जेरिया, येमेन या राज्यांनी लादेनवर आरोप केला की, या देशातील मूलतत्त्ववाद्यांना त्यानी चिथावणी देऊन त्यांचे राज्य उलथून टाकण्याचा कट केला आहे. त्यामुळे इजिप्तचे राज्यप्रमुख होस्नी मुबारक यांच्या हत्येचा पण त्या वेळी प्रयत्न करण्यात आला होता. त्यामुळे सुदानमधून लादेनची हकालपट्टी करण्यात आली. सौदी अरबस्तानात पण त्याच्याविरुद्ध वादळ उठले. सौदी सरकारने त्याचा पासपोर्ट रद्द केला व त्याचे नागरिकत्वपण हिरावून घेतले. त्याच्या कुटुंबाने सुद्धा त्याचा स्वीकार करण्यास नकार दिला.

लादेनच्या हालचालीविषयी १९९६ नंतर काहीच माहिती उपलब्ध नाही. पण तो अफगाणिस्तानमध्ये परतला. जलालाबादजवळ त्याचा तळ होता. त्याच्याजवळ त्याच्या एकूण ६००० अनुयायांपैकी ६०० त्याचे जवळ होते. त्याचे अनुयायी २५ राज्यांत विखुरलेले आहेत. उदा. चेचन्या, इजिप्त, काश्मीर, इराण, पॅलीस्टीन वगैरे. ९/११ च्या २००१ च्या अमेरिकेवरील दहशतवादी हल्ल्याची घटना घडल्यानंतर, लादेनवर संशय घेण्यात आला व त्याविषयी तपास, चौकशी सुरू झाली. अमेरिकेत दहशतवाद विरोधी पथकातील तज्ज्ञांनी अमेरिकाविरोधी दहशतवादी कटाशी व कारवायांशी असलेले धागेदोरे जुळविले. संशयितांकडून जप्त केलेल्या कागदपत्रांवरून बऱ्याच गोष्टींचा उलगडा झाला. आघाडीच्या दहशतवादी संघटना व त्याच्या व्यवसायाच्या पत्त्यावरून (address) लादेनचे नाव, वर्ल्ड ट्रेड सेंटरवरील हल्ल्याशी जोडण्यात आले. आणखीन, पाकिस्तानमधील एका घरात लादेन आणि रझ्मी अहमद युसूफ हे दोघेजण राहात होते. रझमी अहमदला अटक केल्यानंतर तपासात लादेनचे नाव पुढे आले. हे घर लादेनच्या मालकीचे होते.

१९९६ आणि पुन्हा १९९८ साली इमान अल जवाहीरी-इजिप्तमधील दहशतवाद्यांचा म्होरक्या आणि शेख मीर हमझेय पाकिस्तानमधील जमात उल उलेमाचा नेता आणि लादेननी एक फतवा काढला, सर्व इस्लाम धर्मीयांना अशी आज्ञा केली की अमेरिकन माणूस कोठेही असो, कोणीही असो व केव्हाही गाठ पडो. त्याला ठार

करावे. हे धार्मिक कर्तव्य आहे. हा अमेरिकन नागरिक असो अगर सैनिक असो. पण या फतव्यात तसा काही विशेष अर्थ नव्हता. कारण असा फतवा जो कोणी इस्लामी कायदे न्यायशास्त्रात प्रवीण आहे, जो अत्यंत धार्मिक आहे, पवित्र आहे, प्रामाणिक आहे, अशी व्यक्तीच फतवा काढू शकते, त्यामुळे या फतव्याचा फारसा प्रभाव पडला नाही.

ज्या दहशतवादी कारवाया लादेनच्या आदेशानुसार किंवा मार्गदर्शनाखाली केल्या गेल्या किंवा ज्यात त्याचा सहभाग होता, त्या पुढीलप्रमाणे आहेत. (पण ज्या कारवाया कोणाला नकळत केल्या त्याविषयी काहीही माहिती मिळत नाही.) १) २६ फेब्रुवारी १९९३ साली लादेनच्या मार्गदर्शनाखाली त्याच्या हस्तकाने, रझमी अहमद युसूफने वर्ल्ड ट्रेड सेंटरवर हल्ला केला. त्याच्यावर हे आरोप ठेवले होते. लादेन त्यांचा आश्रयदाता व संरक्षक होता. २) १३ नोव्हेंबर १९९५ रोजी सौदी अरबस्तानामधील रियाद येथील Saudi National GuarTraining Centre वर बॉम्बहल्ला करण्यात आला. त्यात ४ अमेरिकन तर दोन भारतीय सल्लागार मरण पावले. ३) २५ जून १९९२ साली सौदी अरबस्तानातील धरण येथील खोबर मनोऱ्यावर बॉम्बहल्ला करण्यात आला. हा हल्ला एका अत्यंत शक्तिशाली ट्रक-बॉम्बस्फोटाच्या द्वारे करण्यात आला. ज्यात १९ अमेरिकन अधिकारी ठार झाले आणि अन्य ३०० जखमी झाले. ४) १७ नोव्हेंबर १९९७ रोजी इजिप्तमधील लकशर राणी हतशेपुटच्या प्राचीन देवळाबाहेर ५ परदेशी पर्यटक आणि चार इजिप्शियन नागरिकांची कत्तल करण्यात आली. ६) ७ ऑगस्ट १९९८ रोजी केनियाची राजधानी नैरोबी येथे बॉम्बहल्ला करण्यात आला. या हल्ल्यात २९१ माणसे मरण पावली आणि ५००० जखमी झाली. ७) १२ ऑक्टोबर २००० रोजी एडन (येमेन) येथे एका नांगरलेल्या अमेरिकन, कोल (Cole) नावाच्या जहाजावर बॉम्बहल्ला करण्यात लादेनचा हात होता. १३ डिसेंबर १९९९ साली पाकिस्तानमधील इस्लामाबादमधील अमेरिकन वकिलातीवर व सं. रा. संघाच्या ऑफीसवर पण बॉम्बहल्ले करण्यात लादेनचा हात होता.

११ सप्टेंबर २००१ साली वर्ल्ड ट्रेड सेंटर आणि पेन्टॅगॉनवरील दहशतवादी हल्ल्यानंतर १७ सप्टेंबर २००१ साली लादेनला हवाली करण्याची मागणी तालिबान सरकारकडे करण्यात आली. ठरावीक मुदतीत लादेनला हवाली न केल्यानंतर अमेरिकन लष्कर व हवाईदलाने अफगाणिस्तानवर हल्ला केला. पण त्यापूर्वीच लादेन भूमिगत झाला होता.

समारोप– जागतिकीकरणामुळे दहशतवादाचे जाळे पण जागतिक बनले आहे. दहशतवादी कृत्यांकरिता नाना प्रकारे अनेक मार्गांने पैसा गोळा होत आहे व अतिरेक्यांना पुरविला जात आहे. इस्लामची तत्त्वप्रणाली पण आंतरराष्ट्रीय स्वरूपाची आहे. त्याला

सीमा नाहीत. (Trans-National) कॅलिफोर्निया विद्यापीठाचा दहशतवादावरील एक तज्ज्ञ–रिचर्ड केन्सूच्या मतानुसार अल–कायदा या दहशतवादी संघटनेला राज्याचे सर्व घटक आहेत फक्त भूप्रदेश नाही आणि सीमा नाहीत. (Al-Queda is virtually a country having state like aspects but without state border) अमेरिकन आणि ब्रिटिश नागरिक त्यांच्या सैन्यात होते, तर त्यांचे सैनिक चेचन्या आणि काश्मीरमध्ये कारवाया करत आहेत.

ओसामा बिन लादेनचे मुख्य लक्ष्य अमेरिका आहे. त्यानंतर अन्य लक्ष्ये भारत आणि इस्राइल आहेत. ओसामाच्या दृष्टिकोनातून शीतयुद्ध काळात एका महाबलाढ्य देशाचा – रशियाचा पराभव अफगाणिस्तानमध्ये करण्यात अफगाण मुज्जाहिदीनांना यश मिळाले आहे. हे इस्लामी योद्धे अमेरिकेचा पण पराभव करू शकतात. 'अल जजीरा' या दूरदर्शन वाहिनीवर मुलाखतीत लादेनने अमेरिकन लोकांचा तिरस्कार केला आहे, कारण "They are against muslim." १९९६ साली अमेरिकेविरुद्ध युद्धाचा फतवा काढताना त्याने पुढील उद्‌गार काढले. "America is unjust criminal and tyrannical... And we believe that U. SA. is directly responsible for those who were killed in Palestine, Lebanon and Iraque". खोबर आणि रियादमधील आत्मघातकी अतिरेक्यांना त्यांनी हुतात्मा म्हणून संबोधले आहे.

सध्या अल कायदा ही संघटना, ५० ते ६० राज्यात सक्रिय आहे. लादेन हा अफगाणिस्तानमध्ये असल्यापासून त्याचे अन्य दहशतवादी गटांबरोबर व राज्यांबरोबर संबंध आहेत, धागेदोरे असावेत. डॅनीयल पर्ल नावाच्या एका अमेरिकन ज्युचे अपहरण करणाऱ्या उमर शेख या अतिरेक्याचा अल कायदा या संघटनेशी संबंध होता, असे सांगितले जाते. अफताब अन्सारी या दहशतवाद्याला दहशतवादी कारवायांबद्दल अटक करण्यात आली आहे. अन्सारीने भारताचे राष्ट्रपती अब्दुल कलाम यांच्या हत्येचा कट रचला होता व अणुकेंद्रावर हल्ला करण्याची योजना आखत होता. त्याचा अल कायदा संघटनेशी संबंध आहे असे सांगितले जाते. कलकत्ता येथील एक Shoe Magnate चे अपहरण करण्यात येऊन त्याच्याकडून प्रचंड खंडणी वसूल करण्यात आली व नंतर सुटका करण्यात आली. ही प्रचंड रक्कम ९/११ घटनेतील प्रमुख आरोपी महंमद अट्टा याला पुरविण्यात आली होती असे तपासात बाहेर आले. यानंतर अफगाणिस्तानविरुद्ध अध्यक्ष बुश यांनी युद्ध पुकारले व शेकडो निरपराध स्त्रिया, मुले, पुरुष यांना ठार केले. त्यामुळे हे युद्ध आता जास्त भडकण्याची शक्यता आहे. अल कायदा ही संघटना खुद्द अफगाणिस्तानमध्ये नष्ट करता येणार नाही. आर्थिक आणि राजकीय अन्यायामुळे मुस्लीम असो किंवा अन्य कोणी असो, या अन्यायामुळेच दहशतवादाची साथ जगभर पसरतच राहणार असे अभ्यासकांचे मत आहे.

अफगाणिस्तान–दहशतवाद

भारताचा एक शेजारी अफगाणिस्तान हा डोंगराळ प्रदेश असून एक मागासलेले राष्ट्र आहे. अफगाणिस्तानाबरोबर भारताचे पूर्वापार संबंध आहेत. उत्पन्नाची साधने अत्यंत कमी असून लूटमार करून उपजीविका करणे, हाच अफगाणी जीवनक्रम बनला आहे व त्याचेच आचरण आजपर्यंत अफगाणी टोळीवाले करत आहेत. १९ व्या शतकाच्या मध्याला ब्रिटिशांनी हा देश जिंकण्याचा अयशस्वी प्रयत्न केला. अन्य मुस्लीम राज्याप्रमाणे येथे पण राजेशाही होती. २० व्या शतकाच्या शेवटी क्रांती होऊन येथे अराजकता माजली. काही टोळीप्रमुखांनी सत्ता सांभाळण्याचा प्रयत्न केला. अराजकता माजल्यामुळे बरेच अफगाण निर्वासित पाकिस्तानात शिबिरात राहात होते. याचा फायदा घेऊन १९७९ साली सोव्हियत रशियाने आक्रमण करून आपल्या ताब्यात देश आणला. परंतु हिंसाचार, अराजकता यामुळे रशियाला देखील येथून काढता पाय घ्यावा लागला. या मागासलेल्या देशात मूलतत्त्ववादाचा (fundamentalism) जास्त पगडा आहे.

मूलतत्त्ववाद म्हणजे इस्लामची जी मुख्य तत्त्वे आहेत, कुराणात व धार्मिक ग्रंथात, परंपरेत ज्यांना आधार आहे, जी वचने आहेत, त्याप्रमाणे सामाजिक, राजकीय, आर्थिक व्यवस्था स्थापन करणे. ही तत्त्वे शाश्वत आहेत. कालमानाप्रमाणे त्यात बदल करता येणार नाही. थोडक्यात म्हणजे हा पुराणमतवाद होय. याचा प्रसार करण्याकरिता हिंसाचार करणे देखील मान्य आहे. यात सुद्धा पुराणमतवादी आणि क्रांतिकारक किंवा लढाऊ असे दोन प्रकार मानले जातात. Militants हे कडवे आहेत, त्यांना बदल हवा आहे, त्याकरिता सर्व मुस्लिमांनी धर्मयुद्धात (जिहाद) सामील व्हावे असे आवाहन ते करतात. याचा परिणाम म्हणजे दहशतवादी कारवायांना मिळालेले उत्तेजन. त्यामुळे अफगाणिस्तान हा दहशतवाद्यांचा अड्डा बनला.

दहशतवाद फोफावण्यास आणखीन एक कारण म्हणजे सामाजिक आणि राजकीय अस्थिरता; आर्थिक मागासलेपणामुळे मादक द्रव्यांची तस्करी आणि उत्पादन याला उत्तेजन मिळत गेले. राजे झहीर अमलात व नंतर मुज्जहिदांचा पगडा असताना मादकद्रव्यांचे उत्पादन व तस्करीमुळे सरकारी तिजोरीत चांगलीच भर पडत गेली. १९९८ च्या सुमारास अफू, चरस, गांजा या सारख्या मादक द्रव्यांच्या उत्पादनात जगात अफगाणिस्तानचा दुसरा क्रमांक होता. १९९९ साली हेरॉईन, मॉर्फीनचे प्रचंड उत्पादन केले गेले. या तस्करीमुळे मिळणारा बराचसा पैसा, त्यातील वाटा दहशतवादी गटांकडे जात असे. हे अतिरेकी गट भाडोत्री म्हणून देखील मध्य आशिया, काश्मीर, युरोप येथे जात असत. चेचेना, अरब देश येथे त्यांनी धुमाकूळ माजविला. या देशातील अतिरेकी गट आणि बंडखोरांना प्रशिक्षण देण्यासाठी अफगाणिस्तानमध्ये शिबिरे

उघडण्यात आली होती. हँड ग्रेनेड, ए.के.४७ स्फोटके, क्षेपणास्त्रे, संगणक वगैरेचे तांत्रिक ज्ञान व वापर याचे प्रशिक्षण येथे दिले जाई. अल-हरकत-उल, मुज्जाउद्दीन, लष्करे-ई-तोयबा, हिजबूल अलबद्र हे गट पाकिस्तान व अफगाणिस्तानमध्ये सक्रिय आहेत. यातील भाडोत्री अतिरेकी, काश्मीरमध्ये घुसखोरी करून हत्या, बॉम्बफेक, आत्मघातकी हल्ले या कारवाया करत असतात.

१९७९ साली रशियाने अफगाणिस्तान ताब्यात आणल्यावर या कारवायांना उधाण आले. अमेरिका, पाकिस्तान या राष्ट्रांनी शस्त्र व पैसा पुरविला. सर्व लष्करी तळ पुरविले. प्रशिक्षण दिले. गनिमीकाव्यामुळे व या कारवायांमुळे रशियासारखे बलाढ्य राष्ट्र देखील जेरीस आले व शेवटी कंटाळून त्यांनी १९८९ साली अफगाणिस्तानातून आपल्या फौजा काढून घेतल्या. अरब देशातील स्वयंसेवक अफगाणिस्तानमध्ये सोव्हिएट रशिया विरुद्ध (पाखंडी देशाविरुद्ध) लढण्याकरिता अफगाणिस्तानामध्ये येऊन दाखल झाले होते. रशियाने आपल्या फौजा काढून घेतल्यानंतर हे दहशतवादी पाकिस्तानमध्ये व अफगाणिस्तानमध्येच राहिले. कालांतराने यांनी काश्मीरमध्ये घुसखोरी केली. त्याचप्रमाणे पॅलिस्टीन, चेचेना, इराक, आफ्रिका येथे दहशतवादी कारवाया करण्याकरिता त्या त्या ठिकाणी गेले.

मध्यंतरीच्या काळात अफगाणिस्तानात खाळा (Khala) पक्षाची राजवट होती. टोळीप्रमुख, युद्धखोर, अतिरेकी या लोकांचे सत्तेवर प्राबल्य होते. त्यामुळे सामान्य जनतेचे अत्यंत हाल झाले. मुज्जाउद्दीनाची सुदोपसुंदी चालल्यामुळे अफगाण निर्वासितांच्या झुंडीच्या झुंडी पाकिस्तान, इराणमध्ये गेल्या. पाकिस्तानचा वायव्य सरहद्दप्रांत, बलुचिस्तान, वझीरीस्तान येथे अफगाण निर्वासित शिबिरात राहात होते. पाकिस्तान राजवटीने, मदरसा या धार्मिक शाळेतील विद्यार्थी एकत्र करून त्यांना अफगाणिस्तानमध्ये घुसविले. यांच्या गटाला तालिबान हे नाव दिले. मुज्जउद्दीन गटाचा पाडाव करून शांतता प्रस्थापित करण्याचे लक्ष्य या तालिबान गटाने ठरविले होते. या गटाने वेळप्रसंगी धनाचा उपयोग करून, लाच देऊन, तर काही वेळा कारस्थाने करून, आवश्यक पडल्यास संघर्ष करून ९०% अफगाणिस्तानावर आपले प्रभुत्व निर्माण केले.

तालिबान या शब्दाचा मूळ शब्द तालीब, हा अरबी आहे. त्याचा अर्थ अल्लाचा शोध घेणारा (Seeker) असा आहे व धार्मिक शिक्षण घेणाऱ्या विद्यार्थ्याला उद्देशून हा शब्द योजला जात असे. अफगाणिस्तानमध्ये सत्ताधारी गटाला उद्देशून पण हा शब्द वापरला जाई. तालिबान हा मूलतत्त्ववादी, वहाबी पंथाचा आहे. हा कर्मठ, पुराणमतवादी, सुन्नी पंथाचा गट, संप्रदाय आहे. संप्रदायाला आधुनिक, राजकीय, कायदेविषयक, सामाजिक प्रकाराच्या सुधारणांचे वावडे आहे. त्यांना शिया पंथीय लोकसुद्धा धर्मभ्रष्ट

वाटतात. अशा स्थितीत निवडणुका, लोकशाही, मतस्वातंत्र्य, स्त्रियांना समान वागणूक या गोष्टी अप्रिय वाटल्यास नाही. तालिबान ही चळवळ मुल्ला ओमरच्या मूलतत्त्ववाद्याच्या विद्यार्थ्यांनी १९९२ साली सुरू केली. मुज्जाउद्दीनच्या मनमानी कारभाराला विरोध करण्यासाठी ही चळवळ निर्माण करण्यात आली होती.

तालिबान चळवळीचा दहशतवादाशी सबंध दोन प्रकारे येतो. एकतर त्यांनी जुन्या कर्मठ मूलतत्त्ववादी गटांना आश्रय दिला. उदा. ओसामा बिन लादेन, अल कायदा ही संघटना. दुसरे म्हणजे अफगाणिस्तान बाहेरील प्रदेशात दहशतवादी कारवाया करण्याकरिता या गटाला सर्व प्रकारे सुसज्ज करण्यात आले. इजिप्त, अल्जेरिया, चेचन्या, पॅलिस्टीइन येथे हे अतिरेकी घुसविण्यात आले. आणखीन एक गोष्ट पाकिस्तानबरोबर संगनमत करून काश्मीरमधील फुटीरवादी गटाला उत्तेजन दिले. सक्रिय केले. त्यांना मदत केली.

हे सर्व घडत असतानाच सर्व जगाला हादरवून सोडणारी एक घटना घडली. ११ सप्टेंबर २००१ साली पाच आत्मघातकी अतिरेक्यांनी अमेरिकेच्या चार प्रवासी विमानांचे चाकू सुरीचा धाक दाखवून अपहरण केले आणि त्यांचा क्षेपणास्त्रासारखा उपयोग करून वर्ल्ड ट्रेड सेंटरवरील उजव्या-डाव्या टॉवर्सवर आदळवून स्फोट करून आग, धूर, प्रचंड नाश व मोडतोड घडवून आणली. एक विमान पेन्टॅगॉनच्या इमारतीवर आदळले व चौथे विमान शेतात आदळले. यात अमेरिकेची हजारो माणसे मरण पावली. जखमी झाली व प्रचंड आर्थिक नुकसान झाले. तपासात असे सिद्ध झाले की ओसामा बिन लादेन या कुप्रसिद्ध आंतरराष्ट्रीय दहशतवाद्याच्या अल कायदा या गटाने कारस्थान करून हे अपघात घडवून आणले होते. १७ सप्टेंबरला अध्यक्ष बुश यांनी ओसामा बिन लादेन आणि अल कायदाचे दहशतवादी यांना अमेरिकेच्या हवाली करण्यास फर्माविले. तालिबानने सहकार्य करण्यास नकार दिल्यानंतर ऑक्टोबर २००१ रोजी Operation Enduring Feedom ही लष्करी कारवाई, तालिबानविरुद्ध करण्यात आली. अमेरिकेला उत्तरेकडील देशांच्या आघाडीने सहकार्य केले. नाटोची आशियायी मित्रराष्ट्रे वगैरे राष्ट्रांनी अमेरिकेला पूर्ण सहकार्य दिले. या लष्करी मोहिमेला इस्लाम विरुद्ध ख्रिश्चन राष्ट्रे असे स्वरूप येऊ नये याची युरोपियन देश आणि अमेरिका यांनी काळजी घेतली. अमेरिकन विमानांनी जबरदस्त बॉम्बहल्ले केल्यानंतर, उत्तर आघाडीने ९ तारखेला मझर-ई-शरीफ शहर घेतले. ११ ऑक्टोबरला हेरात काबीज केले. १३ नोव्हेंबरला काबूल शहरात प्रवेश केला. अफगाणिस्तानी जनता अगोदरच दुष्काळ, उपासमार, धार्मिक कलह, आर्थिक दिवाळे यांमुळे रंजीला आली होती. त्यामुळे लवकरच ९०% अफगाणिस्तान अमेरिका आणि मित्र आघाडी यांच्या ताब्यात आला. या कारवाईत ३४,००० अन्नाची पाकीटे वरून टाकण्यात आली. त्यामुळे सर्वसामान्य अफगाण माणसाला दिलासा मिळाला. यानंतर जर्मनीत बॉन येथे

अफगाणमध्ये कशा प्रकारची व कोणाची सत्ता असावी हे ठरविण्याकरिता नोव्हेंबरअखेर परिषद घेण्यात आली. यात सर्व अफगाणी इच्छुक गट हजर होते. सर्वानुमते असे ठरले की तात्पुरती व्यवस्था म्हणून अंतरिम सरकार स्थापन करण्यात यावे व यानंतर निवडणुका घेण्यात याव्यात.

तालिबानचा पराभव झाला. मुल्ला ओमर अफगाणिस्तानातून पळून परागंदा झाला. पण तालिबान दहशतवादी ग्रामीण भागात पाय रोवून होते व त्यांच्या चुटपुट कारवाया चालूच होत्या. यांचा पूर्ण बंदोबस्त झाला नव्हता. एक ताजी अत्यंत खळबळजनक घटना याची साक्ष देते. एका बहुराष्ट्रीय कंपनीतर्फे अफगाणिस्तानमध्ये सेवा करावयास गेलेले एक इंजिनियर 'के सूर्यनारायण' यांचे अपहरण करून अत्यंत क्रूरपणाने त्यांची हत्या करण्यात आली. ही हत्या २९ एप्रिल २००६ ला करण्यात आली. विशेष म्हणजे वाटाघाटी करण्याकरिता भारतीय शिष्टमंडळ येण्याच्या पूर्वीच म्हणजे ४८ तासांची मुदत संपण्यापूर्वीच त्यांचे डोके उडवून ही हत्या करण्यात आली. अफगाणिस्तानचे अध्यक्ष हमीद करझाई यांनी या कृत्याचा ती निषेध करून म्हटले आहे- मारेकरी हे अफगाणिस्तानचे शत्रू आहेत. त्यांना अफगाणिस्तानचा विकास व्हावा व अफगाणिस्तान स्वावलंबी व्हावे असे वाटत नाही. एक वर्षापूर्वी एम. आर. कुट्टी या चालकाचे असेच अपहरण करण्यात येऊन त्याची हत्या करण्यात आली होती. भारताने ४०० दशलक्ष डॉलर्स इतकी आर्थिक मदत अफगाणिस्तानला पुनर्रचनेकरिता दिली आहे व पूर्ण सहकार्य केले आहे व करत आहे. त्याचाच भाग म्हणजे झारंझ-डेलासन रोटेड हा प्रकल्प राबविण्यात आला. हा प्रकल्प पूर्ण करण्याकरिता भारतातील एक कंपनी Border Road Organisation ही काम करत आहे. या प्रकल्पावर काम करत असलेल्या एम. आर. कुट्टी या भारतीय सेवकाचे तालिबान अतिरेक्यांनी २२ नोव्हेंबर २००५ रोजी अपहरण करून नंतर त्यांची हत्या करण्यात आली. भारतीय अधिकाऱ्यांनी तालिबान अपहरणकर्त्यांशी संपर्क साधण्यापूर्वीच हत्या करण्यात आली. पंतप्रधान मनमोहनसिंग यांनी या हत्येचा ती धिक्कार केला. B.R.O. ने अफगाणिस्तान सोडून जाण्यास नकार दिल्यामुळे ही हत्या करण्यात आली, असे त्याच्या प्रेताच्या जवळ चिठ्ठीत लिहिले होते. याच तालिबानने सूर्यनारायण यांच्या अपहरणानंतर सर्व भारतीयांनी २९ ता. पूर्वी अफगाण सोडून चालते व्हावे अन्यथा सूर्यनारायण यांची हत्या करण्यात येईल असे जाहीर केले होते.

या घटनेनंतर संयुक्त राष्ट्रसंघाने, अमेरिकेने व अन्य देशांनी तालिबान ही दहशतवादी संघटना आहे असे घोषित केले पाहिजे, पण भारताने अजून ते केले नाही. ते अमेरिका आणि संयुक्त राष्ट्रसंघाच्यातर्फे हे करवून घेण्याचा भारताचा प्रयत्न आहे. एक कडवा आत्मघातकी हल्ले करणारा नवीन तालिबान निर्माण होत आहे. वायव्य सरहद्द प्रांत

बलुचिस्तानमधील मदरसांमधून हे अतिरेकी बाहेर पडत आहेत. पाकिस्तानला पण हे सर्व हवेच आहे, कारण पाकिस्तानच्या हाताखालचा एक पित्तू म्हणून तालिबान त्यांना हवा आहे, म्हणजे अफगाणिस्तानच्या अंतर्गत बाबतीत हस्तक्षेप करण्यास केव्हाही मोका सापडेल. त्यामुळे पाकने अल-कायदाविरुद्ध कारवाई करून बऱ्याच जणांना पकडून अमेरिकेच्या हवाली केले. पण तालिबानबाबत त्यांनी कानाडोळा केला आहे. त्यामुळे तालिबान दिवसेंदिवस सुसज्ज, संघटित आणि बलिष्ठ होत आहे.

पाकिस्तानचा हा कुटिल डाव आहे. भारताचे व अफगाणिस्तानचे मित्रत्वाचे करार झालेत हे पाकिस्तानला मानवणारे नाही. अफगाणिस्तान हे आपल्या ताटाखालचे मांजर असावे असे पाकिस्तानला वाटते. कंदाहार, हेरात व जलालाबाद येथे परराष्ट्र कचेऱ्या उघडल्या आहेत. भारताचे निमलष्कर अफगाणिस्तानमध्ये ठेवण्याची सवलत भारताला मिळाली याचा पण पाकिस्तानला हेवा वाटतो. अफगाणिस्तानच्या विकासाला मदत करावी व चांगला शेजारी म्हणून संबंध असावे असे भारताला वाटते. केलेल्या कराराचे पालन करावे असा भारताचा आग्रह असतो. डेलाराम (Delaram) झारांज हा राजमार्ग पाकच्या वायव्य सरहद्दीपासून जातो. हा राजमार्ग पूर्ण झाल्यावर अफगाणिस्तानला पाकवर परावलंबी राहावे लागणार नाही व ९०% स्वावलंबी होईल. अफगाणिस्तानमधील दहशतवादविरोधी मोहीम यशस्वी करावयाची असल्यास प्रथम पाकिस्तानला वेसण घातली पाहिजे. एरवी हे प्रयत्न निष्फळ ठरतील असे भारताला वाटते. तालिबानचे अजून पूर्णपणे उच्चाटन झालेले नाही. दुर्गम व ग्रामीण भागात अजूनही तालिबानचे अस्तित्व आहे व दहशतवादी कारवाया चालूच आहेत.

प्रकरण ९ वे

दहशतवाद – इराक, मध्यपूर्व इराण, पॅलिस्टीन, चेचन्या

इराकमधील दहशतवादाचा नंगानाच

इराक हा मध्यपूर्वेतील पेट्रोलच्या खाणी असलेला देश आहे. पूर्वी येथे राजेशाही होती, पण नंतर ती उलथून टाकून तेथे बाथ पार्टीची सत्ता आली. कालांतराने सद्दाम हुसेनने सर्व सत्ता काबीज करून एकतंत्री कारभार सुरू केला व दहशतवादी तंत्र अवलंबिले व येथे भयानक मानवी हत्या करण्यात आल्या. त्याचे ताजे वृत्त :

बगदादमधील मार्केटजवळील झोपडपट्टीच्या भागात पार्क केलेल्या एका कारमधील बॉम्बचा स्फोट होऊन कमीत कमी ६६ लोक ठार झाले व ८७ जखमी झाले. दहशतवादी नेता इरक्काईची हत्या झाल्यानंतरचा हा अत्यंत भीषण स्फोट होता. बगदादवासीयांकरिता ही फार मोठी रक्तरंजित घटना होती. असेही मानले जाते की एका स्त्रीवर बलात्कार झाल्याने त्याचा बदला घेण्याकरिता हा स्फोट घडवून आणला. जूनच्या २००६ अखेरीस हा स्फोट घडवून आणला, ज्यावेळी सकाळी बाजार उघडला होता. दुकानदारही आले होते, अन्नपदार्थ, धान्य, कपडे मांडून ठेवले होते. या स्फोटात २२ दुकाने व १४ स्टॉल्स नष्ट झाले. गेले तीन वर्षे इराकमध्ये कारबॉम्बच्या आत्मघातकी स्फोटाने हजारो निरपराधी नागरिकांचे बळी जात आहेत. पण हे चित्र समजून घेण्यासाठी थोडे मागे जाऊया. २००३ साली इराकमधील सद्दाम हुसेनची दहशतवादाला खतपाणी घालणारी राजवट उलथून टाकली व तेथे अमेरिका व मित्रराष्ट्र यांनी लोकशाही स्थापन करण्याकरिता आवश्यक ती पावले उचलण्यास प्रारंभ केला. पण हा सद्दाम हुसेन कोण?

१९३७ साली ताक्रीत जवळच्या खेडेगावात जन्मलेल्या सद्दामची लहानपणी शिक्षणात फारशी प्रगती झाली नाही व राजकारणातच त्याला रस वाटू लागला. १९५९ साली बाथ पक्षाच्या कार्यकर्त्यांनी राजेशाही उलथून टाकण्याचा अयशस्वी प्रयत्न केला. यात सद्दाम हुसेनने भाग घेतला होता. पण नंतर लष्करी अधिकाऱ्यांनी

राजे फैजलची राजवट उलथून टाकली. जनरल कासीमने या कटाचे नेतृत्व केले होते. पण कासीमचा लष्करी अधिकाऱ्यांनी कारस्थान करून काटा काढला. त्या वेळी सद्दाम हुसेन इजिप्तमध्ये होता. नंतर तो इराकमध्ये आला. १९७९ साली बाथ पक्षाचा अध्यक्ष बाक्र याने तब्येतीच्या कारणावरून राजीनामा दिला. नंतर सद्दाम हुसेन अनेक कारस्थाने करून इराकचा सत्ताधीश, हुकूमशहा बनला. त्याच्या हुकूमशाही राजवटीचे प्रत्यंतर म्हणजे १९८७ साली इराणवर केलेले आक्रमण होय. यात लाखो लोकांचे प्राण गेले व आठ वर्षे हे युद्ध चालले. त्याच्या दहशतवादी कृत्यांचे आणखी एक प्रकरण म्हणजे अल्पसंख्य शियापंथीय कुर्द जमातीच्या हजारो लोकांना विषारी वायू वापरून ठार मारण्यात आले. कारण कुर्द लोकांनी इराणला मदत करण्याचा सद्दामला संशय आला होता. त्याचप्रमाणे बहुसंख्य शियांना याच कारणावरून गोळ्या घालून ठार मारण्यात आले. यानंतरच्या त्याच्या मनमानी राज्यकारभाराचा आणखी एक अंक म्हणजे पेट्रोल व नैसर्गिक वायूने समृद्ध असलेल्या छोट्या कुवेत राज्यावर आक्रमण केले. संयुक्त राष्ट्रसंघाने ठराव करून आक्रमण मागे घेण्याचा आदेश इराकला दिला व इराकवर आर्थिक निर्बंध लादले. अमेरिका व मित्रराष्ट्रांनी हस्तक्षेप करून इराकी फौजांची कुवेतमधून हकालपट्टी केली. ऑक्टोबर २००३ मध्ये अमेरिकन सेक्रेटरी ऑफ स्टेट, कोलीन पॉवेलने संयुक्त राष्ट्राच्या सुरक्षा समितीपुढे सांगितले की अल कायदा दहशतवादी नेता झरक्काइच्या गटाला इराकने आश्रय दिला आहे. झरक्काइचा रासायनिक आणि जैविक अस्त्रे बनविण्यात हातखंडा होता. त्याने जॉर्डनच्या अमेरिकन वकिलाची हत्या करण्याचा कट रचला होता. त्याचप्रमाणे १९९६ च्या सुमारास इराकी नेते आणि अल कायदा नेते, यांची आठ वेळा भेट झाली होती. त्याचप्रमाणे झेकोस्लोवाकियाच्या अधिकाऱ्यांनी सांगितले की अहमद शहा, ११ सप्टेंबरच्या हल्ल्यातील मुख्य सूत्रधार, इराकी गुप्तहेर खात्याच्या अधिकाऱ्यांना या हल्ल्यापूर्वीच काही महिने प्राग येथे भेटला होता. पण याबाबत खात्रीने काहीच सांगता येत नाही. त्याचप्रमाणे अफगाणिस्तानमधून पळून गेलेल्या अल कायदा दहशतवाद्यांनी इराकमध्ये आश्रय घेतला. असे नंतर समजले.

अमेरिकेने इराकविरुद्ध युद्ध पुकारले, याची मुख्य कारणे पुढीलप्रमाणे आहेत.

९/११ सप्टेंबरचा न्यूयॉर्क शहरावरील हल्ला अल कायदा दहशतवादी गट आणि इराक यांनी संगनमत करून केला, अशी अध्यक्ष बुश यांची समजूत झाली. आणखीन एक कारण म्हणजे दहशतवादी गटाला आश्रय देणारा, त्यांना शस्त्रे, प्रशिक्षण व पैसा पुरविणारा धोकादायक हुकूमशहा-सद्दाम हुसेनची उचलबांगडी करून अमेरिकेला इराकमध्ये लोकशाही राजवट स्थापन करायची होती व मध्यपूर्वेतील एकतंत्री राज्यांना एक उदाहरण घालून द्यायचे होते.

दहशतवादाविरुद्ध अमेरिकेचे युद्ध २००३

९/११ सप्टेंबरच्या वर्ल्ड ट्रेड सेंटरवरील हल्ल्याने संपूर्ण जग हादरले. केवळ काही ब्लेडस् व खिशातील चाकू यांच्या साहाय्याने पाच अपहरणकर्त्यांनी एका बलाढ्य देशाच्या एका शहराचा कोपरा उद्ध्वस्त केला. हजारो नागरिक ठार मारले. केवळ धाडस आणि कृती याच्या साहाय्याने यापुढे काहीही घडू शकेल. अमेरिकेने यापुढे धडा घेण्याचे ठरविले आणि दहशतवादाविरुद्ध जागतिक लढा देण्याची घोषणा केली. कारण या आंतरराष्ट्रीय दहशतवादाने अक्राळविक्राळ स्वरूप धारण केले होते. याची त्वरित कारवाई म्हणजे अफगाणिस्तानच्या दहशतवादाला उत्तेजन देणाऱ्या तालिबान शासनाचा पाडाव केला. अमेरिकन फौजा अफगाणिस्तानात घुसल्या. त्यांनी तालिबानची राजवट उलथून तेथे लोकशाही राजवट स्थापन केली. अजूनही काही अमेरिकी फौजा अफगाणिस्तानमध्ये आहेत.

यानंतर दुसरा अंक म्हणजे दहशतवादी प्रवृत्तीला उत्तेजन देणारी राजवट–इराकवर २००३ साली आक्रमण करून अमेरिका, इंग्लंड, इटली, जपान या राष्ट्रांनी सद्दाम हुसेनला अटक करून त्याच्यावर खटला भरला व इराकमध्ये लोकशाही राजवट स्थापन केली. पण याकरिता अमेरिकेला फार मोठी किंमत मोजावी लागली आहे.

अमेरिकेने इराकवर का आक्रमण केले? एका स्वतंत्र सार्वभौम राष्ट्रावर काहीही कारण नसताना आक्रमण केले व अंतर्गत बाबतीत हस्तक्षेप केला याबद्दल अमेरिकेवर सतत खुद्द अमेरिकेत टीका होत आहे. अमेरिकेची अशी समजूत झाली की सद्दाम हुसेन घातक शस्त्राचा (W. M. D.) साठा करत आहे व जनसंहारक शस्त्रे बनविण्याच्या प्रयत्नात आहे. त्यामुळे शेजारच्या राष्ट्रावर दबाव आणून त्यांच्यावर आक्रमण करत आहे, त्यांच्यावर प्रभुत्व गाजवीत आहे. इराणविरुद्धच्या युद्धात इराकने विषारी वायूचा उपयोग केला होता. 'नर्व्ह गॅस सरीत'चा उपयोग केला. मानवी हक्क समितीने असे नमूद केले होते की इराकच्या उत्तर भागात राहणाऱ्या अल्पसंख्य कुर्द जमातीविरुद्ध विषारी वायू 'मस्टर्ड गॅस'चा उपयोग केला होता पण जनसंहारक (W. M. D.) शस्त्राचा साठा इराक करत असल्याचा कोणताही ठोस पुरावा मिळाला नाही.

अमेरिकेच्या नेतृत्वाने इराकवर आक्रमण केल्याला आता तीन वर्षे उलटून गेली आहेत. आता अमेरिकन सत्ता असे म्हणत आहे की इराकमध्ये लोकशाही स्थापन करण्यासाठी आक्रमण केले. सद्दाम हुसेनला पकडण्यात आले. त्याच्यावर आता खटला भरलेला आहे. त्यानंतर इराकमध्ये तीन निवडणुका घेण्यात आल्या. जानेवारी २००४ साली कामचलाऊ सरकार स्थापनेकरिता, ऑक्टोबर २००४ साली घटना तयार करण्याकरिता आणि डिसेंबर २००४ मध्ये घटनेप्रमाणे नवीन सरकार स्थापन

करण्याकरिता पण यामुळे काही राजकीय यश मिळाल्याखेरीज अन्य काहीच घडू शकले नाही. बंडखोरी, दहशतवादी कारवाया, कायदेभंग व अराजकता हे सर्व चालूच आहे. तीन हजारांपेक्षा जास्त अमेरिकन सैनिक मारले गेलेत. त्यामुळे अमेरिकेला इराकबाबतीत अपयशच आले आहे असे म्हणता येईल. हजारो इराकी सैनिक, नागरिक पुरुष-स्त्रिया-मुले यांची हत्या होत आहे. सतत आत्मघातकी कारबॉम्ब स्फोटाने या हत्या घडून येत आहेत. अमेरिकेचे माजी अध्यक्ष क्लिंटन यांच्या मते इराकवरील अमेरिकेचे आक्रमण ही फार मोठी घोडचूक आहे. एकवेळ सद्दाम हुसेन यांची उचलबांगडी करणे सोपे आहे, पण इराकमध्ये सर्व घटक मिळून स्थिर राज्य स्थापन करणे अवघड आहे. याविरुद्ध अमेरिकन जनतेत क्षोभ निर्माण झाला आहे व अमेरिकन लष्कराला इराकमधून परत बोलविण्याची मागणी होत आहे.

सध्या इराकमध्ये अमेरिकन लष्कर इराकी दहशतवाद्यांसमोर किंवा निदर्शकांसमोर उभे ठाकत नाही. पूर्ण संरक्षणाची तजवीज करूनच त्या ठिकाणी अमेरिकन सैनिकांची योजना करण्यात येते. इराकी सैनिकांना प्रशिक्षण देऊन त्यांच्यातर्फे लोकशाही राजवट चालविण्याचा व यशस्वी करण्याचा प्रयत्न केला जात आहे. पण या कार्यात इराकी सैनिक कमी पडत आहेत, असमर्थ ठरत आहेत. एक तर इराकी सैन्यात ऐक्य नाही. त्यांच्यात जातीय कारणांमुळे मुळातच फाटाफूट आहे. यातील दुसरा मुद्दा म्हणजे दहशतवादी कारवाया, कारबॉम्बस्फोट आणि आत्मघातकी हल्ले यामुळे इराकमधील शांतता आणि सुव्यवस्था याला फार मोठा धक्का बसत आहे. यातील तिसरा महत्त्वाचा मुद्दा अमेरिकन हेरखात्याला गुप्त बातम्या मिळविण्यास आलेले अपयश. त्यामुळे या दहशतवादी कारवायांच्या पाठीमागे पाकिस्तान गट आहे का चेचेन गट का आंतरराष्ट्रीय इस्लामी आघाडी आहे, हे समजू शकत नाही. त्यामुळे अशा कारवायांना आळा घालणे शक्य होत नाही. यातील महत्त्वाचा भाग म्हणजे दहशतवादाविरुद्ध संघर्ष करताना मानसशास्त्रीय भाग देखील महत्त्वाचा ठरतो. अमेरिकन सैनिक मारले जात आहेत या घोषणेवरच अमेरिकन अधिकाऱ्यांकडून भर दिला जात आहे. एक इराकी दुसऱ्या इराकीला ठार मारत आहे. एक मुसलमान दुसऱ्या मुसलमानाला ठार मारत आहे, या महत्त्वाच्या मुद्द्यांचा प्रचार केला जात नाही. त्यामुळे दहशतवादी कारवायांचा बंदोबस्त पूर्णपणे केला जात नाही.

गेल्या वर्षात एक नवीन चित्र इराकच्या राजकारणात निर्माण होत आहे.

इराकमधील यादवी युद्ध : भारत आणि इराकचे या बाबतीत बरेच साम्य आहे. भारतात हिंदू, मुस्लीम, बौद्ध, ख्रिश्चन जमातीचे मधून मधून संघर्ष होत असतात व त्यामुळे राष्ट्रीय एकतेला तडा जातो. इराकमध्ये देखील हे संघर्ष होत

असतात. इराकमध्ये बहुसंख्य जमात शिया पंथीय आहे तर अल्पसंख्य हे सुन्नी पंथीय आहेत, हे अरब आहेत. इराकच्या उत्तरेला मागास भागात आणखीन अल्पसंख्य जमात आहे - कुर्द. अमेरिकेने इराकचा ताबा घेतल्यानंतर या जमातीत आपापसात संघर्ष सुरू झाला आहे. भारतात ज्याप्रमाणे बाबरी मशिदीवर हिंदूंनी हल्ला करून ती उद्ध्वस्त केली व नंतर अक्षरधाम व काश्मीरमधील हिंदू मंदिरांवर मुस्लीम दहशतवाद्यांनी हल्ले केले, त्याचप्रमाणे इराकमध्ये देखील परस्परांच्या प्रार्थनास्थळावर आत्मघातकी बॉम्बहल्ले करून प्रचंड नुकसान केले जात आहेत. निरपराधी माणसांचे बळी घेतले जात आहेत. या प्रकारांमुळे इराकच्या राष्ट्रीय ऐक्याचे तीन तेरा वाजले आहेत. इराकमध्ये यादवी युद्ध भडकण्याची भीती निर्माण झाली आहे.

इराकमधील दहशतवादी कारवायांनी भयानक स्वरूप धारण केले आहे. एक तर कुर्द, शिया आणि सुन्नी पंथीयांचे शासन स्थिर नाही. बहुसंख्य शियांचा त्यावर प्रभाव आहे व शासनातील मंत्री व अधिकारी वर्ग आपल्या जमातीला दहशतवादी कारवाया करण्यास उत्तेजन देत आहे. पेट्रोल वाहनावर हल्ले करून, ते घेऊन ते काळ्या बाजारात विकून त्याची मिळकत, हिंसाचार आणि दहशतवादी कृत्याकरिता वापरली जात आहे. अशा परिस्थितीत लोकशाही राज्यपद्धती इराकमध्ये राबविणे, शांतता प्रस्थापित करणे, स्थिर सरकार स्थापण्याच्या गोष्टी शक्य वाटत नाहीत. तरीसुद्धा अमेरिकेचे अध्यक्ष बुश यांना इराकयुद्ध आणि हस्तक्षेपातील नीतीत आपण यशस्वी होऊ असा विश्वास वाटत आहे. इराकमधील अमेरिकन आक्रमणाला तीन वर्ष पूर्ण झाल्याच्या प्रीत्यर्थ त्यांनी हे विचार व्यक्त केले आहेत पण जगभर या दिनानिमित्त निदर्शकांनी अमेरिकेविरुद्ध घोषणा केल्या आहेत. अमेरिकेत कायदेमंडळातील सदस्यांनी, अमेरिकन सैन्य परत बोलवावे अशा मागणी केली आहे. ब्रिटन एक वर्षात आपले सैन्य इराकमधून मागे घेणार आहे. खुद्द इराकी नेत्यांनी पण अमेरिका आणि मित्र राष्ट्रांनी इराकमधून आपले सैन्य मागे घ्यावे अशी मागणी केली आहे. इराकमध्ये मानवी हत्या, बॉम्बस्फोट, आत्मघातकी हल्ले व आपापसातील यादवी व हिंसाचार चालूच आहेत. संमिश्र मंत्रिमंडळ आहे तरी इराकचे भवितव्य आशादायक वाटत नाही. येणारा काळच त्याचे उत्तर देईल.

५ नोव्हेंबर २००६ ला इराकचे माजी हुकूमशहा सद्दाम यांना इराकी न्यायालयाने फाशीची शिक्षा सुनावली आहे. या वर्षाअखेरीस श्री. सद्दाम यांना फाशी दिले जाईल. सद्दाम हुसेन यांनी भर न्यायालयात अमेरिकाविरोधी घोषणा दिल्या. हुसेन यांच्या कारकिर्दीत या न्यायाचा बळी ठरलेल्या एका इराकी न्यायाधीशानेच ही फाशीची शिक्षा ठोठावली. सध्याचे इराकचे शिया पंथीय पंतप्रधान नूरी अली

मलिकी यांनी असे सांगितले आहे की या वर्षाच्या शेवटी श्री. सद्दाम यांना फाशी दिले जाईल. सद्दाम यांना दिलेल्या शिक्षेविरुद्ध अपील करण्याची त्यांना मुभा दिलेली आहे. पण ज्या माणसाने शिया पंथीयांना देशोधडीस लावले, त्याला लवकरात लवकर फाशी दिली जावी, अशी सर्व शिया पंथीयांची इच्छा आहे व आजपर्यंतच्या खटल्याचे कामकाज ज्या प्रकारे चालविले गेले, त्यावरून सद्दाम हुसेन यांच्या अपिलाचा काहीही उपयोग होणार नाही हे स्पष्ट झाले आहे. या खटल्यात न्यायालयावर अमेरिकन अधिकाऱ्यांचा दबाव होता हे उघड आहे. सद्दाम हुसेन यांच्या बाजूने लढणाऱ्या काही वकिलांचा खून करण्यात आला आहे.

इराकमधील दहशतवाद, सद्दाम हुसेनची उचलबांगडी, अमेरिकेचा हस्तक्षेप, लाखो इराकी निरपराधी नागरिकांचा बळी या सर्वांचा विचार केल्यानंतर इराकमधील पुढील राजकारण पुढील काळात कोणते वळण घेईल हे सांगता येणे कठीण आहे. सध्या तर अंतर्गत यादवीमुळे दररोज ५-५० इराकी निरपराधी नागरिक बळी पडत आहे. अमेरिका-ब्रिटन येत्या वर्षात इराकमधून आपले लष्कर काढून घेणार आहे. अल कायदा या संघटनेने इराकमध्ये आपला प्रभाव निर्माण करण्याचे प्रयत्न चालू ठेवले आहेत. यामुळे आंतरराष्ट्रीय राजकारण कोणीकडे भरकटणार आहे यांची जगाला चिंता आहे. ताज्या वृत्तानुसार ३० डिसेंबर २००६ ला इराकच्या सरकारने सद्दाम हुसेन यांना फाशी दिले आहे.

पॅलिस्टीन दहशतवादाकडून शांततामय सहजीवनाकडे

१९४८ साली जर्मनीतून व युरोपमधून हकालपट्टी झालेल्या ज्यू जमातीने दोन हजार वर्षांपूर्वीच्या ज्यू जमातीची वस्ती असलेल्या प्रदेशात इस्राइलची, एका स्वतंत्र राष्ट्राची स्थापना केली (अशा प्रकारची पुराणकालीन समजूत होती). त्यानंतर तेथील राहात असलेल्या लाखो अरबांची आजूबाजूच्या प्रदेशात हकालपट्टी करण्यात आली. हजारो निर्वासित जीवाच्या भीतीने शेजारच्या अरब राष्ट्रात आसरा मिळेल तेथे गेले. त्यांनी तंबूत निर्वासितांचे जीवन जगण्यास सुरुवात केली. त्यामुळे पॅलिस्टिनी निर्वासितांची समस्या निर्माण झाली. कालांतराने त्यांच्यात स्वातंत्र्याची भावना निर्माण झाली व त्यांच्यात बंडखोर प्रवृत्तीने उचल खाल्ली. १९६७ साली याचा उद्रेक होऊन अरब देशांनी इस्राइलविरुद्ध युद्ध केले पण त्यांचा या युद्धात दारुण पराभव झाला. इस्राइलने गाझा पट्टी, पश्चिम तट व सिनाईचे वाळवंट यांवर ताबा मिळविला.

या वेळी अनेक अरब संघटना स्थापन झाल्या होत्या. त्यांनी ओळखले की दहशतवादी कारवाया करूनच जगाचे लक्ष आपणाकडे वेधता येईल व आपले ईप्सित साध्य करता येईल. या उद्देशाने अनेक मित्र लष्करी गट अस्तित्वात आले.

त्यातील प्रमुख संघटना म्हणजे पॅलिस्टिनी मुक्ती संघटना ही होय (P. L. O.). १९६४ साली अहमद शुक्री याने ही सशस्त्र संघटना स्थापन केली. या संघटनेचे मुख्य केंद्र कायरो येथे होते. इजिप्तचे राष्ट्रप्रमुख नासेर यांनी या संघटनेला सर्व प्रकारचे साहाय्य केले. या संघटनेची वाढ होत असतानाच वैचारिक प्रश्नावरून व ध्येयधोरणावरून व संघटनेवर अंतिम नियंत्रण कोणाचे असावे, यावरून मतभेद निर्माण झाले. या संदर्भात शुक्री यांच्यावर कठोर टीका झाल्याने त्यांनी राजीनामा दिला. संघटनेचे नेतृत्व यासर अराफात यांच्याकडे गेले. अराफात हे इंजिनीयर व अविवाहित युवक नेते होते. त्यांच्या 'फताह' या गटाने पॅलिस्टिनी राष्ट्रवाद आणि इस्राइलव्याप्त प्रदेशाची मुक्तता करण्यावर भर दिला. हे ध्येय साध्य करण्याकरिता अरब राष्ट्रांकडून कारवायांकरिता तळ, सवलती, राजकीय आश्रय, आर्थिक मदत, प्रशिक्षण व राजनैतिक पाठिंबा हवा होता. सिरीया, लेबॅनान, इराक, सौदी अरेबिया, येमेन वगैरे राष्ट्रांकडून संघटनेने मदत स्वीकारली. पण संघटनेवर याचा प्रभाव पडू दिला नाही व आपले स्वतंत्र धोरण अमलात आणले.

पॅलिस्टीन लिबरेशन ऑर्गनायझेशन (P. L. O.) या मुख्य संघटनेच्या छत्राखाली आणखीन काही अतिरेकी संघटना होत्या. यासर अराफात याचा 'फताह' हा राष्ट्रवादी गट आहे व तो उजव्या विचारसरणीचा आहे. ब्लॅक सप्टेंबर व फोर्स १७ हे फताहचे अतिरेकी गट म्हणून ओळखले जातात. जॉर्ज हबाश याचा 'पॉप्युलर फ्रंट फॉर लिबरेशन ऑफ पॅलिस्टीन' (P F L P) हा डाव्या विचारसरणीचा आणि सर्व अरबांचे ऐक्य घडविण्याचे ध्येय बाळगणारा क्रांतिकारक पक्ष होता. डेमोक्रॅटिक फ्रंट फॉर लिबरेशन ऑफ पॅलिस्टीन (D. F. L. P.) या मध्यवर्ती गट होता. या खेरीज आणखीन काही लहान गट पण होते.

अजून राज्य जरी स्थापन झाले नाही तरी पॅलिस्टीनचा कारभार चालविणारे एक पॅलिस्टीन नॅशनल कौन्सील नावाचे मंडळ कार्य करते. एखादे क्रांतिकारक मंडळ देशाबाहेरून त्या देशाचा कारभार चालवेल याप्रमाणे हे मंडळ कार्यकारी कायदे आणि न्यायदान खाते या विषयाचे सर्वोच्च मंडळ म्हणून आपली भूमिका बजावते व निर्णय घेते. पॅलेस्टिनी मुक्ती संघटनेच्या कार्यकारी मंडळाच्या सभासदांची निवड करते. हा गट दैनंदिन कामकाज, अध्यक्षाच्या सल्ल्याने चालवितो. पॅलिस्टिनी मुक्ती संघटनेने सामाजिक कल्याण, नोकर यंत्रणा, दफ्तरखाना, संशोधन केंद्र आणि प्राथमिक स्वरूपाची परराष्ट्रीय सेवा यांची स्थापना केली.

पॅलिस्टिनी मुक्ती संघटनांच्या दहशतवादी उपगटांनी १९६८ नंतर बॉम्बस्फोट, हल्ले, आत्मघातकी स्फोट, अपहरण, कारधमाका, विमान अपहरण, ओलीसांची धरपकड व हत्या या प्रकारच्या अनेक कारवाया केल्या. त्यामुळे जगात सर्वत्र

खळबळ उडाली व पॅलिस्टीन निर्वासितांचा प्रश्न व त्यांच्यावर होत असलेला अन्याय, जगाच्या वेशीवर टांगण्यात आला. त्यांपैकी काही घटना पुढीलप्रमाणे आहेत. हा संक्षिप्त वृत्तांत आहे.

१९७० साली स्वीस कंपनीच्या बोइंग ७४७ विमानात बॉम्बस्फोट होऊन सर्वच्या सर्व प्रवासी ठार झाले. पी. एफ. एल. पी. गटाचे हे कृत्य होते. १९७२ साली तेलअव्हिवच्या लॉर्ड विमानतळावर पी. एफ. एल. पी. च्या दहशतवाद्यांनी अचानक हल्ला करून, २५ माणसे ठार मारली. ५ सप्टेंबर १९८६ रोजी पॅन अमेरिकन विमानाचे अपहरण कराची येथे करण्यात आले. पी. एल. ओ. च्या दहशतवाद्याचे हे कृत्य होते. त्यांनी केलेल्या गोळीबारात अनेक भारतीय ठार झाले.

सर्वांत भीषण घटना म्हणजे ५ सप्टेंबर १९७२ साली म्युनिच येथे इस्रायली ऑलिंपिक खेळाडूंवर करण्यात आलेला हल्ला. या हल्ल्यात दोन खेळाडू ठार झाले आणि ९ ॲथलेट यांना ओलीस म्हणून धरले. इस्राइलच्या तुरुंगात असलेल्या २३४ कैद्यांच्या सुटकेची मागणी केली. दहशतवाद्यांच्या मागण्या मान्य न झाल्याने ६ सप्टेंबर रोजी सर्व ओलिसांना दहशतवाद्यांनी ठार केले व दोन हेलीकॉप्टर्सना आगी लावल्या. त्यात ५ दहशतवादी पण मारले गेले आणि बाकीच्यांना पकडण्यात आले. यानंतर १९८३ च्या एप्रिलमध्ये बेरुतमधील परराष्ट्र कचेरीत विस्फोटक द्रव्यांनी ठासून भरलेला एक ट्रक घुसवून ही प्रचंड ८ मजली इमारत उडवून लावण्याचा प्रयत्न करण्यात आला. एका अज्ञात आत्मघातकी पॅलिस्टीनी अतिरेक्याने हा प्रकार केला होता. या घातपातात एकूण ५७ माणसे ठार झाली. शेकडो जखमी झाली. २६ ऑक्टोबर २००२ साली आत्मघातकी बॉम्ब फेवल्याने पश्चिम तटाजवळ ज्यू वसाहतीच्याजवळ असलेल्या गॅस स्टेशनवर बॉम्बस्फोट घडवून आणला. त्यात तिघेजण मरण पावले व १८ सैनिक जखमी झाले. फताहच्या अतिरेकी गटाने हा स्फोट केला होता.

आता गाझा पट्टी पश्चिम तटावर 'इतीफदा' कारवाया (दहशतवादी) सुरू झाल्याने पॅलिस्टीनच्या अंतर्गत सरहद्दीवर दहशतवादी वातावरण पसरले. अशा परिस्थितीत पॅलिस्टीन नॅशनल कौन्सिलने स्वतंत्र पॅलीस्टीन राज्याची घोषणा केली व संयुक्त राष्ट्रसंघाने संमत केलेले ठराव क्र. २४२ आणि ३३२ आपल्याला मान्य आहेत हे जाहीर केले. त्याचप्रमाणे इस्राइलच्या अंतर्गत भागात किंवा बाहेर दहशतवादी कारवाया थांबविण्याचे व पुन्हा न करण्याचे कबूल केले. इस्राइलने पण पॅलिस्टिनी प्रदेशावर अतिक्रमण केलेल्या प्रदेशातून माघार घेण्यास मान्यता दिली.

यानंतर घटना वेगाने घडल्या. १९९३ सप्टेंबर ओस्लो करारानंतर पी.एल.ओ. ही अत्यंत प्रभावी संघटना ठरली. या करारानुसार पॅलिस्टिनी स्वायत्त मंडळ (Palestein

Authority) अस्तित्वात आले. हे अधिकार मंडळ पश्चिम तट आणि गाझापट्टी यावर प्रशासन चालविणार होते. करारानुसार इस्राइलने आपले अतिक्रमण मागे घेतले. जानेवारी १९९६ साली ८८ सभासद असलेल्या पॅलिस्टिनी कायदे मंडळाच्या निवडणुका घेण्यात आल्या. ८८ पैकी ८७ जागा जिंकून पी. एल. ओ. ने आपले निर्विवाद वर्चस्व सिद्ध केले. एप्रिल १९९६ साली नॅशनल कौन्सिलची सभा भरली.

पॅलिस्टीनच्या भूमीवर प्रथमच अशी बैठक भरली होती. याला एकूण ५५८ सभासद हजर होते. सभासद पॅलिस्टीन अरबांचे होते. या बैठकीत पी. एल. ओ.च्या सनदेत इस्राईलला पूर्ण खतम करण्याचा उल्लेख काढून टाकण्यात आला. या बैठकीला P. F. L. P. गटाचे जॉर्ज हबाश व D. F. L. P. गटाचे 'नथेफ हवानमेट' हे पण उपस्थित होते. या दोघांनी ओस्लो करारावर टीका केलेली होती. अशा तऱ्हेने एका नवीन कालखंडास प्रारंभ झाला. पॅलिस्टीन समस्या आता सुटण्याच्या मार्गावर आलेली होती. शांततेचे वातावरण निर्माण झाले होते. यासर अराफत आणि इस्राइलचे पंतप्रधान रॉबीन यांना शांततेचे नोबेल पारितोषिक देण्यात आले होते.

जानेवारी २००६ साली या वातावरणात एक विलक्षण घटना घडली. स्वायत्त पॅलिस्टिनी प्रदेशात निवडणुका होऊन फताह गटाचा पराभव करून, हमास गट निवडून आला. जनतेने त्यांना निवडून दिले. नंतर फेब्रुवारी महिन्यात अध्यक्ष अब्बस यांनी हमास गटाला मंत्रिमंडळ बनविण्यास सांगितले. त्यामुळे ही समस्या हाताळणाऱ्या चौकडीला फार मोठा धक्का बसला. अमेरिका, रशिया, युरोपियन संघ आणि संयुक्त राष्ट्र संघटना यांना एका समस्येला तोंड द्यावे लागले. हमास या क्रांतिकारक दहशतवादी गटाची स्थापना १९८८ च्या ऑगस्ट महिन्यात करण्यात आली. पॅलिस्टीनमध्ये अनेक दहशतवादी गट आहेत. त्यांचे कधी सहकार्य असते तर कधी वितुष्ट असते. हमास हे अरबी शब्दांचे संक्षिप्त रूप आहे. ही इस्लामी मूलतत्त्ववादी क्रांतिकारक संघटना आहे. इस्राइलचा समूळ नाश करून इस्लामी पॅलिस्टिनी राज्य स्थापन करण्याचे या गटाचे ध्येय आहे. पी. एल. ओ. ची शाखा अल फताह ही भ्रष्टाचारी, अकार्यक्षम व विश्वासार्हता गमावून बसलेली संघटना आहे असे पॅलिस्टीन जनतेला वाटत होते. १९८८ पासून इस्राइलबरोबर शांततेत वाटाघाटी करण्याकरिता व करार करण्यासाठी बऱ्याच पॅलिस्टीन भूप्रदेशावर पाणी सोडण्याची फताह गटाची तयारी होती. याउलट हमास गट पॅलिस्टीनच्या मूळ सर्व प्रदेशांवर हक्क सांगतो. हा प्रदेश ईश्वराची पवित्र मालमत्ता आहे असे हमास मानतो. पॅलिस्टीनी जनतेने हमास गटावर विश्वास प्रगट केला आहे. कारण हमासने जनतेकरिता कार्य केले आहे. गाझापट्टी आणि पश्चिमतट येथील अनेक विद्यालये, रुग्णालये, अनाथगृहे यांना या

गटातर्फे निधी पुरविला जातो. इस्लामी धर्माची शिकवण, संस्कार, अल्लाची प्रार्थना या क्षेत्रात हमासने भरीव कामगिरी केली आहे. गाझा विद्यापीठाचे ५००० विद्यार्थी हमास युवक संघटनेचे सभासद आहेत. या संघटनेकडे निदर्शने करणे, वेळप्रसंगी दगडफेक करणे, पत्रके वाटणे वगैरे कामे सोपविली आहेत. हमास गटाचे कासम ब्रिगेड नावाचे सशस्त्र पथक पण आहे. हमास गटाला जॉर्डन, सिरिया, लिबिया, सौदी अरेबिया, इराण या देशाकडून आर्थिक मदत आणि सहकार्य मिळते. हमासला पॅलिस्टिनी अधिकारी मंडळात निवडून दिल्याचे वृत्त येताच अध्यक्ष बुश, युरोपियन संघ रशिया यांनी जाहीर केले की पॅलिस्टिनी अधिकारी मंडळाला जी आर्थिक मदत दिली जाते ती आता दिली जाणार नाही. कारण हमास हा दहशतवादी गट आहे. त्यामुळे शांतताभंग होण्याची शक्यता आहे. त्यामुळे पॅलिस्टिनी अधिकारी मंडळासमोर फार मोठा पेचप्रसंग निर्माण झाला आहे.

१९९४ च्या ओस्लो करारानुसार इस्राइल, युरोपियन संघ, अमेरिका, पॅलिस्टीन अधिकारी मंडळाला दरवर्षी कोट्यवधी डॉलर्सची मदत देतात. यात जागतिक बँकेचा पण वाटा आहे. पॅलिस्टीनी अधिकारी मंडळाच्या प्रदेशातील १,३७,००० नोकर, ३,४०० शिक्षक, ९,००० आरोग्याधिकारी व अन्य सेवकांना या निधीतून वेतन दिले जाते. त्यामुळे हमासला वास्तवतेचे भान ठेवणे क्रमप्राप्त आहे व विश्वासार्हता गमावून चालणार नाही. आता मध्यपूर्वेतील राजकारणाचे रंग सुद्धा पालटत आहे. एखाद्या दहशतवादी घटनेमुळे याला गालबोट लागत आहे.

१९४९ साली इस्राइलच्या ज्या सरहद्दी होत्या, त्याच मान्य करण्याबाबत अमेरिका आणि इस्राइल यांच्यात जो करार झाला होता, त्यानुसार १९६७ साली संयुक्त राष्ट्रसंघाने ठराव संमत करून इस्राइलला पॅलिस्टिनी प्रदेशातील अतिक्रमणे व वसाहती हटविण्याचा आदेश दिला होता. इस्राइलने १९७३ साली १९९३ साली हे जाहीरपणे मान्य केले आहे. मध्यपूर्वेतील एका संस्थेने केलेल्या सर्वेक्षणानुसार ८४% पॅलिस्टिनी आणि इस्राइल नागरिकांना शांतता हवी आहे व सहजीवनाकरिता ते तयार आहेत.

अमेरिकेचे माजी अध्यक्ष श्री. जीमी कार्टर यांच्या म्हणण्यानुसार तीन मूलभूत सिद्धान्त दोघांनी स्वीकारल्यास मध्यपूर्वेत कायमची शांतता राहू शकेल. ते ३ सिद्धान्त पुढीलप्रमाणे आहेत : (१) इस्राइलला आपले अस्तित्व कायम ठेवण्याचा अधिकार, एक स्वतंत्र सार्वभौम राष्ट्र म्हणून जगण्याचा अधिकार आहे. (२) आत्मघातकी बॉम्बहल्ल्याने घेतले जाणारे निष्पाप माणसांचे बळी क्षम्य मानले जाणार नाहीत. याला आळा घातलाच पाहिजे. (३) पॅलिस्टिनी जनतेने शांततेने सन्मानाने जगण्याचा अधिकार आहे. इस्राइल पॅलिस्टीन भूमीवरची अतिक्रमणे,

वसाहती हटविल्याच पाहिजेत. या गोष्टी स्वीकारल्यास पॅलिस्टिनी आणि इस्राइल जनता सुखासमाधानाने जगू शकतील.

ताज्या घटना- या वर्षातील महत्त्वाची घटना म्हणजे मार्चमध्ये (२००६) इस्राइलच्या पार्लमेंटच्या झालेल्या निवडणुका होय. यात एहूड ओल्मर्टच्या करीया पक्षास सर्वांत जास्त जागा मिळाल्या. १२७ पैकी २८ जागा मिळाल्या तर मजूर पक्षास २ जागा मिळाल्या. एहूड ओल्मर्टने नंतर छोट्या पक्षांबरोबर सत्तावाटपाचा करार करून संमिश्र मंत्रिमंडळाची स्थापना केली. अगोदरच जाहीर केल्याप्रमाणे पॅलिस्टीनच्या भूमीवरील ज्यू वसाहती व अतिक्रमणे हटविली जाणार आहे. यात ७००० ज्यू कुटुंबांना आपली वसतिस्थाने सोडावी लागणार आहेत. म्हणजे पॅलिस्टीन इस्राइल संघर्ष सोडविण्याच्या दृष्टीने एक पाऊल आहे. काही सामान्य दहशतवादी प्रसंगामुळे याला गालबोट लागले आहे पण ही वाटचाल कोणीही थांबवू शकणार नाही.

आणखी एक महत्त्वाची घटना म्हणजे, मंगळवारी २७ तारखेला पॅलिस्टीन स्वतंत्र राज्याची स्थापनेची योजना जाहीर घोषणा करण्याबाबत सर्व पक्ष गटांचे एकमत झाले. यात हमास व फताह गट प्रमुख आहेत. या योजनेनुसार स्वतंत्र पॅलिस्टीन राज्याबरोबर इस्राइलच्या स्वतंत्र राज्याला मान्यता देण्याचे कलम पण समाविष्ट केले.

'इस्लामिक जिहाद' या दहशतवादी गटाने या योजनेला मान्यता देण्याचे नाकारले. या योजनेचा मसुदा इस्राइलच्या तुरुंगात असलेल्या वरिष्ठ पॅलिस्टिनी नेत्यांनी तयार केला आहे. पॅलिस्टिनी अधिकार मंडळावर जो आर्थिक बहिष्कार टाकला गेला, त्यामुळे जी आर्थिक समस्या निर्माण झाली आहे, त्याची सोडवणूक करण्याकरिता पी. एल. ओ. चे सदस्य अध्यक्ष महंमद अब्बास यांनी या योजनेबाबत आग्रह धरला असून सर्व गटांकडून त्याला मान्यता मिळावी याकरिता प्रयत्न केले आहेत. यानंतर इस्राइलबरोबर शस्त्रसंधी केली जाईल व पुढील शांतता निर्माण करण्याबाबत बोलणी सुरू करता येतील असे अहंमद अब्बास यांना वाटते.

इस्राइलने पण अतिक्रमणे मागे घेण्यास सुरुवात केली आहे. पंतप्रधान शेरॉनच्या कारकिर्दीतच हे घडत गेले. गाझा पट्टीतून सुमारे ८००० रहिवाशांना हलविण्यात आले, ते येथे ३८ वर्षे राहात होते. यात २१ वसाहती गाझा विभागात होत्या तर ४ वसाहती एकाकी अशा पश्चिम तटावर होत्या. बहुसंख्य इस्राइली नागरिकांनी पंतप्रधान शेरॉनच्या एकतर्फी योजनेला पाठिंबा दर्शविला. शेरॉनच्या दृष्टिकोनातून ही एक न्याय आणि आत्मीयतेची दाद होती. पॅलिस्टिनींच्याबद्दल वाटणाऱ्या माणुसकीच्या भावना होत्या. शेरॉनच्या या उदात्त धोरणाविषयी गोडवे गायले जातात पण त्यामागे

इस्त्राइलचा स्वार्थ होता. पश्चिम तटावरील आपला ताबा आणखीन घट्ट करायचा होता. पण गाझा पट्टीत राहणाऱ्या पॅलिस्टिनींच्या जीवनशैलीत लक्षणीय बदल झाला. ४०% भूमी मिळाल्यामुळे तेथे एका कुटुंबाकरिता बांधलेल्या घरांच्या जागी आता अपार्टमेंट बांधली गेली. काही धनाढ्य अमेरिकनांनी तेथील ८०० एकर जमीन विकत घेऊन ती स्थानिक लोकांना दान केली. त्यामुळे त्यांना कररूपाने बरीच रक्कम मिळणार होती. ४०% बेकारी असलेल्या या प्रदेशात अमेरिकन भांडवलदारांना नवीन उद्योगधंदे करण्यास पूर्ण वाव होता.

या शांततावादी आणि विश्वासनिदर्शक वातावरणात एक अपशकुन घडण्यासारखी घटना घडली. गाझा पट्टीजवळ (Gaza-strip) २५ जूनला पॅलिस्टीनी अतिरेक्यांनी गिलाद शालीत नावाच्या इस्त्राइलच्या सैनिकाला पकडून नेले व अजूनपर्यंत त्याची सुटका करण्यात आलेली नव्हती. त्यामुळे ही शांतता बोलणी ठप्प झाली होती व आंतरराष्ट्रीय जगतात चिंतेचे वातावरण निर्माण झाले होते.

पण ताज्या वृत्तानुसार पुन्हा ही बोलणी आशादायक वातावरणात सुरू होणार आहेत. २५ जूनला पॅलिस्टिनी अतिरेक्यांनी शालीतला (१९) पकडले होते. त्यानंतर इस्त्राइलने गाझा पट्टीवर बॉम्बहल्ले केले होते. त्यात दोन पॅलिस्टिनी पण ठार झाले होते. इस्त्राइलच्या सैनिकांनी एका पॅलिस्टिनी मंत्र्याला व ३ पार्लमेंटच्या सभासदांना अटक केली होती पण शेवटी आंतरराष्ट्रीय मध्यस्तीमुळे हा प्रश्न जास्त गंभीर बनला नाही. त्यानंतर नोव्हेंबर महिन्यात पुन्हा शांतताबोलणी करण्याचे दोन्ही पक्षांनी मान्य केल्यानुसार पॅलिस्टिनी स्वायत्त मंडळाचे अध्यक्ष महमूद अब्बास यांनी इस्त्राइलचे अध्यक्ष एहूड ओल्मर्ट यांना जेरुसलेममध्ये भेटले. त्यांनी एकमेकाला प्रेमाने आलिंगन दिले व विश्वासनिदर्शक उपाय योजण्याचे मान्य केले व शांततेने, सामंजस्याने व सुरक्षितपणे परस्परहिताचे प्रश्न सोडविण्याचे मान्य केले. इस्त्राइलने पॅलिस्टीन टॅक्सची १०० दशलक्ष डॉलर्सची रक्कम अडविली होती, कारण हमासचे शासन! पण ही रक्कम देण्याचे मान्य केले व तुरुंगातील पॅलिस्टिनी कैद्यांची सुटका करण्याचे पण मान्य केले, पण ओल्मर्ट यांनी शालीत या इस्त्राइलच्या सैनिकाची प्रथम सुटका केली पाहिजे ही अट घातली. अशा तऱ्हेने आता ही समस्या शांततेने सोडविली जाणार अशी आशा निर्माण झाली आहे व दहशतवादाचा अंत होणार आहे असे वाटते.

दहशतवाद – इराण

इराण हा मध्यपूर्वेतील एक इस्लामिक देश आहे. या प्रदेशात पेट्रोलच्या व नैसर्गिक वायूच्या खाणी आहेत. त्यामुळे या प्रदेशाला लष्करी दृष्टीने महत्त्व प्राप्त झाले आहे. २१ व्या शतकात इराण सरकारने अणुशस्त्रे बनविण्याचा कार्यक्रम

योजला आहे. त्यामुळे देखील इराणचे नाव सर्वत्र घेतले जात आहे. आंतरराष्ट्रीय जगतात हा चर्चेचा विषय बनला आहे. बड्या राष्ट्रांनी– अमेरिका, युरोपियन देश, रशिया, जर्मनी या दोस्त राष्ट्रांनी इराणविरुद्ध आघाडी उघडलेली आहे व इराणला अण्वस्त्रधारी राष्ट्र न बनू देण्याचा चंग बांधला आहे.

इराणमध्ये दुसऱ्या महायुद्धाच्या वेळी राजेशाही होती. पण रेझाशहा पहलवी यांनी रशिया अमेरिकेबरोबर युद्धात सहकार्य न केल्याने त्याला पदच्युत करण्यात आले. त्याचा मुलगा महंमद रेझा शहा याला गादीवर बसविण्यात आले. १९६३ च्या सुमारास अमेरिकेचे अध्यक्ष जॉन केनेडी यांनी शहाला आधुनिकीकरणाचा (modernisation) सल्ला दिला व तसे केल्यानंतरच लष्करी मदत व शस्त्रे देण्यात येतील अशी अट घातली. पण इराण हा एकतंत्री, मागासलेला, इस्लामी, धार्मिक व कडव्या विचारसरणीचा देश होता. महंमद रेझा शहा याने आधुनिकीकरणाचा प्रयत्न करताच, अयातुल्ला खोमेनी या इस्लामी धर्मगुरूच्या नेतृत्वाखाली कडव्या मुस्लिमांनी सर्व देशभर विरोध व निदर्शने केली. पोलिसांनी निदर्शकांवर केलेल्या गोळीबारात अनेकजण ठार झाले व हा असंतोष वाढतच गेला. शेवटी १९७७ साली राज्यक्रांती होऊन राजेशाहीचा अंत झाला व नवीन लोकांची सत्ता स्थापन झाली.

मध्यंतरीच्या काळात उदारमतवादी गट, डावे पक्ष, फुटीरवादी उपराष्ट्रीय गट या सर्वांनी याचा फायदा घेण्याचा प्रयत्न केला. अयातुल्ला खोमेनी मूलतत्त्ववादी (fundamentalist) गटाने शासनसंस्था आणि अन्य शासकीय संस्था यांवर नियंत्रण ठेवण्याकरिता एक संघटना स्थापन केली. या संघटनेचे नाव होते इस्लामी क्रांतिकारक रक्षकदले.

या काळात अयातुल्ला खोमेनी याचा इराणच्या राजकीय क्षितिजावर उदय झाला. या कडव्या मूलतत्त्ववादी धर्मगुरूने इस्लाम धर्मावर काही ग्रंथ पण लिहिले होते. खोमेनीने नवीन राज्यघटनेत आपली मते, तत्त्वे समाविष्ट करण्याचा अयशस्वी प्रयत्न केला होता, पण उदारमतवाद्यांनी याला विरोध दर्शविला होता.

मध्यंतरी अमेरिकेने कॅन्सरग्रस्त इराणच्या शहाला राजाश्रय दिल्याने खोमेनीचे पित्त खवळले. हेरगिरी, कट याचे निमित्त पुढे करून त्याच्या दहशतवादी गटाने (I. R. G. C.) तेहरानमधील अमेरिकन परराष्ट्र कचेरीला वेढा घातला व आतील १०० सेवकांना ओलीस म्हणून बंदिस्त केले. पण यानंतर ओलिसांची संख्या ५२ झाली. 'अमेरिका मुर्दाबाद', अशा घोषणा करून त्यांचा सतत अपमान करण्यात आला. ओलिसांच्या डोक्यावर पिस्तूल रोखून त्यांच्या हत्येची रंगीत तालीम करण्यात येत असे. तब्बल ४४४ दिवसांनंतर त्यांची सुटका करण्यात आली. त्यापूर्वी त्यांचा

अनेक प्रकारे छळ करण्यात आला होता. अल्जेरीया या देशाच्या मध्यस्तीने एक करार करण्यात आला व मगच या सुटका करण्यात आल्या. शहाच्या पाडावानंतर इराणची गोठवलेली मालमत्ता इराणला परत करण्याचे अमेरिकेने मान्य केले. या वेळी जीमी कार्टर अध्यक्ष होते. पण यानंतर रेगन हे अध्यक्ष झाले.

पण रेगन यांनासुद्धा अर्ध्या तपानंतर पुन्हा इराणचे पाय धरावे लागले. त्याचे असे झाले- मध्य पूर्वेतील लेबॅनान या अरब देशातील अमेरिकन परराष्ट्र कचेरीला हिझबुल्ला या दहशतवादी गटाने वेढा घातला होता. इराणच्या प्रभावाखालचा हा गट होता. आतील अमेरिकनांना ओलीस म्हणून बंदिस्त केले होते. या ओलिसांची सुटका करावी म्हणून अध्यक्ष रेगन यांना इराणच्या अध्यक्षांची मनधरणी करावी लागली. ओलिसांच्या सुटकेकरिता अमेरिकेला गुप्तपणे इराणला जहाज भरून शस्त्रे पुरवावी लागली. हे वृत्त जगभर पसरल्यानंतर अमेरिकेच्या प्रतिष्ठेला फार मोठा धक्का बसला.

या घटना घडत असताना इराणच्या अंतर्गत बाबतीत पण काही घडामोडी घडत होत्या. इराणमधील राजक्रांतीनंतरच्या कामचलाऊ (Working) सरकारचा पाडाव होऊन सर्व सत्ता खोमेनीच्या I. R. G. C. या दहशतवादी गटाच्या हातात गेली व शासनावर खोमेनीचे पूर्ण नियंत्रण स्थापन झाले. १९८० च्या मार्च महिन्यात खोमेनीने एक फतवा (धार्मिक आदेश) काढला. इस्लामी क्रांतीचा प्रसार अन्य देशात केला जावा याकरिता या देशातील विद्यार्थी, सामान्यजन, मुल्ला-मौलवी यांच्या परिषदा घेण्यात आल्या. थोडक्यात म्हणजे ही क्रांती निर्यात केली जाणार होती. यापूर्वीच्या पेहलवी विश्वस्त निधीतून (Trust) या गटांना लागणारा पैसा पुरविला गेला व दहशतवादी गटांना उत्तेजन देण्यात आले. १९८१ साली इराणने आपली दहशतवादी पथके मुस्लीम देशात पाठवून शिया पंथीय मुस्लिमांकरिता प्रशिक्षणाची शिबिरे उघडली व हिझबुल गटाची स्थापना लेबॅनानमध्ये करण्यात आली.

याचा प्रत्यक्ष परिणाम म्हणजे, १९८३ च्या एप्रिलमध्ये एका हिझबुल्ला आत्मघातकी दहशतवाद्याने ट्रकभर ठासून भरलेल्या गाडीचा बेरुतमधील अमेरिकन परराष्ट्र कचेरीच्या आवारात स्फोट केला, ती आठ मजली इमारत उडवून लावण्याचा प्रयत्न करण्यात आला. यात ५७ अमेरिकन मृत झाले, तर १९ जखमी झाले. त्याचप्रमाणे बेरुत विमानतळाजवळील प्रेंच आणि इस्रायली लष्करी केंद्राच्या इमारती पण उडवून लावल्या. याच काळात लेबनॉन मधील अनेक अमेरिकन नागरिकांचे अपहरण करण्यात येऊन त्यांची हत्या करण्यात आली. या सर्वांच्या पाठीमागे अयातुल्ला खोमेनीचा, इराणचा हात होता. ही इस्लामी क्रांती निर्यात

करण्याच्या खटाटोपात इराकच्या उपाध्यक्षांची हत्या करण्याचा प्रयत्न करण्यात आला. तारीक अझीझ हे ते उपाध्यक्ष. त्यातून इराक-इराणचे युद्ध भडकले. हे युद्ध १० वर्षे चालू होते.

अन्य अरब व मुस्लीम देशांनी इराणच्या या कृतीला विरोध केला, कारण त्यांना असे वाटले की इस्लामी क्रांतीने त्यांची सत्ता अस्थिर होईल आणि राज्यात कट, कारस्थाने यांचा सुळसुळाट होईल. शेवटी संयुक्त राष्ट्रसंघाच्या मध्यस्तीने इराक-इराण युद्ध थांबविण्यात आले व या प्रकरणावर पडदा पाडण्यात आला. पण आपले हितसंबंध, मते, तत्त्वे यांचा प्रसार करण्याचे धोरण इराणने यापुढे चालूच ठेवले. पूर्वी इराणचा पण सध्या ब्रिटनचा नागरिक असलेल्या सलमान रश्दी या लेखकाला त्याच्या 'Satanic versas' (या पुस्तकाच्या बद्दल, त्यात मूलतत्त्ववादी विचारांच्या विरोधी असे लिहिल्याबद्दल) मृत्युदंडाची शिक्षा ठोठावण्यात आली. या पुस्तकाने इस्लामवर टीका केली आहे, असा खोमेनीचा दावा होता. ही शिक्षा १९८९ च्या फेब्रुवारीत ठोठावण्यात आली आणि जून १९८९ ला खोमेनीचा मृत्यू झाला.

खोमेनीच्या लिखाणाचा, विचारांचा, मतप्रणालीचा विचार केल्यानंतर आपल्या लक्षात येते की, खोमेनीची दहशतवादावरील मते, विचार स्पष्ट नव्हते, ठाम नव्हते. आपल्या धार्मिक ग्रंथात त्याने, परंपरागत शिया पंथीयांचे विचार प्रकट केले आहेत. त्याच्या मते इस्लामच्या रक्षणाकरिता जिहाद(म्हणजेच धर्मयुद्ध न करता, केवळ संरक्षणाकरताच लढा करणे योग्य आहे- He endorsed the traditional view that only defensive war is permissible. १९८९ साली तेहरान रेडिओने (Tehran Radio) तांबड्या समुद्रात भूमी-सुरुंग पेरणे ही गोष्ट स्तुत्य मानली होती. त्यावर टीका करताना खोमेनीने असे मत प्रकट केले- जहाजाचे, विमानांचे अपहरण करणे, ओलीस म्हणून प्रवाशांना पळविणे, त्यांची हत्या करणे, सार्वजनिक स्थळांवर बॉम्बफेक करणे, माणसांना ठार अगर जखमी करणे(या गोष्टी आंतरराष्ट्रीय भावनेच्या, इस्लामच्या व सामान्य ज्ञानाच्या (common sense) विरुद्ध आहेत, पण असे मतप्रदर्शन केल्यानंतर लगेच हिझाबुल दहशतवादी गटाने TWA-Flight-847 या विमानाचे आणि कुवेती प्रवासी कंपनीचे flight-422 या विमानांचे अपहरण करण्यात आले. पण खोमेनीने १९८८ च्या जानेवारीत जाहीरपणे असा युक्तिवाद केला की राज्याच्या व्यवहाराकरिता (administration) कुराणाच्या आदेशाविरुद्ध कृती करता येते. या आदेशानुसार इस्लामिक राज्य किंवा त्यांनी पुरस्कारलेल्या गटांना दहशतवादी कारवाया करण्यास उत्तेजन (फूस) देण्यात आले. याचाच अर्थ असा की खोमेनीच्या आयुष्याच्या शेवटपर्यंत दहशतवादी कारवाया

निषिद्ध मानल्या नाहीत. खोमेनीनंतरचा श्रेष्ठ धार्मिक गुरू अयातुल्ला अली खोमेनी याने पण खोमेनीच्याच धोरणाचा पुरस्कार केला व सलमान रश्दीच्या मृत्युदंडाची शिक्षा कायम केली आणि त्याचा शिरच्छेद करणाऱ्याला देण्यात येणाऱ्या बक्षिसाच्या रकमेत वाढ करण्यात आली. ही रक्कम २.८ दशलक्ष डॉलर्स इतकी होती.

इराणने २१ व्या शतकात देखील आपले, दहशतवादाला खतपाणी घालण्याचे धोरण बदलले नाही. इराण पार्लमेंटच्या (मजलीस) निवडणुका होऊन नेमस्तांचा विजय झाला असला, तरी कडवे पुराणमतवादी सभासद आक्रमक धोरण स्वीकारून सुधारणांना अडथळा आणत आहेत. त्यामुळे इ. स. २००० साली सुद्धा इराण देश दहशतवादाचा पुरस्कर्ता बनला आहे. यात इराणच्या I. R. G. C. चा, गुप्तहेर खात्याचा आणि सुरक्षा दलाचा देखील सहभाग आहे. दहशतवादी कृत्यांची योजना तयार करणे, त्या अमलात आणणे यात इराणचा सक्रिय भाग आहे. हे लक्ष्य प्राप्त करणारे अनेक दहशतवादी गट आहेत. त्यांना पाठिंबा देण्याचे कार्य यापुढे पण इराण करत आहे. जे इस्राइलविरोधी गट आहेत व इस्राइलच्या शांतता प्रस्थापित करण्याच्या प्रयत्नांना खीळ घालणारे गट आहेत, त्यांना सर्व प्रकारची मदत करण्याचे इराणचे धोरण आहे. यावरून इराणचे इस्राइलबरोबर असलेले शत्रुत्व सिद्ध होते. इराणचा सर्वोच्च धार्मिक नेता खोमेनी हा इस्राइलला कर्करोगाचे बेंड मानतो. (cancerous tumor) व हा कॅन्सर काढून टाकला पाहिजे असे मत प्रकट करतो. इस्राइलविरोधी गटांना उदा. हमास वगैरे, पैसा, शस्त्रे, प्रशिक्षण सर्व काही इराणने प्रदान केले आहे. त्याचप्रमाणे गल्फ प्रदेश, मध्यपूर्व आफ्रिका येथील दहशतवादी गटांना साहाय्य करण्याचे चालूच ठेवले आहे. आण्विक शस्त्रे बनविण्याचे पण इराणने धोरण स्वीकारले आहे. त्यामुळे इराणचा प्रश्न पुन्हा एकदा जागतिक राजकारणाच्या चर्चेचा विषय बनला आहे.

चेचन्यातील दहशतवाद

चेचन्या (Chechnya) आणि दहशतवाद

१९९१ साली सोव्हिएट रशियाचा अस्त झाला आणि नंतर रशियन संघराज्याला देखील तडे जाण्यास सुरुवात झाली. इस्लामी मूलतत्त्ववाद्यांनी जबरदस्त आव्हान रशियन संघराज्याच्या एकतेला दिले आणि चेचन्याला पूर्ण स्वातंत्र्य द्यावे अशी मागणी केली. चेचन्यामधील दहशतवाद समजून घेण्यास त्याचे भौगोलिक स्थान व लोक याविषयी प्राथमिक ज्ञान असणे आवश्यक आहे. उत्तर कॉकेशस पर्वत भागात वसलेले चेचन्या हे एक छोटे रशियातील संघराज्यातील, लोकसत्ताक राज्य आहे, अर्थात हे राज्य सार्वभौम नाही. त्यावर संघराज्याची सत्ता चालते. भारताच्या ईशान्य भागात अनेक आदिवासी जमाती, वंश, आपणास आढळतात. उदा. बोडो, नागा,

मिझो, आसामी, बंगाली, चकमा वगैरे. ईशान्य भागात अनेक टेकड्या आहेत, पर्वतमय प्रदेश आहे, सखल प्रदेशांचे पट्टे आहेत. त्याचप्रमाणे कॉकेशसच्या डोंगराळ भागात, चेचेन, इंगूश, डागेस्थानी, वहाबा वगैरे जमाती आहेत. यातील बहुसंख्य जमाती तुर्की इस्लामी वंशीयाच्या आहेत. (Turkey Type) भारताच्या ईशान्य भागात ज्याप्रमाणे मणिपूर, नागालँड, बोडोलँड, त्रिपुरा यांसारखी छोटी छोटी राज्ये आहेत, त्याचप्रमाणे रशियन संघराज्याच्या आधिपत्याखाली कॉकेशस प्रदेशात अनेक छोटी छोटी लोकसत्ताक राज्ये आहेत, त्यातील चेचेन हे एक आहे.

१९९० साली सोव्हिएट रशियाला धक्के बसू लागले. हे कम्युनिस्ट राज्य शेवटचा श्वास घेत आहे असे जाणवू लागले. गोर्बाचेव्ह आणि येलस्तीन या रशियातील नेत्यांतील संघर्ष शिगेस पोहोचला. १९९१ साली येलस्तीनने राजीनामा दिला आणि १९९१ साली सोव्हिएट रशियाचा अंत झाला. या घडामोडीत चेचन्या राज्याने संधी साधली आणि आपल्या पूर्ण स्वातंत्र्याची घोषणा केली व संघराज्यातून फुटून बंडखोरी केली. या बंडाचे नेतृत्व एका लष्करी सेनापतीनेच केले होते. त्याचे नाव 'झोकार डुडानेव्ह' असे होते. आकर्षक व्यक्तिमत्त्व असलेल्या या विमानदलातील अधिकाऱ्याने हे धाडस केले. पण संघराज्याच्या शासनाने या बंडखोरीविरुद्ध तीन वर्षे काहीच कारवाई केली नाही हे एक आश्चर्य आहे. सायबेरीयातील पेट्रोलच्या खाणीतून काढलेले पेट्रोल पाईपातून (through pipe) ग्रॉझनीत (Grozni) येत होते. ग्रॉझनी चेचन्याची राजधानी आहे. हे पेट्रोल चेचन्यातील ग्रॉझनी या राजधानीतील तेलशुद्धी कारखान्यात येत असे व त्याचा फायदा काही बड्या राजकारणी नेत्यांना मिळत होता. त्यामुळे असे घडले असे स्पष्टीकरण नंतर दिले गेले.

या काळात चेचेन अतिरेक्यांनी अनन्वित अत्याचार केले. नागरी विमानतळावर चेचेन्यात २५००० हून जास्त असलेल्या रशियन नोकरवर्गावर बॉम्बहल्ले केले. अपहरण, हत्या, बलात्कार, दमदाटी, खंडणी, मारहाण, जाळपोळ यांना उधाण आले. या दहशतवादी वातावरणामुळे हजारो संघराज्याचे सेवक, रशियन नागरिक, उद्योगपती, कामगार, नोकरमंडळी आपली घरेदारे सोडून मॉस्कोकडे पळत सुटली. एवढे भीषण अत्याचार चेचेन अतिरेकी करत होते. एवढे सगळे रामायण घडत असताना रशियन सैनिक त्या निरपराध लोकांच्या मदतीला एकदा पण धावून आले नाहीत. शेवटी जगभर याचे वृत्त पसरल्यानंतर लष्कराच्या तुकड्या, रणगाडे विमाने, हेलिकॉप्टर यांच्या साहाय्याने चेचन्यावर जबरदस्त हल्ला करण्यात आला. त्यात हजारो निरपराधी नागरिक मारले गेले.

रशियातील उदारमतवाद्यांनी या अमानुष कृत्यांचा निषेध केला. जगभरच्या प्रसार-माध्यमांनी पण या लष्करी कारवाईचा, अत्याचाराचा धिक्कार करून त्यांच्यावर

सडकून टीका केली. एका बड्या राष्ट्राच्या आंतरराष्ट्रीय इभ्रतीला फार मोठा धक्का बसला. याचवेळी चेचेन बंडखोर आणि अतिरेक्यांनी केलेल्या अत्याचारांकडे मात्र त्यांनी कानाडोळा केला. त्यांना स्वातंत्र्याकरिता लढणारे शूरवीर म्हणून संबोधण्यात आले. यानंतर रशियन अधिकार मंडळाने नाटक करून निवडणूक घेऊन त्यांचा हस्तक, झेलीमखान डाखीनोव्ह याला कामचलाऊ अध्यक्ष म्हणून नेमले. मानवी हक्क मंडळाच्या (Human Rights Commission) सभासदांनी चेचेन्याचा दौरा करून रशियन अधिकाऱ्यांच्याविरुद्ध आपली मते प्रकट केली.

या रणधुमाळीत असे वृत्त आले की डुडानेव्ह हा मारला गेला. त्याला कोणी, केव्हा व कसा मारला याविषयी काहीच कळू शकले नाही. या काळात लष्करी संघर्ष तीव्र बनला होता. चेचेनच्या अध्यक्षपदी रशियन शासनाने झावगेव्हला अध्यक्ष नेमले. पण हा अध्यक्ष बहुसंख्य चेचेन जनतेत अप्रिय ठरला. चेचेन्यामधील जनता बहुवंशीय इस्लामी असल्यामुळे त्यामुळे चेचेन्यामध्ये रशियन सत्ता स्थिर होणे कठीण होते. रशियन जनरल (सेनापती) ग्रॅचेव याने अशी दर्पोक्ती केली होती व चेचेन जनतेचे बंड काही तासातच मोडून काढण्यात येईल. पण त्याला दारुण अपयश आले. या घटना घडत असताना रशियाचे अध्यक्ष येलस्तीन आजारी पडले होते. त्यांची हृदयाची शस्त्रक्रिया झाली होती. त्यांची लोकप्रियता दिवसेंदिवस कमी होत चालली होती. अशा स्थितीत येलस्तीनने कोसॅक नेता अलेक्झांडर लेबेड याला रशियाच्या सुरक्षा समितीचे सचिव म्हणून नेमले. ऑगस्ट १९९६ च्या सुमारास चेचेन्याच्या फुटीरवाद्यांनी ग्रॉझ्नेनी काबीज करून रशियन सत्तेच्या पाठिंब्यावर सत्तेवर आलेले झाव्हगेव्हचे सरकार उलथून टाकले. यानंतर मास्कोडोव्ह हा कामचलाऊ अध्यक्ष बनला. लेबेडने मॉस्कोला जाऊन दोन दिवस रशियन पंतप्रधानांबरोबर चर्चा केली व चेचेन बंडखोरांबरोबर पुढील समझोता केला व शांतता स्थापन केली. चेचन्याचा अध्यक्ष अस्लम मास्कोडोव्ह याचे बरोबर चर्चा करून हा समझोता घडवून आणला. २५ जून १९९६ साली जो करार करण्यात आला, त्याच्या अटी पुढीलप्रमाणे होत्या. (१) येत्या पाच वर्षांत चेचेन्या लोकसत्ताक राज्य आणि रशियन संघराज्य यांच्यात परस्परातील संबंधाविषयी करार करण्यात येईल. (२) ऑक्टोबर १९९६ पूर्वी एक संयुक्त मंडळ स्थापन करण्यात येईल. या मंडळाचे कार्य पुढीलप्रमाणे असेल– चेचन्यामधून रशियन सैन्य माघारीबाबत, दहशतवाद, गुन्हेगारी यांबाबत कारवाई करण्याबाबतच्या सूचनांचा विचार करणे, उद्ध्वस्त झालेल्या चेचेन्या प्रदेशाची पुनर्रचना करून, व्यवस्था सुधारून आर्थिक संबंध निश्चित करणे, याबाबतच्या सूचनांचा विचार करणे. त्याचप्रमाणे या प्रदेशाला अन्नपुरवठा, औषधे व अन्य जीवनोपयोगी वस्तूंचा पुरवठा करणे, वगैरे. त्याचप्रमाणे चेचेन्याच्या

राज्यघटनेत पुढील बाबींचा समावेश असेल- (१) मानवी हक्काचे पालन केले जाईल (२) स्वत:चे भवितव्य स्वत:च ठरविण्याचा अधिकार असेल. (३) सर्वांना समान वागणूक मिळेल. (४) सर्वधर्मीय, वंशीय नागरिकांना सुरक्षिततेची, शांततामय जीवन जगण्याची हमी मिळेल. जानेवारी १९९७ साली चेचेन्याच्या पार्लमेंटची निवडणूक घेण्यात आली व अस्लम मॉस्कोडोव्ह हे बहुमताने निवडून आले. यानंतर मास्कोडोव्ह यांनी अध्यक्ष येलस्तीनची भेट घेतली. रशियन संघराज्याचे अध्यक्षाने या सर्वांना मान्यता दिली. पण रशियातील परिस्थिती दिवसेंदिवस बिघडत जाऊन येलस्तीनची लोकप्रियता घटत गेली. तशात त्याने अलेक्झांडर लेबेडची सुरक्षा मंडळाच्या सचिवपदावरून हकालपट्टी केली. इकडे चेचेन्या राज्यातदेखील परिस्थिती चांगली नव्हती. अस्लम मास्कोडोव्ह हा अध्यक्ष म्हणून अपयशी ठरला होता. युद्धखोर (Lords) दादा मंडळी – काळाबाजार, लष्करी पेट्रोलचोरी, खंडणी इ. मार्गांनी आपला जीवन चरितार्थ चालविला होती. रशियन शासनाने, काळाबाजार, बेकायदे धंदे व समाजविरोधी कृत्ये, थांबविण्याचा काहीच प्रयत्न केला नाही. कोणतीच पावले उचलली नाहीत.

१९९७ साली एक घटना घडली आणि हे सर्व चित्रच पालटले. १९९७ च्या ऑगस्टमध्ये एक युद्धखोर अतिरेकी – शामील बासाचेव्ह याने शेजारच्या डॉघेस्तान राज्यावर आक्रमण केले. अनेक अतिरेकी या राज्यात घुसले. हा इस्लामी फौजफाटा होता असे म्हणणे योग्य ठरले असते. हे एक प्रकारचे इस्लामी आक्रमण होते. या हल्लेखोरांत बाल्टीक प्रदेशातील अरब, अल्बेनियन, युक्रेनियन वगैरे इस्लामी टोळ्या होत्या. एका लष्करी वृत्तानुसार कुप्रसिद्ध दहशतवादी ओसामा बिन लादेन याने या कारवाईकरिता २५ दशलक्ष डॉलर्स इतका पैसा दिला होता. या कारवाईचे लक्ष्य डागस्तान आणि चेचन्यामध्ये इस्लाम कायदा आणि सत्ता स्थापन करणे हे होते. अध्यक्ष येलस्तीनने या संकटाला तोंड देण्यासाठी ४६ वर्षीय ब्लॅदीमीर पुतीन याला पंतप्रधान नेमले. एक वर्षानंतर होणाऱ्या रशियाच्या अध्यक्षपदासाठी आपल्यानंतर पुतीन याचीच निवड केली.

डागेस्तानवरील चेचेन युद्धखोर आणि इस्लामी अतिरेक्यांनी केलेल्या हल्ल्यांचा सर्वत्र निषेध करण्यात आला. दहशतवाद्यांनी या कारवाईत जे अत्याचार केले, हत्या केल्या, स्त्रियांवर अत्याचार केले, घरांना आगी लावल्या. त्यामुळे जागतिक लोकमत अतिशय प्रक्षुब्ध झाले. त्याला प्रत्युत्तर म्हणून ऑक्टोबर १९९८ मध्ये सशस्त्र सैनिक, रणगाडे, विमानदल, हेलीकॉप्टरच्या साहाय्याने चेचन्याच्या प्रदेशावर जबरदस्त हल्ले करण्यात आले. विमानातून या प्रदेशावर बॉम्बफेक करण्यात आले. या जबरदस्त हल्ल्यात शेकडो चेचेन मारले गेले. थोड्याच अवधीत रशियन

फौजांनी सर्व चेचेन्याचा प्रदेश आपल्या ताब्यात आणला.

हे युद्ध चालू असतानाच व त्याची तीव्रता जाणवत असतानाच सर्व जगाला हादरवून सोडवून एक घटना घडली. ऑक्टोबर २००५ शेवटच्या आठवड्यात मॉस्कोमधील एका थिएटरला गराडा घालून सुमारे ५० चेचेन अतिरेक्यांनी आतील ८५० प्रेक्षकांना बंदिस्त केले. या दहशतवाद्यांना मॉस्कोमधील १०० अतिरेक्यांचे सहकार्य होते. ८०० प्रेक्षकांना ओलीस म्हणून धरण्यात आले होते. या चेचेन अतिरेक्यांच्या मागण्या पुढीलप्रमाणे होत- (१) रशियन लष्कराने चेचेन बंडखोरांविरुद्ध सुरू केलेली लष्करी मोहीम ताबडतोब थांबविण्यात यावी. (२) चेचेन लोकसत्ताक राज्याला संपूर्ण स्वातंत्र्य देण्याचा करार करावा. (३) त्याच्या बदल्यात चेचेन बंडखोरांनी ओलीस म्हणून बंदिस्त केलेल्या ८०० प्रेक्षकांची सुटका केली जाईल. रशियाच्या अणुऊर्जा मंत्र्याने अलेक्झांडर रूमीसेन यांनी हे वृत्त सांगितले. या मागण्यांवर चर्चा करण्यासाठी दोन्ही पक्ष एकत्र आले. रशियन सरकारच्या प्रतिनिधींनी दहशतवादाबरोबर तीन तास वाटाघाटी केल्या व त्यानंतरच ओलिसांना अन्नपदार्थ आणि अन्य साहित्य पुरविण्यात आले. या अगोदर थिएटरमधील ओलीस प्रेक्षक केवळ पाण्यावर व चॉकलेटवरच आपली गुजराण करत होते. अतिरेक्यांनी आपल्या मान्य न झाल्यास ओलिसांना ठार करण्याची धमकी दिली होती. यानंतर रेडक्रॉस मंडळाबरोबर वाटाघाटी केल्यानंतर आठ बालकांना बाहेर सोडण्यात आले, पण ७५ परदेशी ओलिसांना सोडण्यास नकार दिला. बंडखोरांनी ८०० प्रेक्षकांना सुरक्षितपणे बाहेर जाऊ द्यावे, बंडखोरांनी ८०० प्रेक्षकांना, ओलिसांना सुरक्षितपणे बाहेर सोडल्यास, रशियन सरकारनेपण बंडखोरांना बाहेर जाऊ द्यावे - असे बंडखोरांचे म्हणणे होते. या वाटाघाटीचा घोळ आणखीन एक दिवस चालला असतानाच एक धक्कादायक घटना घडली. या मध्यंतरीच्या काळात लष्कराने एक प्रयोग करण्याचा निर्णय घेतला. फेन्टालीन (Fentalin) नावाचा बेशुद्ध पाडणाऱ्या वायूचा फवारा अतिरेक्यांवर मारण्यात आला. या फवाऱ्याचा योग्य तो परिणाम होऊन सर्व ओलिसांची सुटका करण्यात पोलिसांना यश आले. अत्यंत खतरनाक व गंभीर समस्या सोडविण्यात सरकार सक्षम ठरले. या कारवाईत एकूण ११९ ओलीस मरण पावले, पण ७०० जण वाचले ही फार मोठी जमेची बाजू आहे. या घटनेमुळे चेचेन समस्येचे गांभीर्य लक्षात आले. रशियन सरकारची ही डोकेदुखी आहे. या संदर्भात वेगवेगळे विचार मांडले जात असत. ही समस्या आजतागायत सुटलेली नाही.

यानंतर रशियन फौजांनी चेचेनच्या सर्व प्रदेशावर ताबा मिळविला. पण रशियन लष्कराविरुद्ध चेचेन दहशतवाद्यांच्या कारवाया चालूच होत्या. भूसुरुंग स्फोट, ओबडधोबड स्फोटकांचा स्फोट, रशियन सैनिकांवरील हल्ले, चेचन्याच्या प्रशासकीय

अधिकाऱ्यांच्या हत्या, पोलिसांच्या हत्या हे सर्व अखंडपणे चालू होते. ऑक्टोबरमध्ये एक रशियन हेलीकॉप्टर पाडण्यात आले, त्यामुळे १०० सेवक मरण पावले. या दहशतवादी कारवायांचा विचार केल्यानंतर रशियन अधिकाऱ्यांच्या लक्षात आले की गॉझर्ना या राजधानीत स्थानिक लोकांचा चेचेन दहशतवाद्यांना पाठिंबा आहे, त्यामुळे लष्करी विजय मिळून देखील दहशतवादी कारवायांना आळा घालण्यात रशियन अधिकाऱ्यांना अपयश आले आहे.

पण पुढे काय? हो ! ही समस्या सोडवणार तरी कशी? चेचेन जनता, डोंगर कपारीत राहणारी, पर्वत शिखरात जीवन जगणारी, अनेक राष्ट्रीयत्व असलेली बहुधर्मीय, बहुवंशीय व वेगळी जीवनपद्धती असलेली जमात आहे. तेव्हा रशियन सरकारने, संघराज्याने त्यांना त्यांचे जीवन जगू द्यावे, त्यांच्या जीवनपद्धतीत हस्तक्षेप करू नये, त्यांची पूर्ण स्वातंत्र्याची मागणी मान्य करावी. दुसरा विचार म्हणजे त्यांना देण्यात येणाऱ्या सवलती, आर्थिक मदत बंद करावी. ही एक ईश्वरी देणगीच समजावी व त्यांची त्यांना वेगळी चूल मांडू द्यावी. त्यांच्या समस्या त्यांनाच सोडवू द्याव्यात. सोत्झीसेन सारखे जगप्रसिद्ध लेखक या मताशी सहमत आहेत. याउलट असा एक विचार आहे– हे एक स्वप्नरंजन आहे. स्वतंत्र चेचेन राज्य असूच शकत नाही. ही कल्पनाच मुळात अवास्तव आहे आणि हे असे नसावेच! कारण... असे घडल्यास (पूर्ण स्वतंत्र झाल्यास) तो एक मुक्त प्रदेश होईल, 'आव जाव घर तुम्हारा असे होईल. या भूमीचा वापर गुन्हेगार, अतिरेकी, काळाबाजारवाले, धर्मवेडे (fanatics) करतील. तेव्हा स्वतंत्र चेचेन ही कल्पना असह्य आहे. काही विचारवंतांचे मत असे आहे की मर्यादित स्वरूपात स्वायत्तता (autonomy) देऊन हा प्रश्न वाटाघाटीने, सामंजस्याने सोडविण्यात यावा. अर्थात पुढील येणारा काळच हा प्रश्न सोडवू शकेल.

ताज्या वृत्तानुसार शामील बेसयेव्ह हा चेचेन अतिरेक्यांचा म्होरक्या एका स्फोटात मरण पावला (जुलै २००६). बेसयेव्ह या इंगुशेरीयातील एका गावातून १०० किलो स्फोटके, एका ट्रकमधून घेऊन जात असताना, त्याला एका संघराज्याच्या सुरक्षा सैनिकाने हटकले. या वेळी उडालेल्या चकमकीत बेसयेव्ह व चार अतिरेकी ठार झाले. जी–आठ (G-8) च्या इंग्लंडमधील परिषदेच्यावेळी तेथे बॉम्बस्फोट घडवून आणण्याचे कारस्थान बेसयेव्ह आणि त्याच्या साथीदारांनी रचले होते. रशियातील अनेक दहशतवादी कारवायांत त्याचा हात होता. बेसलातील शाळेतील ३७५ ओलिसांची अमानुष हत्या करणाऱ्या अमानुष कृत्याची जबाबदारी त्याच्यावर येते. यात १८६ मुले होती. या कारवाईतील तो एक धागा होता.

प्रकरण १० वे

अणु-दहशतवाद

अणु-दहशतवाद
अण्वस्त्रे प्रसरण बंदी
अमेरिका - भारत नागरी आण्विक सहकार्य करार
आण्विक - प्रसरण (Nuclear - Proliferation)

आण्विक - प्रसरण - एक समस्या (Atomic Proliferation)

गेली काही वर्ष अणुप्रसरण (Nuclear - proliferation), बड्या पाच राष्ट्रांची विरोधी भूमिका, त्यामुळे होणारा ताण-तणाव या घडामोडींमुळे आंतरराष्ट्रीय जगतात बरीच खळबळ उडाली आहे. याविषयीची काही तथ्ये (facts) जाणून घेऊया.

आज अणुप्रसरण क्रिया उ. कोरिया, इराण व अन्य काही राज्यांत छुप्या मार्गाने झाले आहे व होत आहे. याला पाकिस्तान आणि पाकिस्तानी शास्त्रज्ञ ए. क्यू. खान हे जबाबदार आहेत ही गोष्ट आता जगजाहीर झाली आहे. या कारस्थानातील मुख्य सूत्रधार अब्दुल कादर खान हा आहे. विशेष म्हणजे डॉ. खान यांचा जन्म भोपाळमध्ये झाला. त्यांचे वडील शिक्षक होते. १९५३ साली खान कुटुंबाने पाकिस्तानात स्थलांतर केले. कराची विद्यापीठातून विज्ञानाची (science) पदवी घेतल्यानंतर हॉलंडमध्ये उच्च शिक्षणाकरिता प्रयाण केले. तेथे त्यांचा विवाह हेन्ड्रीना या डच स्त्रीबरोबर झाला. त्यांना दोन मुली आहेत. त्यातील एक ब्रिटनची नागरिक आहे.

श्री. खान हे हॉलंडमधील एका कंपनीत धातुशास्त्रज्ञ (metallurgist) म्हणून सेवा करत होते. ही कंपनी युरेनियम (Urenium) धातूचे समृद्धीकरण करत असे. श्री. खान यांना हे तंत्र पूर्ण माहीत झाल्यानंतर त्यांनी कोणालाही नकळत या तंत्राच्या माहितीच्या नीलप्रती (blue prints) काढल्या व त्यावेळचे पाकिस्तानचे पंतप्रधान श्री. भुट्टो यांना या प्रती पाठविल्या. त्यांना लिहून कळविले की, आपण सुद्धा अशा प्रकारची यंत्रणा पाकिस्तानात उभारू शकतो. श्री. भुट्टो हे त्यावेळी अत्यंत प्रभावित झाले. श्री. भुट्टो यांनी यापूर्वीच कहुटा (Kahuta) येथे १९७६ साली एक संशोधन प्रयोगशाळा स्थापना केलेली होती. या सुमारास सोव्हिएट रशियाचा अस्त झाल्यामुळे रशियात अस्थिरता निर्माण झाली होती. अणुकेंद्रातून अणुसाहित्याची पळवापळवी

झाली होती. काही साहित्य काळ्या बाजारात मिळू शकत होते. त्यावेळी काळ्या बाजारात सर्वकाही मिळू शकत होते. माहिती, कच्चामाल, आराखडे, आलेख, उपकरणे वगैरे. श्री. खान यांनी त्यांना अणुशस्त्रे तयार करण्याकरिता लागणारे साहित्य, उपकरणे, माहिती मिळवली. त्यांनी काही वर्षे अनेक प्रकारचे प्रयोग केल्यानंतर १९७८ साली सेंट्रिफ्युजेस (centrifuses) तयार केले. या सेंट्रिफ्यूजचा वापर करून पाच वर्षांत आवश्यक तेवढे समृद्ध युरेनियम तयार केले. त्यानंतर अण्वस्त्रे बनविण्याकरिता अनेक परीक्षा (tests) घेण्यात आल्या. या त्यांच्या सतत प्रयत्नांमुळे १९८२ साली प्रथम प्राथमिक स्वरूपाचा अणुबॉम्ब तयार करण्यात श्री. खान यांना यश मिळाले. याच महत्त्वाच्या कामात पाकिस्तानचे अन्य शास्त्रज्ञ गुंतले होते. त्यांना पण अणुबॉम्ब बनविण्याचे श्रेय उपटावयाचे होते. त्यांची परस्परांशी स्पर्धा चालू होती. श्री. खान यांना कटुआ प्रयोगशाळेचे आणि संशोधन केंद्राचे अध्यक्षपद देण्यात आले. तोपर्यंत या केंद्राची सतत वाढ होऊन त्यात ७००० कर्मचारी सेवा करू लागले. श्री. खान यांच्या लोकप्रियतेत कमालीची वृद्धी होऊन पाकिस्तानमधील एक अत्यंत महत्त्वाची व्यक्ती गणली जाऊ लागली. पंतप्रधानांशी आणि लष्करप्रमुखांबरोबर त्यांना थेट संपर्क साधता येत असे. त्यांना अत्यंत आलिशान असा राजेशाही बंगला देण्यात आला. याखेरीज इस्लामाबादेत त्यांची दोन घरे होती. याखेरीज परदेशात प्रचंड मालमत्ता स्थावर होती, काही हॉटेल्स होती. त्यापैकी एक पंचतारांकित होते.

इस्लामी जगतात श्री. खान यांना मानाचे स्थान प्राप्त झाले. कारण त्यांनी इस्लामी राज्यांकरिता व पाकिस्तानाकरिता अणुबॉम्बची भेट दिली होती. १९९० साली कृतज्ञ राष्ट्राने पाकिस्तानमधील सर्वश्रेष्ठ दुसरा पुरस्कार बहाल केला. हिलाल-ई-इम्तीयाज हा किताब बहाल करण्यात आला. त्यापुढील अवतरण होते- ‘‘पाकिस्तान देशाच्या इतिहासात श्री. अब्दुल कादरखान यांचे नाव सुवर्णाक्षरांनी कोरले जाईल.’’ पण हीच सुवर्णाक्षरे २००४ साली लाल रंगाने (धोक्याच्या) बरबटली गेली. याचे कारण म्हणजे श्री. खान यांनी अणुतंत्रज्ञान, अणुसाहित्य, उपकरणे वगैरेंची काही देशांना निर्यात करून अर्थात छुप्या मार्गाने, स्वत:ची आणि देशाची अप्रतिष्ठा करून घेतली. कोणत्याही दहशतवादी गटाच्या हातात हे सर्व पडण्याची तजवीज करून ठेवली. कारण ही अणु-शस्त्रे, साहित्य व डर्टीबॉम्बस (dirty bombs) अल् कायदासारख्या जहाल दहशतवाद्यांच्या झोळीत पडण्याची दाट शक्यता होती. ९।११च्या घटनेने हे दाखवून दिले हे की आतंकवादी कोणत्याही थराला जाऊ शकतात.

अणुशस्त्रे बनविण्याचे तंत्रज्ञान, आराखडे, तंत्र, उपकरणे, पुरविण्याचा हा घाणेरडा उद्योग, उ. कोरिया, इराण, लिबिया यांना अतिशय फायदेशीर ठरला.

कारण पाकिस्तानने या राष्ट्रांना चोरून हे तंत्रज्ञान पुरविले. दुबई, मलेशिया, श्रीलंका येथील दलालांकडून हा खरेदीविक्रीचा व्यवहार पूर्ण करण्यात आला. गमतीची गोष्ट म्हणजे I. S. I. ला याची काहीच बित्तंबातमी नव्हती. या पुढची गोष्ट म्हणजे सरकारी विमानाचा वापर करून ही सामग्री इच्छित स्थळी पोहोचवण्यात आली.

यानंतर एकामागून एक बिंग फुटत गेले. सर्व गौप्यस्फोट झाला. त्याबाबत पाकिस्तानवर दबाव आणला गेला. शेवटी अध्यक्ष परवेज मुशर्रफ यांना चौकशी मंडळ नेमावे लागले. चार महिन्यांच्या चौकशीनंतर सर्वकाही बाहेर आले. प्रमुख लष्करी अधिकाऱ्यांनी असे जाहीर केले की या कारस्थानांचा सूत्रधार, योजक आणि अतिशय चलाख माणूस हा डॉ. अब्दुल कादर खान आहे. त्याने कसल्याही प्रकारचा अधिकार नसताना छुप्या मार्गाने अणुतंत्र, उपकरणे, नकाशे वगैरे इराण, उ. कोरिया, लिबिया या राज्यांना पुरविले आहे. या विषयीचा कबुलीजबाब पाकिस्तानच्या शासनाने श्री. खान यांचेकडून मागितला. श्री. खान यांनी बारा पानी निवेदनात राष्ट्राला कमीपणा आणणारे हे कृत्य केल्याचे मान्य केले. हे निवेदन दूरदर्शनवरून त्यांनी वाचून दाखविले. आता त्यांना त्यांच्या पदावरून काढून टाकण्यात आले आहे. पाकिस्तानचे सुदैव की अमेरिकेने पाकिस्तानविरुद्ध पाऊल उचलले नाही. याचे कारणही स्पष्ट आहे अमेरिकेला अजूनही ओसामा बिन लादेनच्या दहशतवादी कारवायांच्या विरुद्ध लढा देण्याकरिता पाकिस्तानच्या सहकार्याची गरज आहे.

अण्वस्त्रे बंदीकरार (Non-Proliferation Treaty) आणि इराण

उत्तर कोरिया, लेबॅनान, पॅलिस्टिन, इराक या जागतिक समस्यांनंतर इराणचा आण्विक कार्यक्रम ही एक स्फोटक समस्या बनली आहे. युरोप, अमेरिका, चीन, भारत ही राष्ट्रे पण यात ओढली जात आहेत. कारण मध्य आशियातील या प्रदेशात असलेल्या पेट्रोलच्या आणि नैसर्गिक वायूच्या असलेल्या खाणी. या प्रदेशातील राज्ये आणि त्याचा कारभार यावर आपले नियंत्रण असावे, असा अमेरिका आणि युरोपियन देश यांचा प्रयत्न असतो. ज्यू-अरब यांच्या तंट्यामुळे या प्रदेशात सतत तणावाचे व संघर्षाचे वातावरण राहिले आहे. अमेरिका इस्राइलबाबत पक्षपाती धोरण अवलंबत असल्याने सर्व इस्लामधर्मीय देश अमेरिकेवर रुष्ट आहेत. त्यामुळे अमेरिकेविरुद्ध द्वेष, वैर आणि कडवटपणा सतत आढळत आहे व तो वाढत आहे. त्यात ओसामा बिन लादेनच्या कट्टर इस्लामी दहशतवादामुळे भर पडत आहे.

पण पडद्याआड काही घटना घडल्या. पाकिस्तानचे अणुशास्त्रज्ञ श्री. ए. क्यू. खान यांनी एक गुप्त जाळे विणून बदमाश देशांना (rogues) अण्वस्त्रे तयार करण्याचे तंत्रज्ञान आणि विज्ञान शास्त्रीय पत्रकांद्वारे गुप्तपणे हस्तांतरित केले व येत्या काही वर्षात इराण अण्वस्त्रे बनविण्याच्या तयारीत आहे. २००४ साली याचा गौप्यस्फोट

झाल्यानंतर युरोपियन देश व अमेरिका सावध झाले. या विषयी चर्चा होऊन इराणवर सर्वांनी दडपण आणून इराणची अणुप्रसारण बंदी करारावर (Non Proliferation Treaty) सही घेतली व करारातील अटी पाळण्याच्या सूचना केली. यानंतर आंतरराष्ट्रीय अणुऊर्जा आयोगाने (I. A. E. A.) पाहणी केल्यानंतर त्यांना असे आढळून आले की इराणचा हा कार्यक्रम पारदर्शी नाही.

यानंतर सुद्धा अनेक वेळा भेटी देऊन पाहणी केल्यानंतर निकंज (Nikanj) आणि कलाय (Kalay) अणुकेंद्रात अत्यंत प्रगत असे सेंट्रीफ्युजेस बसवलेले आढळले की, ज्याचा युरेनियम समृद्ध करण्याकरिता उपयोग केला जातो. त्यातील काही नमुने तपासल्यानंतर त्यांना आढळून आले की मान्य पातळीपेक्षा त्यांची तीव्रता जास्त होती. ते सेंट्रीफ्युजेस होते, ते पाकिस्तानच्या डॉ. खान यांच्या सेंट्रीफ्युजेस सारखेच होते. डॉ. खान यांनी इराणी शास्त्रज्ञांनी भेट कराची आणि मलेशिया येथे भेट घेतली होती व इराणला सर्व अणुविषयक तंत्रज्ञान, उपकरणे, आराखडे इ. पुरविले होते. त्यामुळे इराणने आण्विकशस्त्रे बनविण्याच्या कार्यक्रमात बरीच प्रगती केली होती. त्यामुळे आंतरराष्ट्रीय अणुऊर्जा आयोगाला हे स्पष्ट कळून चुकले की इराण काही गुप्त तळ, साधने, आणि सामग्री याची लपवाछपवी करत आहे. त्यामुळे आयोगाने २००५ मध्ये सप्टेंबरमध्ये बैठक घेऊन हा प्रश्न सं. रा. संघाकडे सोपवावा असा अमेरिकेच्या धोरणानुसार निर्णय घेतला. भारताने अमेरिकेच्या बाजूने मतदान केले. यानंतर संयुक्त राष्ट्रसंघातर्फे इराणवर आर्थिक निर्बंध (sanctions) लादले जाणार होते. पण इराकप्रमाणेच अमेरिकेचे कठोर आणि टोकाचे धोरण जर्मनी, फ्रान्स, रशिया, इंग्लंड व भारत यांना मान्य नव्हते. याबाबत चर्चा विचारविनिमय होऊन पुढील ठरावाचा मसुदा तयार करण्यात आला. १) इराणने आपल्या देशातील रशियन बनावटीच्या अणुभट्टीत (Automic Reaction) युरेनियम धातूवर प्रक्रिया करावी. २) नंतर हे कच्चे साहित्य रशियात समृद्ध करण्याकरिता (enrichment) पाठविण्यात यावे. ३) रशियाने आपल्या अणुभट्टीत त्याचे समृद्धीकरण इतक्या अंशापर्यंत करावे की, त्यापासून अण्वस्त्रे बनविता येणार नाहीत. ४) इराणने हे साहित्य परत आणून आपल्या अणुभट्टीतून त्यापासून अणुऊर्जा तयार करावी व नागरी (civil) कारणांकरिता या ऊर्जेचा वापर करावा.

पण याच सुमारास इराणच्या इस्लामधर्मीय अध्यक्षाने असे आक्षेपार्ह जाहीर वक्तव्य केले – ''इस्राइलची नावनिशाणी जगाच्या नकाशावरून पुसली पाहिजे.'' इस्राइलच्या पॅलिस्टीन दहशतवाद्यांच्या तळावर वैमानिक हल्ल्यानंतर इराणच्या अध्यक्षांनी असे उद्‌गार काढले. त्यामुळे अमेरिका आणि युरोपीय देशांना इराणबद्दल कडवटपणा वाटू लागला. कारण अमेरिका आणि युरोपमध्ये अनेक ज्यू धर्मीय

आहेत. अशा वातावरणातच २४ नोव्हेंबर २००५ रोजी जिनेव्हा येथे आंतरराष्ट्रीय अणुऊर्जा आयोगाची बैठक झाली. हा प्रश्न सुरक्षासमितीकडे तूर्त तरी सोपवू नये असा निर्णय घेण्यात आला. भारताने पण इराणला सामोपचाराचे धोरण स्वीकारून कराराच्या अटी पाळण्याचे आवाहन केले. याविषयी पारदर्शी वर्तन करावे असा सल्ला दिला. आयोगाने या विषयावर विचार करण्यासाठी थोडा अवधी दिला आहे.

यानंतर इराणमध्ये एक महत्त्वाची घटना घडली. (फेब्रुवारी २००६) इराणमधील प्रमुख धार्मिक नेत्यांनी एक फतवा (धार्मिक संदेश) काढला. यापूर्वी इस्लामी कायद्यानुसार (शरीयत) अण्वस्त्रे बनविणे आणि मनुष्य हत्या करणे हे पाप आहे असे प्रतिपादन धार्मिक नेते करत असत. पण "आता आपल्यावर जर कोणी हल्ला केला तर प्रतिहल्ला करण्याकरिता आपल्याजवळ पण शस्त्रे (आण्विक) हवीत", असे सांगण्यास या नेत्यांनी सुरुवात केली. त्यामुळे इराणचे लोकमतदेखील इंग्लंड, फ्रान्स, रशिया, अमेरिका या राष्ट्रांच्या विरुद्ध गेले.

इराणमधील अयातुल्ला यझ्दी यांचा गट कडवा होता व पाश्चात्य देशांबरोबर कोणतेही संबंध ठेवू नयेत या मताचा होता. त्यामुळे देखील इराण अण्वस्त्रे बनविण्याच्या कार्यक्रमाबाबत कोणताही समझोता करण्यास तयार नव्हता.

इराणने रशियाबरोबर होणारी बोलणी ताबडतोब पुढे ढकलली व युरेनियम समृद्ध करण्याचा आपला कार्यक्रम जोराने पुढे चालू ठेवला व युरेनियम फीड स्टॉक गॅस सेंट्रीफ्युजेसमध्ये घालण्यास सुरुवात केली. अणुशस्त्रे बनविण्याकरता लागणारे इंधन (fuel) तयार करण्याची ही पहिली पायरी होती. इराणच्या संरक्षण खात्याच्या प्रवक्त्याने असे जाहीर केले की, मार्च ६, २००६ ला होणाऱ्या I. A. E. A. बैठकीपर्यंत इराणला आपला कार्यक्रम स्थगित करता येणार नाही. जर समितीचा (I. A. E. A.) इराणच्या आण्विक कार्यक्रमाला विरोध असेल तर आपले समितीविषयक धोरण पण बदलावे लागेल.

इराणच्या बाजूने विचार केल्यास, इराण हे काही दुबळे राष्ट्र नाही, हे लक्षात घ्यावे. इराक आणि सौदी अरेबियाबरोबर संगनमत करून पेट्रोल साठे पाश्चात्य राष्ट्रांना मिळू नये याची तजवीज करू शकतो. इराण हे सधन राष्ट्र आहे. अण्वस्त्रे तयार न करता आल्यास, ती विकत घेण्याची क्षमता इराणजवळ आहे. त्यातून इराण हे सार्वभौम राष्ट्र आहे. इराणच्या अंतर्गत बाबतीत हस्तक्षेप करण्याचा इतर राष्ट्रांना काय अधिकार आहे? पाकिस्तान अणुबॉम्ब तयार करू शकतो. इस्राइलजवळ अणुबॉम्ब आहे. दोन्ही राष्ट्रांनी अणुशस्त्रबंदी करारावर सह्या केल्या नाहीत. मग इराणवर का सक्ती बरे? अमेरिका आपल्या धोरण्यांविषयी कोणत्याही राष्ट्रांचा

सल्ला मानते काय? इराकवरील अमेरिकेचे आक्रमण काय दर्शविते? सर्वांत महत्त्वाची गोष्ट म्हणजे अमेरिकेनेच पहिल्या अणु-बॉम्बचा वापर केला. आता इराणविरुद्ध अमेरिकेने कोणतीही कारवाई केल्यास इराण चोख प्रत्युत्तर देईल. हो ! अण्वस्त्रांचादेखील वापर करेल.

अशा परिस्थितीत मार्च २००६ ला I. A. E. A. च्या बैठकीपुढे हा प्रश्न आला. त्यात भारताने इराणविरुद्ध मत दिले. इराणने अण्वस्त्रे बनविण्याचा कार्यक्रम रद्द करावा असा आग्रह I. A. E. A. ने इराणला केला. चीन आणि रशियाच्या सौम्य धोरणामुळे इराणविरुद्ध कोणतीही कारवाई करण्यात आली नाही. यापूर्वी अमेरिकेचे परराष्ट्र सचिव श्रीमती कोन्डोलीझा राईस यांनी वृत्तपत्राला दिलेल्या मुलाखतीत असे जाहीर केले होते की इराणने हा कार्यक्रम रद्द न केल्यास इराणविरुद्ध लष्करी कारवाई करण्याची सुरक्षासमितीला शिफारस करण्यात येईल.

पण इराणने या धमकीला भीक न घालता आपला अण्वस्त्रे बनविण्याचा कार्यक्रम चालूच ठेवला व त्याची दुसरी अवस्था सुरू केली. इराण आपल्या धमक्यांना आणि सरळ बोलण्याला दाद देत नाही हे लक्षात आल्यानंतर अमेरिका आणि युरोपियन देश यांना एक नवीनच डाव रचला. त्यांनी इराणला अनेक सवलती देऊ केल्या. त्याच्या बदल्यात इराणने आपला अण्वस्त्रे बनविण्याचा कार्यक्रम रद्द करून केवळ नागरी कार्यक्रम राबवावा असे इराणकडून अपेक्षित होते. पुढील सवलती देऊ केल्या होत्या १) आण्विक तंत्रज्ञान पुरविले जाईल. २) नागरी अणुभट्ट्या बांधून दिल्या जातील. ३) इराणला बोइंग विमाने व त्याचे सुटे भाग पुरविण्यात येतील. १९७९ पासूनच्या अमेरिकेच्या आर्थिक निर्बंधामुळे इराणला विमानाचे सुटे भाग व विमाने देण्यात येत नव्हती व इराणला त्यांची अत्यंत आवश्यकता होती. ४) इराणशी प्रत्यक्ष बोलणी करण्याची अमेरिकेने तयारी दाखविली. ५) इराणवरील आर्थिक निर्बंध हटवून/जागतिक व्यापारपेठेत प्रवेश मिळावा म्हणून इराणला पाठिंबा देण्यात येईल.

पण आजपर्यंत ही समस्या सुटलेली नाही. इराणने आपला अण्वस्त्रे बनविण्याचा कार्यक्रम पुढे चालूच ठेवला आहे. ताज्या वृत्तानुसार सुरक्षा समितीच्या पाच कायम सभासदांत (U. N. S. C.) फ्रान्स, इंग्लंड, रशिया, चीन आणि अमेरिका इराणविषयीच्या ठरावावर एकमत झाले आहे. या ठरावानुसार इराणला ऑगस्ट महिनाअखेरपर्यंत आपले युरेनियम समृद्ध करण्याचे कार्य रद्द करण्याची मुदत दिली. याची अंमलबजावणी न केल्यास इराणला आर्थिक आणि राजनैतिक निर्बंधाला तोड द्यावे लागेल. या कराराचा मसुदा यापूर्वी काही दिवस १५ सदस्य असलेल्या सल्लागार मंडळाला देण्यात आला. चीन आणि रशियाच्या सौम्य धोरणामुळे

करारातील भाषा आणि अटी सौम्य आहेत. एरवी आर्थिक आणि राजनैतिक निर्बंध ताबडतोब लादले गेले असते. या ठरावानुसार या मंडळाची पुढे बैठक होऊन या विषयावर आणखी चर्चा केली जाणार आहे. इराणने पुन्हा वाटाघाटी करण्याविषयी अमेरिका आणि अन्य राष्ट्रांना विनंती केली आहे. इराण, अमेरिका आणि अन्य राष्ट्रांनी दिलेल्या सवलतीविषयी विचार करत आहे. सध्यातरी हे घोंगडे भिजत पडले आहे. ताज्या वृत्तानुसार इराण आपले अण्वस्त्रे बनविण्याचे धोरण सोडून देणार नाही.

अणुप्रसरण बंदी करार आणि उत्तर कोरिया

कोरिया-जपानचे द्वीपकल्प सध्या तणावग्रस्त बनले आहे. याचे परिवर्तन अनिष्ट संघर्षात होऊ नये हीच सर्व जगाची इच्छा आहे. २०व्या शतकाच्या प्रारंभी जपानी साम्राज्यवादाचा पहिला बळी ठरला. दुसऱ्या महायुद्धापर्यंत कोरिया हा जपानचा अंकित प्रदेश होता. दुसऱ्या महायुद्धाच्या शेवटीशेवटी दोस्त राष्ट्रांच्या फौजांनी व अमेरिकन सैन्याने दक्षिण कोरिया प्रदेश व्यापला, तर स्टॅलीनच्या रशियन फौजांनी उत्तर कोरियाचा देश व्यापला. काही वर्षांनी उत्तर कोरियात कम्युनिस्ट राज्य पद्धती (साम्यवादी) स्थापन झाली. दक्षिण कोरियात अमेरिकन फौजा काही काळ राहिल्या. परिणामत: दक्षिण कोरियात लोकशाही राज्यपद्धती स्थापन झाली. अशा तऱ्हेने कोरियाची फाळणी होऊन उत्तर कोरिया आणि दक्षिण कोरिया अशी दोन राष्ट्रे स्थापन झाली. काही वर्षांनंतर या दोन्ही राज्यांच्या एकीकरणाचे प्रयत्न सुरू झाले. बोलणी (talks) केली गेली. पण अजून याबाबत ठोस असे काहीच निष्पन्न झालेले नाही. उत्तर कोरियाने आंतरराष्ट्रीय जगतात फटकून वागण्याचे धोरण स्वीकारले. हा देश एकाकी पडत गेला. इतके दिवस कम्युनिस्ट रशियाचा प्रभाव उत्तर कोरियावर होता. पण आता सोव्हिएट रशियाचा शेवट झाला आहे.

उत्तर कोरियाच्या बाबतीत एक विशेष म्हणजे एकतंत्री राज्यकारभारात काही महत्त्वाकांक्षी नेत्यांमुळे अण्वस्त्रे बनविण्याचा निर्णय घेण्यात आला. या संदर्भात पाकिस्तानचे शास्त्रज्ञ ए. क्यू. खान यांचे मोलाचे साहाय्य झाले. या संदर्भात श्री. खान यांचेवर असा आरोप केला जातो की, त्यांनी पैसे घेऊनच -अणुतंत्रज्ञान उत्तर कोरियाला दिले. पाकिस्तान सरकारने श्री. खान यांना नो डोंग (No dong) क्षेपणास्त्रे खरेदी करण्याचे पूर्ण अधिकार दिले होते. त्याचेच नाव पाकिस्तानने 'गौरी' असे ठेवले.

हा व्यवहार पूर्णपणे गुप्तपणे करण्यात आला. या संदर्भात असाही आरोप केला जातो की खान यांनी उ. कोरियाला अणुतंत्रज्ञान पैसे घेऊनच दिले. अमेरिकन गुप्तहेर खात्याला पूर्ण कल्पना होती की १९९७ पासून उत्तर कोरियाला अण्वस्त्रे बनविण्याच्या कार्यात पाकिस्तानचे साहाय्य होत आहे. आपल्याजवळची सूक्ष्म गुंतागुंतीची

उपकरणे, आलेख, आकृतिबंध, माहिती आणि हत्यारे, तपासणीची सूत्रे हे सर्व पुरविले आहे. पाकिस्तानने १९९० साली स्कड (Scud) क्षेपणास्त्रे उत्तर कोरियाकडून विकत घेतल्यानंतर हे सहकार्य सुरू झाले. १९९७ ते १९९८ च्या दरम्यान अर्धवट बनावटीची नो डोंग १३ क्षेपणास्त्रे पाकिस्तानला पुरविण्यात आली व त्याचे सुटे भाग पण पाठविण्यात आले. ११ विमान उड्डाणे करून उत्तर कोरियाने हे साहित्य पाकिस्तानला पुरविले. नंतर श्री. खान आणि पाकिस्तानने ही देशी बनावटीची क्षेपणास्त्रे आहेत असा दावा केला.

२००० ते २००४ पर्यंत उत्तर कोरियाने क्षेपणास्त्रे आकाशात सोडण्याचे तंत्र विकसित केले. उत्तर कोरिया आणि बडी राष्ट्रे व अमेरिका यांचे सूत जमत नव्हते. त्यामुळे उत्तर कोरियाला एकाकी पाडून अण्वस्त्रे व क्षेपणास्त्रे बनविण्याचा कार्यक्रम रद्द करण्याविषयी सतत दबाव आणला जात असे. पण उ. कोरियाने त्याला दाद न देता 'आपण क्षेपणास्त्राची चाचणी घेणार आहोत' असे जाहीर केले. या सुमारास आणखीन एक खळबळजनक घटना घडली, अमेरिका आणि दक्षिण कोरियाने संयुक्त कवायत केली. त्यामुळे उ. कोरियाला वाटले की 'ही दोन राष्ट्रे' आपल्यावर आक्रमण करणार आहेत व आण्विक शस्त्रे वापरणार आहेत. त्याला प्रत्युत्तर म्हणून उत्तर कोरियाने जाहीर केले की 'आपण क्षेपणास्त्राच्या व अणुस्फोटकाच्या चाचण्या घेणार आहोत व जरूर पडल्यास शत्रुपक्षावर प्रथम सुद्धा हल्ला करणार आहोत.'

अशा तऱ्हेने उ. कोरिया आणि अमेरिका व सहा बडी राष्ट्रे (पाच कायम राष्ट्रांसकट) यांच्यात शह, काटशह यांचा खेळ सुरू झाला. जपान, अमेरिका, इंग्लंड या राष्ट्रांनी आपण हा नि:शस्त्रीकरणाचा प्रश्न सुरक्षा समितीकडे नेऊन उ. कोरियावर आर्थिक व राजनैतिक निर्बंध लादले जावेत या करिता प्रयत्न करणार आहोत, असे जाहीर केले. अमेरिकेचे अध्यक्ष बुश यांनी उ. कोरियाने हे कार्यक्रम रद्द करावेत म्हणून धमक्या देण्यास मागे-पुढे पाहिले नाही. पण यामुळे चिडून उ. कोरियाने असे जाहीर केले की, 'आपण पहिल्या प्रथम जपानवरच हल्ला करणार आहोत (अशा तऱ्हेने धमक्याची देवाणघेवाण होत असताना उ. कोरियाने आपले म्हणणे जोरदारपणे सर्वांसमोर मांडले. "उ. कोरिया हे एक स्वतंत्र सार्वभौम राष्ट्र आहे. जरी अणुप्रसारबंदी करारावर सह्या केल्या असल्या तरी स्वसंरक्षणार्थ क्षेपणास्त्रांच्या व अण्वस्त्रांच्या चाचण्या घेण्याचा उ. कोरियाला पूर्ण अधिकार आहे. त्याविषयी कोणालाही बोलण्याचा अगर चर्चा करण्याचा अधिकार नाही." यानंतर जाहीर केल्याप्रमाणे उ. कोरियाची ही क्षेपणास्त्रे सोडण्याची तांत्रिक तयारी २००६ च्या जुलै महिन्यात पूर्ण झाली. उ. कोरियाच्या तायपोडोंग (Taeypodong) या क्षेपणास्त्राच्या उड्डाणाची क्षमता ६७०० कि.मी. इतकी होती. त्यामुळे अमेरिकेतील अलास्का, पश्चिम किनारा

आणि हवाई बेटे या प्रदेशावर मारा करण्यास ही क्षेपणास्त्रे सक्षम होती. अर्थात याच कारणामुळे अमेरिका हा प्रश्न सुरक्षा समितीत नेऊन उ. कोरियावर आर्थिक व राजकीय निर्बंध लादण्याचा विचार करत होती.

अगोदर जाहीर केल्याप्रमाणे उ. कोरियाने २००६ च्या पहिल्या आठवड्यात अमेरिका, फ्रान्स, इंग्लंड, जर्मनी व जपान यांच्या धमकीला दाद न देता ६ क्षेपणास्त्रे ६ वेळा हवेत सोडून त्यांची चाचणी घेतली. त्यानंतर काही तासांनी तायपोडोंग हे क्षेपणास्त्रे पण आकाशात सोडले, पण केवळ ४२ सेकंदांतच जपानच्या समुद्रात कोसळले. काही तांत्रिक दोषामुळे हे अपयश आले. पण जपान आणि अमेरिकेने या चाचण्यांचा धसका घेतला. अमेरिकेने यापूर्वीच प्रतिबंधक क्षेपणास्त्र यंत्रणा (Anti ballistic Missile System) तयार केली होती. उ. कोरियाच्या दूर पल्ल्यांच्या क्षेपणास्त्रावर अचूक मारा करून ती नष्ट करण्यास अपयश आल्यास सर्व जगभर अमेरिकेची नाचक्की होणार होती. अमेरिकेची ही प्रतिबंधक यंत्रणा प्रयोगावस्थेतच होती, ती परिपूर्ण नव्हती. त्यामुळे अमेरिकेला हा प्रश्न शांततेने सोडवायचा होता. बोलणी करूनच या समस्येचे निराकरण करावयाचे होते. सुरक्षा समितीकडे हा प्रश्न नेऊन उ. कोरियावर आर्थिक व राजकीय निर्बंध लादण्याचा अमेरिका आणि दोस्त राष्ट्रे विचार करत होती त्याप्रमाणे त्यांनी निर्णय पण घेतला होता. पण दक्षिण कोरियाला हे मान्य नव्हते. त्याचप्रमाणे जपानचा उद्धटपणा आणि चीड आणणारी भाषा पण पसंत नव्हती. द. कोरियाला ही नि:शस्त्रीकरणाची समस्या शांततेने, वाटाघाटी, बोलणी व राजनैतिक मार्गाने सोडवायची होती कारण काही झाले तरी उत्तर कोरिया व दक्षिण कोरिया हे पूर्वी एकच राष्ट्र होते. सध्या सुद्धा त्यांचे अंतर्गत संबंध, आर्थिक व्यवहार व व्यापार चालूच होता. त्याच्या एकीकरणाची बोलणी (unification) पण चालू होती.

रशिया आणि चीनला पण ही समस्या शांततेने व बोलणी करूनच सोडवायची होती. त्यांना हा प्रश्न सुरक्षा समितीकडे न्यावयाचा नव्हता. या दोन्ही राज्यांचे उ. कोरियाबरोबर मित्रत्वाचे संबंध होते. अनेक वर्षे त्यांचे अनेक क्षेत्रांत परस्परांबरोबर साहचर्य होते. म्हणून त्यांनी जपान व अमेरिकेला विरोध करण्याचे धोरण ठेविले. पण जपानला उ. कोरियाची फार भीती वाटू लागली होती. आता यापुढे कोरियाचा जपानवर केव्हाही हल्ला होण्याची शक्यता होती. उ. कोरियाचे व जपानचे पूर्वापार वैर होते. सुरक्षा समितीकडे हा प्रश्न नेऊन उ. कोरियावर आर्थिक निर्बंध लादण्याचा जपानचा सतत प्रयत्न चालू होता. पण रशिया आणि चीनला नकाराधिकार (veto) असल्याने व दोघांचा जपानला विरोध असल्याने जपानला वेळोवेळी अनेक वेळेला माघार घ्यावी लागत होती. तरी पण जपानने उत्तर कोरियाला अन्नधान्याची मदत

थांबविली आहे व व्यापारी संबंध पण तोडले आहेत. हे सर्व असूनही उ. कोरियाने अण्वस्त्रे बनविण्याचा व क्षेपणास्त्रांच्या चाचण्या घेण्याचा कार्यक्रम राबविण्याचा निर्धार व्यक्त केला आहे. वास्तविक जपानला उ. कोरियाचे क्षेपणास्त्रे सोडण्याचे तळच उद्‌ध्वस्त करावयाचे आहेत. पण जपानच्या राज्यघटनेनुसार जपानला कोणतेही आंतरराष्ट्रीय प्रश्न लष्करी मार्गाने सोडविता येत नाहीत. तरीसुद्धा स्वसंरक्षणार्थ केलेली कारवाही या राज्यघटनेने बसते काय, याचा पण विचार जपानी नेते करत आहेत, याची चाचपणी चालू आहे.

उ. कोरियाच्या युद्धखोर वर्तनामुळे चीन अडचणीत आला आहे. या कार्यक्रमामुळे जपानमध्ये तीव्र प्रतिक्रिया उमटेल व तो देश पुन्हा लष्करीकरणाकडे वळेल याची चीनला पूर्ण कल्पना होती. चीनला याची भीती वाटणे स्वाभाविक आहे. या निमित्ताने अमेरिकेची या भागात घुसखोरी व प्रभाव वाढेल, असे चीनला वाटते. त्यामुळे उ. कोरिया विरुद्धच्या सुरक्षा समितीच्या ठरावाला जरी चीनने पाठिंबा दिला असला तरी उ. कोरियाच्या जहाज तपासणीत व अन्य गोष्टीत आपण सहभागी होणार नाही, असे चीनच्या प्रतिनिधीने स्पष्ट केले आहे. रशियाचा संयुक्त राष्ट्रसंघाच्या ठरावाला विरोध होता. कारण या त्या कारणाने अमेरिकन युद्धनौकांचा या प्रदेशात वावर होण्याचा धोका होता. या सर्व गुंतागुतीच्या राजकारणामुळे हा प्रश्न तूर्त तरी लोंबकळत पडला आहे. येणारा काळच याचे उत्तर देईल.

अशा वातावरणात ९ ऑक्टोबर (२००६) रोजी उ. कोरियाने आपली पहिली यशस्वी अणु-चाचणी करून सर्व जगाला धक्का दिला. या अणुस्फोटाने सर्व जगात खळबळ उडाली आहे. एक गरीब देश म्हणूनच गणल्या गेलेल्या उ. कोरियासारख्या देशाने हे धाडस केले याचे जगाला आश्चर्य वाटत आहे. उ. कोरियाने मात्र असा युक्तिवाद केला -'भारताने अण्वस्त्रे बनवली आहेत तर उ. कोरियाने का बनवू नयेत?' बहुसंख्य राज्यांना हा युक्तिवाद हास्यास्पद वाटतो. बड्या पाच राष्ट्रांनी हा प्रश्न सुरक्षा समितीकडे नेला आहे. अमेरिकेच्या गुप्त हेरखात्याने असे जाहीर केले आहे की, उ. कोरिया दुसऱ्या अणुचाचणीची तयारी करत आहे.

आठवडाभराच्या चर्चेनंतर सुरक्षा समितीने उ. कोरियावर निर्बंध घालणारा ठराव क्रमांक १७१८ एकमताने मंजूर केला व उ. कोरियाने अण्वस्त्रे बनविण्याचा आपला कार्यक्रम रद्द करावा व अण्वस्त्रे प्रसारबंदी करारानुसार, येणाऱ्या जबाबदाऱ्या उ. कोरियाने पार पाडाव्यात अशी या करारानुसार मागणी करण्यात आली. त्याप्रमाणे क्षेपणास्त्रांच्या चाचण्या थांबवाव्या, असे पण उ. कोरियाला सांगण्यात आले आहे. मोठ्या प्रमाणात जनसंहार करणारी अस्त्रे किंवा लांब पल्ल्याची क्षेपणास्त्रे बनविण्यास

उपयुक्त ठरणारे कोणतेही साहित्य उ. कोरियाला निर्यात करू व आयात पण करू नये असा इशारा सर्व राष्ट्रांना देण्यात आला आहे. मोठ्या प्रमाणात संहार घडवून आणणारी अस्त्रे किंवा क्षेपणास्त्रे, तंत्रज्ञान यांसारख्या आक्षेपार्ह गोष्टी घेऊन जात असताना तसा संशय आल्यास अशा वाहनांची झडती घेण्याची परवानगी या ठरावाद्वारे देण्यात आली.

अणु–दहशतवाद (Nuclear - Terrorism)

सध्या जगाच्या विविध भागात, लोकशाही, हुकूमशाही, एकाधिकारशाही, राजेशाही वगैरे राज्यपद्धती अस्तित्वात आहेत. जनतेच्या अडीअडचणी मागण्या, गाऱ्हाणी, यांचे निवारण करणाऱ्या उत्कृष्ट यंत्रणेची कार्य या पद्धती करू शकत नाहीत. अर्थात जो गट, जमात, समाज दुरावला आहे, त्यांच्याकडून विरोध होणे स्वाभाविक आहे. या मतभेदाला बऱ्याच वेळेला स्फोटक स्वरूप येते. पण असा प्रसंग येण्यापूर्वीच जबरदस्ती किंवा बळाचा वापर केला जातो. एकदा का एका पक्षाने ही लक्ष्मणरेषा ओलांडली की विरोधकदेखील बळाचा वापर करतात. एखाद्या गटाला, संघटनेला कधीही न संपणाऱ्या, रेंगाळणाऱ्या, निष्फळ ठरणाऱ्या गोष्टीऐवजी वाटेल तसा मनमानी बळाचा वापर जास्त परिणामकारक ठरेल. विशेषत: ज्यावेळी आर्थिक किंवा अन्य साधने यांच्या शक्ती हात जोडून समोर उभ्या असतात. कालनशिकोव्ह बंदुकीने हिंसाचार केल्यानंतर आणि मरणोत्तर नाव व प्रसिद्धी मिळणार आहे, या कल्पनेतील मिळणारा आनंद वेगळाच असतो. अशी विकृत टोकाची मानसिकता असणारे पण काहीजण असतात. एखाद्याने असा प्रयोग केल्यानंतर यश मिळाल्यानंतर ही साथ सर्वत्र पसरते, असे अनेक प्रकार केले जातात. दहशतवादाचे मानसशास्त्र हे असे आहे.

दहशतवाद प्रक्रिया ही बराच काळ राज्या–राज्यातील किंवा अंतर्गत बाब ठरली आहे. यामुळेच हा सखोल अभ्यासाचा विषय बनला आहे. दहशतवाद्यांची मानसिकता, त्यातील प्रेरणा, त्यांच्या पद्धती, प्रतिबंधक उपाय यावर विपुल लेखन झाले आहे. पण दहशतवाद्यांच्या ९।११ सप्टेंबरच्या वर्ल्ड ट्रेड सेंटरमधील हल्ल्यानंतर वेगळेच चित्र निर्माण झाले आहे. दहशतवादाविरुद्ध युद्ध पुकारून एखाद्या इराकसारख्या राष्ट्रप्रमुखाला अटक करून त्याला शासन करण्याच्या नादात त्या देशात यादवी युद्धाचा भडका उडवून, प्रचंड नुकसान केल्यानंतर आता नवीन संकल्पना विचार पुढे येत आहेत, उदा. अमेरिकेचा इराकवरील हल्ला. आंतरराष्ट्रीय दहशतवाद आता मूळ धरू लागला आहे.

९।११ सप्टेंबरची घटना एकमेव अशी घटना आहे. ही घटना अनेक गोष्टींच्या शक्यतेबद्दल विचार करावयास लावणारी आहे. अतिरेक्यांकडून जनसंहारक अस्त्रांचा (weapons of mass destruction) वापर, ही एक त्यातील एक शक्यता आहे.

सर्वसाधारणपणे हे गट जनसंहारक अस्त्रे वापरणार नाहीत, कारण त्यांच्या लढ्याचा पायाच उद्ध्वस्त होईल. तरीसुद्धा जनसंहारक अस्त्रे विशेषत: अणुशस्त्रे वापरणारे दहशतवादी गट वेगळ्याच प्रकारचे असू शकतील, असे काही अभ्यासकांचे मत आहे.

शीत युद्धामुळे (cold-war) स्थैर्य निर्माण झाले होते. भविष्यकाळात काय घडू शकेल याचा थोडाफार अंदाज लागत असे. पण सोव्हिएट रशियाच्या अस्तानंतर स्थैर्य कोठेच आढळेना आणि केव्हा काय घडेल हे कोणीच सांगू शकेना. सर्वत्र वादळाचा अनुभव येत होता. Everything was in flux एखाद्या राष्ट्राची पावले कोणत्या दिशेने पडतील, एखाद्या राष्ट्राचे वैशिष्ट्य कोणते आहे, धोरण कोणते आहे, याविषयी भाष्य करणे कठीण झाले. त्यामुळे हा कालखंड म्हणजे युद्धोत्तर कालखंड (Post war Era) असे संबोधले जाऊ लागले. १९९८ साली भारत, पाकिस्तान या राज्यांनी प्रथमच अणु-स्फोट केल्यानंतर उघडपणे असा कार्यक्रम अमलात आणण्यास प्रारंभ झाला. त्यामुळे अण्वस्त्रे प्रसारबंदी करार (non proliferation treaty) निष्प्रभ ठरू लागला. या कालखंडाला कळत नकळत दुसरे अणु-युग असे संबोधले जाऊ लागले. अर्थात भारत-पाकिस्तान यांची आण्विक स्पर्धा ही जगाला धक्कादायक बातमी नव्हती. कारण दोन्ही राष्ट्रांची दमदाटी, धमक्या देण्याची स्पर्धा चालूच होती. अर्थात ही घटना गंभीर स्वरूपाची होती. दोन्ही राष्ट्रे आता अण्वस्त्रधारक देश बनले होते. पण या घटनेमुळे दोन्ही राष्ट्रांच्या मूळ प्रवृत्तीवर काहीही परिणाम घडणार नव्हता. म्हणजेच कट्टर दहशतवादी विचारसरणीचा या प्रदेशात प्रवेश झाला नव्हता. पण ९/११सप्टेंबरच्या घटनेने राज्यांच्या दृष्टिकोनात फार मोठा बदल होत गेला आणि दहशतवादी घटना आणि त्याविरुद्ध उपाययोजना (counter terrorism) सर्वसामान्य गोष्टी झाल्या आहेत. शीतयुद्धानंतरचा (cold war) २००१ पर्यंतचा कालखंड अगदी त्रोटक होता. २००१ नंतर आपण खात्रीने सांगू शकतो की जगाने दहशत युद्ध कालखंडात (Era of Terror war) प्रवेश केला आहे. ९।११ वर्ल्ड ट्रेड सेंटरवरील हल्ला हा अमेरिकेवर झाला असल्याने अमेरिकेला चिंता वाटणे स्वाभाविक आहे. तसेच या हल्ल्यांचा पुढील प्रकार, स्थळ आणि काळ याविषयी साशंक असणे हे पण आपण समजू शकतो. पण याबरोबर हे पण लक्षात घेतले पाहिजे की अन्य राष्ट्रे पण सुरक्षित नाहीत. ही भीषण राक्षसी घटना केवळ अमेरिकेशीच संबधित आहे, असे समजणे योग्य ठरणार नाही.

यानंतर अनेक राष्ट्रांना दहशतवादी कारवायांचा उपद्रव झाला आहे व होत आहे. या महाभयंकर आपत्तीतून सुटका करून घेण्यास आंतरराष्ट्रीय सहकार्य मिळावे असे

सर्व राज्यांना वाटते. अर्थात या संकटाविरुद्ध कोणती उपाययोजना करावी, याविषयी सर्वांचे एकमत होणार नाही व कोणत्या राष्ट्राने कोणती जबाबदारी उचलावी, याविषयी देखील सर्वांचे मतैक्य होऊ शकणार नाही. एका बाजूने दहशतवादाचा संपूर्ण नायनाट करण्याचा विडा अमेरिकेने उचलला आहे तर दुसऱ्या बाजूला भविष्यकाळात, अफगाणिस्तानमधील यापूर्वी केलेल्या लष्करी कारवाईचा दहशतवादी सूड उगविण्याची अमेरिकेला भीती वाटत आहे. यापुढे एक गोष्ट गृहीत धरावी लागेल की येत्या १०-२० वर्षांत दहशतवाद आणि प्रतिदहशतवाद (counter-terrorism) यामुळे राष्ट्रा-राष्ट्रांच्या संबंधावर बरे-वाईट परिणाम घडून येणार आहेत.

दहशतवाद हा लघुतीव्रता (low-intensity) असलेला तंटा आहे. दीर्घकाळ चालणारा, टोला मारा, आघात करा आणि पलायन करा (hit and run) या धर्तीचा हा संघर्ष किंवा कारवाई आहे.

आता हा दहशतवादी युद्धकाल (era of terror war) काय काय सूचित करतो? सतत वाटणारी भीतिसाशंकता, अतिरेक्यांचे सैतानी वर्तन-, सतत सावधगिरी याचे कारण उघड आहे. केव्हा बॉम्बस्फोट होईल, केव्हा गोळी मारून हत्या होईल, केव्हा अपहरण केले जाईल हे सांगता येणे कठीण आहे. काही राज्यात किंवा राज्यातील ठराविक भागात हप्त्या हप्त्यांनी होणाऱ्या हल्ल्यांना महत्त्व प्राप्त होईल व आंतरराष्ट्रीय जाळे निर्माण होईल (उदा. काश्मीर, पॅलिस्टीन) कारण याचा प्रसार होणारच. साथीसारख्या (epidemic) पसरणाऱ्या जिहादसारख्या विचारसरणीमुळे, आंतरराष्ट्रीय दहशतवादाला आता खतपाणी मिळत आहे. हा लढा काही काळ चालणारा असला तरी त्याची तीव्रता व भयानकता चिंताजनक आहे. अर्थात जी राज्ये या जिहादी टोळ्यांना आश्रय देतील त्यांना अंतर्गत अस्थिरता, कमकुवतपणा, बाह्य दबाव व आक्रमण यांना सामोरे जावे लागेल. परिणामत: हा भाग गडबड, गोंधळ, अराजकता यांचा प्रदेश बनेल.

सध्या इराणमध्ये इस्लामी क्रांती घडून आली आहे. अशाच प्रकारची क्रांती पाकिस्तानमध्ये देखील घडावी याकरिता इराणमध्ये योजना आखल्या जात आहेत. मुस्लीम काश्मीरमधून हिंदू-भारतीयांचा प्रभाव, सत्ता कमी करून त्यांची हकालपट्टी करण्याचे कारस्थान देखील रचले जात आहे. त्याचप्रमाणे मध्य आशियातील मुस्लिमांची मुक्तता करून त्यांचे स्वतंत्र राज्य स्थापन करण्याची स्वप्ने रंगविली जात आहेत. ही सर्व गुंतागुंत समजण्यासारखी आहे, कारण अनेक राज्यांना या नवीन परिस्थितीशी तोंड द्यावे लागत आहे व पूर्वीचे संबंध नव्याने जुळवून घ्यावे लागत आहेत. उदा. भारत आणि श्रीलंका यांचे पूर्वीचे संबंध विसरून नवीन प्रकारचे संबंध निर्माण करावे लागत आहे. राज्या-राज्यांचे संबंध स्पर्धात्मक

असल्याने, त्यांच्यातील संघर्ष दीर्घकाळ चालत राहतात. उदा. पाकिस्तान–भारत संबंध. अर्थात अशा राज्यातील दहशतवादी गटात स्वेच्छेने आत्मसमर्पण करणारे निष्ठावंत अनुयायी असावे लागतात. आण्विक अस्त्रांचा दहशतवादी गट केव्हा व कसा वापर करतील, या संदर्भातील हे विवेचन आहे. शिवाय हे युद्ध दोन्ही पक्षांना दमवून टाकणारे, जेरीस आणणारे ठरेल (war of attrition) परंपरागत लष्करी दृष्टिकोनातून संपूर्ण विजय (complete victory) हा कोणताच पक्षाला मिळणार नाही. आंतरराष्ट्रीय राजकारणातील एक जबरदस्त हत्यार, शक्ती असलेल्या दहशतवादाचा शेवट झाल्यास दहशतवादी युद्ध (war of terror) संपुष्टात येईल. याउलट अण्वस्त्रांचे सतत हल्ले होत गेल्यास मानवी संस्कृतीचा विनाश होईल. अर्थात तोपर्यंत राज्यांना (states) एकटे किंवा अन्य राष्ट्रांच्या मदतीने स्वत:चे संरक्षण करावे लागेल व सर्व प्रकारच्या दहशतवादाविरुद्ध अविश्रांत लढा द्यावा लागेल. हे एक चित्र झाले.

आता आपण जनसंहारक अस्त्रे आणि दहशतवाद यांचा विचार करूया. सर्वसाधारणपणे दहशती हल्ले सतत होत गेल्यास राज्याच्या सहनशक्तीचा अंत होणे हे स्वाभाविक आहे. परिणामत: भयानक दहशतवादी कारवाईकडे लक्ष वळणे स्वाभाविक आहे. या नवीन प्रकारच्या कारवायात (terrorist activities) अतिरेक्यांची अनेक वैशिष्ट्ये आहेत. उदा. धर्मवेडेपणा, सर्वनाश ओढवणारी विचारसरणी वगैरे. सर्वांत महाभयंकर म्हणजे नरसंहार करून दहशती मार्ग आचरण्याची तयारी. जेसिका स्टर्न या अभ्यासिकेच्या मते दहशतवाद ही अचल किंवा स्थिर स्वरूपाची प्रक्रिया नाही. अगदी नियमित स्वरूपात दहशतवादाचे नवीन नवीन प्रकार निर्माण होत आहेत. पण तरीसुद्धा अशा प्रकारचे दहशतवादी जनसंहारक अस्त्रे (weapons of mass destruction) वापरण्याची शक्यता कमी असते. किंबहुना नसतेच. कारण त्यांनी जे धोरण (policy matters) स्वीकारले असते, त्यावर त्यांना प्रभाव पाडावयाचा असतो व आपला निर्णय लादावयाचा असतो. सर्वच काही 'खतम' (destroy) करावयाचे नसते. हो! पण प्रतिपक्षाकडून, शासनाकडून चालढकल होत असल्यास, विचारच होत नसल्यास सहनशक्ती संपून अपरंपरागत शस्त्रे (non-conventional weapons) वापरण्याचा मोह त्यांना होऊ शकतो.

अर्थात दहशतवाद्यांच्या सुपीक डोक्यातून सतत नवीन नवीन कल्पना घोंघावत असतात हो! कारण उघड आहे! नवीन योजना काढली की, शासन, प्रतिदहशतवादी उदयाने ही योजना निष्प्रभ ठरविते. दहशतवादी गट, टोळ्या आपले राजकीय कार्यक्रम अमलात आणण्यासाठी जमावावर गोळीबार, मनुष्यहत्या, बाँम्बफेक, अपहरण, आग लावणे वगैरे कारवाया करतात. पण जर कार्यक्रमच अस्पष्ट,

काटेकोर नसेल तर ध्येये आणि लक्ष्य (target) यांचा गोंधळ उडू शकतो. अशा परिस्थितीत वातावरणात तोल सुटून हे गट जनसंहारक अस्त्रे वापरू शकतात.

आता तज्ज्ञ आणि अभ्यासक, जैविक आणि रासायनिक अस्त्रांना जनसंहारक हे लेबल लावण्यास तयार नाहीत. तडकाफडकी आणि प्रचंड जनसंहार करण्यात अण्वस्त्रांची बरोबरी अन्य अस्त्रे करू शकणार नाहीत. याचाच अर्थ असा की, दहशतवादी टोळ्या जैविक आणि रासायनिक अस्त्रे वापरू शकतात. ही अस्त्रे मिळविण्यास सुलभ, तयार करण्यास स्वस्त व वापरास बिनधोक असतात. याच कारणांमुळे अण्वस्त्रे वापरू शकणार नाहीत. कारण अणु साहित्य, उपकरणे, अण्वस्त्रे यांच्यावरील निर्बंध अत्यंत कडक असतात. या सर्व गोष्टींचा विचार करूनच निर्णय घेतले जातात. ९।११ सप्टेंबरच्या हल्ल्याच्या वेळी अपहरण केलेले विमान अणुकेंद्रात (nuclear installation) आदळविण्याचा विचार आतंकवादी मनात घोळवत होते. पण ही योजना त्यांना सोडून द्यावी लागली. वरवर पाहता असे वाटेल, की लहान शस्त्रे किंवा स्फोटक बाँम्ब यांची सुलभ उपलब्धता व प्रसार त्याचप्रमाणे जैविक आणि रासायनिक अस्त्रांची विनासायास होणारी प्राप्ती, त्याच्या तुलनेने तयार करण्यास अवघड, अत्यंत महाग, मिळविण्यास कठीण व मारा करण्यास योग्य अशीच अण्वस्त्रे मिळविण्यास व त्यांचा शोध घेण्यास दहशतवादी उत्सुक नसतात. पण हे चित्र आता बदलत आहे. क्षणाक्षणाने एखाद्या फॉर्म्युल्याप्रमाणे बनविलेला अणुबाँम्ब मिळविणे आता सोपे झाले आहे. असे वृत्त पसरले होते की सोव्हिएट रशियाच्या (कम्युनिस्ट राजवट) शस्त्रभांडारातून काही अणुबॉम्ब गहाळ झाले आहेत, चोरीस गेले आहेत. अर्थात अणुबॉम्ब जरी कसातरी मिळविला तरी ठरावीक लक्ष्यावर हा बॉम्ब सोडण्यास एक विशिष्ट प्रकारची यंत्रणा (delivery system) आवश्यक आहे. कारण ठराविक टार्गेटवर मारा दूर अंतरावरून करावा लागतो. तरीसुद्धा हुशार अतिरेकी अणुबॉम्बच पसंत करतो. कारण धमकी देण्यास, दहशत घालण्यास प्रभावी आणि परिणामकारक असे हे एकमेव साधन आहे. एखाद्या अतिरेक्याजवळ ओबड-धोबड अणुबॉम्ब आहे असे कळल्यानंतर सगळीकडे प्रचंड घबराट पसरेल. ओसामा बिन लादेनचा असा घबराट पसरविण्याचा मनोदय होता व आहे. अमेरिकेच्या अफगाणिस्तानमधील लष्करी कारवाईच्यापूर्वी लादेन याने असे जाहीर केले होते की अल कायदाची अणुबॉम्ब बनविण्याची क्षमता आहे. अफगाणिस्तानमधील अमेरिकेच्या लष्करी कारवाईच्या वेळी घरगुती अणुबॉम्ब बनविण्याचे आराखडे, नकाशे, अमेरिकन लष्कराने नष्ट केलेले आढळले, यावरून लादेनचा असा प्रयत्न होता असे सिद्ध होते. ९।११च्या पूर्वी अणुबॉम्ब हा अभ्यासाचा विषय बनला होता. पण आता हाच विषय राक्षस बनून आपणाकडे

रोखून बघत आहे. कारण १९९९ पूर्वी तज्ज्ञमंडळींच्या मते दहशतवादामुळे होणारी हानी आणि धोका अत्यंत कमी आहे किंवा नगण्यच आहे. पण हेच अभ्यासक आता असे म्हणत आहेत की, ९।११ हल्ल्यात बळी पडलेल्यांची संख्या एका छोट्या अणुबॉम्ब स्फोटाने मरणाऱ्या व्यक्तींच्या इतकी आहे. पुढील हेच मारेकरी कसायाच्यापेक्षाही जास्त व्यक्तींची हत्या करण्याची आकांक्षा बाळगतील. अपमान आणि सूडभावनेने पेटलेल्या अतिरेक्यांकडून होणारे बेफाम वर्तन आणि जबरदस्त नरसंहार यांचा विचार करताना दहशतवादी आण्विक शस्त्रांचा वापर करण्याची शक्यता आहे.

दहशतीचे हत्यार-अणुबॉम्ब- अण्वस्त्रे ही वास्तविक दहशतीचीच अस्त्रे आहेत. दहशत निर्माण करणे हाच प्रधान हेतू आहे. याला तर्कशुद्ध प्रतिबंधतत्त्व (rational deterent doctrim) असे पण म्हणता येईल व दहशतीचा समतोलपणा (balance of terror) म्हणून पण सर्वसामान्य लोक या अस्त्राला ओळखतात. म्हणजेच सोप्या भाषेत सांगावयाचे झाल्यास दोन अण्वस्त्रे धारण करणारी राष्ट्रे परस्पराबरोबर सावधपणे राज्य-व्यवहार करतात. राज्याच्या अखत्यारीत दहशतवाद हा संरक्षणाचा एक आवश्यक भाग समजला जातो. दहशतवाद्याच्या हातातील हे खेळणे काही वेळा गंमत म्हणून केलेल्या हत्या, व्यक्ती अपहरण, बेछूट गोळीबार, गर्दीवर हातबॉम्बफेक याकरिता उपयोगात आणले जाते.

अर्थात राज्य दहशतवाद आणि दहशतवादी टोळ्यांचा दहशतवाद यांच्यात अगदी पुसटशी अशी रेषा असते. इराण आणि उत्तर कोरिया यांच्या अण्वस्त्रे वापरण्याच्या धमकीवरूच आपणांस ही गोष्ट सहज लक्षात येते. वरून स्वस्थ व सुप्त असलेला दहशतवादी डोलारा म्हणजेच भयसूचक घंटा आहे. अन्य राज्ये अशा राज्याला वचकून असतात. या दहशतवाद्याने आपल्याकडे रोख वळविल्यास दमदाटी देऊन काहीतरी उकळणे, पदरात पाडून घेणे (Black mail) वगैरे अशी भूमिका अपेक्षित आहे. प्रतिनगर रणनीतीचा (counter city strategy) युद्धांचा डाव खेळताना की ज्या युद्धात शत्रूची शहरे लक्ष्य बनविली जातात व त्यांच्यावर अण्वस्त्रांचा मारा करण्यात येतो, परिणामतः अशा शहरातील लोक दहशतवादी आघात करणाऱ्या लोकांचे ओलीस बनतात. अणुशस्त्रे वापरू नयेत असा कोणताही संकेत अगर कायदा नाही. धमकी किंवा इशारा प्रत्यक्षात आणण्याची इच्छाशक्ती पण हवी असते. याचाच दुसरा अर्थ असा होतो की, आपल्याला नको असलेली धोरणे अगर कृती मागे घेण्यास भाग पाडण्याकरिता, धमकी देण्याकरिता राज्यशासन अण्वस्त्राचा उपयोग करू शकते. इराण अगर उत्तर कोरिया, पाकिस्तान अशा प्रकारच्या धमक्या देत असतात. पण राज्य सरकारच्या अशा प्रकारच्या दमदाटीला

काही मर्यादा असतात. अण्वस्त्रे जवळ असणाऱ्या राष्ट्रांनादेखील काहीकाही वेळा माघार घ्यावी लागते. व्हिएटनाम युद्धाच्यावेळी अमेरिकेला अशीच माघार घ्यावी लागली. तसे अफगाण युद्धातदेखील सोव्हिएट रशियाला अशीच नामुष्की स्वीकारावी लागली. या दोन्ही ठिकाणी भलते शौर्य व पराक्रम दाखविण्याऐवजी माघारीतून होणारा फायदा लक्षात घेतला. कारण सर्व जगाचे लोकमत या सत्तांच्या विरुद्ध गेले असते. अर्थात, पण एखाद्या राज्याचे अस्तित्व धोक्यात येणार असेल तर तर अणुबॉम्बचा वापर सकारण ठरतो, एरवी कोणतेही राष्ट्र अणुबॉम्ब परजण्याचे नाटक आणि धोका पत्करणार नाही. मग प्रत्यक्ष वापर करणे दूरच राहिले. सध्या काळ जागतिकीकरणाचा आहे. राष्ट्रांचे परस्परावलंबन अटळ आहे. एखाद्या राज्याची जी पद्धती असेल, मग ती लोकशाही किंवा अन्य पद्धती असो ती राबविणे ही जोखीम त्या राष्ट्रावर असते. मग ते बदमाश (rogue) राष्ट्र असो किंवा नसो. हे राष्ट्र सामान्यपणे आपल्या राज्यपद्धतीला धोका देणार नाही म्हणजेच अडचणीत आणणार नाही. हे सर्व मान्य करूनदेखील असा प्रश्न उभा राहतो की काही राज्ये दहशतवाद्यांना का पाठिंबा देतात? अण्वस्त्रधारी दहशतवाद्यांना पाठिंबा देणारी राज्ये आपले राजकीय उद्दिष्ट साध्य करण्याकरिता हस्तक म्हणून त्यांचा वापर करण्याची शक्यता नाकारता येत नाही. पण त्याचबरोबर तालिबान (अफगाणिस्तान) सारखा गट डोइजड होईल किंवा आपल्याला जुमानणार नाही इतका प्रबळ ठरेल, असे पाठिंबा देणारे राष्ट्र कधीच करणार नाही म्हणजेच अशा दहशतवादी गटाच्या नाकात नेहमीच वेसण असेल. त्यामुळे अशा महाभयंकर संकटाला आमंत्रण देण्याचे काम खुद्द असेच दहशतवादी गट करू शकतात, आपल्या ध्येयाने वेडे झालेले, महत्त्वाकांक्षेने भारलेले, सूडाच्या भावनेने पेटलेले दहशतवादी गट की ज्यांचे आंतरराष्ट्रीय जाळे आहे, निष्ठावंत माणसे जोडलेली आहेत, ज्यांच्याजवळ कुशल, प्रशिक्षित मनुष्यबळ आहे व पैशाचे पाठबळ आहे, अण्वस्त्रे वापरण्याचे धाडस करू शकतील.

आण्विक दहशतीचे प्रकार – १) एखाद्या राज्यातील अणुकेंद्र भांडार, साधने, दहशतवाद्यांच्या कब्जात जाण्याची शक्यता नाकारता येत नाही. अफगाणिस्तानमधील लष्करी कारवाईच्या वेळी अमेरिकेला पाकिस्तानमधील अणुकेंद्रांच्या सुरक्षिततेची चिंता वाटत होती. त्याविषयी अमेरिकेचे गुप्तहेर खाते साशंक बनले होते. पाकिस्तान शासन त्यावेळी भयशंकित झाले होते. त्यावेळी अणुभट्टीच्या व केंद्राच्याभोवती कडक उपाययोजना करण्यास पाकिस्तानच्या शासनाला सांगितले होते व गुप्त ठिकाणी युरेनियम साठा लपवून ठेवण्याची सूचना केली होती. अर्थात जरी अण्वस्त्रांचा प्रत्यक्ष वापर केला नाही तरी धमकी देण्याकरिता त्याचा वापर होऊ शकतो.

२) अपहरण केलेले प्रवासी विमान अणुशक्ती प्रकल्पाच्या इमारतीवर आदळवून

स्फोट घडवून आणता येईल. रशियातील चेर्नोबिल अणुकेंद्रावर (Chernobill) अपघात घडला. नंतर विकिरणाचे संकट ओढवले (radioactive radiation) असे महासंकट पण ओढवू शकते. ३) पण जमिनीवरील (ground system) सुरक्षा व्यवस्था बळकट करून व अणुकेंद्राच्याजवळ No Fly Zone उड्डाणबंदी लागू करून काही प्रमाणात हे संकट टाळता येते. पण शेपर (shaper) या अभ्यासकाच्या मते, अशा अणुकेंद्रावर (installations) विमान हल्ला करावयाचा झाल्यास लंब रेषेत (perpendicular) हल्ला करावा लागेल. याकरिता कुशल वैमानिकाची गरज आहे. त्याकरिता उभ्या इमारतींवर हल्ला करणे सोपे आहे. जसे ९।११ च्या घटनेत केले. आत्मघातकी पथकांनी (suicide squad) अणुऊर्जा प्रकल्पांवर हल्ला केल्यानंतर ही केंद्रे ताब्यात आणता येतील. ४) प्लुटोनियम (plutonium) च्या विभाजनीय साहित्याचा विकिरण प्रसरण (radiation) करण्याकरिता उपयोग करता येईल. अशा प्रकारच्या दूषित विकिरण करणाऱ्या अणुसाहित्याला dirty bombs असे संबोधले. या ओबडधोबड बॉम्बच्यामुळे माणसे मरण पावत नाहीत. पण असाध्य रोगाने पछाडली जातात. अशा हल्ल्याबाबत अमेरिका फार जागरूक आहे. 'अल् कायदा' या दहशतवादी संघटनेचा एक सभासद – अब्दुल मुहाजीर याला अमेरिकेत पोलिसांनी टेहळणी करत असताना पकडले होते. मुहाजीरजवळ डर्टी बॉम्ब होते व तो हल्ला करण्याच्या विचारात होता. मुजाहीरला पाकिस्तान आणि अफगाणिस्तानमध्ये प्रशिक्षण मिळाले होते. विकिरण कसे करावे, याविषयी त्याचा अभ्यास दांडगा होता. या अनुभवानंतर अमेरिकन सरकारने सरहद्दीवर radiation censors नावाची उपकरणे बसविली आहेत. एखाद्या बंदरात येणाऱ्या मालवाहू जहाजात असे dirty bombs गुप्तपणे ठेवून विकिरण करून सर्व भाग दूषित करता येईल.

अणुदहशतवादाचा आणखीन एक भाग – अणुशस्त्रांच्या आवरणाखाली म्हणजे गैरफायदा घेऊन राज्य सरकारे दहशतवादाला प्रोत्साहन पाठिंबा देऊ शकतात (sponsor). २००३ साली भारतीय उपखंडात अणुयुद्धाचा भडका उडण्याची भीती व्यक्त करण्यात येत होती. या काळात भारताच्या सरहद्दीवर पाकिस्तानच्या दहशती कारवाया वाढत होत्या. बॉम्बस्फोट, अपहरण, गोळीबार, दहशत, जाळपोळ वगैरे प्रकार पाकिस्तानचे हस्तक करत होते. भारताने याबाबत कडक उपाययोजना केल्यानंतर सरहद्दीवरचे वातावरण तंग बनत होते. त्यावेळी पाकिस्तानने भारताला अणुयुद्धाची धमकी दिली, भारताने पण जोरदार प्रत्यत्तर दिले. त्याकाळी भारत, पाकिस्तान यापैकी कोणाचीच ही यंत्रणा परिपूर्ण नव्हती. आण्विक शस्त्रे प्राथमिक अवस्थेत होती. पण सुदैवाने अमेरिकेच्या वेळीच केलेल्या मध्यस्तीमुळे हे महासंकट टळले. त्यावेळी भारताच्या पंतप्रधानांनी पाकिस्तानच्या या कारवाईस अणुदहशत

(Atomic Terror) असे नाव दिले.

अणुदहशतवादाच्या मर्यादा (Constraints) – अण्वस्त्रे तयार करण्याकरिता विभाजन साहित्य (fission materials), गुंतागुंतीची सूक्ष्म असलेली यंत्रणा, साधनसामग्री, उपकरणे व कुशल प्रशिक्षक अभियंता (technicians & engineers), उपकरणे यांची आवश्यकता असते. पण २१व्या शतकात हे चित्र बदलत आहे. या शास्त्रावरची क्रमिक पुस्तके, संशोधन मासिके, अभ्यासपत्रिका (journals) आणि इंटरनेट (internet) च्या साहाय्याने हे तांत्रिकज्ञान आत्मसात करता येते. २००१ साली पाकिस्तानच्या एका अणु शास्त्रज्ञाचे नाव (A. Q. Khan) या संदर्भात घेतले जाते. आणखी एका अणु शास्त्रज्ञाचे तालिबानशी गुप्त संबंध होते. त्या शास्त्रज्ञाला अटक पण करण्यात आली होती. श्री. ए. क्यू. खान (पाकिस्तान) यांनी इराण, लिबिया, कोरिया या राज्यांना अणुतंत्रज्ञान पुरविले आहे ही गोष्ट आता जगजाहीर झाला आहे. रशियातील अणुकेंद्र भांडारातून काही अण्वस्त्रे गायब झाल्याचे वृत्तदेखील पसरले होते. रशियात काळ्या बाजारात अणुसाहित्य मिळू शकते. कारण सोव्हिएट रशियाच्या फाळणीनंतर तेथील सुरक्षाव्यवस्था अत्यंत ढिली झाली होती. अमेरिकेत गुप्तहेर खात्याने याची खात्री करून घेतली आहे. रशियाच्या अणुकेंद्र भांडारातून विभाजन साहित्य (fission materials) पण चोरीस गेले आहे.

यातील आणखीन एक महत्त्वाचा मुद्दा – अशा अस्त्रांचा उंचीवरून अचूक मारा करण्याकरिता एका विशिष्ट प्रकारची यंत्रणा (delivery system) आवश्यक असते. त्यामुळे सर्वसाधारणपणे अण्वस्त्रे तयार करण्यास व त्याचा अचूक मारा करणारी यंत्रणा या दोन्ही गोष्टी उपलब्ध होणे अवघड आहे. याचाच अर्थ असा की अणुदहशतवाद व आण्विक शस्त्रांचे हल्ले करणे कठीण व अवघड आहे. पण तरीसुद्धा जो विशिष्ट विचारसरणीने भारलेला आहे (जिहाद), सूडाच्या भावनांनी पेटलेला आहे, जो हा प्रचंड हलकल्लोळ नरसंहार बघण्यास आतुर आहे. मग काय वाटेल ते होवो! तो कोणत्याही मार्गाने पैसा मिळवून, उभा करून, कुशल प्रशिक्षिक माणसे मिळवून, यंत्रणा तयार करून आंतरराष्ट्रीय जाळे विणून, अण्वस्त्रांचे हल्ले करण्यात यशस्वी होईल. म्हणूनच सर्व राज्यांनी याविषयी सावधगिरी बाळगली पाहिजे.

प्रतिबंधक उपाययोजना यादृष्टीने अमेरिकेने पूर्वीपासून पावले उचलली आहेत. १९७०च्या सुमारास अमेरिकेने 'Nuclear Emergency Search Team' नावाचे एक पथक स्थापन केले आहे. अण्वस्त्रे खंडणीवाले (atomic extortionists) यांच्या आव्हानाला तोंड देण्यासाठी या पथकाची स्थापना करण्यात आली आहे. काही दहशतवादी गट त्याच्या मागण्या मान्य न झाल्यास डर्टी बॉम्ब फेकण्याची किंवा अणुबॉम्ब उडविण्याची धमकी देण्याची शक्यता आहे. वेळ न देता, दहशतवाद्यांना

अणुबॉम्बचा स्फोट करावयाचा असतो. ही शक्यता पण लक्षात घेतली आहे. शीतयुद्ध (coldwar) कालखंडात अमेरिकेने दुहेरी नीती स्वीकारली होती. अमेरिका राज्यावर अण्वस्त्रांचा हल्ला होऊ नये म्हणून, संबंधित गटांना राज्यांना भयसूचक घंटा म्हणजेच भय दाखविणे पण कालांतराने याचा उपयोग होत नाही असे लक्षात आल्यानंतर दुहेरी नीतीचा उपयोग करण्यास प्रारंभ केला जेथून धमकी येत असेल तेथून तिचा मुळापासून नायनाट करणे उदा. अफगाणिस्तान, इराक. दुसरी म्हणजे आपली संरक्षण व्यवस्था बळकट करणे. याच उद्देशाने अमेरिकेने संरक्षणाकरिता अनेक उपाय योजले आहेत.

भारत–अमेरिका, आण्विक सहकार्य–करार

जुलै २००६ अखेर भारत–अमेरिका आण्विक सहकार्य करार (Nuclear Power co-operation Treaty) अमेरिकन प्रतिनिधिगृहाने संमत केला आहे व वरिष्ठगृह पण पुढील महिन्यात संमत करतील. याविषयी उलटसुलट प्रतिक्रिया व्यक्त केल्या जात आहेत. पण लवकरच याविषयाचे संशयाचे वातावरण नाहीसे होऊन या दोन्ही देशात सहकार्याचे व मैत्रीचे एक नवीन दालन उघडले जाईल अशी आशा आहे.

भारताचे आणि अमेरिकेचे संबंध कधी मैत्रीचे तर कधी दुराव्याचे असे राहिले आहेत. काहीवेळा विरोध तर काहीवेळा सहकार्य असे थोडक्यात सांगता येईल. १९४३ सालचे अध्यक्ष रुझवेल्ट यांनी ब्रिटनचे पंतप्रधान विस्टन चर्चिल यांच्यावर भारताला स्वातंत्र्य देण्याविषयी दबाव आणला. १९४८ साली अमेरिकेचे अध्यक्ष ट्रुमन यांनी, काश्मीरबाबत ठराव संयुक्त संघटनेत मांडून तो संमत करून घेतला. काश्मीरमध्ये सार्वमत घेत जावे, या अर्थात हा ठराव होता, जरी पाकिस्तान हा आक्रमक देश होता. १९६२ साली चीनने भारतावर आक्रमण केले त्यावेळी अध्यक्ष केनेडी यांनी भारताला पाठिंबा दिला व शस्त्रास्त्रांची मदत केली. १९७१ साली भारत–पाक युद्धाच्यावेळी अध्यक्ष निक्सन यांनी पाकिस्तानला उघडउघड पाठिंबा दिला. अमेरिकन युद्धनौका बंगालच्या उपसागरात धाडली, भारताला धमकी देण्याचा प्रयत्न करण्यात आला. पण त्यापूर्वी १९६६ साली भारतात दुष्काळ परिस्थिती निर्माण झाल्यावर अन्नधान्याची मदत केली व २० लाख डॉलर्सचे कर्ज माफ केले. १९९९ साली अमेरिकेने कारगील युद्धाच्यावेळी पाकिस्तानच्या पंतप्रधानांना अमेरिकेत बोलावून, पाकिस्तानी सैन्याला कारगीलमधून माघार घेण्यास भाग पाडले. २००५ साली अध्यक्ष बुश यांनी माजी अध्यक्ष क्लिंटनचे धोरण पुढे चालविले आहे.

आता थोडे मागे जाऊया – १९६८ साली सुरक्षा समितीच्या पाच कायम सभासदांनी असा ठराव संमत केला होता की १) रशिया, फ्रान्स, इंग्लंड, अमेरिका,

चीन या पाच कायम राष्ट्रांनी आपल्या आण्विक शस्त्रसाठ्यात कपात करावी. २) अणुशस्त्रे बनविणाऱ्या राष्ट्रांना आण्विक तंत्रज्ञान पुरवू नये. ३) पण या राष्ट्रांना शांततेकरिता अणुशक्तीचा विकास करावयाचा असल्यास अणुशस्त्रबंदी करारावर सही करणाऱ्या राज्यांना मात्र हे तंत्रज्ञान पुरविले जावे. ४) या करारानुसार या राज्यांना आपल्या नागरी अणुभट्ट्या आंतरराष्ट्रीय अणुऊर्जा आयोगांच्या देखरेखेखाली संरक्षक उपाय योजनेकरिता खुल्या केल्या जातील. वास्तविक भारत आणि काही तटस्थ राष्ट्रांनी यापूर्वी अशा प्रकारचा ठराव संमत केला जावा असे सुचविले होते. पण १९७१ साली पंतप्रधान श्रीमती इंदिरा गांधी यांनी करारातील तपशीलात पक्षपातीपणा आढळून आल्यामुळे त्यांनी या करारावर (Non Proliferation Treaty) सह्या करण्यास नकार दिला. त्यामुळे अमेरिका–भारत कारारातील हा एक मोठा अडथळा होता व आहे. कारण भारताने अणुबंदी प्रसारबंदी करारावर सही न केल्यामुळे भारताला अणुसाहित्य, अणु–तंत्रज्ञान व इंधन मिळणार नव्हते. १ मार्च २००६ ला अमेरिकेत परराष्ट्रमंत्री श्रीमती कोंडोलिसा राईस आणि भारतीय सचिव पी. सरण यांच्यात काही तास वाटाघाटी झाल्यानंतर असे ठरले भारताला या करारातून वगळण्यात यावे. अर्थात, १८ जुलै २००५ साली असे मान्य करण्यात आले होते की, कोणत्याही परिस्थितीत आण्विक अस्त्रे बनविण्याचा अधिकार भारत गमावणार नाही व कार्यक्रम थांबविणार नाही. भारताच्या केवळ नागरी अणुभट्ट्या या अमेरिकन देखरेखेकरिता आणि सुरक्षाउपायांकरिता (safe-guards) खुल्या केल्या जातील, लष्करी नाही.

या संदर्भात अमेरिकेत काँग्रेसने दोन ठराव संमत केले होते. (याच आशयाचे)

या कराराची थोडी पार्श्वभूमी लक्षात घेतली पाहिजे. अध्यक्ष क्लिंटन यांनी भारताला अनुकूल असे धोरण अवलंबिले होते. पण अध्यक्ष बुश यांनी भारताचे आंतरराष्ट्रीय जगतातील वाढते महत्त्व ओळखून भारताविषयक धोरणात क्रांतिकारक बदल केले. एक तर एक महान आर्थिक सत्ता म्हणून भारताचे नाव घेतले जात आहे. दुसरी गोष्ट म्हणजे अमेरिकेच्या मित्रराष्ट्रांची संख्या झपाट्याने कमी–कमी होत होती. तिसरी गोष्ट म्हणजे युरोप, आशिया खंडात सत्तेच्या समतोलपणात परिवर्तन होत होते. शिवाय, भारताला एक महान सत्ता म्हणून सहकार्य केल्यास चीनला आशियातील वाढत्या प्रभावाला शह देता येईल. भारत हे दाट लोकसंख्या असलेले लोकशाही राज्य आहे. पण आशियात मात्र अनेक एकतंत्री मूलतत्त्ववादी राज्ये आहेत. लोकशाहीचा पुरस्कार करण्याकरिता भारताला पाठिंबा देऊन अमेरिकेने सर्व प्रकारचे साहाय्य केले पाहिजे. भारत हे मुक्त बाजारपेठ असलेले राज्य असून उदार अर्थव्यवस्था असलेला देश आहे. अमेरिकेला त्यापासून बराच फायदा होऊ

शकेल. उदा. व्यापार, भांडवल गुंतवणूक. त्याचप्रमाणे सध्या प्रदूषणाची समस्या गंभीर होत चालली आहे. भारताला अणुऊर्जा (nuclear energy) प्रकल्पांना साहाय्य केल्यास प्रदूषणाची व्याप्तीपण कमी होईल.

या सर्व गोष्टींचा विचार करून अध्यक्ष बुश यांनी भारताबरोबर नवीन उदार, सहकार्याचे, मैत्रीचे धोरण अवलंबिले. त्यातून ९।११च्या घटनेने या प्रक्रियेला जोरात चालना मिळाली. २००२ साली भारताचे संरक्षणमंत्री श्री. प्रणव मुखर्जी यांनी अमेरिकेला भेट दिल्यानंतर या नवीन धोरणाची पार्श्वभूमी तयार झाली होती.

२००० साली बुश अमेरिकेच्या अध्यक्षपदी निवडून आल्यानंतर श्रीमती राईस, रॉबर्ट ब्लॅकवेल व पॉल वूल्फोविट्झ यांची अध्यक्षांना योग्य तो सल्ला देण्याकरिता एक समिती नेमली. हे तिघेजण उच्च विद्याविभूषित होते व आशियातील राजकारणाचा त्यांचा गाढा अभ्यास होता. त्यांनी अध्यक्ष बुश यांना परराष्ट्रीय धोरणाच्या संदर्भात योग्य ते सल्ले दिले व आवश्यक ते मार्गदर्शन केले. जुलै २००५ ज्यावेळी पंतप्रधान मनमोहनसिंग अमेरिका भेटीस गेले होते, त्यावेळी कराराचा कच्चा मसुदा तयार करण्यात आला. १ मार्च २००६ साली या करारावर दोन्ही राज्यांचे शिक्कामोर्तब झाले. हा करार आता 'नागरी आण्विक शक्ती सहकार्य करार' या नावाने ओळखला जाणार आहे. गेल्या महिन्यात हा करार अमेरिकेच्या प्रतिनिधिगृहासमोर संमतीकरिता ठेविला होता व तो बहुमताने संमत झाला आहे. सप्टेंबर २००६ला हा करार वरिष्ठगृहात (सिनेटमध्ये) संमतीकरिता ठेविला जाणार आहे.

यापूर्वी अध्यक्ष बुश यांनी भारताला भेट दिली होती. १ मार्च २००६ रोजी अध्यक्ष बुश आणि श्रीमती राईस यांचे जे भव्य स्वागत करण्यात आले त्यामुळे ते भारावून गेले. त्यावेळी केलेल्या भाषणात ते म्हणाले, अणुशक्तीबाबत आम्ही आज करार करत आहोत. हा करार करणे व संमत करून घेणे तुमच्या पंतप्रधानांनाइतके सुलभ नाही. मला पण हा करार संमत करून घेणे अवघड आहे. पण हा करार दोन्ही देशांच्या लोकांना फायदेशीर आहे. म्हणून हा करार आवश्यक आहे. कराराच्या मसुद्याबाबत पंतप्रधान, मनमोहनसिंग यांनी लक्ष्मणरेषा आखून दिलेल्या होत्या. त्याच्याबाहेर काहीही बदल केले जाऊ नयेत हे स्पष्ट करण्यात आले. १) कोणत्याही परिस्थितीत भारताच्या अण्वस्त्रे बनविण्याच्या हक्काला बाधा येऊ नये. २) जगाने भारताला अण्वस्त्रेधारक राज्य म्हणून मान्यता दिली आहे. पण आता अमेरिका आणि अन्य कायम राज्यांनी (पी–५) भारताला अण्वस्त्रेधारक राष्ट्र म्हणून मान्यता द्यावी.

दोन्ही राज्ये आता कराराला मान्यता देणार तोच भारतीय अणुशास्त्रज्ञ अस्वस्थ झाले – कारण त्यांनी शून्यातून हे अणुतंत्रज्ञान अण्वस्त्रे व अणुऊर्जा प्रकल्प निर्माण केले होते. या नवीन करारानुसार अणुभट्ट्यांवर अमेरिकन अधिकाऱ्यांचे नियंत्रण

स्थापन होणार होते. त्यांच्या पुढील संशोधन कार्याला टाळा बसणार होता व त्यांचे स्वातंत्र्य धोक्यात येणार होते, म्हणून पंतप्रधानांनी आणखी एक दंडक घातला शास्त्रज्ञ या कराराने संतुष्ट आहेत याची खात्री करून घ्यावी. यातील आणखीन एक मुद्दा किचकट आणि डोके खाणारा होता नागरी अणुभट्टी आणि लष्करी अणुभट्ट्या यांचे विभागीकरण करणे. हे दोन भाग वेगळे करणे अवघड होते. एकच भट्टी विद्युतशक्ती निर्माण करत होती त्याचप्रमाणे अण्वस्त्रांना लागणारे विभाजनीय साहित्य पण तयार करत होती. याविषयी बरीच चर्चा, वादविवाद झाल्यानंतर असे मान्य करण्यात आले की कोणती नागरी व कोणती लष्करी हे ठरविण्याचा अंतिम अधिकार भारतीय अधिकाऱ्यांना देण्यात यावा. यात आणखीन एक वादग्रस्त मुद्दा पुढे आला. अमेरिकन अधिकाऱ्यांनी या दोन्ही प्रकारच्या अणुभट्ट्यांची संख्या सांगावी अशी मागणी केली. भारताच्या एकूण २२ अणुभट्ट्या आहेत. त्यापैकी ६ भट्ट्या सध्या आंतरराष्ट्रीय देखरेखेखाली (नियंत्रणाखाली) आहेत. आता १६ अणुभट्ट्यांच्याबाबतीतच प्रश्न आहे. अमेरिकन अधिकाऱ्यांचे म्हणणे असे पडले की आंतरराष्ट्रीय नियंत्रणाखाली कमीतकमी इतक्या भट्ट्या असाव्यात की ज्यामुळे विरोध करणाऱ्या अमेरिकन नेत्यांचे समाधान व्हावे. त्याप्रमाणे अणुसाहित्य पुरवठा करणाऱ्या राज्यगटांनी या कराराला विरोध न करता मान्यता द्यावी. अर्थात भारतीय अधिकाऱ्यांनी ही गोष्ट स्पष्ट केली की, २००५ साली मान्य करण्यात आलेल्या कराराच्या मसुद्यानुसार ही बोलणी फक्त नागरी (civil) अणुभट्ट्यांविषयीच होणार आहेत, लष्करी अणुभट्ट्यांचा येथे प्रश्नच येत नाही. कोणती नागरी (विद्युत निर्माण करणारी), हे आता भारतीय अधिकाऱ्यावर सोपवावे, असे पुन्हा स्पष्ट करण्यात आले. यात आणखीन एक मुद्दा स्पष्ट करण्यात आला आवश्यकता भासल्यास ज्यादा (extra) अणुभट्ट्या स्थापन करण्याचा भारताला पूर्ण अधिकार आहे. या नागरी किंवा लष्करी ठरविण्याचा अधिकार पण भारतालाच असावा. याविषयी दोन्ही बाजूंनी बराच वादविवाद झाल्यानंतर अमेरिकेने हा पण अंतिम अधिकार भारतालाच असावा हे मान्य करण्यात आले.

यानंतर आणखीन एक वादग्रस्त विषय चर्चेकरिता पुढे आला. द्रुतगती (fast breeder) अणुभट्ट्यांचा प्रश्न. या भट्ट्यांत प्लुटोनियम धातूऐवजी थोरीयमचा उपयोग करून ऊर्जानिर्मिती आणि विभाजनीय साहित्य निर्माण केले जाते. अशा प्रकारच्या भट्ट्यांत थोरीयम धातूचा उपयोग केल्यास जास्त विद्युतऊर्जा निर्माण होते हे भारतीय शास्त्रज्ञांनी संशोधन करून सिद्ध केले आहे.

अर्थात या अणुभट्ट्या, संशोधनपर अवस्थेत होत्या. अमेरिकन अधिकाऱ्यांनी असा प्रश्न उपस्थित केला की या अणुभट्ट्यांबाबत काय निर्णय भारतीय अधिकारी

घेणार आहेत? लष्करी की नागरी? जर या अणुभट्ट्या आंतरराष्ट्रीय नियंत्रणाखाली गेल्यातर भारतीय शास्त्रज्ञांच्या सर्व संशोधनावर पाणी पडणार होते. यात आणखीन एक महत्त्वाचा प्रश्न उपस्थित केला गेला या करारानंतर भारताचे अण्वस्त्रधारी राष्ट्रातील स्थान कोणते राहील?

कायम राष्ट्रांची पंचकडी, स्वेच्छेने आपल्या अणुकेंद्रात आंतरराष्ट्रीय सुरक्षा उपाय योजण्यास संमती देतात. हे उपाय दहशतवादी टोळ्यांनी अणुकेंद्रात चोऱ्या करून अणुसाहित्य, शस्त्रे पळवू नयेत, काही घातपात करू नयेत, याकरिता असतात. पण या पाच कायम राष्ट्रांना मात्र याबाबत कायदेशीर बंधने नसतात. पण आंतरराष्ट्रीय मान्यता यादीत ज्यांची नावे नाहीत (non nuclear nations) अशा राष्ट्रांना आपल्या अणुभट्ट्या आंतरराष्ट्रीय अणुऊर्जा समितीच्या (I. A. E. A.) देखरेखेखाली आणण्याची आणि सुरक्षा-उपाय योजण्याची सक्ती केली जाते की ज्यांना अणुसाहित्य तंत्रज्ञान व इंधन पाहिजे असल्यास. पण भारताने नि:शस्त्रीकरण करारावर (N. P. T.) सही न केल्यामुळे भारतदेखील मान्यता नसलेले अणुभट्ट्या असलेले राज्य म्हणून ओळखले जाते. पण आता भारत-अमेरिका करारानंतर भारताची अशी अपेक्षा आहे की अण्वस्त्रधारी राष्ट्र म्हणून कायदेशीर आंतरराष्ट्रीय मान्यता मिळावी. नागरी अणुभट्ट्यांवर स्वेच्छेने आंतरराष्ट्रीय देखरेख करू देण्यास व सुरक्षाउपाय योजण्यास भारताचीदेखील संमती आहे.

१९७४ साली भारताने शांततेकरिता अणुस्फोट केला. पण अणुशस्त्र बंदी करारावर (N. P. T.) सह्या करण्यास नकार दिला. अन्य राष्ट्रांनी पण भारताचे अनुकरण करू नये म्हणून अमेरिकन काँग्रेसने एक कायदा संमत केला. त्यानुसार कोणताही आंतरराष्ट्रीय मान्यता नसलेल्या देशाला अमेरिका आदी पाच राष्ट्रे अशा देशाला, अणुतंत्रज्ञान, साहित्य व इंधन निर्यात करणार नाही. जोपर्यंत त्या देशाने किंवा देशांनी आंतरराष्ट्रीय अणुऊर्जा समितीला देखरेख करण्यास संमती दिली नाही व सुरक्षाउपाय योजण्यास मान्यता दिली नाही. त्यामुळे अमेरिकेने तारापूर अणुभट्टीला इंधन पुरविण्यास नकार दिला होता. अर्थात या नवीन करारानुसार भारताच्या अणुभट्ट्यांचे दोन प्रकार - नागरी आणि लष्करीमान्य केले आहेत. त्यामुळे या कायद्यात दुरुस्ती करून अणु इंधन, साहित्य आणि तंत्रज्ञान भारताला निर्यात अमेरिका आणि अन्य राष्ट्रांना करता येईल. त्याचप्रमाणे आणखीन एक कायदा अमेरिकेन काँग्रेसला बाजूला ठेवावा लागेल तो म्हणजे अमेरिकन काँग्रेसने १९७८ साली संमत केलेला Atomic Energy Act - 123. या कायद्यानुसार अमेरिकेने केलेल्या व्यवहारानुसार अन्य देशांना अमेरिकेच्या पूर्ण सुरक्षा योजनेला मान्यता घ्यावी लागेल म्हणजेच नियंत्रण स्वीकारावे लागेल म्हणजेच अण्वस्त्रे बनविण्याचा

हक्क गमवावा लागेल.

आण्विक निर्यातदार गट, राज्यांची संख्या सध्या ४५ इतकी झाली आहे. यातील प्रमुख देश- अमेरिका, रशिया, ब्रिटन, फ्रान्स, चीन, ऑस्ट्रेलिया, जर्मनी, कॅनडा हे आहेत. या देशांबरोबर भारताला स्वतंत्रपणे वाटाघाटी कराव्या लागतील. या देशांनी अर्थात अणु-प्रसारबंदी करारावर (N. P. T.) सह्या केल्या आहेत. यातील काही देशांचे मत उदा. चीन, असे आहे की भारताला या सवलती देऊ नये. कारण त्यामुळे अण्वस्त्रे प्रसारबंदी करार असून नसल्यासारखाच होईल. यापूर्वीच उत्तर कोरियाने या करारातून अंग काढून घेतले आहे. सध्या अणुबॉम्ब बनविण्याच्या खटपटीत उ. कोरिया आहे. इराणनेपण उ. कोरियाच्या पावलावर पाऊल टाकले आहे.

सध्या हा प्रश्न आंतरराष्ट्रीय अणुऊर्जा समितीसमोर आ वासून उभा आहे. पाकिस्तानदेखील आपल्या अण्वस्त्रांचे भांडार वाढविण्याच्या प्रयत्नात आहे. सीरिया, लिबिया पण या दिशेने विचार करत आहे. अमेरिकेला त्यांचा कायमचाच विरोध आहे, अशी परिस्थिती असल्याने आण्विक निर्यातदार राज्यांकडून सवलती मिळविण्याकरिता भारताला आपले कौशल्य पणास लावावे लागेल. चीनने याविषयी उघड विरोध प्रकार केला होता. सध्या चीनचे अध्यक्ष सध्या भारताच्या दौऱ्यावर आहेत व भारताबरोबर सहकार्य करण्याची ते भाषा बोलत आहेत.

नुकत्याच हाती आलेल्या बातमीनुसार अमेरिकेच्या प्रतिनिधिगृहाने भारताबरोबरचा आण्विक सहकार्याचा करार बहुमताने संमत केला आहे. भारत, अमेरिका यांच्या संबंधातील नवीन धोरणाबाबतचे हे शिक्कामोर्तब आहे असे समजले जात आहे. डेमोक्रॅट पक्षाचे एक सभासद म्हणाले, "या करारामुळे भारताबरोबरच्या संबंधात सद्भाव आणि सहकार्याची भावना आहे ती अधिक पक्की होईल." कराराच्या विरोधकांनी मात्र या करारामुळे इराणच्या आण्विक प्रयोगांना व प्रगतीला विरोध करणाऱ्या अमेरिकेच्या सद्हेतूबद्दल शंका निर्माण होणार आहे - असे मत प्रकट केले. या करारामुळे भारताच्या आण्विक महत्त्वाकांक्षेला खतपाणी मिळेल असा इशारा देण्यात आला. डेमोक्रॅट पक्षाचे एक सदस्य एड. मार्के म्हणाले, "नागरी अणुऊर्जा प्रकल्पाच्या नावाखाली भारताला आण्विक मदत जरी मिळाली तरी, हीच मदत अण्वस्त्रे बनविण्याकरिता वापरली जाईल."

या कराराच्या फायद्यातोट्याविषयी भारतातील विरोधकांनी भिन्न-भिन्न मते प्रकट केली जात आहेत. यातील एक मत असे आहे, "भारताच्या शस्त्रागाराचा पूर्ण फायदा अमेरिकेला मिळेल. त्याचप्रमाणे आपल्या हितसंबंधाचे रक्षण, पालन करण्याकरिता व एकनिष्ठ सहकारी म्हणून भारताचा वापर केला जाईल," वगैरे वगैरे. हा एक अमेरिकेचा डावपेच असावा, असेही बोलले जात आहे.

पण ९।११च्या घटनेनंतर सत्तेच्या समतोलपणात वाद होत आहे. चीन देश महासत्ता (super power) होण्याच्या मार्गावर आहे. अमेरिकेला अनेक शत्रू निर्माण झाले आहेत. अशा परिस्थितीत अमेरिकेला कायम स्वरूपाचे मित्र हवे आहेत. या सर्वांचा परिणाम म्हणून भारताबरोबर मैत्रीचे धोरण अमेरिकेने स्वीकारले आहे. युरोपियन देशांनी याला पाठिंबा दिला आहे. इतके दिवस अणुतंत्रज्ञान, अणुसाहित्य व आण्विक इंधन यांपासून भारताला वंचित करून एकाकी पाडण्याचे धोरण आता मागे पडत आहे. भारताला आंतरराष्ट्रीय चौकटीत सामावून घेण्यास सर्व राज्यांनी आता मान्यता दिली आहे. भारताला पण हे आवश्यक आहे. उच्च तंत्रज्ञान, संशोधन, आधुनिक विचारधारा यांपासून दुरावल्यामुळे भारत इतके दिवस मागे पडत चालला होता. भारतीय उद्योजकांना, उद्योगपतींनादेखील या नवीन धोरणामुळे नव्या कल्पना, उद्योग, प्रकल्प राबविण्यास आंतरराष्ट्रीय क्षेत्र उपलब्ध होऊ शकेल.

ताज्या वृत्तानुसार भारत-अमेरिकेच्या दरम्यान महत्त्वपूर्ण आण्विक करारांची अंमलबजावणी करण्यासंदर्भातील विधेयकाला अमेरिकेच्या प्रतिनिधिगृहाने तारीख १८ नोव्हेंबर २००६ रोजी बहुमताने मान्यता दिली. या कराराला धोका पोहोचवणाऱ्यांच्या पाच दुरुस्त्या गृहाने फेटाळून लावल्या व ८५ विरुद्ध १२ मतांनी हा ठराव मंजूर करण्यात आला. या कराराची अंमलबजावणी सुरू केली की अमेरिकेला भारताशी मुलकी आणि आण्विक व्यापार करता येईल व तांत्रिक ज्ञानाची देवाणघेवाण करता येईल. या करारात तसा प्रत्यक्ष उल्लेख नसला तरी अमेरिकेने भारताबरोबर हा करार करून भारत एक आण्विक महासत्ता आहे हे अप्रत्यक्षपणे मान्य केले आहे. त्याचप्रमाणे भारताला संयुक्त राष्ट्र संघाच्या सुरक्षा समितीचे सभासदत्व मिळण्याची शक्यता बळावली आहे. भारतातील कुशल मनुष्यबळ आणि तुल्यबळ कमी श्रम लक्षात घेता अमेरिकेला भारताला विविध क्षेत्रातील तंत्रज्ञान हस्तांतर करणे सोयीचे होईल. त्यामुळे व्यावसायिक विमान उत्पादन, जहाज बांधणी, मोठे ऊर्जा प्रकल्प उभारण्यासाठी लागणारे कारखाने, पोलाद उत्पादन उद्योग, पेट्रोलियम, पेट्रो-केमिकल प्रकल्प या क्षेत्रात अमेरिका भारताला आवश्यक ते तंत्रज्ञान हस्तांतर करून भारताला साहाय्य करू शकेल. संयुक्त राष्ट्र संघटना (U. N. O.), जागतिक व्यापार संघटना (W. T. O.), आंतरराष्ट्रीय नाणे निधीसारख्या जागतिक संघटनांच्या व्यासपीठावर भारताला मानाचे स्थान मिळेल. या विधेयकाचा अंतिम मसुदा अमेरिकन काँग्रेसची दोन्ही सभागृहे डिसेंबरच्या मध्यापर्यंत मंजूर करतील व कराराची अंमलबजावणी करणे अमेरिकन शासनाला शक्य होईल.

प्रकरण ११ वे

दहशतवाद–सार्क परिषद आणि संयुक्त राष्ट्रसंघ

दहशतवाद
संयुक्त राष्ट्र संघटना
सार्क परिषद आणि
दहशतवादाविरुद्ध ठराव – करार

संयुक्त राष्ट्र संघटनेचे दहशतवादावरील ठराव आणि करार

दहशतवाद आणि संयुक्त राष्ट्र संघटना – ठराव आणि करार

दहशतवाद म्हणजे आधुनिक जगाचा कॅन्सर आहे. सुव्यवस्थित समाजरचनेच्या वाटचालीस वाढता धोका आहे. त्याचप्रमाणे अनंत यातना, दुःखे देणारा आहे. तसेच विकासाला, आर्थिक प्रगतीला खीळ घालणारा आहे. दहशतवाद म्हणजे आधुनिक युगातील अत्यंत जटिल आणि आव्हानात्मक समस्या आहे. नीच दर्जाची, सवंग आणि अत्यंत हीन अशी हिंसक कारवाई मानवी हक्कांची गळचेपी करते. जगातील अनेक सामाजिक संस्थांना सुरुंग लावते. यापुढील चिंताजनक बाब म्हणजे काही दहशतवादी गटांनी रासायनिक आणि प्राणघातक शस्त्रे मिळविली आहेत. त्यांचे अन्य राष्ट्रांच्या गुन्हेगार टोळ्यांबरोबर संगनमत आहे. तसेच दहशतवादाचा पुरस्कार करणाऱ्या राष्ट्रांकडून त्यांना पाठिंबा व साहाय्य मिळत आहे. त्यामुळे त्यांचे लक्ष्य (target) बनलेल्या राज्यावर आणि नागरिकांवर अभूतपूर्व संकट कोसळले आहे. दहशतवादी संघटना आणि गुन्हेगारी टोळ्यांचा वाढता हिंसाचार आणि आर्थिक बळ हे सर्व मानवजातीवर ओढवलेले फार मोठे संकट आहे. या संघटना मादक पदार्थांचे, शस्त्रांचे, उत्पादन, वाहतूक आणि वाटप करण्यात गुंतलेल्या आहेत व कायद्याच्या बडग्याच्या पलीकडच्या आहेत. मादक पदार्थांची वाहतूक, काळ्या पैशाचे हस्तांतरण, बेकायदा शस्त्रांची विक्री, अणुसाहित्य आणि अन्य प्राणघातक साहित्याची तस्करी हे आजच्या काळातील बहुराज्यीय (stateless) दहशतवादी दादांचे विशेष आहेत. यामुळेच दहशतवादी कारवाया आणि तत्सम गुन्हे, यांच्याशी

संघर्ष करणाऱ्या राष्ट्रांना एकसुत्रीपणा, व परस्परांशी सहकार्य करण्याखेरीज अन्य पर्याय उरलेला नाही.

सध्या जगातील सर्व प्रसारमाध्यमे (medias) दहशतवादी घटनांना वारेमाप प्रसिद्धी देत असल्याने त्यांचे घटनास्थळ किंवा नाट्यगृह अमर्याद बनले आहे. दूरदर्शन (television) व अन्य इलेक्ट्रॉनिक उपकरणाच्या साहाय्याने धक्कादायक, भयानक संदेशांची देवाण-घेवाण, दहशतवादी टोळ्यांना सहजपणे करता येते. एवढेच नव्हे तर अन्य दहशतवादी गटांचे कौशल्य, हिकमत, विशेष नैपुण्य, अनुभव यांचे भांडार त्यांच्यासमोर खुले होते. अशा प्रकारे दहशतवाद म्हणजे, डावपेचात्मक, राजकीय, आर्थिक, मानसशास्त्रीय, सामाजिक आणि गहन अर्थ असलेली बहुपरिमाणी (multi-dimensional) समस्या आहे. संकल्पनेच्या पातळीवर व्यक्तिगत दहशतवाद, राज्यदहशतवाद, राज्यपुरस्कृत दहशतवाद हे प्रकार संभवतात. त्यांचे स्वरूप अंतर्गत असेल किंवा आंतरराष्ट्रीय असेल.

आंतरराष्ट्रीय दहशतवादाची समस्या केवळ कायद्यांशी निगडित आहे असे नाही आणि म्हणून तिच्याबरोबर संघर्ष करण्याकरिता बहुपदरी रणनीतीची आवश्यकता आहे. आंतरराष्ट्रीय दहशतवादाचा बिमोड करण्यासाठी कायद्याला (law) महत्त्वाची कामगिरी करावी लागेल. दहशतवादी कारवायांचे आंतरराष्ट्रीय (transnational) स्वरूप, व त्यांचे आंतरराष्ट्रीय संबंधावरील होणारे दूरगामी परिणाम यांचा विचार केल्यास, राज्या-राज्यात सहकार्य हवे आहे व त्यांची अत्यंत गरज आहे. ज्यामुळे आंतरराष्ट्रीय समुदायांवर अनिष्ट परिणाम घडतो. अशा सर्व प्रकारच्या दहशतवादी कारवायांविरुद्ध संघर्ष करण्याकरिता एक कायद्याची चौकट, यंत्रणा हवी आहे. दहशतवादाला प्रतिबंध आणि शिक्षा करण्यासाठी, आंतरराष्ट्रीय कायदा बनवून संमत केला पाहिजे, व त्याचा संग्रह झाला पाहिजे, नोंद केली पाहिजे.

१९७२ च्या सप्टेंबरमध्ये संयुक्त राष्ट्रसंघाच्या आमसभेत प्रथमच आंतरराष्ट्रीय दहशतवादावर चर्चा झाली. त्याच वर्षी दहशतवादासंबंधी एक हंगामी (Ad-Hoc) समिती स्थापन करण्यात आली. १९७२ नंतर सं. रा. संघात विशेष समित्यात याविषयी चर्चा होत आहे. आंतरराष्ट्रीय दहशतवादाची व्याख्या, त्याला प्रतिबंध करणारे उपाय, त्याच्या कारणांचे निर्मूलन यासंबंधी समस्येवर जागतिक समुदायाच्या राजकीय, तात्त्विक मतभेदामुळे, आमसभेतील चर्चेवर, साधकबाधक विचारविनिमयाला गालबोट लागले आहे. ही चर्चा केवळ वादळी ठरली. या अत्यंत संवेदनाक्षम आणि गुंतागुंतीच्या समस्येची सोडवणूक करण्याचा प्रयत्न करण्यात आला. विशेषतः स्वयंनिर्णयाच्या हक्काबाबत आणि राष्ट्रीय मुक्ती लढ्याबाबतच्या कायदेशीरपणाच्या बाबतच्या, ती मतभेदांमुळे व फाटाफुटीमुळे,

या चर्चेवर आणि विवादावर, शीतयुद्ध काळात सावट पडले. शेवटी हा गुंता सोडविण्याचा एक भाग म्हणून संयुक्त राष्ट्र संघाच्या सर्व संबंधित ठरावात आणि anti-terrorism च्या करारात स्वयंनिर्णयाच्या हक्कांचा आणि राष्ट्रीय मुक्ती लढ्याच्या कायदेशीरपणाचा म्हणजेच अधिकाराचा यांचा पुनरुच्चार करण्यात आला. शिवाय आंतरराष्ट्रीय दहशतवादाच्या समस्येबाबत त्वरेने उपाय योजून ती पूर्णपणे निकालात काढण्याचा आग्रह या ठरावात करण्यात आला. दहशतवादाच्या कारणांच्या समस्येबाबत विचारविनिमय, साधकबाधक चर्चा करण्यात आली. या विषयाबाबत सर्व सभासद राज्यांत एकवाक्यता नसल्याने संयुक्त राष्ट्रसंघात आणि खास समित्यात (I. C. A. O and I. M. O.) आंतरराष्ट्रीय दहशतवादाच्या वेगवेगळ्या अंगावर टप्प्याटप्प्याने चर्चा करून, त्यांचा स्वीकार केला गेला व अनेक आंतरराष्ट्रीय ठराव संमत करण्यात आले. १) विमानातील गुन्हे आणि कारवाया करण्याबाबतचा करार टोकीयो येथे १९६३ साली करण्यात आला. हेग येथे १९७० च्या डिसेंबरमध्ये बेकायदेशीरपणे विमानाचा ताबा घेण्याबाबतचा करार करण्यात आला. नागरी विमान उड्डाणाच्या सेवेबाबत व सुरक्षेबाबत जी बेकायदेशीर कृत्ये केली जातात, त्याचा बिमोड करण्याचा करार मॉन्ट्रीयल येथे सप्टेंबर १९७१ रोजी करण्यात आला. १९७३ साली न्यूयॉर्क येथे राजनैतिक प्रतिनिधींसकट आंतरराष्ट्रीय संरक्षण असलेल्या सर्व व्यक्तींच्या विरुद्ध असलेल्या गुन्ह्याला प्रतिबंध करणे व शासन करणे हे या करारात स्पष्ट केले आहे. ओलीस म्हणून बंदिस्त करणे या गुन्ह्याविषयी करार १९७९ साली करण्यात आला. तर, अणु साहित्याचे संरक्षण करण्याबाबत करार व्हिएन्ना, येथे १९८० साली करण्यात आला. नागरी विमान उड्डाणाच्या सुरक्षेच्या विरुद्ध केलेल्या गुन्ह्यांचा बंदोबस्त करण्याचा करार रोम १९८८ साली करण्यात आला. प्लॅस्टिक स्फोटकांच्या तपासाबाबत एक करार १९९१ साली मॉन्ट्रीयल येथे करण्यात आला.

या सर्व ठरावात एक गोष्ट समान आढळते, हे सर्व करार खंडित स्वरूपात, तुकड्या तुकड्याने (piece meal) संमत करण्यात आले आहेत. त्यावेळी शीतयुद्ध काळ होता. सभासद राज्यांत गट होते. त्यामुळे असे घडले.

शीतयुद्धाचा कालखंड समाप्त झाल्यामुळे दहशतवादाच्या अन्य पैलूंवर देखील करार करण्यात सं. रा. संघ यशस्वी झाला. आंतरराष्ट्रीय शांतता आणि सुरक्षेला दहशतवाद हा फार मोठा धोका आहे हे यापूर्वीच नमूद केले आहे. पण परराज्याविरुद्ध कारवाई करणाऱ्या दहशतवादी गटांना आपल्या राज्यात राजकीय आसरा दिल्याने हा धोका जास्त संभवतो. याशिवाय सरहद्दीपलीकडून चालणाऱ्या कारवायाकरिता अतिरेकी रंगरुटांची (recruits) भरती करणे, त्याला पैसा पुरविणे, प्रशिक्षण देणे, व

अशा भटक्या टोळ्यांना आपल्या प्रदेशातून दहशतवादी कृत्ये करू देणे – या सर्वांना जबाबदार त्या राज्याला धरले जाते. सं. रा. संघाच्या सनदेच्या –२ (४) कलमान्वये राष्ट्रीय धोरणाचे एक साधन म्हणून लष्करी बळाचा वापर करण्यास मनाई आहे. कलम–३३ नुसार, दोन सभासद राज्यातील वादग्रस्त प्रश्न, प्रादेशिक वाद हे शांततेच्या मार्गाने सोडविले जावेत. सरहद्दीपलीकडून केल्या जाणाऱ्या दहशतवादी कारवायांकरिता भाडोत्री सशस्त्र टोळ्यांचा वापर करणे म्हणजे सं. रा. संघाच्या सनदेतील कलम दोनचा भंग करणे आहे.

१९७३ सालापासून दहशतवादाचा गंभीरपणे विचार सं. रा. संघाने करण्यास प्रारंभ केला आहे. दर दोन वर्षांनी हा विषय कार्यक्रम पत्रिकेवर चर्चेकरिता ठेवला जातो. १९९४ साली सं. रा. संघाच्या आमसभेने निःसंदिग्धपणे जाहीर केले आहे की, सर्व दहशतवादी कृत्ये (acts), मार्ग (methods) आणि आचार – हे गुन्हे आहेत आणि असमर्थनीय आहेत. मग ते कोठेही, कोणीही आणि केव्हाही करोत! राज्याच्या परस्परांतील मित्रत्वाला आणि जनतेच्या मैत्रीच्या भावनांना हरताळ फासणाऱ्या राज्याच्या कारवायांचा देखील यात समावेश आहे. (उदा. पाकिस्तानच्या कारवाया की जे राष्ट्र अन्य राष्ट्रांच्या सुरक्षा आणि अखंडत्वाला धोका निर्माण करते.) संयुक्त राष्ट्रसंघाच्या सनदेनुसार दहशतवादाबरोबर संघर्ष करण्याच्या तरतुदीप्रमाणे ही जबाबदारी राज्यांनी पार पाडली पाहिजे.

त्याचप्रमाणे आंतरराष्ट्रीय दहशतवादाला खतम करण्याकरिता त्वरित पावले उचलणे बंधनकारक आहे. विशेषतः पुढील दायित्वाचा उल्लेख करण्यात आला आहे.

१) अतिरेक्यांना संघटित करणे, चिथावणी देणे, सुविधा पुरविणे, पैसा देणे, दहशतवादी कृत्यांना उत्तेजन देणे किंवा त्याबाबत कानाडोळा करणे, या सर्व गोष्टी टाळल्या पाहिजेत त्यापासून अलिप्त राहिले पाहिजे.

२) अन्य राष्ट्र आणि त्याच्या नागरिकांविरुद्ध दहशतवादी कारवायांची योजना करणे, कारस्थान रचणे, त्याची पूर्वतयारी करणे, त्याच्याकरिता प्रशिक्षण छावण्या उभारणे या सर्व बेकायदेशीर गोष्टींकरिता त्यांची भूमी, उपयोगात आणली जात नाही याची सभासद राष्ट्रांनी खात्री करून घेण्याकरिता सक्रिय राहिले पाहिजे.

३) अशा गुन्हेगारांना अटक करणे, त्यांच्यावर खटला भरणे किंवा त्यांच्या देशात प्रत्यार्पण (extradition) करणे त्याची व्यवस्था करणे. ही जबाबदारी बंधनकारक आहे. याकरिता द्विपक्षीय किंवा बहुपक्षीय करार केला पाहिजे.

४) आंतरराष्ट्रीय दहशतवादाला प्रतिबंध करणे या संदर्भातील सहकार्य करणे ही जबाबदारी सभासद राष्ट्रांची आहे.

५) दहशतवादावरील सर्व आंतरराष्ट्रीय करारांच्या आधारे राष्ट्रात अंतर्गत कायदे करून त्याची अंमलबजावणी करणे.

६) राज्यात आश्रय घेणारी व्यक्ती कोणत्याही दहशतवादी कृत्यांत सहभागी झालेली नाही याची आश्रय देण्यापूर्वी खात्री करून घ्यावी आणि आश्रय दिल्यानंतर निर्वासित म्हणून जो दर्जा दिला जातो, त्यांचा दुरुपयोग होत नाही ना याची काळजी घ्यावी. (उदा. दलाई लामा, काश्मीरमधील पंडित जमात).

पण यापुढचे पाऊल म्हणजे २००० सप्टेंबरमध्ये सं. रा. संघाच्या जाहीर निवेदनात आंतरराष्ट्रीय समुदायाला आग्रहाने सांगण्यात आले आहे की, आंतरराष्ट्रीय दहशतवादाला प्रतिबंध करणे अगर त्याचा पूर्ण नायनाट करणे, हे सभासद राज्यांचे तातडीचे काम आहे.

९/११ सप्टेंबरची घटना – ९/११ च्या अमेरिकेतील वर्ल्ड ट्रेड सेंटरवरील दहशतवादी हल्ल्यानंतर आंतरराष्ट्रीय दहशतवादाविरुद्ध संघर्ष करण्याकरिता योग्य अशी कायदेशीर यंत्रणा/चौकट तयार करण्याविषयी प्राधान्य देण्याची जोरदार शिफारस करण्यात आली. सं. रा. संघाच्या २०००, आणि २००१ साली भरलेल्या आमसभेत या विषयावर साधकबाधक चर्चा करण्यात आली. मादक पदार्थ, छोटी शस्त्रे यांचा व्यापार, संघटित गुन्हे, आणि दहशतवाद यांच्यात असलेली साखळी यांच्यावर विशेष जोर देण्यात आला आणि हे गुन्हे मर्यादेत आणणे, त्यावर नियंत्रित करणे व समूळ नष्ट करणे याकरिता प्रभावी आंतरराष्ट्रीय सहकार्याच्या आवश्यकतेवर पण भर देण्यात आला.

भारतीय प्रतिसाद – ही गोष्ट सर्वश्रुत आहे की, गेली २० वर्षे सरहद्दीपलीकडून चाललेल्या दहशवादी कारवायांनी त्रस्त झालेला हा देश आहे. आंतरराष्ट्रीय दहशतवादाशी मुकाबला करण्यासाठी आंतरराष्ट्रीय व्यवस्थेची साखळी तयार करण्याचे काम भारत करत आहे. हाँगकाँग, रशियन संघराज्य, जर्मनी, कॅनडा, अमेरिका, ग्रेट ब्रिटन या महत्त्वाच्या देशांबरोबर द्विपक्षीय करार भारताने केले आहेत, हा एक त्यातलाच भाग आहे. त्याचप्रमाणे, नेपाळ, भूतान, श्रीलंका, मलेशिया, युनायटेड अमिरात यांसारख्या देशांबरोबर देखील करार व अन्य व्यवस्था केली आहे. १९८७ च्या सार्क परिषदेच्या प्रादेशिक करारात भारत सहभागी झाला आहे. या करारात पुढील गोष्ट स्पष्ट करण्यात आली आहे एखादा दहशतवादी गुन्हेगार शेजारी राष्ट्रात पळून गेला, (उदा. दाऊद इब्राहिम) व त्याला परत ज्या देशाचा तो नागरिक आहे, त्या राष्ट्रात प्रत्यार्पण (extradition) करता येत नसेल, तर आपल्या राष्ट्राच्या बाहेरील अधिकार क्षेत्र (jurisdiction) देखील कायदेशीरपणे मान्य करण्यात आले आहे. म्हणजेच सरहद्दीपलीकडे प्रवेश करून त्या दहशवाद्याचे पारिपत्य करता येते.

सध्या इस्राइल, लेबॅनान, पॅलिस्टीनमध्ये प्रवेश करून दहशतवाद्यांचे पारिपत्य करत आहे ते याच आधारावर. १९८८ च्या ऑगस्ट महिन्यात या करारावर शिक्कामोर्तब करण्यात आले. सार्क परिषदेच्या पाकिस्तानसकट सर्व सदस्य राष्ट्रांनी या करारावर सह्या केल्या आहेत. नेपाळ-भूतान या राज्यांनी त्याप्रमाणे कायदे करून त्याची अंमलबजावणी पण केली आहे.

सुरक्षा समितीचा ठराव क्र. १३७३ - ११ सप्टेंबर २००१ च्या अमेरिकेवरील दहशतवादी हल्ल्यानंतर सं. रा. संघाच्या सुरक्षा समितीने एक ठराव संमत करून घेतला. हा ठराव सर्व सभासद राष्ट्रांना बंधनकारक आहे. या ठरावानुसार अनेक खास बंधने, सभासद राज्यांवर लादण्यात आली आहेत. कलम क्र. २५ यातील तीन परिच्छेद अंमलबजावणीसाठी आहेत. परिच्छेद १ व २ बंधनकारक आहेत.

परिच्छेद ३ हा शिफारसवजा आहे.

महत्त्वाची वैशिष्ट्ये - परिच्छेद १ - दहशतवादी गुन्ह्यांना पैसा पुरविण्याच्या कार्यक्रमाबद्दल आहे. या सर्व कृती, हालचालीसंबंधी उल्लेख करण्यात आला आहे. दहशतवादाची व्याख्या - राज्यांना त्यांच्या अंतर्गत कायद्याच्या अनुषंगाने ही व्याख्या करण्याचा अधिकार दिलेला आहे. या परिच्छेदात दहशतवादी कारवायांना पैसा पुरविण्याच्या तंत्रावर बंधने घातली असून, त्याचा पूर्ण बंदोबस्त करण्याचे किंवा प्रतिबंध करण्याचे बंधन सभासद राज्यांवर घालण्यात आले आहे. तसे सूचित करण्यात आले आहे.

परिच्छेद १ (ब) नुसार एखाद्या राज्यातील नागरिक वाईट अगर दुष्ट हेतूने, कोणत्याही मार्गाने पैसा गोळा करतात. त्यांचा उद्देश दहशतवादी कृत्ये करण्याचा असतो. अशा कारवायांना फार पैसा लागतो. या दहशतवाद्यांना त्या कारवाईची, योजनेची माहिती असते. हे सर्व कार्यक्रम गुन्हे या सदरात घालण्याचे सर्व बंधनकारक आहे.

परिच्छेद १ (क) नुसार, पुढील विशिष्ट व्यक्तींची मालमत्ता, पैसा (funds), साधनसंपत्ती (economic resourses) ताबडतोब गोठवणे राज्यांना बंधनकारक आहे.

अ) जी व्यक्ती दहशतवादी कारवायीत सहभागी होते. किंवा स्वत: करते, किंवा असे करणे सुलभ करते, येथे दहशतवादी घटना त्या राज्यात घडणार आहेत किंवा तसा त्याचा हेतू आहे, किंवा अन्य राज्यात घडणार आहे याला काहीच महत्त्व नाही, त्यात काहीच अर्थ नाही.

थोडक्यात म्हणजे, एकदा जाहीर झाल्यानंतर किंवा खात्री झाल्यानंतर की एखादी व्यक्ती, संघटना किंवा गट दहशतवादी आहे, राष्ट्राने अशा व्यक्तीची,

संघटनांची, गटांची, आर्थिक साधने, मालमत्ता, पैसा (बँकेतील) किंवा साधनसंपत्ती गोठवणे राज्याला बंधनकारक आहे. त्याच्या काही स्वतंत्र गोष्टी, वस्तू असतील तर त्या ताब्यात घेण्यात याव्यात.

परिच्छेद २ (अ) नुसार सर्व राज्यांना असा आदेश दिला जातो की ज्या प्राण्यांनी, व्यक्तींनी, स्वतंत्र वस्तूंनी दहशतवादी कृत्यांत भाग घेतला असेल, त्यांना हस्ते-परहस्ते, सक्रिय किंवा निष्क्रिय पाठिंबा देण्यापासून अलिप्त राहावे, हे बंधनकारक आहे. आणखी काही कर्तव्ये त्यांनी करावीत. दहशतवाद्यांना शस्त्रपुरवठा बंद करणे (कायमचा), दहशतवादी गटातील नवीन भरती थांबविणे, ही प्रक्रिया दाबून टाकणे.

परिच्छेद २ (क) नुसार सर्व सभासद राज्यांना असा आदेश दिला जातो की, ज्या व्यक्ती गट, संघटना. दहशतवादी कारवायांना पैसा पुरवितात, त्याचे कारस्थान रचतात, त्याला पाठिंबा देतात, या सर्वांना राष्ट्रात सुरक्षित आश्रयस्थान देण्यात येऊ नये.

परिच्छेद (ई) नुसार - जे कोणी दहशतवादी कारवायांना पैसा पुरवितात, त्याचे कट करतात, त्याचा आराखडा तयार करतात किंवा प्रत्यक्ष गुन्हा करतात, त्याच्यावर रीतसर खटला भरून त्याप्रमाणे कठोर शिक्षा दिली जावी. हे राज्यांना बंधनकारक आहे.

परिच्छेद २ (जी) नुसार प्रवास परवाने, संबंधित कागदपत्रे, ओळखपत्रे याबाबतीत लबाडी केली जाऊ नये, नकली कागदपत्रे सादर केली जाऊ नये म्हणून सीमेवर कडक बंदोबस्त असावा.

Terrorist Bombing Convention – 1977-99

एक परीक्षण –

प्रास्ताविक - आजच्या काळात स्फोटकांच्या साहाय्याने अगर अन्य प्राणघातक अस्त्रांचा वापर करून हिंसाचार करण्याचे प्रकार सतत वाढत आहेत. दिल्ली-मुंबई येथील बॉम्बस्फोटाच्या ताज्या घटना, लंडनमधील भुयारी रेल्वेवरील बॉम्बहल्ले - हे स्पष्ट करतात. इराकमधील आत्मघातकी बॉम्बस्फोट, त्यात बळी जाणारे शेकडो निरापराधी इराकी - ही काही उदाहरणे वरील विधान स्पष्ट करतात. आंतरराष्ट्रीय समुदायाच्या दृष्टिकोनातून या सर्व घटना अतिशय चिंताजनक आहेत. असे गुन्हा करणारे अतिरेकी स्वातंत्र्य सैनिक म्हणून समजले जाता कामा नयेत. अमेरिकेन सिनेटर जॅकसनच्या शब्दात - ''एक व्यक्तीचा दहशतवाद हा दुसऱ्या व्यक्तीचा स्वातंत्र्यसैनिक असतो, ही कल्पना स्वीकारता येत नाही. स्वातंत्र्य सैनिक किंवा क्रांतिकारक हे बस उडवत नाहीत, की ज्या बसमध्ये निरापराध लोक

असतात. पण दहशतवादी हे दुष्ट कृत्य करतात. त्याचप्रमाणे ते (स्वातंत्र्य सैनिक) निष्पाप बालके, स्त्रिया, पुरुष यांची हत्या करत नाहीत. पण दहशतवादी करतात.'' दहशतवादी कारवायांबरोबर स्वातंत्र्य या पवित्र अमूल्य शब्दांचा संबंध जोडणे हे लोकशाही राष्ट्रांना लांच्छनास्पद आहे.

अशा दहशतवादी कृत्यांना प्रतिबंध करण्याकरिता प्रभावी आणि परिणामकारक व्यावहारिक (Practical) योजना पाहिजे आहे, त्याचप्रमाणे या गुन्हेगारांवर खटला भरून त्यांना कठोर शासन करणे अत्यंत आवश्यक आहे. पण याकरिता राज्यात परस्परात ताबडतोब सहकार्य हवे आहे. पण सध्याच्या बहुपदरी कायदे पद्धतीत या दहशतवादी हल्ल्याचा परामर्श घेतला जात नाही, त्याला चोख उत्तर दिले जात नाही. Terrorist Bombing Conventionहा करार दहशतवादी बॉम्बहल्ल्यांचा पूर्ण निकाल लावण्याकरिता, लागणारी कायद्याची चौकट, यंत्रणा, उपलब्ध करून देतो.

या कराराचा कच्चा मसुदा आमसभेच्या हंगामी समितीने (Ad-Hoc) १९९६ च्या डिसेंबरात तयार केला. त्या कराराला दीर्घ प्रस्तावना आहे, व २४ कलमे आहेत. डिसेंबर १९९९ पर्यंत हा करार चर्चेकरिता खुला ठेवण्यात आला होता. त्या काळात सभासद राष्ट्रांच्या त्यावर सह्या घेण्यात आल्या.

हा करार अनेक कारणांमुळे अत्यंत महत्त्वाचा मानला जातो. दहशतवादी बॉम्बहल्ला नेहमी सर्वत्र आढळणारी दहशतवादी कारवाई आहे. या कृत्यांच्या छायेखाली अन्य गुन्हे छपून जातात. या कराराची व्याप्ती एका अर्थाने फार मोठी आहे. हा करार केवळ विमानात किंवा जहाजात किंवा त्यासंबंधी केलेल्या दहशतवादी गुन्ह्यापुरताच मर्यादित आहे असे नाही किंवा केवळ आंतरराष्ट्रीय संरक्षण असलेल्या व्यक्तीविरुद्ध केलेल्या अपराधासंबंधी आहे असे पण नाही. सार्वजनिक संस्था, राज्य किंवा सरकारी सुविधा, सार्वजनिक वाहतूक यंत्रणा किंवा सार्वजनिक पायाभूत रचना (infra-structure) याविरुद्ध किंवा यात केलेल्या गुन्ह्यांना देखील हा करार लागू आहे. सर्वसाधारणपणे असे म्हणता येईल की शांततेच्या काळात किंवा युद्धकाळात जे बॉम्बहल्ले केले जातील, मग यातील बळी (victim) कोणीही असो किंवा गुन्हेगार कोणीही असो किंवा त्यांचा हेतू कोणताही असो, त्याला हा करार लागू आहे. त्याशिवाय या करारात आंतरराष्ट्रीय फौजदारी कायदा आणि आंतरराष्ट्रीय मानवतावादी कायदा यांचा वेगळा विचार करण्यात आला आहे. राज्याच्या लष्करी संघर्षात सशस्त्र सैन्याने केलेल्या कारवाया या चौकटीतून वगळण्यात आल्या आहे. कारण या कारवाया आंतरराष्ट्रीय मानवतावादी कायदा या सदरात मोडतात. त्याचप्रमाणे राज्याच्या सशस्त्र लष्कराने केलेल्या अधिकृत सेवेला इतर कायदे लागू होतात; हा करार लागू होत नाही. या विषयावरील यापूर्वी संमत केलेले कायदे कुचकामी ठरले

आहेत. या दृष्टीने विचार केल्यास गुन्हेगारांची ओळख किंवा त्यांचा हेतू यांचा अपवाद न करता सरसकट सर्वांना लागू होणारा हा करार म्हणजे, सं. रा. संघाने उल्लेखनीय यश संपादन केले असे म्हणता येईल. याठिकाणी हे लक्षात घेतले पाहिजे की या करारात स्वयंनिर्णयाचा अधिकार (self determination) किंवा राष्ट्रीय मुक्तीकरता (national liberation) करिता बळाचा वापर करण्याचा अधिकार यांचा उल्लेख करण्यात आलेला नाही. त्या वादावादीचा भाग वगळल्यामुळे सर्व सभासद राष्ट्रांनी हा करार मान्य केला आहे व त्यावर शिक्कामोर्तब केले आहे.

हे पहिलेच anti terrorism वर प्रभावी हत्यार आहे. यात, कोणत्याही कारणाने राजकीय तत्त्वप्रणाली, जातीय, वांशिक, धार्मिक, आंतरराष्ट्रीय स्तरावरील बॉम्बहल्ल्यांचे समर्थन करता येणार नाही, याची राज्यांना कायदेशीर उपायांसकट सर्व उपाय योजून खात्री करून घ्यावी लागेल. त्याचप्रमाणे गुन्ह्यांचे गंभीर स्वरूप लक्षात घेऊन, त्याप्रमाणे कठोर शासन केले जाईल याची पण खबरदारी राज्यांना या करारानुसार घ्यावी लागेल. यात आणखी एक उल्लेखनीय मुद्दा म्हणजे यापूर्वीच्या anti-terrorism करारात ज्या तरतुदी होत्या त्यात अर्थपूर्ण सुधारणा झाली आहे. या नवीन करारात गुन्ह्याचे गांभीर्य लक्षात घेऊन त्याप्रमाणे गुन्हेगारांना शासन करण्याची तरतूद केली आहे.

हा करार शीतयुद्धानंतरच्या काळातील आहे. त्यामुळे या कराराला मिळालेला पाठिंबा हा आतापर्यंत मिळालेल्या पाठिंब्यापेक्षा सर्वोत्तम होता. अशा प्रकारचे सहकार्य जागतिक समुदायाला मिळण्यास पुढील आणखीन काही वर्षे लागतील. असे काही अभ्यासकांना वाटते. या करारानुसार निर्माण केलेल्या चौकटीत, साच्यात दहशतवादाच्या अन्य पैलूंचा, अंगांचा, पण विचार करण्यात आला आहे व या समस्या सोडविण्याचे मार्ग त्यात असतील.

या नवीन करारात राज्यांवर घातलेली बंधने जास्त प्रभावी आणि परिणामकारक आहेत. विशेषतः यात नमूद केलेल्या गुन्ह्याबद्दलचे शासन, दहशतवादी बॉम्बहल्ल्यांना प्रतिबंध करण्याचे सहकार्य, गुन्हाविषयी अधिकार क्षेत्राची (jurisdiction) तरतूद, फौजदारी गुन्ह्यांच्या सुनावणीबाबतचे सहकार्य, गुन्हेगाराचे मानवी हक्क, खटल्याचा निकाल जाहीर करण्याविषयी याविषयी राष्ट्रावरील बंधने कडक आहेत.

या कराराचा आणखीन एक पैलू - यात काही नावीन्यपूर्ण तरतुदीचा समावेश केला आहे, उदा. कलम १३ नुसार, एखादी गुन्हेगार व्यक्ती शिक्षा भोगत असेल किंवा काही कारणाने त्याला बंदिस्त केले असेल, अशा स्थितीत अन्य दुसऱ्या राष्ट्राने विनंती केल्यास, त्या राष्ट्राच्या हवाली गुन्हेगाराला करण्याविषयीचे स्वातंत्र्य पहिल्या राज्याला आहे. बंधनकारक नाही. हे प्रत्यार्पण (extradition) दुसऱ्या

राज्यात न्यायालयात चाललेल्या गुन्ह्याचा साक्षीपुरावा गोळा करण्याकरिता, साक्ष देण्याकरिता किंवा ओळख पटविण्याकरिता असेल. या करारातील आणखीन एक बांधिलकी (commitment) एखाद्या आरोपीचे प्रत्यार्पण करताना, त्याने केलेले गुन्हे, हे राजकीय गुन्हे समजले जाऊ नयेत, कारण त्यामुळे गुन्ह्यांची गांभीर्य कमी होते. आणखीन एक महत्त्वाची तरतूद अशा आरोपीच्या मानवी हक्कासंबंधीच्या तरतुदी, कलम १२, १४ आणि ७ मध्ये केलेल्या आहेत. आरोपी व्यक्तींना योग्य वर्तणूक मिळण्याचा अधिकार आहे. हे अधिकार आंतरराष्ट्रीय मानवी हक्कांच्या कायद्यातील तरतुदीप्रमाणे मिळावेत.

सार्क संघटना –

(South Asian Association of Regional Co-operation)

दक्षिण आशियाची प्रादेशिक सहकार्य सभा : आर्थिक, सांस्कृतिक, वैज्ञानिक, औद्योगिक सहकार्य करण्याच्या उद्देशाने स्थापन झालेली ही संघटना आहे. युरोपियन युनियन (E.U.) च्या धर्तीवर एक प्रादेशिक मंडळ स्थापन करण्याचा, हा एक प्रयत्न आहे. भारत, बांगला देश, श्रीलंका, पाकिस्तान, मालदीव, भूतान आणि नेपाळ या राज्यांची ही संघटना आहे. भारताच्या पुढाकाराने १९८५ साली ढाक्का (बांगला देश), येथे पहिली परिषद भरली होती. त्यात आंतरराष्ट्रीय दहशतवादाचे निर्मूलन करण्याकरिता, सहकार्य करण्यासंबंधी आवाहन करण्यात आले होते. यानंतर दुसरे अधिवेशन बंगलोर येथे भरले होते. त्यावेळी या ७ राज्यांनी आपल्या प्रदेशातून दहशतवाद समूळ नष्ट करण्यासाठी, सहकार्य करण्याचा ठराव करण्यात आला होता. त्याचप्रमाणे संघटनेच्या बैठकीत दहशतवादी कृत्यांचा एकमुखी धिक्कार करणारा जाहीरनामा स्वीकारण्याची घोषणा करण्यात आली. अर्थव्यवहार, सामाजिक व आर्थिक विकास, राजकीय स्थैर्य, प्रादेशिक व आंतरराष्ट्रीय शांतता आणि सहकार्य, यावर दहशतवादाच्या दुष्परिणामांचा परराष्ट्रमंत्र्यांच्या बैठकीत निषेध करण्यात आला. याच संदर्भात सार्कच्या सभासद राष्ट्रांच्या नेत्यांना दहशतवादाबद्दलच्या संयुक्त राष्ट्रसंघाच्या ठरावाचे महत्त्व मान्य केले व यादृष्टीने काही ठराव मांडण्याचा विचार केला.

१९८७ साली भरलेल्या सार्कच्या शिखर परिषदेत (काठमांडू, नेपाळ) दहशतवादाचे निर्मूलन करण्याचा ठराव मंजूर करण्यात आला. यापूर्वी काही दहशतवादी कारवाया, केवळ राजकीय म्हणून क्षम्य मानण्याचा पूर्वसंकेत होता, तो अमान्य करण्यात आला. सार्कच्या स्थापनेपासूनच भारत आणि पाकिस्तान यांच्यात स्पर्धा चुरस होती. त्याची काळी छाया परिषदेवर पडली होती. याचे ताजे उदाहरण म्हणजे, सार्क परिषदेची बैठक ३ वर्षे लांबणीवर टाकण्यात आली होती. आतापर्यंत ११

वेळा ही परिषद भरलेली आहे. पुढच्या वर्षी ही भारतात भरणार असून तिचे आमंत्रण देण्यासाठी आपले परराष्ट्रमंत्री श्री. प्रणव मुकर्जी पाकिस्तानला भेट देणार आहेत. एप्रिल २००७ साली १४वी परिषद भारतात भरणार आहे.

या संदर्भात दक्षिण आशियाची मांडणी (set-up) आपण लक्षात घेतली पाहिजे. दुसऱ्या महायुद्धाच्या अंतापर्यंत हा प्रदेश इंग्रजी सत्तेच्या प्रभुत्वाखाली होता. पण स्वातंत्र्य मिळाल्यानंतरच्या काळात विकास योजना अमलात आणताना आणि देशात स्थैर्य निर्माण करताना या राष्ट्रांना अनेक समस्यांना तोंड द्यावे लागले. यातील काही राज्यांत लोकशाही पद्धतीने मूळ धरले होते, व त्यांची वाटचाल सुरू होती. उदा. श्रीलंका, भारत, पण काही राज्यात लोकशाहीचे प्रयोग चालू होते. उदा. बांगला देश, पाकिस्तान. या राज्यात केंद्रीकरणाने लोकांना राज्यकारभारात सामील होता आले.

अनेक समस्यांपैकी एक म्हणजे, राज्याच्या अभंगत्वाला व एकतेला (unity integrity) धोका निर्माण होत आहे. भिन्न भिन्न वंश, जातिजमाती, आर्थिक असंतोष, राजकीय दुरावा (alienation) आणि सामाजिक मागासलेपणा यामुळे राष्ट्रीय जडणीघडणीला व विकासाला अनेक आव्हाने निर्माण झाली. यातील काही आव्हाने बाह्य प्रदेशातून येत आहेत. उदा. काश्मीर समस्या. बाह्य आव्हानाला (external dangers) यशस्वीरीत्या तोंड दिल्यानंतर, राज्याच्या राज्यघटनेच्या चौकटीत, या समस्या सोडविण्याचा प्रयत्न करण्यात येत आहे. उदा. भारतातल्या ईशान्येकडील घटक राज्ये, पाकिस्तानच्या वायव्य सरहद्द भागातील, बलुचिस्थान राज्य. पण बाह्यशक्ती (forces) कठीण आणि जबरदस्त असतील तर या समस्या जास्त जटिल व गुंतागुंतीच्या होतात. व त्याला आंतरराष्ट्रीय स्वरूप प्राप्त होते. उदा. काश्मीर.

या प्रदेशातील चिंतेची आणखीन एक बाब म्हणजे आर्थिक, राजकीय आणि भू-राज्यीय (geo political) कारणांमुळे कळून, न कळून काही राज्ये दहशतवादाला प्रोत्साहन देत आहेत. त्यामुळे खरेखुरे दहशतवादी गट कोणते आणि राज्यपुरस्कृत गट (sponsored) कोणते हे ओळखणे कठीण झाले आहे. या सर्व प्रतिकूल गोष्टी सार्क सभेच्या कामकाजात, प्रगतीत अडथळा आणत आहेत; व ही सभा ज्या कारणाकरिता स्थापन झाली आहे, त्यात यश प्राप्त होत नाही.

आता दक्षिण आशियातील राजकीय परिस्थितीचा विचार केल्यास, एक गोष्ट लक्षात येते की यातील राज्यात अंतर्गत संघर्ष, वाद बराच काळचा आहे. उदा. श्रीलंका, नेपाळ. त्याचप्रमाणे या भागात बऱ्याच फुटीरवादी चळवळी कार्यान्वित आहेत, उदा. ईशान्य भारत, भूतान, श्रीलंका. या चळवळी, दहशतवादाचे हत्यार म्हणून उपयोग करत आहेत. तसा हा प्रदेश दहशतवादी कारवायांचा प्रदेश म्हणून

ओळखला जात नव्हता. पण १९८० नंतर यांतील बहुतेक फुटीरवाद्यांना जागतिक स्तरावरील राजकीय, आर्थिक जाळ्याकडून (net work) आर्थिक आणि राजकीय पाठिंबा मिळविला, उदा. अल कायदा. आपल्या तत्त्वप्रणालीचा प्रचार चालू ठेवला. याची कारणेही स्पष्ट होती. एक तर या चळवळी स्थानिक स्वरूपाच्या आहेत, व येथील कार्य करणारे पण स्थानिक भागातीलच आहेत, उदा. काश्मीरमधील फुटीरवादी चळवळ. जोपर्यंत या नेत्यांनी पाश्चिमात्य व्यासपीठाचा उपयोग करून पाठिंबा मिळवून त्या सफल बनविण्याचा प्रयत्न केला, व आपल्या चळवळींना आकार दिला, तोपर्यंत पाश्चिमात्य देशांनी या चळवळींकडे विशेष लक्ष दिले नाही. त्याकडे दुर्लक्षच केले.

त्यामुळे या आंतरराष्ट्रीय आर्थिक आणि राजकीय जाळ्याकडे हे नेते ओढले गेले. उदा. अल कायदा, लष्कर ए तोयबा, वगैरे.

पण १९९० नंतर या प्रदेशांचे राजकीय चित्र बदलत आहे. अफगाणिस्तानमध्ये तालिबानचा उदय आणि कारकीर्द, आणि तेथील मूलतत्त्ववाद्यांना पाकिस्तानचा पाठिंबा यामुळे या चळवळी जास्त आक्रमक बनल्या आहेत. याचे जगातील इस्लामी अतिरेक्यांबरोबर निकटचे संबंध आहेत. या सर्व कारणांमुळे हा प्रदेश जागतिक दहशतवादाचे चराऊ कुरण बनला आहे. ९/११ च्या अमेरिकेतील हल्ल्यात या प्रदेशातील अतिरेक्यांचा सहभाग होता असे आता सिद्ध झाले आहे. त्यात आणखी एक खळबळजनक घटनेची भर पडली आहे. १९९८ साली भारत आणि पाकिस्तान ही राष्ट्रे अण्वस्त्रेधारी बनली आहेत. त्यामुळे काश्मीर तंटा हा जास्त व्यापक आणि गंभीर स्वरूप धारण करेल. श्रीलंकेतील दीर्घकाळ चाललेल्या संघर्षाने अत्यंत ती स्वरूप धारण केले आहे.

दहशतवाद आता जागतिक समस्या बनली आहे. ९/११ च्या अमेरिकेतील दहशतवादी हल्ल्याने, आंतरराष्ट्रीय दहशतवाद हा समाजव्यवस्थेचा एक भाग बनला आहे, असे काही अभ्यासकांचे मत आहे. अशा प्रकारचे दहशतवादी जाळे (terrorist-networks) हा एक प्रकारचा दहशत-उद्योग (enterprise) बनला आहे व मानला जात आहे, कारण संघटनात्मक ताकद आणि पायाभूत साधनसामग्री (intra-structural resources) आणि बहुराष्ट्रीय जाळे, यांच्या नेत्यांच्या पदरी असल्याने अनेक कुख्यात दहशतवादी गट त्यांच्या आज्ञेत आहेत. याचे प्रसिद्ध उदाहरण म्हणजे अल कायदा ही दहशतवादी संघटना. त्यांच्याजवळचा पैसा हा मादक पदार्थांची तस्करी करून मिळविला आहे.

यामुळे आंतरराष्ट्रीय आणि प्रादेशिक दहशतवादाविरुद्ध जागतिक आणि प्रादेशिक करार केले जात आहेत. प्रादेशिक करारात आणि समझोत्यावर

(agreements) स्थानिक गोष्टींवर भर दिला जातो व हे करार जास्त व्यापक स्वरूपाचे केले जात आहेत. व्यक्ती अपहरण, ओलिसांची धरपकड, बेकायदेशीरपणे घेतलेला विमानांचा ताबा, बॉम्बहल्ले याविरुद्ध हे करार होते. दहशतवादी कृत्यांना पैशाचा पुरवठा करणाऱ्याविरुद्ध देखील कारवाई केली जाणार होती. इतके दिवस १९७० पर्यंत दहशतवादी कोण, याविषयी वाद चालत होता, पण आता सार्कच्या शिखर संमेलनात आता एका गोष्टीवर लक्ष केंद्रित केले गेले. ती गोष्ट म्हणजे दहशतवादाचे पूर्ण निर्मूलन करणे आणि अशा घटनांचा बंदोबस्त करणे.

दक्षिण आशियाई प्रदेशात संघर्ष, तंटे यांच्या अनेक घटना घडल्या व अनेक प्रसंग घडले आहेत. या सर्वांचा परिणाम, सार्क संघटनेच्या कामकाजावर होणे अपरिहार्य होते. म्हणून या संघटनेच्या काही मूलभूत गोष्टी आपल्या कार्यपद्धतीकरिता स्वीकारल्या. कारण या भागात सहकार्याचे वातावरण कमी तर संघर्ष, तंटा, वितुष्ट यांचे वातावरण जास्त. त्यामुळे सार्क परिषदेत द्विपक्षीय समस्या, तंटा, वादविवाद हे सर्व चर्चा करण्यास परिषदेबाहेर ठेवण्यात आले.

याच्या तुलनेने महत्त्वाचे मोठे प्रश्न, स्थानिक हितसंबंध याकडे जास्त लक्ष दिले. त्यामुळे द्विपक्षीय कोणत्याच समस्येची येथे चर्चा होऊ शकणार नव्हती. पण मागील दाराने द्विपक्षीय समस्यांची चर्चा होतच राहिली व त्यामुळे सार्कच्या ठरावाच्या या कलमाचा उपयोग झाला नाही. परिषदेच्या बैठकीत परस्परांच्या क्षुल्लक घटना, उखाळ्या पाखाळ्या यांना प्राधान्य मिळत गेले.

पण परिषदेच्या पहिल्या बैठकीत दहशतवादाच्या समस्येला प्राधान्य देण्यात आले. सर्व प्रकारच्या दहशतवादी कृत्यांचा निषेध करण्यात आला. या अशा घटनांना प्रतिबंध करणे, त्यांचा बंदोबस्त करणे व निर्मूलन करणे, यांचा दुसऱ्या शिखर-परिषदेच्या वेळी घोषणापत्रात उच्चार करण्यात आला. १९८७ साली तिसरी शिखर परिषद भरण्याच्या काळापर्यंत दहशतवादाचा नायनाट करणे, त्यांचा पूर्ण बंदोबस्त करणे, या अर्थाचा ठराव तयार झाला होता; त्यावर सर्व सभासद राष्ट्रांनी लगेच सह्या केल्या व तो संमत केला.

या ठरावातील मुख्य तरतुदी कोणत्या असू शकतील याची आपणास कल्पना येईल. ज्याला दहशतवादी कारवाया म्हणतो त्या कोणत्या प्रकारच्या आहेत, याचा तपशील या ठरावात दिलेला आहे, बेकायदेशीरपणे विमानाचा ताबा घेणे, हवाई प्रवाशांच्या सुरक्षेला धक्का पोहोचविणे, आंतरराष्ट्रीय संरक्षित (internationally protected) व्यक्तीविरुद्ध गुन्हे करणे, हत्या करणे, कत्तल करणे, ओलिसांना पकडणे वगैरे. पण सार्क परिषदेच्या या ठरावात नेमके गुन्हे कोणते (specific) हे स्पष्ट केलेले नाही, उदा. राजकीय गुन्हे कोणते हे स्पष्ट केलेले नाही. प्रादेशिक दहशतवादी

करारात अगदी स्पष्ट करण्यात आलेले गुन्हे, सार्कच्या ठरावात राजकीय गुन्हे, हे राजकीय उद्देशाने केलेले गुन्हे या सदरात घातलेले आहेत व पळवाटा ठेवलेल्या आहेत. एखादी हत्येची दहशतवादी घटना, राजकीय घटना, या सदराखाली घालता येते. काश्मीरमधील केलेल्या हत्या या राजकीय गुन्ह्याच्या सदरात घालता येतात. तीच गोष्ट प्रर्त्यापणाची आहे.

एखाद्या दहशतवाद्याला एका देशातून दुसऱ्या देशात हस्तांतरण करणे, याला प्रत्यार्पण असे (extradition) असे म्हणतात. दोन राष्ट्रांत याविषयी करार झाला असल्यास व ठरलेल्या काही अटी असल्यास त्यात हिंसाचाराची अट (violence) घालावी असे, सार्कच्या ठरावात नमूद करण्यात आले आहे. दोन राज्यांत अशाप्रकारे करार झाला नसल्यास, सार्कचा या विषयावरील कराराचा आधार घेऊन कारवाई करावी असे स्पष्ट करण्यात आले आहे.

सभासद राज्यांत कशा प्रकारचे व किती व्यापक प्रमाणात सहकार्य केले जावे याचाही उल्लेख ठरावात करण्यात आलेला आहे. प्रत्येक राज्याच्या कायद्यांनुसार योग्य अशा प्रतिनिधिक मंडळांबरोबर चर्चा करून, गुप्त माहिती, बातम्या व अन्य तपशील, यांची देवाणघेवाण केली जावी. योग्य उपाय योजण्याबाबत, सावधगिरी बाळगण्याबाबत, की जेणे करून दहशतवादी कारवायांना आळा बसेल, अशाप्रकारे परस्परांना सूचना देऊन सहकार्य करावे. काठमांडू येथील सार्कच्या सचिवालयात या सर्वत्र गुन्ह्यांची तपशीलवार नोंद करण्याकरिता व त्यावर पाळत ठेवण्याकरिता संगणकाची (desk) व्यवस्था करण्यात आली आहे.

हा करार बराच व्यापक आहे, पण काही अभ्यासकांच्या मते, या ठरावात नेमकेपणाचा (specific) अभाव आहे; उदा. १९९८ चा अरब राष्ट्रांचा या विषयावरील ठराव (Arab-convention) हा दहशतवादी कृत्यांचा बंदोबस्त कसा करावा हे या करारात स्पष्ट करण्यात आले आहे.

दहशतवाद हे असे कृत्य आहे – ज्यात हिंसाचाराची धमकी (threat) असते, लोकांची सुरक्षा, स्वातंत्र्य, प्राण यांना धोका पोहोचविणारे, किंवा इजा करून, व घबराट, भीती निर्माण करणारे, सामूहिक, किंवा व्यक्तिगत स्वरूपात, स्वार्थ साधण्याकरिता केलेले, कृत्य किंवा कृत्ये, म्हणजेच दहशतवाद. यातील लक्षणीय भाग म्हणजे अरब राष्ट्रांच्या (states) प्रादेशिक एकतेच्या संदर्भात, परकीय आक्रमण, प्रदेशांचा ताबा याविरुद्ध स्वयंनिर्णयाकरिता, स्वातंत्र्याकरिता केलेली कारवाई, कृत्ये, लढा, दहशतवाद या सदरात मोडणार नाही. इस्राइलने काही अरब प्रदेश बळकावला आहे. या संदर्भात हे कलम अर्थपूर्ण आहे. सार्कच्या ठरावात हा नेमकेपणा नाही.

सार्कच्या स्थापनेपासून मोठ्या समस्यांना परिषदेला तोंड द्यावे लागले, भारत-पाकिस्तानमधील वैरभाव, श्रीलंकेतील हत्या, नेपाळमधील माओवाद या समस्यांमुळे असे घडले असावे व याकडे दुर्लक्ष झाले असावे. भारताला अशा प्रकारच्या अंतर्गत समस्यांना सतत सामोरे जावे लागले आहे. त्यातून ज्या ज्या प्रश्नात वादग्रस्त तंट्यात मतभेद आहेत. अशा विषयात, भारतावर सामूहिक दबाव आणण्याची व या व्यासपीठाचा अन्य राष्ट्रांनी दुरुपयोग करण्याची भारताला सतत भीती वाटते. याउलट भारताने पाठिंबा दिला नाही तर भारताचे धोरण प्रादेशिक सहकार्याच्या विरोधी आहे, असे चित्र निर्माण होते. यातील आणखीन एक मुद्दा म्हणजे भारताने या संघटनेत प्रमुख, महत्त्वाचे स्थान पटकवावे याचे पाकिस्तानला वैषम्य आहे. त्यामुळे पाकिस्तानने सुरुवातीपासूनच सहकार्य न करण्याचे धोरण स्वीकारले आहे.

पण आता सर्वांना असे जाणवू लागले आहे की ९/११ च्या अमेरिकन दहशतवादी घटनेनंतर सार्क सभेला जाग आलेली आहे. सार्क सदस्यांनी आपल्या ठरावाला नवजीवन दिले आहे. ११ वी सार्क शिखर परिषद, ३ वर्षाच्या अवधीनंतर काठमांडूला भरली होती. (२००२) या परिषदेत दहशतवादाच्या चर्चेला, विवादाला प्राधान्य देण्यात आले, व हे अपेक्षित होते. सध्या वर्तमानकाळातील वास्तविकता (realities) लक्षात घेऊन, सार्क ठरावात फेरबदल केले पाहिजे. याची वाढती जाणीव सार्क सदस्यांना होत आहे. आणखी महत्त्वाची गोष्ट म्हणजे, याला सर्व सदस्यांनी एकमुखी संमती दर्शविली आहे. यात एक मूलभूत गोष्टीचा विचार झाला पाहिजे, की पुन्हा पहिल्या कराराची पुनरावृत्ती होता कामा नये. द्विपक्षीय कराराला व कराराच्या चर्चेला प्रतिबंध करून कामकाजात अडसर निर्माण करणार का? यात बदल केले जाणार महत्त्वाचे आहे. अशा परिस्थितीत, सार्क परिषदेच्या बाहेर, या समस्या हाताळण्याकरिता, काहीतरी व्यवस्था (arrangements) करणे जरुरीचे आहे. श्रीलंका सरकार आणि तमिळ बंडखोर यांच्या तंट्यात नॉर्वे देशाच्या प्रतिनिधीने केलेली मध्यस्थी हे एक चांगले उदाहरण आहे. अशा प्रकारच्या व्यवहारात, मध्यस्थीत, परस्परांना जास्त रस असेल. व्यवहारी विषयपत्रिका समोर असल्याने (practical approach) त्यात काही प्रमाणात स्वायत्तता देखील असेल.

आता २१ व्या शतकातील मूल्ये विचारात घेऊन धोरण व्यवहार, आणि मजकूर यात लक्षणीय फेरबदल करावयाचा झाल्यास, दहशतवाद आणि प्रथम दहशतवादी कृत्ये यांचा सुस्पष्ट व्याख्येचा प्रथम विचार करावा लागेल.

प्रकरण १२ वे

प्रसारमाध्यमे आणि दहशतवादी घटना

१९८० ते २००० पर्यंतच्या खळबळजनक दहशतवादी घटना
दहशतवादी घटना आणि प्रसारमाध्यमे

दहशतवादाची साथ आता जगभर पसरलेली आहे. ९ जुलैला मुंबईला बॉम्बहल्ला झाल्याची भयानक घटना घडल्यानंतर वर्तमानपत्रात मोठमोठे मथळे झळकतात. दूरदर्शनवर त्याचे प्रक्षेपण केले जाते व घटना सांगितली जाते व या गप्पा पण अभिनयासकट सांगितल्या जातात. आकाशवाणीवर अशा घटनांचे तिखटमीठ लावून वर्णन केले जाते. इंग्लंडच्या माजी पंतप्रधान श्रीमती मार्गारेट थॅचर म्हणतात त्याप्रमाणे प्रसिद्धी हे दहशतवाद्यांचे अन्न आहे, तर दहशतवादी वृत्तांत प्रसारमाध्यमांचा जिव्हाळ्याचा विषय आहे. कुप्रसिद्ध अरब दहशतवादी नेता ओसामा बिन लादेन अल्-जजीराच्या दूरदर्शन वाहिनीवरून सतत दहशतवादी घटनांचा तपशील कथन करत असतो.

समाजजीवनात आर्थिक, राजकीय आणि सामाजिक हेतू पूर्ण करण्यासाठी वृत्त एकत्रित करून त्याचा प्रसार विविध मार्गाने करण्याचे कार्य प्रसारमाध्यमांकडून केले जाते. इलेक्ट्रॉनिक्स ज्ञान जास्त विकसित झाल्यामुळे उदा. इंटरनेट, ई-मेल, हे कार्य जास्त विस्तृत प्रमाणात अधिक वेगाने होत आहे. त्याचप्रमाणे ही प्रसारमाध्यमे समाजातील घटकांना सहजपणे उपलब्ध होत असल्याने व सर्वसामान्य माणूस त्यावर अवलंबून राहू लागल्यामुळे त्याचा प्रभाव जास्त व्यापक प्रेरक, परिणामकारक ठरत आहे. आपले सामाजिक, राजकीय उद्दिष्ट दहशतवादी हिंसाचाराने साध्य करणाऱ्या दहशतवाद्यांच्या नजरेतून ही गोष्ट सुटलेली नाही. याच कारणामुळे गेल्या ३५ वर्षांत जगाला हादरवून सोडणाऱ्या घटनांत प्रचंड वाढ झालेली आहे. जगाच्या सर्व भागात बॉम्बस्फोट घडवून महत्त्वाच्या व्यक्तीचे (V. I. P.) अपहरण करणे, गोळ्या घालून हत्या करणे, विमान पळविणे, पोलिसांना बंदिस्त करणे, बसप्रवाशांवर

बेछूट गोळीबार करणे, विमानात टाइम बॉम्ब ठेवणे इ. दहशती कृत्यांचा धडाका सुरू झाला आहे. असेही म्हटले जात आहे की दहशतवादी आणि प्रसारमाध्यमे ही सहजीवी (symbiotic) बनले आहेत. अतिरेकी आपली उद्दिष्टे, मागण्या, ध्येय, धोरण यांचे समर्थन करण्याकरता प्रसारमाध्यमांवर अवलंबून आहेत तर प्रसारमाध्यमे दहशतवादी घटनांचे वृत्त तिखटमीठ लावून त्याचप्रमाणे अतिरंजित स्वरूपात मांडून अधिकाधिक लाभांश उपटण्याकरिता जीवाचे रान करीत आहेत. या जनसंपर्क माध्यमात दूरदर्शन, आकाशवाणी, वर्तमानपत्रे, नियतकालिके, पत्रिका, पुस्तके आणि चित्रपट यांचा समावेश होतो. त्यांच्यात आता इंटरनेट, मोबाईल, फोन, संगणक यांची भर पडली आहे.

प्रसारमाध्यमांचे कार्य – प्रसारमाध्यमे दहशतवादी घटनांचा वृत्तांत देताना त्यांची सामाजिक, शैक्षणिक, राजकीय उद्दिष्टे पार पाडली जातात याची काळजी घेतात. जनप्रसारमाध्यमांचे कार्य सामान्यपणे पुढीलप्रमाणे आहे. एकतर आंतरराष्ट्रीय स्तरावर विविध क्षेत्रात ज्या घडामोडी होतात, त्याचप्रमाणे राष्ट्रीय स्तरावर ज्या काही घटना घडतात त्या सर्वसामान्य माणसापर्यंत पोहोचविणे. दुसरे कार्य निष्कर्षात्मक असते. घटनांचे योग्य अन्वयार्थ लावण्यासाठी, योग्य ते विषय व मजकुराची निवड करणे म्हणजेच अप्रत्यक्षपणे निष्कर्षाचे निकष उपलब्ध करून देणे. थोडक्यात म्हणजे मूल्यमापन करण्यास व टीकात्मक दृष्टिकोन स्वीकारण्यास आवश्यक ती साधने उपलब्ध करून देणे. तिसरे कार्य शैक्षणिक आहे. सर्व व्यापक वारसा व परंपरा एका पिढीकडून दुसऱ्या पिढीपर्यंत पोहोचवण्याचे कार्य प्रसारमाध्यमे करतात. त्याचप्रमाणे सामाजिक ध्येये व मूल्ये यांची व्याख्या करून त्यांचे स्पष्टीकरण करण्याचे कार्यदेखील प्रसारमाध्यमाकडून केले जाते. चौथे कार्य प्रतिक्रियात्मक असते. विविध प्रकारची मते, विचार व कल्पना यांची देवाणघेवाण करण्याकरिता एक प्रकारचे सार्वजनिक व्यासपीठ उपलब्ध करून देण्याचे कार्य प्रसारमाध्यमे करतात. पाचवे कार्य मनोरंजनात्मक आहे. करमणूकप्रधान मजकूर, साहित्य उपलब्ध करून देऊन मानसिक ताण कमी करणे, व्यक्तीला आनंद प्राप्त करून देणे, हे कार्य करत असताना प्रबोधनाचे कार्य करणे.

दहशतवादी–हिंसाचाराचे प्रसिद्धी उद्देश – दहशतवादी हिंसाचारी कृत्यांची बातमी छापण्याची व प्रसारक्षमता जनप्रसारमाध्यमांकडे असल्याने दहशतवाद्याच्या अपेक्षेप्रमाणे सामाजिक दर्जात, दबाव (impact) निर्माण करण्याची क्षमता प्रसार–माध्यमाकडे आहे. विविध तत्त्वप्रणालीनुसार दहशतवादी प्रेरित असतात. पहिला टप्पा म्हणजे डावपेचाच्या दृष्टिकोनातून योग्य अशा लक्ष्यांवर आघात करणे, दुसरा टप्पा म्हणजे दहशत निर्माण करण्याकरिता केलेल्या दहशतवादी कृत्यांचा प्रसार

करणे. शेवटच्या टप्प्यात सत्ताफल निष्पत्तीचे (power out come) हे कार्य असते. यात सत्ताबदल अभिप्रेत असतो. नेपाळमध्ये असाच सत्ताबदल काही महिन्यांपूर्वी झालेला आहे. पहिल्या टप्प्यापासून शेवटच्या टप्प्यापर्यंत प्रवास करीत असताना, दहशतवाद्यांना प्रसारमाध्यमांवर अवलंबून राहावे लागते. कोणती दहशतवादी कारवाई करताना, कोणते डावपेच लढवायचे असतात, हे त्या विशिष्ट कृत्यावर अवलंबून असते. यात शासनाचा षंढपणा चव्हाट्यावर आणण्याचा उद्देश असतो. अत्यंत काळजीपूर्वक निवडलेल्या लक्ष्यापाठीमागे घटना घडल्यानंतर स्थूलमानाने लोकांकडून सहानुभूती मिळविण्याच्या दहशतवाद्यांचा इरादा असतो. अर्थात अशा कृत्यांचे समर्थन करता यावे, याची पण दहशतवाद्यांकडून काळजी घेतली जाते. उदा. तेहरानमध्ये अयातुल्ला खोमेनीच्या आदेशानुसार एक वर्षभर बंदिस्त केलेले अमेरिकन परराष्ट्र कचेरीतील ओलीस व्यक्ती. अमेरिकन शासनाने इराणच्या शहाचा अमेरिकेतील मालमत्ता गोठवली होती. दहशतवादी कृत्यांमुळे राज्यसरकारची बदनामी होते. कारण राज्यसरकार दडपशाही करते किंवा करणे भाग पडते त्यामुळे दहशतवादी शूरवीर समजले जावेत अशी दहशतवाद्यांची अपेक्षा असते. अर्थात हे नेहमी शक्य नसते. कारण निरपराध स्त्री-पुरुष बळी गेल्यानंतर दहशतवादी बदनाम होतात. छापील अक्षर व इलेक्ट्रॉनिक्स प्रगत साधने (इंटरनेटसकट) ही दहशतवाद्यांची जमेची साधने आहेत.

अधिकाऱ्यांचा दृष्टिकोन – एखादी दहशतवादी घटना घडल्यानंतर आरोपीला अटक करणे, कमीतकमी प्राणहानी होईल याची काळजी घेणे, आरोपींना अटक केल्यानंतर त्यांच्यावर फौजदारी खटला भरून शिक्षा ठोठावणे हे अधिकाऱ्यांचे काम असते. शक्य असल्यास दहशतवादी घटना घडण्यापूर्वीच दहशतवाद्यांना अटक करून दहशतवादी घटना घडू न देणे हे पण काम पोलीस अधिकाऱ्यांचेच असते. दहशतवादी कारवायांमुळे काहीच साध्य होत नाही, हे दहशतवाद्यांच्या गळी उतरविले जाते. या सर्व प्रक्रियेत प्रसारमाध्यमांचे सहकार्य आवश्यक असते. १२ मार्च १९९३ साली मुंबईत अनेक बॉम्बस्फोट दहशतवाद्यांनी घडवून आणले. त्यात अनेक व्यक्ती मारल्या गेल्या. त्यातील अनेक आरोपींना अटक करण्यात आली. त्यांच्यावर खटले भरण्यात आले व आता शिक्षा देण्यात आल्या आहेत. अर्थात या गोष्टीला फारच अवधी लागला.

लोकशाही राज्यव्यवस्थेत सरकारला आपले ध्येयधोरण जनतेपर्यंत पोहोचविणे गरजेचे असते. सरकारने दहशतवादाविरुद्ध दाखविलेला खंबीरपणा आणि उचललेली पावले, जनतेच्या नजरेस आणावी लागतात. आणखीन एक मुद्दा, कोणतीही स्वतंत्र

पत्रकारिता, सरकारी री ओढत नाही. गुजरातमध्ये अल्पसंख्याकांविरुद्ध काही वर्षांपूर्वी जो हिंसाचार केला गेला, त्यावर सर्व वर्तमानपत्रांनी मोठी कठोर टीका शासनावर केली. लोकशाही राज्यपद्धतीत स्वतंत्र प्रसारमाध्यमे असणाऱ्या समाजव्यवस्थेचे विविध विचारप्रवाह व विविध मते यांना वाव दिला जातो. सरकारचे सर्वच मार्ग बरोबर आहेत, हे प्रसारमाध्यमे मान्य करत नाहीत.

लोकशाही समाजव्यवस्थेत मुद्रणस्वातंत्र्याची हमी दिलेली असते. अशा समाजरचनेत दहशतवादी हिंसाचाराला प्रसारमाध्यमांत स्थान देत असताना चार प्रकारच्या समस्या निर्माण होतात. पहिली समस्या दहशतवादी कृत्यांचे वृत्त छापल्यानंतर किंवा त्याचे प्रसारण झाल्यानंतर अशा प्रकारच्या हिंसाचाराचे अनुकरण होण्याची व अशा हिंसाचाराला खतपाणी मिळण्याची शक्यता असते. दुसरी गोष्ट म्हणजे प्रसारमाध्यमात हिंसाचाराला फाजील स्थान दिल्यास घबराट निर्माण होण्याचा संभव असतो. तिसरा मुद्दा म्हणजे घबराटीमुळे गुन्हेगाराचा हेतू साध्य होतो व सरकारची दडपशाही वाढून इतर सामाजिक दुष्परिणाम घडून येतात. नेपाळच्या राजाने माओवाद्यांवर जे अत्याचार केले. त्यामुळे अनेक वाईट परिणाम घडून झाले व सामान्य जनतेला रोजचे जीवन जगणे अवघड झाले. चौथा मुद्दा दहशतवादी हिंसाचाराचे वृत्त सतत येत राहिल्यास किंवा त्याचे प्रसारण झाल्यास लोकांची हिंसाचाराविषयीच्या तिरस्काराची भावना बोथट होत जाते. काश्मीरमध्ये दर आठवड्यातून दोन-तीन दहशतवादी घटना घडल्याने आता त्याचे काहीच वाटेनासे झाले आहे. इराकमध्ये रोज कारबॉम्बस्फोटामध्ये कित्येक माणसे मरण पावत असल्याने आता माणसे या बातम्या वाचतदेखील नाहीत. शेवटचा मुद्दा म्हणजे प्रसारमाध्यमांत अशा कृत्यांना अवाजवी स्थान दिल्यामुळे कायदा व अंमलबजावणी अधिकाऱ्यांच्या कामात अडथळा येतो. ओलिसांच्या जीवाला धोका पोहचतो.

हिंसाचाराची साथ पसरण्याचा धोका : काही अभ्यासकांच्यामते प्रसारमाध्यमांनी दहशतवादी हिंसाचाराला प्राधान्य दिल्यामुळे अधिकाधिक घटना घडण्यास उत्तेजन मिळते. भडक मथळे, भीतिदायक छायाचित्रे, दहशतवाद्यांच्या लांबलचक मुलाखती यामुळे दहशतवादाचा विजय होतो. L. T. T. E.चा प्रमुख प्रभाकरन्, नेपाळमधील माओवाद्यांचा प्रमुख प्रचंड यांच्या मुलाखती B. B. C. ने प्रसिद्ध केल्यामुळे त्यांना फाजील प्रसिद्धी मिळत गेली. आसाममधील उल्फा या दहशतवादी गटाला अशाच प्रकारचे गुन्हे करण्याचे धाडस झाले. पण या उपपत्तीविरुद्ध दुसरी उपपत्ती पण मांडली जाते. दूरदर्शनवर किंवा वर्तमानपत्रात एखाद्या दहशतवादी घटनेचा तपशीलवार वृत्तांत आल्यानंतर अधिकाऱ्यांच्या कुशलतेमुळे, कार्यक्षमतेमुळे,

धैर्यामुळे दहशतवादी गटाला असे अपयश आले, हे दूरदर्शनवर बघून किंवा त्यांचा वृत्तांत वाचून, ऐकून काही नवशिके दहशतवादी हिंसाचार करण्यास धजणार नाहीत. अशांना निरुत्साही करण्यात प्रसारमाध्यमांचे कार्य उपयुक्त ठरू शकते. पंजाबमध्ये शीख खलिस्थानी दहशतवाद्यांना संपविण्याचे कार्य के. पी. एस. गील या पोलीस अधिकाऱ्याने अत्यंत प्रभावीपणाने केल्यामुळे तेथील दहशतवाद संपुष्टात आला आहे. या दृष्टीने प्रसारमाध्यमे प्रतिबंधक ठरू शकतात.

दहशत वातावरण निर्मिती : दहशतवादी कृत्यांचे वर्णन, दृश्य स्वरूपात किंवा छापील अक्षरांच्या द्वारे प्रसारमाध्यमात सादर केले जाते. यात सरळ, व्यापक समस्या कोणती निर्माण होत असेल तर दहशतीचे किंवा भीतीचे वातावरण तयार होते. अर्थात अशा प्रकारचे वातावरण निर्माण व्हावे हाच हेतू या कृत्यापाठीमागे असतो आणि त्यामुळे अफवा पसरविण्यास मदत होते.

निरप्रभावीकरण (Immunisation) : दहशतवादी घटनांचा तोच तोच वृत्तांत ऐकून किंवा तीच तीच दृश्ये बघून ठराविक प्रकारच्या मुलाखती ऐकून, निरप्रभावीकरण होते. थोडक्यात म्हणजे मन हिंसाचाराला निर्ढावते. त्याची सवय होते. याचे तीन प्रकारे स्पष्टीकरण होते. प्रथमतः अशा वृत्तांना प्रसारमाध्यमात सतत स्थान मिळत राहिल्याने सोशिकपणाची मर्यादा वाढत जाते.

जीवनाची एक वस्तुस्थिती म्हणून स्वीकारण्याची प्रवृत्ती वाढीस लागते. प्रसारमाध्यमातील सततच्या प्रसिद्धीमुळे जर सामाजिक प्रतिष्ठा, आर्थिक यश किंवा राजकीय महत्त्व प्राप्त झाल्यास त्याप्रमाणे त्याच्या तथाकथित शूरपणामुळे लैंगिक आकर्षण निर्माण होत असल्यास हिंसाचाराला विरोध करण्याची प्रवृत्ती गुळगुळीत होऊ शकते. चार्लस् शोभराज या गुन्हेगाराला प्रसारमाध्यमांनी भरमसाट प्रसिद्धी दिल्यामुळे त्याच्याभोवती एक अद्‌भुत वलय निर्माण झाले. त्याने तुरुंगात सेवकावर आपला प्रभाव पाडला व तो निसटून जाण्यात यशस्वी झाला. त्याच्यावर काही तरुणी प्रेम करू लागल्या व त्याची मूळची गुन्हेगारी प्रतिमा अदृश्य होऊ लागली.

या संदर्भातील दुसरा मुद्दा म्हणजे दहशतवादी व्यक्ती विक्षिप्त (crazy) समजल्या जातात. त्यामुळे अशा व्यक्ती सामाजिक नियंत्रणापलीकडील आहेत असे वर्णन केले जाते. यातील तिसरा मुद्दा म्हणजे दहशतवादी हिंसाचाराचे, त्याच्या घातक परिणामांचे चित्रण अमूर्त व व्यक्ती विरहित (impersonal) असते. उदा. १९७९ साली तेहरान येथील अमेरिकन परराष्ट्रातील नागरिक बंदिस्त केल्यानंतर व्यक्ती म्हणून त्याचे वर्णन न करता केवळ ओलीस म्हणून वर्णन केले गेले. त्यामुळे अशा व्यक्तीचे नाव, गाव, कुटुंब, चेहरा हे सर्व विसरून केवळ ओलीस म्हणूनच

त्यांच्याकडे बघितले गेले. याचा परिणाम असा होतो की लोकांचा क्रोध केवळ राजकीय गुंतागुंतीकडेच केंद्रित होतो. मानवी भावना मूल्ये, ओलिसाबद्दल वाटणारी सहानुभूती याकडे दुर्लक्ष होते.

दोन परिणाम : अर्थात याचे पण दोन परिणाम संभवतात. लोकांमध्ये हिंसाचाराविषयी जो एक संथपणा आलेला असतो, तो नाहीसा करून हिंसाचाराचा दबाव (impact) तीव्र करण्याकरिता, हिंसाचाराची तीव्रता व कठोरता यांची व्याप्ती वाढविण्याकरिता अधिक अधिक व्यक्ती दहशतवादी हिंसाचाराचा आश्रय घेण्याची शक्यता नाकारता येत नाही. काश्मीरमध्ये जे हिंसाचाराचे चित्र आहे त्याबाबत असे घडत आहे. दुसरा मुद्दा म्हणजे निरप्रभावित (immunisation) घडेलच असे नाही. प्रसारमाध्यमातील हिंसाचाराच्या स्थानामुळे अशा वृत्तीला विरोध होण्याची शक्यता नाकारता येत नाही. दहशतवाद्यांना प्रसारमाध्यमांचे कार्य समतोलपणाचे हवे असते. त्यात असमतोलपणा निर्माण होण्याची शक्यता असते. दहशतवाद्यांना अर्थातच हे नको असते. एखादी विमान अपहरणासारखी घटना घडत असताना प्रसारमाध्यम त्याचे प्रसरण व प्रकटीकरण करत असते. दहशतवाद्यांचा आपल्या धोरणांना आणि उद्दिष्टांना प्रसिद्धी मिळवणे हा उद्देश असतो. आपले बळ अजमावण्यासाठी इच्छा, लोकांचे लक्ष आपल्याकडे वेधून घेण्याची ही उत्कृष्ट संधी प्राप्त होत असते. अशा प्रसंगी कायदा अंमलबजावणी अधिकारी व प्रसारमाध्यमांचे प्रतिनिधी यांच्यात मोठा संघर्ष होण्याची शक्यता असते.

प्रसारमाध्यमांची लुडबुड : संघर्षाचा दुसरा विषय म्हणजे काहीकाही वेळा प्रसारमाध्यमांद्वारे दहशतवाद्यांना अप्रत्यक्षपणे चिथावणी दिली जाते व एकंदर परिस्थिती चिघळण्यास प्रसारमाध्यमांचे साहाय्य होते. या संदर्भातील आणखीन एक महत्त्वाचा मुद्दा-कायदा अंमलबजावणी अधिकाऱ्यांच्या दहशतवाद्यांबरोबर वाटाघाटी चालू असताना, प्रसारमाध्यमांच्या प्रतिनिधींकडून वारंवार हस्तक्षेप झाल्यास त्यांच्यात संघर्ष उडण्याची शक्यता असते. आपल्या स्वत:च्या प्राणाची बाजी लावून आपल्या कठोर व बंडखोरपणाने ओलिसांना क्षणात गोळीने ठार मारण्यास तयार आहोत हे दहशतवादी दर्शवित असतो.

याउलट संबंधित व्यक्तींना कमीतकमी इजा व्हावी व मालमत्तेचे नुकसान होऊ नये, याकरिता पोलीस अधिकाऱ्यांची धडपड असते. परिणामत: पोलीस अधिकारी नेहमीच दहशतवाद्यांनी शरणागती पत्करावी अशा प्रकारचे मानसशास्त्रीय वातावरण तयार करतात. अशा प्रसंगी दहशतवाद्यांबरोबर प्रसारमाध्यमांच्या प्रतिनिधींनी प्रत्यक्ष संपर्क ठेवल्यास अधिकाऱ्यांना डोकेदुखी निर्माण होण्याची शक्यता असते. महत्त्वाच्या

टेलिफोन केबल्स अडकवून ठेवणे, कळत नकळत अतिरेक्यांना डिवचून त्यांना खळबळजनक कृती करण्यास भाग पाडणे, भडकवणारी भाषणे करून, भेदक शब्दप्रयोग वापरून, दहशतवाद्यांना चिथावणी देणे, वाटाघाटीत काम ज्यांच्यावर सोपविले आहे, त्यांना बाजूला सारून प्रसारमाध्यमांच्या प्रतिनिधींनी वाटाघाटीत भाग घेणे - या सर्व (रुटीन) बाहेरच्या गोष्टींमुळे सर्व मानसशास्त्रीय वातावरण बदलून जाते. आगंतुक म्हणून घुसलेल्या, प्रसारमाध्यमांच्या माणसांमुळे दहशतवादी विसावतो. अशा परिस्थितीत दहशतवाद्यांवर दबाव आणण्याचे कार्य आणखीनच अवघड होते.

अशाच एका प्रसंगी एका अमेरिकन दूरदर्शन कंपनीच्या प्रतिनिधीने उत्साहाच्या भरात एका अतिरेक्याला त्याच्या ताब्यातील ओलिसांना मुक्त करू नये, ह्यामुळे वाटाघाटी करण्यास, फायदेशीर देवाणघेवाण करण्यात अडचण येईल, अशा सल्ला दिला. १९७९ साली तेहरानमध्ये अमेरिकेच्या परराष्ट्र कचेरीला इराणी दहशतवाद्यांनी घातलेल्या वेढ्याच्या वेळी अमेरिकेत दूरदर्शन कंपन्यांची राक्षसी व्यापारी वृत्ती सर्वांच्या नजरेस आली. नानाप्रकारच्या छळांनी त्रासलेल्या या ओलिसांची दूरदर्शनवर मुलाखत प्रसिद्ध करून व त्यांना दूरदर्शनवर वारंवार स्थान देऊन या कंपन्यांनी लाखो डॉलर्सची कमाई केली. ओलिसांच्या करुण स्वरातील मुलाखतीचे प्रसारण दूरदर्शनवर करण्यास त्यांनी मागेपुढे बघितले नाही.

महामशिदीचा ताबा

१९८० साली घडलेल्या एका कारुण्यपूर्ण घटनेचा येथे उल्लेख केला पाहिजे. इस्लामी मूलतत्त्ववाद्यांच्या एका गटाने मक्का येथील मशिदीचा (दहशतवाद्यांनी) घेतलेला ताबा. या दहशतवादी कृत्यांत शेकडो लोकांना ओलीस म्हणून धरले होते. मुस्लिमांची ही अत्यंत पवित्र अशी मशीद आहे. मुस्लीम जगतात ही घटना म्हणजे जगातील पवित्र अशा प्रार्थना मंदिराला संभाव्य धोका पोहोचणार होता. त्यामुळे या जगप्रसिद्ध प्रार्थना स्थळाची प्रचंड नासधूस होण्याची शक्यता होती. त्याप्रमाणे या दहशतवादी घटनेने सौदी शासनाचे तीनतेरा वाजण्याची शक्यता होती. सौदी अरबस्थानाकडून पेट्रोल पुरवठा ही पाश्चात्य राष्ट्राच्या जिव्हाळ्याची बाब होती. अर्थात याही घटनेकडे सर्व जगाचे डोळे लागून राहिले होते. पण सौदी शासनाच्या बाबतीत एक गोष्ट उल्लेखनीय मानली पाहिजे. या घटनेबद्दल सौदी शासनाची सर्वप्रथम प्रतिक्रिया म्हणजे हा सर्व भाग प्रसारमाध्यमांच्या संपर्कापासून बंदिस्त करण्यात आला होता. त्यामुळे या घटनेचा तपशील आस्ते-आस्ते प्रकाशात येत होता. अशा परिस्थितीत काही ठराविक मर्यादित मजकूरच प्रसारमाध्यमापर्यंत

जाऊन पोहोचला. याहून विशेष महत्त्वाची गोष्ट म्हणजे या दहशतवादी गुन्हेगारांना प्रसारमाध्यमांच्या प्रतिनिधींबरोबर कोणत्याच प्रकारचा संबंध ठेवता आला नाही. ही घटना आठवडाभर चालली होती. या आठ दिवसांत फार मोठा हिंसाचार घडला. १५६ माणसे मारली गेली. या जगप्रसिद्ध स्थळाचे अतिशय नुकसान झाले. पण प्रसारमाध्यमांतून या घटनेचा अतिशय त्रोटक वृत्तांत प्रसिद्ध झाला. सौदी अरेबियाच्या सुरक्षा अधिकाऱ्यांनीच ही घटना अतिशय खंबीरपणाने व कौशल्याने हाताळल्यामुळे घबराटीचे वातावरण निर्माण होऊ शकले नाही. त्याचप्रमाणे हिंसाचाराची साथही कोठे पसरू शकली नाही.

अल कायदा आणि प्रसारमाध्यमे

ओसामा बिन लादेन हे नाव पाच वर्षांपूर्वी फार थोड्यांना माहीत होते. पण १९९८-९९ च्या केनिया व टांझानियातील अमेरिकेत वकिलातीवरील बॉम्बहल्ल्यांमुळे त्याचे नाव विख्यात झाले आहे. संदेशवहन (communication) त्यांची साधने आणि उपकरणे व प्रसिद्धी या लादेनला अत्यंत प्रिय असणाऱ्या गोष्टी आहेत. हा जगातील एक प्रमुख दहशतवादी नेता या नात्याने त्याने अनेक उल्लेखनीय मुलाखती दिल्या आहेत. या मुलाखतीत त्याने भूतकाळातील घटना, व्यक्तिगत अनुभव, इतिहास, खुलेपणाने सांगितला आहे. स्वतःचा दृष्टिकोन, मते, विचार कोणताही आडपडदा न ठेवता सांगितले आहेत. एका दहशतवादी नेत्याच्या बाबतीत हे विशेष आहे. जे काही सांगितलेले नाही ते रसपूर्ण भाषेत लिखाणात कथन केले आहे.

नवलाची गोष्ट म्हणजे ज्या देशात टेलिफोनची यंत्रणा नव्हती, रस्ते नव्हते व नाहीत अशा प्रदेशात त्याने स्वहद्दपारी (self-exiled) स्वीकारली व तो एकाकी राहात होता. तालिबानच्या पराभवानंतर सुद्धा त्याचे वास्तव्य अफगाणिस्तानात किंवा पाकिस्तानमधील दुर्गम अशा पर्वतातील डोंगरकपारीत आहे, असे सांगितले जाते. दुर्गम भागात असताना जगातील फारच थोड्यांना त्याचे प्रत्यक्ष दर्शन घडले आहे. तरीसुद्धा या डोंगरकपारीत, एकाकी असलेला लादेन अमेरिकेसारख्या देशाला धडकी भरवत आहे. एक जबरदस्त विनाशकारी शक्ती म्हणून ओळखली जात आहे. त्याच्या दहशतवादी गटाचे अनुयायी सर्व जगात पसरलेले आहेत. सर्व जगात आपला संदेश पोहोचला जावा याकरिता संदेशवहन क्षेत्रात (communication technology) आणि तंत्रज्ञानात त्याने सर्व प्रकारचे प्रयोग केले आहेत. काही वेळा संगणक तबकडीवर संदेश, मजकूर रेकॉर्ड करून खास दूतातर्फे इच्छित स्थळी पोहोचविण्यात आला. काहीवेळा पत्रिकांवर फतवा छापून त्याचे सर्वत्र अनुयायांतर्फे

वाटप करण्यात आले. पाकिस्तानमधील आपल्याविषयी प्रेम, सहानुभूती असणाऱ्या वर्तमानपत्रांत छापील निवेदने पाठविण्यात येत असे. तर लंडनमध्ये पत्रकारांना अशाच प्रकारची निवेदने पाठविण्यात येत असतात, ज्याठिकाणी अरबी भाषेतील वर्तमानात प्रथम ती प्रकाशित होत असत. आफ्रिकेतील वकिलातीवर केलेल्या बॉम्बहल्ल्यांची जबाबदारी स्वीकारल्याची कबुली व निवेदने त्याने (लादेनने) ई-मेलने लंडनच्या पत्रकारांना प्रथम पाठविली. पर्वतात असलेल्या त्याच्या निवासात संगणकाची (computers) बँकच होती. त्याला satelite telephone जोडलेले होते. त्यामुळे जगातील कोणत्या भागात त्याला इ-मेल पाठविता येत असे. त्याचा आणि इंटरनेटचा जवळचा संबंध आहे. आपली मते, फतवे, मुलाखती, विचार, जाहीरनामे अनेक website मध्ये record केले आहेत. त्याच्या या वेबसाईटमुळे ज्यांनाज्यांना याविषयी विस्तृत व तपशीलवार माहिती हवी आहे, जे उत्सुक आहेत, त्यांना आता हे सर्व सहजपणे मिळू शकते.

इराकचा हुकूमशहा - सद्दाम हुसेनची फाशी

इराकमध्ये २३ वर्षे निरंकुश सत्ता गाजविणारे पदच्युत अध्यक्ष सद्दाम हुसेन (६९) यांना शनिवारी ३० डिसेंबर २००६ सकाळी फाशी देण्यात आले. १९८२ मध्ये १४८ कुर्दीश शिया मुस्लिमांची हत्या केल्याच्या आरोपावरून त्यांना न्यायालयाने फाशीची शिक्षा सुनावली होती. इराकमधील सर्वोच्च न्यायालयाने अपील फेटाळल्यानंतर सद्दाम यांना केवळ तीनच दिवसांत फाशी देण्यात आली. या फाशीचे चित्रण अधिकृतरीत्या नंतर सर्व जगभर प्रसारीत करण्यात आले. शेवटच्या काही तासांमधील हा वृत्तांत.

याप्रसंगी सद्दाम यांनी इस्त्री केलेली पँट, पांढरा शुभ्र शर्ट आणि भारी किमतीचा कोट हे कपडे घातलेले होते. त्यांचे बूट पॉलिश केलेले होते. त्यांच्या केसांना काळा कलप लावला होता तर पांढऱ्या दाढीची काटछाट केली होती. सद्दाम यांच्या चेहऱ्यावरील करारीपणा, वृत्तीतील गुर्मी जाणवत होती. शिया मुस्लीम आणि काही मवाळ सुन्नी मुस्लिमांना सद्दाम यांना झटपट फाशी देऊन हे प्रकरण लगेच निकालात काढावयाचे होते. कारण यात चालढकल झाल्यास इराकमध्ये यादवी युद्ध भडकण्याची भीती होती. तसेच कुर्दी मुस्लीम नेत्यांना रासायनिक अस्त्रे वापरून हत्या केल्याचा आरोप ठेवून फाशीची शिक्षा द्यावयाची होती. तसेच ईद सणाच्या प्रसंगी फाशी दिल्यास सद्दाम हुतात्मा ठरण्याची शक्यता होती. या सर्वांचा विचार चालू असतानाच, लगेचच फाशी देण्याचा निर्णय घेण्यात आला. इराकी पंतप्रधान, त्यांचे सल्लागार, पार्लमेंटचे सभासद हे सर्वजण अमेरिकेत हेलिकॉप्टरने इराकी गुप्तहेरखात्याच्या

इमारतीत आले. या फाशी देण्याच्या कामाची जबाबदारी इराकी न्यायाधीश मुनीर हदाद यांचेवर सोपविण्यात आली. याच इमारतीत सद्दाम हुसेन यांनी आपल्या विरोधकांना फाशी दिले होते. या इमारतीत अमेरिकेत वकिलात कचेरीपण आहे. बगदाद विमानतळा–जवळील कारागृहातून अमेरिकन सैनिकांनी सद्दाम यांना हेलिकॉप्टरने आणून त्या इराकी अधिकाऱ्यांच्या हाती सोपवण्यात आले. सद्दाम यांना प्लॅस्टिकच्या हातबेड्या घालण्यात आल्या होत्या. त्या सोडवून त्यांचे हात पाठीमागे बांधण्यात आले. हेलिकॉप्टर विमानतळावर उतरल्यानंतर सर्व मंडळी या इमारतीत एका मोठ्या दालनात गेली. त्या दालनाला खिडक्या नव्हत्या. काही पायऱ्या चढून गेल्यावर वर वधस्तंभ लागणार होता. फाशी देण्याच्या वेळी तिथे फक्त इराकचे सुरक्षा प्रमुख 'अल स्वाई' यांच्याखेरीज फाशी देणारे जल्लाद (hangmen), अत्याचाराला बळी पडलेल्या कुटुंबातील काही साक्षीदार व न्यायाधीश एवढीच मंडळी उपस्थित होती. यावेळी न्यायाधीश हदाद (hadad), यांनी सद्दामवरील आरोपपत्र वाचून दाखविले. नंतर त्यांना वधस्तंभाकडे काही पायऱ्या चढवून नेण्यात आले. त्यावेळी उपस्थितांपैकी एकाने त्यांना खोचकपणे विचारले, ''आता तुम्हांला कसे वाटते? भीती वाटते का नाही?'' त्यावर सद्दाम उत्तरले, ''मुळीच नाही. मी स्वत:च हा मार्ग निवडला.'' त्यानंतर श्री. मुनीर हदाद त्यांना उद्देशून म्हणाले, ''तुम्ही इराकची धूळदाण केली. इराकी जनतेला भिकारी बनवलेत.'' त्याला प्रत्युत्तर सद्दाम यांनी ठासून दिले, ''मी इराकला संपन्न केले, बलवान केले.''

फाशी देणाऱ्या जल्लादांनी काळे बुरखे (masks) घातले होते. हदाद यांनी सद्दामला काळा बुरखा दिला व घालण्यास सांगितले. त्यावर त्यांनी याला नकार दिला. यानंतर सद्दामच्या गळ्याभोवती जाड पिवळा फास आवळण्यात आला. अंतिम क्षणाला सद्दाम शांत आणि निश्चल होते. त्यापूर्वी सद्दामने पुन्हा एकदा अल्लाची प्रार्थना केली. सद्दाम काही सेकंदातच कोसळले. पाच मिनिटांनी त्यांचे कलेवर खाली घेण्यात आली व त्यावर पांढरे शुभ्र वस्त्र घातले. डॉक्टरांनी तपासल्यानंतर जाहीर केले की, ''सर्व संपले आहे.'' उपस्थितांपैकी काहींनी जल्लोष केला. सद्दाम हुसेन यांच्या जन्मगावी शोक प्रकट करण्यात आला. सर्व जगभर अनेक प्रकारे प्रतिक्रिया व्यक्त करण्यात आल्या. देशांकडून, संस्थांकडून, व्यक्तींकडून. या घटनेचे दूरगामी परिणाम होतील असे काही अभ्यासकांचे मत आहे.

सद्दाम हुसेन यांच्या अस्तानंतर इराकमधील शिया–सुन्नी पंथातील संघर्ष तीव्र होईल व अमेरिकन सैन्य परत बोलवावे लागेल. कारण त्यांचा पराभव होईल.

अमेरिकेला यानंतर इराकमध्ये शांतता प्रस्थापित करण्याकरिता इराकचे शेजारी,

इराण आणि सिरिया यांचे साहाय्य घ्यावे लागेल. त्याकरिता सिरिया, अमेरिकेकडून आर्थिक सवलती मदतीच्या स्वरूपात उकळण्याची शक्यता आहे व दहशतवादी राष्ट्रांच्या यादीतून आपले नाव काढण्याची मागणी पण सिरीया करू शकेल.

यानंतर इराणचा त्या भागात प्रभाव वाढेल व आर्थिक फायदे इराणला मिळू शकतील. इराण–पाकिस्तान–भारत 'गॅस पाईप लाईन' यासारखे प्रकल्प पूर्ण करण्याची संधी मिळेल. अमेरिकेलादेखील इराणबरोबर राजनैतिक क्षेत्रात जमवून घ्यावे लागेल. जरी वंशहत्या या गुन्ह्याबद्दल सद्दाम हुसेनला फाशी देण्यात आले, तरी त्यांच्या फाशीचे दूरचित्रवाणीवर चित्रण दाखविण्यामुळे व त्यावेळी खोचकपणे टोमणे मारल्यामुळे सद्दाम हे हुतात्मा ठरण्याची शक्यता आहे. सद्दामला शेवटच्या क्षणी जी वागणूक देण्यात आली त्यामुळे हे घडू शकते.

आसाममधील हिंदी भाषिकांची कत्तल – तारीख ६ जानेवारी २००७ रोजी फुटीरवादी – अतिरेक्यांनी अप्पर आसाम प्रदेशात तिनसुखीया आला द्रिबूगड जिल्ह्यात ४८ बिहारी आणि उत्तर प्रदेशियांची क्रूरपणाने हत्या केली. ६ ऑगस्ट २००६ मध्ये केंद्र सरकारबरोबर शस्त्रसंधी झाला होता आणि शांततेची बोलणी सुरू होती. ती फिसकटल्याने, उल्फाने दहशतवादी कारवाया पुन्हा सुरू केल्या आहेत. कारण आसामी जनतेचा पण पाठिंबा कमी होत आहे. प्रसिद्धीच्या झोतात यावे म्हणून नि:शस्त्र (soft target) बिहारी आणि उत्तरप्रदेशीय स्थलांतरितांवर हे हल्ले करण्यात आले. सतत तीन दिवस या दहशतवादी कारवाया चालल्या होत्या व त्यात एकूण ७० हिंदी भाषिक ठार झाले.

गेल्या काही वर्षांत उल्फा अतिरेक्यांनी केलेल्या हत्यांची आकडेवारी पुढीलप्रमाणे आहे ऑक्टोबर २००० मध्ये १५ लोकांना तिनसुखीया आणि द्रिबुगड जिल्ह्यात गोळ्या घालून ठार करण्यात आले. * डिसेंबर २००६ मध्ये २६ गैर आसामी लोकांची 'अप्पर आसाम' भागात कत्तल करण्यात आली. * नोव्हेंबर २००३ला रेल्वे गाडीत एका स्थानिक मुलीवर बलात्कार झाला. त्याच्या बदल्यात १०० हिंदी भाषिकांना ठार मारण्यात आले. * ९ जून २००६ला गोहाटीजवळ बॉम्बस्फोटात ३ जण मरण पावले. * ५ नोव्हेंबर २००६ रोजी गोहाटीच्या फॅन्सीबझारमध्ये स्फोटामुळे १४ लोक मरण पावले तर ४० जण जखमी झाले.* डिसेंबर २२, २००६ रोजी बॉम्बस्फोटात ९ जण जखमी झाले. * ६ जानेवारीला हिंदी भाषिकांच्या झालेल्या भीषण हत्येनंतर पंतप्रधान मनमोहनसिंग यांनी लगेच आसामला भेट देऊन 'उल्फा', अतिरेक्यांवर कठोर कारवाई केली जाईल, असे जाहीर केले व आसाममधील हिंदी भाषिकांना दिलासा दिला. त्याचवेळी 'उल्फा' फुटीरवादी अतिरेक्यांना शांततेची

बोलणी करण्याचे पण आवाहन करण्यात आले.

Freedom नावाचे उल्फाचे एक पाक्षिक वार्तापत्र प्रसिद्ध केले जाते. या मासिकात 'आसामातून हिंदी भाषिकांनी निघून जाण्याविषयी तंबी दिलेली होती.' त्यांत असे नमूद केले होते की, 'अत्याचाराला बळी पडलेले हिंदी भाषिक पोलिसांचे 'खबरे' आहेत.' या झालेल्या हत्या म्हणजे पोलिसांनी व लष्कराने 'उल्फा' संघटनेविरुद्ध जे अत्याचार केले त्याचा हा अप्रत्यक्ष परिणाम आहे व आसामी जनतेच्या रागाचा आविष्कार आहे. पण कितीही प्राण जावोत, मालमत्तेचे नुकसान होवो, आसामी जनतेला यातना भोगाव्या लागो, 'उल्फा' सशस्त्र मार्गाने, साम्राज्यवादी भारताचा पराभव करून स्वतंत्र सार्वभौम राज्य स्थापन करणारच.'

यानंतर लगेच आणखीन एक खळबळजनक घटना घडली अप्पर आसाममधील खनिज तेलाच्या उभारणी केंद्रावर केंद्रीय राखीव पोलिसांचा पहारा असतो. कारण या भागात उल्फा अतिरेक्यांना बरेच बॉम्बस्फोट केले व अत्याचार केले आहेत. २३ जानेवारीच्या सुमारास केंद्रीय राखीव दलाच्या सैनिकांनी तीन व्यापाऱ्यांना उल्फा अतिरेकी समजून गोळ्या घालून ठार केले. त्यामुळे सर्व आसाममध्ये असंतोष पसरला आहे व वातावरण तणावपूर्ण आहे.

या सर्वांचा विचार केल्यानंतर महत्त्वाचा विचार मनात येतो तो म्हणजे दारिद्र्य, बेरोजगारी, मागासलेपण, उद्योगधंद्यांचा अभाव या सर्वांमुळे या घटना घडत आहेत. विकास योजना नीटपणे राबवून येथील लोकांचे जीवन राहणीमान उंचावले पाहिजे, म्हणजे स्थानिक आसामी लोकांची हिंदी भाषिकांविरुद्ध असलेली कटुता, अढी नाहीशी होईल. या भागात सतत जातिजमातीत संघर्ष होण्यापाठीमागे हीच पार्श्वभूमी आहे. संजीव बरूआ या गोहाटीच्या आसामी अभ्यासकाने याविषयी पुढील योग्य असे विचार प्रकट केले आहेत. त्याच्या मते "गेले पाच दशके केंद्र सरकारचे या भागाविषयीचे धोरण चुकले आहे. त्यात आमूलाग्र बदल होणे जरुरीचे आहे. उल्फाने केलेले अत्याचार निषेधार्ह आहेतच. पण याला केवळ उल्फाचे दहशतवादी जबाबदारी नाहीत. राजकारणी, सरकारी नोकर यंत्रणा, केंद्रीय धोरण, लष्करी अधिकारी आणि राज्य पोलीस हे पण तितकेच जबाबदार आहेत. या प्रदेशात प्रचंड जलसंपत्ती आहे, खनिजे आहेत. त्यांचा योग्य उपयोग केल्यास दारिद्र्य, बेरोजगारी, मागासलेपणा, कटुता हे सर्व नाहीसे होईल – सर्वच चित्र पालटेल, नवीन प्रभात उजाडेल."

(Times of India - Reference)

प्रकरण १३ वे

अत्यंत खळबळजनक दहशतवादी घटना (१९८०-२०००)

जनरल वैद्य यांची हत्या, आंतरराष्ट्रीय दहशतवाद, पॅन ॲम ७३ विमान अपहरण, अमेरिकन परराष्ट्रीय कचेरीवर हल्ला

जनरल वैद्य यांची हत्या

भारतातून ब्रिटिशांचे साम्राज्य केव्हाच अस्तास गेले; पण पुण्याचा एक भाग, कोरेगाव पार्क म्हणजे जणू ब्रिटिश राज्याचे प्रतीक! एखाद्या जुन्यापुराण्या किल्ल्याचे अवशेष असावे, त्याप्रमाणे या भागात आपणास अनेक गोष्टी आढळतील. प्रशस्त बंगले, त्याबाहेरील बागा, भिंतीचे कंपाउंड, बंगला कसाबसा दिसतो यातून! या भागात पार्शी, व्यापारी, उच्च सरकारी अधिकारी, लष्करातले जनरल ब्रिगेडियर हेच आढळणार. अगदी शांत, एकाकी असा भाग. रस्त्यावरदेखील तुरळकच रहदारी. मोटारगाड्या, स्कूटर्स यांचा क्वचित आढळ. 'हिट ॲन्ड रन'ला हा भाग अगदी फिट्ट.

या भागात एका नवीनच माणसाचे आगमन झाले! जनरल अरुणकुमार वैद्य, यांनी भरगच्च ३१ वर्षांच्या लष्करी सेवेनंतर आपले निवृत्ती-जीवन शांतपणे घालविण्याकरता हा भाग निवडला होता. ३१ जानेवारी १९८६ रोजी निवृत्त होत असताना, त्यांच्या कनिष्ठ अधिकाऱ्यांनी त्यांना पंजाबातील खतरनाक दहशतवाद्यांबद्दल सावधगिरीची सूचना दिली होती. त्यावेळी जनरलसाहेबांची प्रतिक्रिया मजेशीर होती, "जर माझ्याकरता परमेश्वराने बंदुकीची गोळी राखून ठेवली असल्यास, मला ती कधीच चुकवता येणार नाही!" दिल्लीला असताना साऊथ ब्लॉकमध्ये त्यांना धमकीवजा पत्रे येत. त्यांचे नाव 'हिट लिस्ट'मध्ये आहे याची जाणीव करून देणारा मजकूर त्या पत्रात असे. 'ब्ल्यू स्टार ऑपरेशन' बद्दल उघडउघड हत्या करण्याची धमकी या पत्रात असे. कोरेगाव पार्कमध्ये राहावयास आल्यानंतर काही निनावी पत्रे, फोन याच अर्थाचे येत असत. त्यांची पत्नी भानुमती वैद्य यामुळे काळजीत पडल्या होत्या.

पुण्याचे त्या वेळचे महापौर श्री. उल्हास ढोले-पाटील यांची व जनरल साहेबांची एकदा गाठ पडली असताना, वैद्यांनी त्यांना आपल्याला धमकीवजा पत्रे व फोन येत

असल्याचे सूचित केले होते. त्यावेळी श्री. ढोले-पाटील देखील गडबडले, उदास झाले. महापौरांनी जनरल वैद्यांच्या संरक्षण-व्यवस्थेविषयी अधिक आस्थेने चौकशी केली. महापौरांनी वैद्यांच्या बंगल्यासमोर एक मर्क्युरी दिवा लावला. २ जूनच्या सुमारास त्या वेळचे पोलीस कमिशनर श्री. भावे यांनी त्यांच्या बंगल्यासमोर एका सशस्त्र पहारेकऱ्याची नेमणूक केली व एकूण तीन माणसे नेमण्यात आली. रात्री दोन व दिवसा एक. त्यांचे काम जनरल वैद्यांना संरक्षण देण्याचे, त्यांचेवर देखरेख करण्याकरता एका सबइन्स्पेक्टरला सांगण्यात आले, पण ही 'फुलप्रुफ' व्यवस्था नव्हती.

श्री. उल्हास ढोले-पाटील यांच्या बोलण्यात नंतर आले की, जनरल साहेबांना आपल्या मृत्यूची अंतर्यामी चाहूल लागली असावी. त्यांच्या वागण्यात शेवटी-शेवटी खिन्नतेची छटा आढळे. एवढे असूनही जनरल दररोज घोड्यावरून लांबची रपेट करण्यास कधीच चुकवत नसत. त्यांना अनेकांनी सांगून पाहिले की, 'घोड्यावर असताना ते उत्तम टारगेट ठरतील', पण वैद्यांनी त्याकडे शेवटपर्यंत लक्ष दिले नाही. ते म्हणत, "वुइ कॅन नॉट बी काऊंड डाउन."

त्यांच्या हत्येच्या दोनच दिवस अगोदर, शुक्रवारी एका पार्टीला ते हजर होते. त्यावेळी एकाने त्यांना विचारले, "जनरलसाहेब, तुमच्याविषयी वर्तमानपत्रात बातमी आहे."

जनरल वैद्यांनी उत्तर दिले, "गेले दोन वर्षे माझ्याविषयी बातम्या येत आहेत." त्यावेळी जीविताला पंजाबमधील दहशतवाद्यांकडून धोका आहे याची कल्पना केंद्रीय आणि राज्य गुप्त पोलीस अधिकाऱ्यांना आली. पण या बाबतीत आणखीन काही करण्यात आले नाही हे केवढे दुर्दैव!

वैद्यांचे मारकरी त्यांच्या पाळतीवर होतेच. त्यांनी वैद्यांची संरक्षण-व्यवस्था डोळ्याखालून घातली असली पाहिजे, हे उघड आहे. जनरल वैद्य यांच्या हालचाली बारकाईने त्यांच्या मारेकऱ्यांनी बघितल्यानंतरच त्यांनी वैद्यांच्या हत्येची योजना आखली असावी. निवृत्त झाल्यानंतर अरुण वैद्य यांनी आपल्या मारुती गाडीकरता ड्रायव्हर ठेवला नव्हता. आपली गाडी ते स्वतःच चालवीत. मार्केटला जाण्याचा त्यांचा मार्ग ठरलेला असे. त्याच मार्गाने ते परत येत. यात बदल नसे. त्यांना गाडी चालविताना त्यांच्या मारेकऱ्यांनी बारकाईने बघून सर्व तपशील लक्षात घेतला असणार. कोठे गाडी वळते, कोठे गिअर्स टाकले जातात, वळणे कोठे कोठे आहेत, वगैरे. हा सर्व तपशील मारेकऱ्यांच्या दृष्टीने महत्त्वाचा होता.

१० ऑगस्ट या काळ्याकुट्ट दिवशी रविवारी सकाळी पत्नीसह जनरल साहेब मार्केटला निघाले. त्यावेळी मारेकऱ्यांना पूर्ण खात्री होती की, जनरल वैद्य याच

मार्गाने परत येणार आहेत. नेहेमीप्रमाणे सौ. वैद्य यांनी मार्केटखरेदी केली. त्यावेळी जनरल वैद्य गाडीतच बसून होते. वैद्य उजव्या बाजूस गाडीच्या स्टिअरिंगव्हीलजवळ बसत. त्यांच्या डाव्या बाजूस सौ. वैद्य बसत व पाठीमागे सीटवर त्यांचा अंगरक्षक श्री. क्षीरसागर बसत असे. या सर्व व्यवस्थेचे निरीक्षण मारेकऱ्यांनी खात्रीने केले असले पाहिजे. इंड सुझुकीवर बसलेले दोघेजण व लोहिया स्कूटरवरील आणखीन दोघेजण आपला पाठलाग करत आहेत याची गाडीत बसलेल्यांना कल्पना नसावी. मार्केटहून परत जाण्याचा रस्ता रुंद होता. मोटरसायकलवरून मारुती गाडीच्या अगदी जवळून जाण्याकरता बरीच जागा होती. अभिमन्यू रोडवर जनरलसाहेबांची गाडी ज्या वेळेस उजव्या बाजूस वळली, त्यावेळी मारेकऱ्यांना पाहिजे असलेली संधी मिळाली. उजव्या बाजूस हिरवळीचा बराच भाग होता. जनरल वैद्यांनी वळण घेतले. गाडी डावीकडे वळली. पुन्हा रस्त्यावर गाडी येण्यापूर्वीच गाडीच्या जवळ जाऊन काम केले की बास! मोटरसायकल मारुती कारच्या जवळ आली. मारेकऱ्यांच्या गुडघ्याच्या किंचित वर वैद्यांची मान होती. मारेकऱ्याने काही क्षणातच स्वयंचलित पिस्तुलातून त्यांच्या मानेत दोन व मस्तकात दोन गोळ्या झाडल्या. काही क्षणातच सर्व काही संपले होते!

जनरल वैद्य गाडीच्या चाकावर कोसळले. एक गोळी सौ. वैद्य यांच्या मानेला चाटून गेल्याने त्या पण जखमी झाल्या. गाडी रस्त्यावर येऊन गचके खाऊ लागली. सौ. वैद्यांची मांडी रक्ताने भिजली. गाडी भिंतीकडे निघाली असताना; समोरच्या दिगंबर गायकवाड नावाच्या सायकलस्वाराच्या अंगावर गेली. श्री. गायकवाड यांनी प्रसंगावधान राखून उडी मारली, त्यामुळे ते वाचले. मागील सीटवर बसलेल्या अंगरक्षकाने पिस्तुलाचा आवाज ऐकला, पण तो डाव्या बाजूला बसल्याने त्याला पिस्तूल चालवता येईना. कारण सौ. वैद्य यांनी गोळी लागण्याची शक्यता होती. नंतर बाहेर येईतोपर्यंत मारेकरी श्री. क्षीरसागर यांच्या पिस्तुलाच्या टप्प्याच्या पार पलीकडे गेले होते.

जनरल वैद्य हाडाचे सैनिक होते. १९६५ व १९७१ च्या पाकिस्तानात विरुद्धच्या युद्धात भारतीय लष्कराचे नेतृत्व करून त्यांनी अतुल पराक्रम गाजवला होता. स्वत:च्या मातृभूमीचे संरक्षण करण्याचे महान कार्य त्यांनी केले. परमविशिष्ट सेवा मेडल व दोन महावीर चक्रे मिळविण्याचा बहुमान त्यांना लाभला होता. ते उत्कृष्ट लष्करी अधिकारी होते. रणगाड्यांच्या ताफ्याच्या अग्रभागी उभे राहून पराक्रम गाजवणाऱ्या या वीराला मारेकऱ्याच्या गोळीने मरण यावे, ही केवढी महान शोकांतिका!

हे काम पक्क्या सराइताचे होते. एका प्रशिक्षित माणसाने ही हत्या केली असली पाहिजे. कारण पिस्तूल चालवताना हत्याराला किंचित झटका बसतो व हात

थरथरतात व गोळीचा नेम चुकण्याची शक्यता असते. पण याठिकाणी गोळ्या सरळ मारल्या गेल्या, यावरून पिस्तूल धरणारा हात किती खंबीर व स्थिर असला पाहिजे. एखाद्या खंबीर खडकासारख्या एका अट्टल प्रशिक्षित दहशतवाद्याचे हे काम! दहशतवादाचा आणि प्रशिक्षणाचा असा संबंध असतो.

रवीन्द्र म्हात्रे यांचे अपहरण, हत्या

आंतरराष्ट्रीय दहशतवाद

विश्वविख्यात स्कॉटलंड यार्ड आता खडबडून जागे झाले होते. वायरलेस व भोंगा असलेल्या गाड्या सर्वत्र सुसाट धावू लागल्या होत्या. कारण इंग्लंडच्या पंतप्रधान श्रीमती मार्गारेट थॅचर यांनी या प्रकरणात स्वत: जातीने लक्ष घातले होते. गुन्हे शोधून काढणाऱ्या श्वान दलाची (sleuths) १०० तरी कुत्री कामास लावली होती. विमानतळावरील पहारा कडक करण्यात आला. स्कॉटलंड यार्डच्या धिप्पाड पोलिसांचे फोन घणघणू लागले.

ब्रिटिश सरकारला गुन्हेगार पकडून न्यायालयात खेचण्याची तीव्र इच्छा होती. एक तर त्यांची इभ्रत पणास लागली होती. कारण थॅचरबाईंनी भारतीय पंतप्रधान श्रीमती इंदिरा गांधींना फोनवरून सांगितले होते की, ''तुम्ही बिलकूल काळजी करू नका. आमचे पोलीस गुन्हेगारांचा शोध लावतील व त्यांना न्यायालयासमोर खेचले जाईल.'' इंदिरा गांधी त्यावेळी गोहातीत होत्या. त्याही फार चिंतेत पडल्या होत्या.

हे काम कोणाचे असावे? सर्व जगभर अतिरेकी कृत्याचा डोंब उसळला होता. विमानअपहरण, बॉम्बस्फोट, हत्या, रक्तपात, घातपात, जाळपोळ. राजकारण गहन, कुटील आणि गलिच्छ असते. कोणाचे काहीच सांगता येणार नाही. याच्या पाठीमागे के. जी. बी. तर नसेल, रशियाच्या गुप्तहेर संघटना जगभर हालचाली करणारी, वेळप्रसंगी कठोर कारवाई करून सत्तापालट करणारी, नको असलेल्या व्यक्तीचा काटा काढणारी, पोलादी पडद्याआड असलेली क्रेमलिन राजवाड्यातील संघटना, सी. आय. ए. पण असू शकेल. या अमेरिकेच्या गुप्तहेर संघटनेकडून आपल्या बलाढ्य राष्ट्राचे हितसंबंध सुरक्षित राखण्याकरिता काहीही होऊ शकते. का पैशांनी पोसलेल्या काही मृत्युदलातील (death squads) मारेकऱ्यांनी हे तर अपहरणाचे काम केले नसेल! ब्रिटिश आयरिश टोळी!

आणि शनिवार ५ फेब्रुवारी रोजी रुटर या जगप्रसिद्ध संस्थेने बातमी प्रसृत केली की, अपहरणकर्त्यांनी तीन मागण्या पुढे केल्यात. एक : भारताच्या तुरुंगात खितपत असलेला व फाशीची शिक्षा झालेल्या मकबुल भट या दहशतवाद्याची सुटका करण्यात यावी. दोन : १ लक्ष पौंड एवढी रक्कम देण्यात यावी. तीन : भारताच्या

तुरुंगातील आणखीन पाच दहशतवाद्यांनी सुटका करण्यात यावी. पण अपहरणकर्त्यांनी वेळ, स्थळ, मार्ग याचा काहीच तपशील दिलेला नव्हता. कशावरून बोगस नाव घेऊन एखाद्या गुन्हेगार टोळीने हे काम केले नसावे.

इकडे सौ. शोभा म्हात्रे काळजीत बुडून गेल्या होत्या. बर्मिंगहॅममधील बार्टले ग्रीन, या त्यांच्या निवासस्थानात उदासीनता भरून राहिली होती. सौ. म्हात्रे यांच्या मनात नाही नाही ते विचार येऊ लागले. १४ वर्षांच्या त्यांच्या मुलीचे डोळे सुजून लाल झाले होते. आपले लाडके पपा गेले दोन दिवस दिसले नाहीत, ही कल्पनाच असह्य होती. शनिवारचा दिवस गेला तरी आपल्या पतीचा पत्ता नाही, त्यामुळे सौ. शोभा म्हात्रे यांच्या काळजाचा ठाव सुटला.

१९८३-८४ चा काळ. भारतातून इंग्लंडमध्ये तरुण, तरतरीत, उत्साही, भारतीय राजनैतिक सेवक इंग्लंडमध्ये येत होते. रवींद्र हरेश्वर म्हात्रे हा त्यांच्यापैकी कार्यतत्पर सेवक होता. त्यांचे वय ४८. हुद्दा बर्मिंगहॅममधील भारतीय असिस्टंट हाय कमिशनर. तसे पाहिले तर म्हात्रे घराणे सुविद्य व प्रगत असे होते. त्यांचा एक भाऊ मुंबईला प्रसिद्ध डॉक्टर होता, तर बहीण अमेरिकेत लॉसएंजल्स येथे प्रसिद्ध फिजिओ थेरपिस्ट होती. मुंबईला ७४ वर्षांचे पिता विकलांग स्थितीत होते. या जोडप्याला १४ वर्षांची गोड मुलगी होती.

शुक्रवार दि. ४ फेब्रुवारी ८४ रोजी रवींद्र म्हात्रे बाहेर पडले ते तब्बल ५० तास उलटले तरी घरी परत आले नाहीत, त्यामुळे सर्वत्र खळबळ उडाली. रविवारी रात्री साडेआठच्या सुमारास बर्मिंगहॅमजवळ ३० किलोमीटर अंतरावरील एका शेतात दुर्दैवी म्हात्रे यांचे प्रेत सापडले. त्यांच्या शरीरातून दोन गोळ्या आरपार गेलेली छिद्रे पण आढळली. त्यांचा बराच शारीरिक छळ करून, मगच ही हत्या करण्यात आली असावी, हे शारीरिक खुणांवरून व जखमांवरून स्पष्ट दिसत होते. शुक्रवारी संध्याकाळी बसस्टॉपवरून श्री. म्हात्रे आपल्या निवासस्थानाकडे परत येत असता, काश्मीर मुक्ती आघाडीच्या तीन अपहरणकर्त्यांनी त्यांना एका गाडीत जबरदस्तीने घेऊन नंतर त्यांची हत्या केली. भारतात सर्वत्र खळबळ उडाली. भारताच्या पंतप्रधानांनी दिवंगत रवींद्र म्हात्रे यांचा 'राष्ट्राकरिता सर्वोच्च त्याग केला.' या शब्दात मरणोत्तर गौरव केला. आंतरराष्ट्रीय दहशतवादाचे हे एक चालते-बोलते उदाहरण आहे.

पॅन ॲम - ७३
विमान अपहरण

तारीख ५ सप्टेंबर १९८६ दुपारची तीन वाजण्याची वेळ. मुंबईच्या सहार विमानतळावर पॅन ॲम ७३ विमान मोठ्या दिमाखाने उभे होते. तसे हे प्रवासी विमान

बरेच मोठे, आधुनिक व अद्ययावत सोयींनी युक्त होते. विमानात एकूण प्रवासी होते, त्यापैकी २०७ भारतीय नागरिक होते. तर ४६ अमेरिकन व ५८ इतर राष्ट्रांचे नागरिक होते. अमेरिकन पासपोर्ट धारण करणारे भारतीय आपल्या एके काळच्या मातृभूमीचे दर्शन घेऊन चार दिवस मजेत सुट्टी घालवून अमेरिकेत परत चालले होते.

भारतीय प्रवाशांत अहमदाबाद येथील आविष्कार नृत्यपथकातील अनेक कलाकार प्रथमच अमेरिकेचा प्रवास करणार होते. त्यामुळे ते उत्साही व आनंदित होते. तृप्ती दलाल ही या पथकाची डायरेक्टर होती. तिने आपला १२ वर्षांचा मुलगा पण आपल्या बरोबर घेतला होता. रुपल दलाल पण आनंदी दिसत होती. कारण डिसेंबरमध्ये तिचे लग्न ठरले होते व त्यात अमेरिकेचा प्रवास घडणार होता.

विमानाने मुंबईचा विमानतळ सोडला व लवकरच कराचीचा मार्ग आक्रमू लागले. थोड्याच वेळात विमान कराची विमानतळावर उतरले व त्यावेळी दुपारचे ५-१५ वाजले होते. बऱ्याच प्रवाशांना भूक लागली म्हणून १०५ प्रवासी विमानतळावर उतरले व उपाहारगृहाकडे गेले. प्रवाशांनी आपले खाणेपिणे आरामशीरपणे संपवून ते विमानाकडे येत होते.

नीरज मिश्रा, ही फ्लाइट पर्सर २३ प्रवाशांचे स्वागत करण्याकरता दरवाजाजवळ उभी असतानाच एक सिक्युरिटी व्हॅन विमानाच्या दिशेने वेगात आली. गाडीतून दोन सशस्त्र दहशतवाद्यांनी उड्या मारल्या व विमानात त्यांनी प्रवेश केला. केवळ सहा महिन्यांचा अनुभव असलेल्या नीरज मिश्राने, कॉकपिटकडे दहशतवादी आल्याचा संकेत सांकेतिक शब्दात धडपडत पाठविला. एव्हाना विमानाबाहेर दहशतवाद्यांनी केलेल्या गोळीबारात दोन कर्मचारी ठार झाले होते. याच सुमारास धोक्याचा भोंगा पण वाजू लागला होता. दरम्यान पाकिस्तानी सैनिकांच्या वेषात आणखी दोन दहशतवादी विमानाच्या दिशेने धावत आले. या वेळेपर्यंत संध्याकाळचे सहा वाजले होते.

एव्हाना प्रवाशांना आपल्या विमानाचे अपहरण झाले आहे याची पूर्ण कल्पना आली; पण पाकिस्तानी वेषावरून 'हायजॅकर्स' पाकिस्तानीच असावेत अशी सर्वांची कल्पना झाली. विमानाचा कॅप्टन आणि त्याच्या सहकाऱ्यांनी कॉकपिटातील संकटकालीन दरवाजाचा उपयोग करून पोबारा केला होता. सर्व प्रवाशांना संकटात घालून कॅप्टन व इतर कर्मचाऱ्यांनी पळून जाणे कितपत योग्य होते, हा एक प्रश्नच आहे.

विमानात स्मशानशांतता पसरली आहे. मुस्ताफा या दहशतवाद्यांच्या म्होरक्याने एअर हॉस्टेसचे केस पकडले व तिच्या डोक्याजवळ पिस्तूल धरून त्याने सर्व प्रवाशांना खिडक्या बंद करण्याचा आदेश दिला. मुख्य दरवाजा बंद केल्यानंतर त्याने सर्व प्रवाशांना economic section मध्ये पाठीमागे हात बांधून सरपटत येण्यास इंग्रजीत खड्या आवाजात सांगितले. त्याने एअर हॉस्टेसजवळ सर्व प्रवाशांचे

पासपोर्टस् पण मागितले. तेवढ्यात हरीश पटेल नावाच्या एका अमेरिकन नागरिकाने (मूळच्या भारतीय) अपहरणकर्त्यास ओरडून सांगितले,

"आय एम नॉट ॲन इंडियन, आम ॲम अमेरिकन सिटिझन."

मध्येच उठून बोलण्याची त्याला का हुक्की आली परमेश्वर जाणे! कदाचित त्याला असे वाटले असावे की, अपहरणकर्ते पाकिस्तानी असावेत. मुस्ताफाने त्याला पुढच्या रांगेत ढकलले व गोळ्या घालून त्याला थंड केले. दुर्दैवी बिचारा! एव्हाना विमानातील टेन्शन बरेच कमी झाले होते. कारण अपहरकर्ते हे पाकिस्तानी नसून पॅलिस्टिनी आहेत हे स्पष्ट झाले होते. हायजॅकर्सनी प्रवाशांना आता आपापल्या जागांवर बसण्यास परवानगी दिली होती. एका अपहरहणकर्त्याजवळ कालशनिकोव्ह बंदूक असून, तो एका लहान मुलीबरोबर खेळत होता. पुढे काही भयानक शोकनाट्य घडणार आहे असे कोणासही वाटले नसेल. पण एअर हॉस्टेसने मात्र मुस्ताफाला चांगलेच चकवले. चक्क ४४ अमेरिकन पासपोर्टस् सिटच्याखाली लपविले व त्यांचे अमेरिकन पासपोर्टस्च नाहीत, असे ठामपणाने सांगितले. जानकी व्यासला वाटले की दहशतवाद्यांचा म्होरक्या मुस्ताफा हा किती देखणा व तरतरीत आहे, तो कशाला बंदुकीचा चाप ओढेल!

या वेळेपर्यंत प्रवाशांना कंटाळवाणे झाले नाही. यानंतर मात्र अत्यंत वैताग आणणारा त्रासदायक अवधी सुरू झाला. पाकिस्तानी अधिकाऱ्यांनी दहशतवाद्यांबरोबर वाटाघाटी करण्यास सुरुवात केली. पण यातील त्यांचा अनुभव व कौशल्य अत्यंत दरिद्री होते. रेडिओ-संपर्क मध्येच बंद होत असे. प्रवाशांच्या मनावरचे दडपण थोडेफार कमी झाले तरी पण पुढे काय, ही भीती होतीच. याच सुमारास पाकिस्तानच्या सिंध प्रातांचे राज्यपाल जहांदरखान यांनी वाटाघाटीची सूत्रे आपल्या हातात घेतली आणि मध्येच ९ वाजता अचानकपणे वाटाघाटी थांबल्या.

आणि काय झाले कोणास ठाऊक! ९-५५ला विमानाच्या शेपटातील विद्युतधारा यंत्रणा (auxiliary power unit) काम देईनाशी झाली. कारण त्यामधील इंधनाची पातळी अत्यंत खाली गेली होती. त्यामुळे काही मिनिटातच विमानातील दिवे मिणमिणून गेले व emergency बॅटरीवरचे दिवे लागले व काही वेळाने ते सुद्धा बंद पडले व एकदम दाट काळोख पडला. मुस्ताफा आणि त्याच्या दहशतवादी सहकाऱ्यांना वाटले की, मुद्दाम लाइट घालवले आहेत व आपल्यावर हल्ला होणार आहे. म्हणून त्यांनी चिडून गोळीबारास प्रारंभ केला. फटफट सहा हॅंडग्रेनेड्सचा स्फोट झाला. हातगोळ्यांमुळे विमानातील आतल्या भागाचा कोळसा झाला होती. सर्व वातावरण किंकाळ्या, आक्रोश, रडणे व कण्हणे यांनी भरून गेले होते. सर्वत्र मृत्युदेवतेचा नंगानाच चालू होता.

नीरज मिश्रा सर्व्हिस केबिनच्या जवळ बसली होती. तिच्या जवळ बसलेल्या दहशतवाद्याने कालशनिकोव्ह काढून, पहिला बार काढला, तो नीरज मिश्राच्या कमरेतून आरपार गेला व तिचे कपडे रक्ताने भरून गेले. हा प्रकार ६० ते ७० सेकंद चालू होता. शिरीन कुरेशी या तरुणीला वाटले की, दहशतवाद्यांनी केवळ गंमत म्हणून फटाक्याचा आवाज काढला. पण तिचा कुडता रक्ताने माखून निघाल्यानंतर तिला खरा प्रकार लक्षात आला. तिने आपली जागा कराचीत विमान उतरल्यावर बदलली होती व ती रुपलच्या जागेवर पाठीमागे बसली होती. कारण रुपलला आपल्या मैत्रिणीबरोबर गप्पा मारायच्या होत्या; पण शिरीन त्यामुळेच वाचली, कारण सर्व्हिस केबिनमुळेच तिला गोळ्या लागल्या नाहीत. पण रुपल देसाईला गोळ्या घातल्या व ती जागच्या जागीच ठार झाली. उत्पल देसाई नावाच्या तरुण नर्तिकेने गोळ्यांच्या वर्षावात रुपल देसाईच्या मुलाला कवटाळले. सुदैवाने दोघेही गोळ्यांच्या वर्षावातून वाचले, कारण तिच्या डोक्यावरून गोळ्या जात होत्या. दहशतवाद्यांनी उभ्याने गोळ्या झाडल्या म्हणून.

पन्नास ते साठ सेकंद हा प्रकार चालू होता. गोळीबार थांबल्यानंतर कोणीतरी संकटकालीन दरवाजा उघडला. खिडकीजवळच्या दरवाजातून शिरीनने डोळे मिटून खाली चौदा फूट उडी घेतली. खाली पडल्यावर तिचे दोन्ही पाय फॅक्चर झाले.

दारूगोळा संपल्यानंतर अपहरणकर्ते विमानतळावरील ऑफिसकडे धावत सुटले. विमानात राक्षस वाटणारा अतिरेकी आता माणूस वाटत होता. कारण त्याला पण कोणीतरी 'शूट' करील अशी भीती वाटत असावी. पाकिस्तानी पोलिसांनी चौघांना पकडून लष्करी ऑफिसमध्ये घाईघाईत पुढील प्रक्रियेकरिता नेले.

अमेरिकन परराष्ट्रीय कचेरीवर बॉम्बहल्ला

१९८३ मधील या आंतरराष्ट्रीय घटनेने सर्व जगभर खळबळ उडवून दिली. दुपारची पाऊणची वेळ. बेरुत शहरातील एका भव्य आठ मजली इमारतीत अमेरिकेच्या लेबॅनॉनमधील परराष्ट्रीय कचेरीचा संसार थाटला होता. या इमारतीत रोजचे व्यवहार नेहमीप्रमाणे पार पाडले जात होते. घड्याळाचा काटा एकवर आला. इमारतीच्या सभोवताली एक क्षणभर प्रचंड प्रकाशझोत दिसला आणि दुसऱ्याक्षणी धडामधुडुम असा कानठळ्या बसवणारा आवाज ऐकू आला.

क्षणभर काय झाले हेच समजेना. इमारतीतून गोलाकार धुरांचे प्रचंड लोट आकाशात भिडू लागले. इमारतीच्या मधल्या भागात आगीचे लोळ दिसू लागले. सर्वत्र आक्रोश, रडणे, ओरडणे, हुंदके ऐकू आले. धुराच्या लोटातून बघितल्यावर काय दृश्य दिसले? आठ मजली इमारतीचा मधला भाग पूर्णपणे कोसळला होता.

लोखंडी खांब, सळ्या आणि पट्ट्या वाकल्या होत्या. भिंतींतून काँक्रिटचे ठोकळे लोंबकळत होते. खाली सर्वत्र कोसळलेल्या काँक्रिटचा ढिगारा पसरला होता. कचेरीतील सेवकांची प्रेते दूरवर फेकली गेली होते. जवळपासच्या मोटारगाड्यांचा आणि दुचाकी वाहनांचा चक्काचूर झाला होता. बॉम्बच्या उष्णतेने रहदारीवरील विजेचा खांब वितळलेला दिसत होता.

केवळ पंधराच मिनिटांपूर्वी या टोलेजंग इमारतीत, तळमजल्यावर कचेरीतील राजनैतिक सेवकांकडून लेबॅनीज नागरिकांना व्हिसा देण्याचे काम चालू होते. पलीकडेच एका हॉलमध्ये कॅफेटेरियात, कचेरीतील सेवकवर्ग हसतखिदळत चहापान करत होता. सी. आय.ए.च्या कचेरीत अधिकारीवर्ग कागदपत्रे चाळत होता. तिसऱ्या मजल्यावर अमेरिकन माहिती खात्याचा प्रमुख जॉन रिड कसला तरी मजकूर टाईप करत होता. अमेरिकन वकील डीलॉन हातात फोन घेऊन संभाषणात गुंग झाला असतानाच स्फोट झाला. स्फोटाचा दणकाच इतका जबरदस्त होता की, पाच मैल दूर असलेल्या समुद्रकिनाऱ्याजवळील एका जहाजाला जोरात हादरा बसून ते काही क्षण हेलकावले. बेरुतमधील उपनगरातील सात मैल दूर असलेल्या घरांची तावदाने खळ्ळकन् फुटली. घोड्याच्या नालेच्या आकारासारख्या इमारतीचा मधला भाग पूर्णपणे जमीनदोस्त झाला होता. इमारतीच्या फुटलेल्या काचा, लोखंडी पट्ट्या, तुकडे, रॉकेटसारखे सभोवार भिरकावले गेले. त्यामुळे कित्येक पादचाऱ्यांचे हातपाय तुटले, कित्येकांच्या शरीरात अणकुचीदार पदार्थ घुसल्याने ते गंभीर जखमी झाले. इमारतीसमोरून चालणाऱ्या दुर्दैवी पादचाऱ्यांच्या शरीराची चाळण झाली.

पण या संकटात अमेरिकन वकील डीलॉन वाचले हे केवढे सुदैव! त्यांच्या खोलीची भिंत कोसळून त्यात ते अडकले. त्यांची सुटका करण्यास बराच वेळ लागला. सी. आय. ए.चे मात्र बरेच नुकसान झाले. त्यांची बरीच माणसे ठार झाली. कचेरीतील बहुतेक सर्व सेवकवर्ग ठार झाला. कागदपत्रांचा निकाल लागला. या भयानक स्फोटाचा परिणाम आठ दिवस जाणवत होता. इमारतीत सर्वत्र प्रेतकळा पसरली होती. क्रेनने काँक्रिटचे ठोकळे ओढून दूर फेकले जात होते. बुलडोझरने ढिगारा बाजूला सारला जात होता. रेडक्रॉस संघटनेची माणसे जोराने ओरडत,

"कोणाला आमचा आवाज ऐकू येतो काय? कुणी जिवंत असल्यास त्याने हाक द्यावी."

पण दुर्दैवाने कुणीही जिवंत आढळले नाही. या भयानक स्फोटात एकूण ५७ ठार झाले, त्यात १७ अमेरिकन होते. १०० जखमी झाले.

स्फोट झाल्यानंतर दहाच मिनिटांनी बेरुतमधील फ्रेंच वृत्त संस्थेला एक अज्ञात व्यक्तीचा फोन आला. त्याने सांगितले की, 'हा स्फोट म्हणजे इराणी क्रांतीच्या

जागतिक मोहिमेचा एक भाग. ही मोहीम, साम्राज्यवाद्यांच्या लक्ष्याविरुद्ध (targets) जगभर हल्ला करणे, ही होय.' गमतीची गोष्ट म्हणजे यानंतर लेबॅनॉनमधील आणखीन दोन दहशतवादी गटांनी हा स्फोट घडून आणल्याचा दावा केला, पण आजतागायत नक्की कोणी हल्ला केला हे समजू शकले नाही.

नंतर हळूहळू माहितीचे तुकडे तुकडे जमा करून घटनेचा उगम समजून घेण्याचा प्रयत्न केला गेला. स्फोटकांनी खचाखच ठासून भरलेली एक ट्रक पोलीसचौकीला गुंगारा देऊन, अमेरिकन परराष्ट्र कचेरीला वळसा घालून, कुंपणाच्या आत घुसली. नंतर वाहकाने स्वत:च आतील स्फोटकांना बत्ती लावली किंवा रिमोटकंट्रोलने हा स्फोट घडवून आणला असावा. काही का असेना, कोणीही स्फोट करो, पण हा स्फोट अमेरिकेच्या मध्यपूर्वेतील धोरणाला दर्शविणारा होता एवढे मात्र निश्चित.

या दशकात आंतरराष्ट्रीय राजकीय घडामोडींत खळबळ उडवून देणारी कोणती गोष्ट असेल तर, एका महाबलाढ्य राष्ट्राची आंतरराष्ट्रीय दहशतवादाने केलेली दयनीय अवस्था. १९७९ साली इराणचे राष्ट्रप्रमुख अयातुल्ला खोमेनी यांच्या प्रेरणेने इराणी विद्यार्थ्यांनी अमेरिकन ओलिसांना ४४४ दिवस डांबून अमेरिकेचे दौर्बल्य जगासमोर ठळकपणे आणले आणि अमेरिकेच्या आंतरराष्ट्रीय प्रतिष्ठेला फार मोठा धक्का दिला.

एन्टेबी विमानतळावरील चित्तथरारक नाट्य

रविवार ता. २७ जून १९७६. एअर फ्रान्सचे प्रचंड विमान रनवेवरून तरंगत अथेन्स विमानतळावर उतरले. ५ मिनिटे विमानतळावर धांदल आणि गडबड उडाली. अथेन्सहून या विमानात बसणारे प्रवासी धावत, पळत विमानाकडे निघाले होते. विमानात चढण्यासाठी प्रवाशांची रांग लागली होती. रांगेत दोन अरब प्रवासी पण होते. २० वर्षांचे दोन कोवळे अरब तरुण, तंग विजारी व स्पोर्टस् शर्ट. त्यांच्याबरोबर एक जर्मन पुरुष, विलप्रेड बोस २६, एक जर्मन तरुणी गॅब्रिएला क्रियगर २२. ७५ वर्षाची वृद्धा श्रीमती ब्लॉकने त्या दोन अरब तरुणांकडे पाहिले. ती आपल्या मुलाला म्हणाली, 'रांगेतले हे दोन पुरुष अरबी चेहऱ्याचे आहेत. त्यांच्या हातातील बॅगा जड वाटतात..... कदाचित्.....'' तिच्या मुलाने हसून तिला वेड्यात काढले. कोणाच्याही बॅगा तपासल्या गेल्या नाहीत. केवढी चूक! एअर होस्टेसने काही सूचना केल्या. विमानांची घरघर सुरू झाली. प्रवाशांनी आपापले पट्टे आवळले. पाचच मिनिटात विमान आकाशात झेपावले.

१० मिनिटे विमानाचा प्रवास त्या अथांग आकाशात होत असतानाच, अचानक एका स्त्रीची किंकाळी विमानात सर्वांच्या कानावर आदळली. एक जर्मन स्त्री व पुरुष

प्रथम वर्गाच्या केबिनकडे धावले. त्या जर्मन तरुणीने – ग्रॅब्रीएलाने विमानाच्या कर्मचाऱ्यांवर पिस्तुल रोखले. तिच्या दुसऱ्या हातात जिवंत हँडग्रेनेड होता. दुसरा जर्मन विलप्रेड बोस कॉकपिटजवळ गेला. त्याने दरवाजा उघडला. दरम्यान केबिनमधून एअर होस्टेस बाहेर पडल्या व प्रवाशांना शांत करू लागल्या. केवळ १५ सेकंदात हे सर्व नाट्य घडले.

एका दहशतवाद्याने अरब तरुणाने ध्वनिक्षेपक उचलला. इंग्रजीतील त्यांचे बोलणे सर्वांना ऐकू आले. सर्व प्रवाशांना आता कळून चुकले होते की, आपल्या विमानाचे अपहरण झाले आहे. ध्वनिक्षेपकातून पुढील बोलणे ऐकू येऊ लागले. 'ही पी. एल. ओ.ची 'गव्हारा ब्रिगेड' आहे. तुम्ही सर्व आमचे कैदी आहात. आमच्या आज्ञेखेरीज काहीही करू नका. नाहीतर फुकट मराल.' आणखीही काही सूचना देण्यात आल्या.

त्या प्रचंड विमानाचा ताबा आता पॅलेस्टिन चाच्यांनी घेतला होता. त्यापैकी एका चाच्याने प्रवाशांना मधल्या जागेत जमा होण्यास सांगितले. एका चाच्याने सर्वांचे पासपोर्टस् गोळा करून प्लॅस्टिकच्या पिशवीत घालण्यास प्रारंभ केला. सर्वत्र स्मशानशांतता पसरली होती. कॉकपिटजवळील चाचा, वैमानिकाला सूचना देत होता. मध्येच विमानाने आपला मार्ग बदलला. विमान लिबियाच्या दिशेने प्रवास करू लागले. बेंघाजी विमानतळावर त्याने दहा घिरट्या घातल्या. शेवटी एकदाचे ते खाली उतरले. लिबियाच्या कर्नल गदाफीने या विमानाला आश्रय देण्याची परवानगी नाकारली. पुन्हा विमान हवेत झेपावले. आता मात्र भयानक परिस्थिती निर्माण होऊ पाहात होती. मिनिटामिनिटाला विमानातील पेट्रोल संपत चालले होते. शेवटी अर्ध्या तासापुरतेच पेट्रोल विमानात असताना विमान युगांडाच्या एन्टेबी विमानतळावर उतरले.

ता. २८ जून, पहाटे ३ वाजता. सकाळी ९ वाजेपर्यंत सगळे सामसूम होते. दुपारी १२-१५ वाजता सर्व उतारूंना विमानतळावरील जुन्या इमारतीत नेण्यात आले. धुळीने माखलेल्या खुर्च्यांवर ते आरामशीर बसले. इतका वेळ असलेला मनावरचा ताण संपल्याने बरेचजण सुखावले होते. आणि हो! सर्वांच्या भोजनाची पण व्यवस्था करण्यात आली. दुपारी युगांडांचा अध्यक्ष ईदी अमीन हा पण येऊन प्रवाशांशी दोन मिनिटे गप्पा मारून गेला. प्रवाशांना वाटले की, प्रकार वाटतो तितका भयंकर नसावा. पण लवकरच प्रवाशांच्याभोवती दहशतवाद्यांचा पहारा सुरू झाला. त्यांची संख्या दहा होती व सर्वांत शेवटी युगांडाच्या २० सैनिकांचा अर्धवर्तुळाकृती पहारा सुरू झाला. आता या प्रकरणाला वेगळी कलाटणी मिळणार होती.

मंगळवारी २९ जूनला चाच्यांनी आपल्या मागण्या जाहीर केल्या. विविध देशातील आपल्या ५३ साथीदारांच्या सुटकेची मागणी त्यांनी केली होती. इस्राइलच्या तुरुंगातील ४० कैदी, प. जर्मनीतील ६, केनियामधील ५, फ्रान्स व स्वित्झर्लंडमधील प्रत्येकी १ कैदी या सर्वांची सुटका गुरुवारी १ जुलै रोजी दुपारी १२ वाजेपर्यंत झाली नाही तर विमान सर्व प्रवाशांसकट उडवून देण्यात येईल अशी धमकीही देण्यात आली. हे वृत्त सर्व जगभर पसरले व सगळीकडे प्रचंड खळबळ माजली.

याबाबत फ्रेंच परराष्ट्रमंत्र्यांची प्रतिक्रिया पुढीलप्रमाणे -

"या मागण्या स्वीकारण्यासारख्या नसून आम्ही यावेळी अगदी खंबीरपणे याला तोंड देऊ." इस्राइलचे पंतप्रधान राबिन यांनी पण गनिमांच्या मागण्यांना मान तुकवायची नाही असे ठरविले. मंत्रिमंडळाच्या बैठकीत यावर दीर्घकाल चर्चा होऊन, या प्रसंगाला खंबीरपणे सामोरे जाण्याचा निर्णय बहुमताने घेण्यात आला. इस्राइलची सरकारी यंत्रणा आता अत्यंत वेगाने काम करू लागली. इस्राइलच्या गुप्तहेर खात्याच्या कचेरीने निरनिराळ्या विभागातून अचूक माहिती गोळा करण्याचे कार्य त्वरेने सुरू झाले. दहशतवाद्यांची संख्या, छबी, कपडे कोणत्या गटाचे, त्यांचे पाठीराखे याविषयी सर्व माहिती गोळा केली जात होती. या सर्व माहितीत प्रवासी कोणत्या इमारतीत आहेत, पळवलेले विमान कोठे आहे, ही माहिती महत्त्वाची होती. अनेक खटपटी लटपटी करून एन्टेबी विमानतळाचा जुना व नवा नकाशा मिळविण्यात गुप्तहेर खात्याला यश मिळाले. याबाबत अमेरिकेच्या परराष्ट्रखात्याचे अगदी योग्य वेळी साहाय्य झाले. केवढा कामाचा उरक, केवढी कार्यक्षमता, कामाची तडफ व केवढी निष्ठा!

बुधवारी ३० जूनला एका वेगळ्याच नाटकाची रंगीत तालीम सुरू झाली. जगभर गाजणारे नाटक होते ते! इस्राइलचे कमांडो युनिट विमानतळाचा नकाशा उलगडून सर्व तपशील लक्षात घेत होते. कसा व कोठे हल्ला करावा व शत्रूला कसा गुंगारा द्यावा याचा तपशील ठरत होता. पडद्यावर काही स्लाइडस् व फिल्म्स दाखविण्यात आल्या व एन्टेबी विमानतळावरील कारवाईचा कच्चा आराखडा आकार घेऊ लागला व १०१ कमांडोची रंगीत तालीम सुरू झाली.

इकडे दहशतवाद्यांच्याही काहीतरी हालचाली चालूच होत्या. त्यांच्या हातात हुकमाचे पत्ते होते. त्यांना डाव खेळून आपल्या साथीदारांची सुटका करण्याची घाई झाली होती. डावातला एक हुकमाचा पत्ता त्यांनी टाकला. दुपारी २-३० वाजता त्यांनी विमानातील ४० बायकामुलांची सुटका केली. ते सर्व पॅरिसला रवाना झाले. पॅरिसच्या विमानतळावर वार्ताहरांनी त्यांच्यावर प्रश्नांचा भडिमार केला. त्या वार्ताहरात इस्राइलचे हेरच जास्त होते. त्यांना हवी असलेली माहिती प्रवाशांकडून मिळाली.

युगांडाचा हुकूमशहा ईदी अमीन दादाचे शरीररक्षक पॅलिस्टिनी आहेत, हे कळल्यामुळे ईदी अमीनचा या कटात भाग आहे हे स्पष्ट झाले. त्यामुळे इस्राइलला त्वरेने हालचाली करणे क्रमप्राप्त होते. चाच्यांनी गुरुवारी दुपारची १२ ही निर्णायक वेळ (dead line) दिली होती. त्याचा फायदा घ्यायचे इस्राइलने ठरविले.

इस्राइलच्या मंत्रिमंडळाची त्या रात्री बैठक होऊन त्यात पंतप्रधान राबिन यांनी आपला निर्णय जाहीर केला. ''जर विमानातील ज्यू प्रवासी वाचविण्याकरिता ४० अरब दहशतवादी गुन्हेगार सोडले तरी हे पुन्हा ज्यूंची हत्या करणारच. भविष्यकाळातील होणाऱ्या अनेक निरपराधी ज्यूंची हत्या टाळण्यासाठी या गुन्हेगारांना न सोडणेच हितावह. या प्रसंगी हत्येवाचून पर्यायच नसेल तर कमीतकमी हत्या होईल असाच मार्ग अवलंबिणे श्रेयस्कर आहे. अगदी २०-२५ प्रवासी बळी गेले तरी चालतील. पण ४० गुन्हेगार गनीम तरी आपल्या जवळ (तुरुंगात) राहतील. धाडसी उपाययोजना करून ज्यू प्रवाशांची सुटका करणे, याला पर्याय नाही.'' ही योजना एकमताने मान्य करण्यात आली. पण या गोष्टीची अजिबात वाच्यता होऊ नये यासाठी अतिशय दक्षता घेण्यात आली. या योजनेला आकार देण्याचे व शत्रूची दिशाभूल करून त्याला शेवटपर्यंत बेसावध ठेवण्याचे काम सुरू झाले.

दुसऱ्या दिवशी इंग्लंड व फ्रान्समधील वर्तमानपत्रात बातम्या झळकल्या. 'इस्राइल तडजोडीस तयार. ज्यू प्रवाशांचे प्राण वाचविण्याच्या बदल्यात तुरुंगातील अरब दहशतवाद्यांना सोडण्यास इस्राइल तयार आहे.' याप्रसंगी रक्तपात झाल्यास आपल्या पक्षावर ठपका येऊ नये, म्हणून पंतप्रधान राबिन यांनी हा निर्णय घेतला. त्याचप्रमाणे चाच्यांनी ४७ बायका-मुलांना सोडल्यामुळे इस्राइलवर बरेच दडपण आले. शिवाय एन्टेबी येथे अडकलेल्या ज्यू प्रवाशांच्या नातेवाइकांनी पंतप्रधान राबिन यांच्या कचेरीला गराडा घालून दहशतवाद्यांच्या मागण्या मान्य कराव्यात व ज्यू प्रवाशांची सुटका करावी, असा लकडा लावल्यामुळे इस्राइल सरकारने हा निर्णय घेतला... वगैरे वगैरे बातम्या वर्तमानपत्रात झळकल्या.

या सर्व गोष्टीचा अपेक्षित होता तोच परिणाम झाला. अरब दहशतवादी आनंदाने वेडे झाले. त्या भरात त्यांनी आपल्या मागणीची मुदत ४ जुलै दुपारी ११ वाजेपर्यंत वाढवली. या सर्व प्रकरणात एक मेख मारलेली होती. इस्राइल. अधिकृतपणे असे काहीच उत्तर दिलेले नव्हते. या काळात युगांडाचा ईदी अमीन दादा याने विमानतळावर अनेक चकरा मारल्या. लष्करी गणवेषातील दादाने इस्राइलला शिव्यांची लाखोली वाहिली. 'इस्राइलचे सरकार नालायक आहे, त्यांनी अजूनही उत्तर दिलेले नाही.'

शनिवार ता. ३ जुलै. इस्राइलच्या कमांडो युनिटची अगदी धांदल उडाली

होती. कारण थोडा वेळ होता. पण तरीसुद्धा सर्वकाही शास्त्रशुद्ध, अचूक, योजनाबद्ध, रेखीव, कोठे चूक होण्यास वावच नव्हता. इस्राइलचे खास दूत केनियामध्ये जाऊन तेथील सरकारशी वाटाघाटी करू लागले. केनियाने इस्राइलला सर्व प्रकारचे साहाय्य करण्याचे कबूल केले. फक्त एकच अट घातली. इस्राइली सैनिकांनी परत येताना एन्टेबी विमानतळावरील युगांडाची सर्व मिग विमान नष्ट करावीत. ईदी अमीनने, आपल्या विक्षिप्त वागण्याने, आपल्या शेजारी राष्ट्राला केनियाला शत्रू बनवले होते. त्यामुळे केनियाने ही अट घातली होती व इस्राइलने ती मान्य केली.

गुरुवार १ जुलै, संध्याकाळचे ६ वाजले. नैरोबी (केनिया) रेडिओने बातम्या देण्यास सुरुवात केली. "इस्राइल अखेर कैद्यांच्या अदलाबदलीस तयार झाले आहे. सर्व ४० कैद्यांना विमानतळाजवळ बंदोबस्तात आणून ठेवले असून त्यांना कोणत्याही क्षणी घेऊन जाण्यासाठी एक विमान सज्ज ठेवण्यात आले आहे." एन्टेबी विमानतळावर पूर्वी विमाने घेऊन उतरण्याचा अनुभव असलेले वैमानिक शोधण्यात आले. विमानाचे मार्ग आखण्यात आले. इस्राइलच्या कमांडो युनिटची तयारी जवळ-जवळ पूर्ण झाली होती. इकडेही एन्टेबी विमानतळावर नेहमीप्रमाणेच दहशतवादी व युगांडा सैनिक आलटून पालटून पहारा देत होते. सर्व दहशतवादी बाहेर जाऊन खाऊनपिऊन येत किंवा झोप काढून ताजेतवाने होऊन येत. तोपर्यंत युगांडाचे सैनिक पहारा देत.

शनिवार ता. ३ जुलै. एन्टेबी विमानतळावर जुन्या कंट्रोल टॉवरपाशी, पळवलेले एअर फ्रान्सचे विमान आणून ठेवण्यात आले. इकडे इस्राइलच्या गुप्तहेर खात्याच्या योजनेची अंमलबजावणीची वेळ येऊन ठेपली होती. सी-१३० हर्क्युलस जातीच्या दोन राक्षसी विमानात सैनिक व सामान दोन तुकड्यांत विभागले होते. सर्व सैनिक नागरी पोषाखातच होते. कारण कोणालाही कसलाही संशय येऊन चालणार नव्हते. नाहीतर सर्वच मुसळ केरात जाण्याची शक्यता होती. याच विमानाबरोबर दोन बोईंग-७०७ जातीची विमानेही निघाली होती. एकामध्ये ३३ डॉक्टर्स होते. औषधे, सर्व रक्तगटाच्या बाटल्या, सर्व काही जय्यत तयार होते. नेहमीच्याच मार्गाने ही विमाने आकाशात झेपावली. सिनाई वाळवंट-तांबडा समुद्र-इथोपिया-केनिया-नैरोबीचा विमानतळ दिसू लागला. केनियाला अगोदरच वाटाघाटी करून या कटात सामील करून घेतले होते. त्यामुळे ही चारही विमाने नैरोबीच्या विमानतळावर निर्वेधपणे उतरली. एका विमानात एक छोटेसे इमर्जन्सी ऑपरेशन थिएटर उभारण्यात आले. उभारलेल्या तीनही विमानांनी पेट्रोल भरून घेतले आणि एन्टेबीच्या दिशेने आकाशात उड्डाण केले.

एन्टेबीच्या प्रचंड विमानतळावर पहिले विमान घिरट्या घालू लागले. युगांडाच्या

कंट्रोल टॉवरच्या अधिकाऱ्याने ओळख मागितली. यापुढे प्रत्येक क्षण कसोटीचा होता. थोडीशी जरी चूक झाली असती तरी सर्व योजनेवर पाणी पडले असते. वैमानिकाने शांतपणे उत्तर दिले, ''हे एअर फ्रान्सचे विमान आहे. प्लीज रन-वे वरील दिवे लावा. आम्ही इस्राइलने सोडलेले ४० दहशतवादी कैदी घेऊन आलेलो आहोत. परत जाताना अडकलेल्या प्रवाशांना घेऊन जाणार आहोत.''

टॉवर कंट्रोलच्या त्या मठ्ठ अधिकाऱ्याला एवढासाही संशय आला नाही. त्याने परवानगी दिली. ते राक्षसी विमान सरळ जुन्या रन-वेकडे निघाले. तेवढ्यात आकाशात दुसरे सी-१३० विमान घिरट्या घालू लागले. त्यानेही कंट्रोल टॅवरच्या अधिकाऱ्याला दटावून सांगितले, 'ही ईस्ट आफ्रिकन एअरवेजची फ्लाईट आहे. नेहमीप्रमाणे आम्ही लँडिंग करीत आहोत.' त्याचवेळी ईस्ट आफ्रिकन एअरवेजचे एक विमान, खरोखरच नेहमीच्या वेळापत्रकाप्रमाणे येण्याची वेळ झाली होती. दरम्यान तिसरे बोइंग ७०७ विमान आकाशात राहून पहारा करावयाचा होता आणि खाली उतरलेल्या दोन्ही विमानांना वरून मार्गदर्शन करून खालील घटनांवर नियंत्रण ठेवायचे होते.

खरे नाट्य आता सुरू झाले. दुसरे विमान उतरताच अत्यंत वेगाने विमानतळाच्या पार दुसऱ्या टोकापाशी गेले. विमान तेथे थांबले न थांबले तोच धडाम् धुडुम! विमानाजवळ एक स्फोट झाला (घडवून आणला.) विमानतळावरील सर्व सुरक्षा सैनिक तिकडे धावले. दरम्यान पहिले विमान जुन्या टर्मिनल इमारतीपासून १ किलोमीटर अंतरावर असतानाच त्याच्या पोटातून लँड रोव्हर गाडी बाहेर पडली. त्यात पॅलिस्टिनी दहशतवाद्यांसारखे दिसणारे व ईदी अमीनच्या शरीररक्षकासारखे पोषाख केलेले, तशीच शस्त्रे घेतलेले इस्रायली कमांडो सैनिक बसलेले होते. या गाडीपाठोपाठ ईदी अमीनच्या गाडीसारखीच एक काळी मर्सिडीज गाडी बाहेर पडली. प्लेट नंबर पण तोच, इतर खाणाखुणा तशाच. ईदी अमीनच्या ड्रायव्हरचा पोषाख घालून एकजण गाडी चालवीत होता. तर अमीनच्या पोषाखात, तोंडाला काळे फासून, हिरवे कपडे घालून एक इस्रायल कमांडो बसला होता. त्यापाठोपाठ आणखी एक लँड रोव्हर गाडी बाहेर पडली. त्यात पहिल्यासारखेच ६ रक्षक बसले होते. या तीनही गाड्या वेगाने जुन्या टर्मिनल इमारतीकडे जाऊ लागल्या. इमारत पूर्ण प्रकाशित झाली होती. बिचाऱ्या युगांडाच्या सैनिकांना वाटले की, अध्यक्षांच्याच गाड्या आल्या आहेत. हातातील बंदूक खांद्यांवर टाकून त्याला झटकन सलामी दिली. युगांडा सैनिकांचे अर्धवर्तुळ पार करून या गाड्या पुढे गेल्या तर पुढे चार दहशतवादी पहारा करताना दिसले. गाडीच्या ड्रायव्हरने दिशा अशी धरली की दिव्यांचा प्रखर झोत दहशतवाद्यांच्या डोळ्यांवर पडेल. 'ईदी अमीन'च्या ६

शरीरसंरक्षकांनी (इस्राइलच्या कमांडोंनी) या चारही दहशतवाद्यांना भुईसपाट केले. आता आडोशाला लपलेले दहशतवादी सावध झाले होते. युगांडाच्या बुद्दू सैनिकांना असे वाटले की, आपल्या अध्यक्षांवर तर गोळीबार होत नाही ना? त्यापैकी काहीजण पालथे पडून जुन्या इमारतीकडे सरकू लागले. पण मागच्या लँड रोव्हर गाडीतील इस्राइली कमांडो सैनिक त्यांचा समाचार घेऊ लागले. ठरल्याप्रमाणे पहिले विमान इमारतीजवळ येऊन थांबले व त्यातून तीन चिलखती गाड्या बाहेर पडल्या. त्यांनी युगांडाच्या सर्व सैनिकांना यमसदनी पाठवले. इस्राइलच्या कमांडोंनी एकूण एक दहशतवादी टिपला होता. ज्या हॉलमध्ये प्रवाशांना ठेवले होते त्या हॉल बाहेरील दोन दहशतवाद्यांची शरीरे मशीनगनच्या माऱ्याने छिन्नभिन्न झाली होती.

एक इस्राइली सैनिक लाऊडस्पीकर घेऊन आत आला. गद्गदलेल्या हिब्रू भाषेत तो म्हणाला, ''चला थांबू नका. पळा लवकर, बाहेर तुमच्यासाठी विमान थांबले आहे. आता एकदम घरी...आपल्या घरी.'' 'घर' एकच शब्द. केवढी जादू होती त्या शब्दात. निराशा आणि भीती यात खोल बुडालेल्या प्रवाशांच्या हृदयात एकदम आनंदाची ऊर्मी उसळली. डोळ्यातून आनंदाश्रू ओघळले. सर्वजण मिळेल ते सामान घेऊन विमानाकडे धावत सुटले. त्यांना कशाचेही भान राहिले नव्हते. त्या दोन्ही लँड रोव्हर गाड्यांत -माणसे व मुले घालण्यात आली. विमान सर्वांना घेऊन आकाशात झेपावले. आता फक्त शेवटची कामगिरी राहिली होती. मिग विमानाचा फडशा पाडायचा होता. तीही कामगिरी इस्राइली सैनिकांनी चोखपणे पार पाडली. या सर्व घटना केवळ काही मिनिटातच घडल्या.

४ जुलै रविवार इस्राइलमध्ये ही पहाट वेगळीच होती. राजधानी तेल अव्हिवमधील सर्वजण विमानतळाच्या दिशेने पळत निघाले होते. लोक रस्त्यारस्त्यातून गाऊ लागले. नाचू लागले. सकाळी ११-३०ला विमान तेलअव्हिवच्या विमानतळावर उतरले. सर्वच आनंदाचा जल्लोष चालला होता. प्रवासी व सैनिक यांना प्रवाशांचे नातेवाईक व इस्रायली नागरिक आनंदाने मिठ्या मारत होते. एक इस्राइली नागरिक म्हणत होता. ''जगाने इस्राइलला एक देणगी दिली-अकरावी आज्ञा-''

''तू दहशतवादापुढे कधीही नमू नकोस.''

या सर्व झटापटीत इस्रायली कमांडो युनिटने केवळ एकच माणूस गमावला होता.

ॲशिली लॉरोचे अपहरण

७५५ उतारू असलेले इटालियन कंपनीचे जहाज आरामशीरपणे निळे पाणी कापीत प्रवास करीत होते. समुद्रपर्यटन करणारी ही मंडळी आल्हाददायक हवेचा

उपभोग घेत होती. डेकवर कोठे तरी एका तरुण-तरुणींचा पिंगपाँगचा खेळ रंगला होता. संध्याकाळच्या रम्य वातावरणात डिनर पार्टी, त्याबरोबर नृत्य व रात्रीचे बुफे जेवण. यामुळे सारे वातावरण धुंद झाले होते. पोलीश नर्तक-नर्तकीचे बॅले नृत्य तर फारच बहारदार होते.

बोटीत बहुतांशी पर्यटक इटालियन होते. अमेरिकन पर्यटकांपैकी बहुतेक साठीच्या वरचे होते. रविवारी बोट ॲलेक्झांड्रियाच्या किनाऱ्याला लागल्यानंतर या हौशी पर्यटकांनी मेरिलीन क्लिंगगॉफर हिचा ५९ वा वाढदिवस साजरा केला. तशी ती पर्यटकात चांगलीच लोकप्रिय होती. मेरिलिनबरोबर तिचा नवरा पण होता. ६९ वर्षांचा हा निवृत्त कारखानदार, 'स्ट्रोक'चा दोनदा आघात झाल्यामुळे गेली तीन वर्षे चाकाच्या खुर्चीला खिळून होता, तरी पण या हसऱ्या आणि उत्साही अशा या माणसाची जलपर्यटनाची हौस काही पुरी झाली नव्हती.

दुसरे दिवशी सकाळी बोटीतून ६६६ प्रवासी दृश्य देखावे व स्थळदर्शनाकरिता जहाजाबाहेर पडले. कैरो येथे सर्व काही बघून, पोर्ट कैद येथे पुन्हा ते जहाजावर चढणार होते. जिनिव्हा येथे जहाजावर चढलेल्या चार पॅलेस्टिनी प्रवाशांना मात्र याचे काहीच सोयरसुतक नव्हते. का कोणास ठाऊक पण ही चार माणसे कोणाच्याही लक्षात आली नाहीत. जहाजावरील डिनर पार्टी किंवा इतर आनंदोत्सवात ती कधीच सामील होत नसत. ते आपापसातच मश्गुल होते.

खरे पाहिले असता त्यांचा इरादा वेगळाच होता. त्यांची नावेदेखील बनावट होती. इटलीत असतानाच त्यांनी जहाजावर चोरून शस्त्रे आणली होती. इस्राइलच्या किनाऱ्यावर असलेल्या ॲशडॉड या शहरावर आत्मघात की धाड घालून काही ओलीस पकडून इस्राइलच्या तुरुंगात असलेल्या काही दहशतवाद्यांची सुटका करण्याची त्यांची योजना होती. जहाजावर डिनर पार्टी रंगलेली असताना त्यांनी आपल्या मशिन्सगन्स काढल्या व साफ करण्यास सुरुवात केली. पण मध्येच तेथे कडमडलेल्या एका वेटरने ते सर्व बघितले.

पण एकाएकी काय कुणास ठाऊक? मशिनगनचे धडामधुम असे आवाज वातावरणात घुमले. सर्वत्र धावपळ, गोंधळ व आरडाओरड सुरू झाली. दहशतवाद्यांनी माइकवरून सर्व प्रवाशांना डेकवर एकत्र येण्यास फर्मावले. किचनमध्ये असलेल्या प्रवाशांना मध्येच बंदुकीच्या दस्त्याने दणके घालायलाही त्यांनी मागेपुढे पाहिले नाही. काही क्षणापूर्वीचे आनंदी वातावरण एकदम काळजी व चिंता यांनी ग्रासून गेले. प्रवाशांच्या डोक्यावर मशीनगन रोखून दहशतवादी त्यांनी धमकी देत होते. बिचाऱ्या कॅरिनी टबी (वय २१) या ब्रिटिश नर्तकीला त्यांनी अशी धमकी दिली की, त्यांच्या राजकीय मागण्या मान्य न झाल्यास तिला गोळीने उडवण्यात येईल.

एवढेच नव्हे, तर सर्व जहाजच स्फोटाने उडवण्यात येईल. एक जण तर चक्क खिळे काढलेला हातबाँब हातात घेऊन 'डान्स' करीत होता.

त्या क्षणापासून त्या जहाजावर दहशतवाद्यांची सत्ता सुरू झाली. हा सर्व प्रकार पोर्ट सैदच्या उत्तरेस ३० मैलांवर घडला. जहाजाच्या कप्तानाने पोर्ट सैद येथील अधिकाऱ्यांबरोबर रेडिओवरून संपर्क साधला व जहाजाचे अपहरण झाल्याचे वृत्त त्याच्या कानावर घातले. पॅलीस्टिनी मुक्ती संघटनेच्या एका गटाचे हे कृत्य होते. इस्राइलच्या तुरुंगात असलेल्या ५० पॅलिस्टिनी दहशतवाद्यांच्या सुटकेची त्यांनी मागणी केली होती. या दहशतवाद्यांत 'सामी कुंतार' या कुविख्यात दहशतवाद्याचा समावेश होता. या दहशतवाद्याने आपल्या तीन साथीदारांसह १९७९ साली इस्राइलच्या नहरीया या शहरावर हल्ला करून तीन नागरिकांना ठार मारले होते. शुक्रवारी दुपारी परिस्थिती गंभीर बनली.

अमेरिकन सरकारला हे वृत्त कळताच इस्राइल, इटली व इजिप्त या संबंधित सरकारांबरोबर त्यांनी संपर्क साधला. जहाजावर अमेरिकन पर्यटक असल्याने अमेरिकाही या प्रकरणात ओढली जाणार होती. या सर्व राष्ट्रांना अमेरिकेने पुढील संदेश पाठवला 'अमेरिकेच्या धोरणानुसार दहशतवाद्यांबरोबर मुकाबला करताना एक इंचदेखील मागे हटता येणार नाही. फार तर ओलिसांच्या सुटकेबाबत वाटाघाटी करता येतील.' या जहाजाला कोणीही आसरा देऊ नये असेही अमेरिकेचे मत पडले. या जहाजाने टार्टसजवळ सिरियाच्या सागरी सीमेत प्रवेश करण्याचा प्रयत्न केला. वास्तविकरीत्या सिरिया हा दहशतवादी मंडळीतील थोडासा सभ्य सभासद. या प्रकरणाची जगभर प्रसिद्धी होणार या कल्पनेने सिरियाने परवानगी नाकारली. सायप्रस येथील बंदरात आश्रय दिला जावा अशीही मागणी दहशतवाद्यांनी केली, पण सायप्रस सरकारनेही त्यांना वाटाण्याच्या अक्षता दिल्या. त्यामुळे नाइलाजाने जहाजाला पोर्ट सैदकडे वळवण्याचा निर्णय घ्यावा लागला. भूमध्य समुद्र परिसरातील कोणतेही राष्ट्र या चाच्यांना आश्रय देण्यास तयार नव्हते.

ॲशिली लॉरोच्या कप्तानाने पोर्ट सैद येथे परतण्याचे ठरल्यानंतर सर्व राज्य सरकारांनी या पेचप्रसंगांचा शेवट करण्याकरिता इजिप्तनेच पुढाकार घ्यावा या गोष्टीला मान्यता दिली. अर्थात याला कारणही तसेच बलवत्तर होते. कारण इजिप्तचे पॅलिस्टिनी मुक्ती संघटनेबरोबर निकटचे संबंध होते. पण सुरुवातीपासूनच इटली, इजिप्त व अमेरिका यांचे या संदर्भातील विचार वेगवेगळे होते. पण तीन यक्षप्रश्न आहेत, याबद्दल मात्र एकमत होते. एक म्हणजे ओलिसांची सुरक्षितता, दुसरा म्हणजे अपहरणकर्त्यांना देण्यात येणाऱ्या सवलती, तिसरा म्हणजे दहशतवाद्यांना देण्यात येणारे शासन. प्रवाशांच्या सुटकेची सर्व राष्ट्रांना अतिशय चिंता होती.

दहशतवाद्यांना कोणत्या सवलती देऊ नयेत याबाबत देखील त्यांचे एकमत होईना. इटालियन सरकारची पहिली कृती कोणती असेल तर ती म्हणजे पॅलीस्टिनी मुक्ती संघटनेचा प्रमुख नेता यासर अराफत यांच्याशी संपर्क साधणे ही होय. पण अराफतने असे जाहीर केले की, 'या घटनेशी आपला काहीही संबंध नाही.'

गुरुवारची रात्र संपली आणि शुक्रवार उजाडला. जगातील सर्व वर्तमानपत्रात मोठमोठे मथळे झळकले. सर्व जगाचे लक्ष या घटनेकडे लागले. शुक्रवारी दुपारी परिस्थिती अधिकच गंभीर होत चालली. दहशतवाद्यांनी दमास्कस येथील इटालियन व अमेरिकन वकिलातींशी रेडिओने संपर्क साधला व टार्टस येथे जहाजास आश्रय घेण्यास परवानगी मागितली व याबाबतीतील वाटाघाटीस थोडा जरी उशीर झाला तर ते महागात पडेल अशी दमदाटी केली. अल्लाच्या कृपेने हत्या करण्यास भरपूर प्रवासी आहेत. (१२-५०ला पहिली हत्या केली जाईल व त्याचे नाव व राष्ट्रीयत्व सांगितले जाईल.) पण या अगोदरच त्यांनी ६९ वर्षांच्या क्लिंगगॉफरला खुर्चीतच गोळी घालून उडवले. एवढेच नव्हे तर जहाजावरील प्रवाशांना दमदाटी देऊन त्यांच्याकडूनच त्याला खुर्चीसकट समुद्रात फेकले होते.

याच सुमारास या भीषण नाट्यामध्ये आणखी एका पात्राने प्रवेश केला. ती व्यक्ती म्हणजे महंमद अब्बास झैदान ऊर्फ अबू अब्बास. इजिप्त सरकारने त्याला या वाटाघाटीत भाग घेण्यास बोलावणे पाठवले. अबू अब्बास हा अपहरणकर्त्यांचा कमांडर होता. हैफात जन्मलेला अबू अब्बास कुविख्यात दहशतवादी होता. दमास्कस मध्ये शिक्षण घेतलेल्या या जाडजूड दहशतवाद्याने अनेक अपहरण कृत्यांत भाग घेतला होता व अनेक युरोपियन राष्ट्रांना तो या गुन्ह्याकरिता हवा होता. पॅलेस्टाइन लिबरेशन आघाडीचा हा प्रमुख सचिव होता. त्याने ताबडतोब रेडिओने अपहरणकर्त्यांशी संपर्क साधला. त्याची पहिली प्रतिक्रिया कोणती असेल तर इस्रायली हल्ल्याची योजना ठार फसल्याबद्दल त्याने संताप व्यक्त केला. दुसऱ्या प्रक्षेपणाच्यावेळी त्याने जहाज पोर्ट सैद येथे वळवण्यात यावे असे सांगितले. यापुढे काय घडणार याकडे सर्व जगाचे लक्ष लागले होते.

पोर्ट सैदपासून ३० मैलांवर जहाज समुद्रात उभे होते. चार अपहरणकर्ते आणि इजिप्तचे अधिकारी यांच्यामध्ये वाटाघाटी चालू होत्या. मध्यस्थ अबू अब्बास हा सुएझ कालव्यातील अधिकाऱ्यांच्या कचेरीतून रेडिओद्वारे वाटाघाटीत भाग घेत होता. याच वेळी इजिप्तच्या परराष्ट्र कचेरीत इटली, प. जर्मनी व अमेरिका यांची इजिप्तच्या परराष्ट्र बरोबर चर्चा चालली होती. कोणत्या अटीवर या चाच्यांना सोडून द्यावे, याबाबत वाटाघाटी चालू होत्या. इजिप्तचे अध्यक्ष मुबारक यांना, या घटनेमुळे मध्यपूर्वेतील शांतता प्रक्रियेला सुरुंग लागेल की काय, याची चिंता लागली होती.

पॅलिस्टिनी मुक्ती संघटनेचे नेते अराफत व जॉर्डनचे राजे हुसेन यांनी या शांतता वाटाघाटीस भाग घेण्यास मान्यता दिली होती. इस्राइल आणि जॉर्डन यांना एकाच टेबलवर वाटाघाटीत आणण्याची मुबारक यांना आशा होती. त्यामुळे अमेरिकेची बाजू घेणे इजिप्तला परवडणार नव्हते. दुसरी चिंतेची बाब म्हणजे शासनाची चौकट कमकुवत होत चालली होती. आर्थिक समस्या आणि अनेक प्रश्न आ वासून उभे होते. मुस्लीम कट्टरवाद्यांचे आव्हान सतत जाणवत होते. त्यामुळे पॅलिस्टिनी मुक्ती संघटनेला दुखवणे ही अतिशय अवघड गोष्ट होती. किंबहुना अराफत हा गबाळ नेता आहे, हे दाखवण्यास मुबारक उत्सुक होते. इजिप्तच्या पोर्ट सैद या बंदरात लॉरो हे जहाज परतणार होते. सर्व जगभर या घटनेची प्रसिद्धी झालेली होती. मुबारक यांना डोकेदुखी संपवून टाकावयाची होती. पण इटलीचे जास्तीत जास्त प्रवासी जहाजात होते. इटलीचे पंतप्रधान 'क्रोसी' यांना असा आग्रह होता की, जहाजावर कोणताही हिंसाचार घडला नसेल, तर दहशतवाद्यांना मोकळे सोडण्यात यावे. जहाजाचा इटालियन कप्तान डी-रेल रेडिओवरून वारंवार कोणतीही हत्या घडली नाही असे सांगत होता. पण जहाजातील इतर लोकांनी त्याला वाटाघाटी फिसकटू नयेत म्हणून खोटे सांगण्याचा आग्रह धरला होता.

इजिप्त, जर्मन व इटलीच्या वकिलांनी अशा प्रकारच्या करारावर सह्या केल्या. पण अमेरिकेच्या वकिलाने मात्र पूर्ण वस्तुस्थिती समजल्याशिवाय सही करण्यास नकार दिला. जहाजावरील दहशतवाद्यांनी अबू अब्बास यांच्याकडून निरोप घेऊन येणाऱ्या दूताबरोबर विशेष खूण असावी असा आग्रह धरला. त्याप्रमाणे व्यवस्था केल्यानंतर चार अपहरणकर्ते शरण आले.

जहाज बंदराला लागताच अमेरिकेचा वकील निकोलस बेलिओट याने प्रत्यक्ष जहाजावर जाऊन चौकशी केली असता क्लिंगगॉफर या अमेरिकन प्रवाशाची दहशतवाद्यांनी हत्या केल्याचे कॅप्टन रोझा याजकडून त्याला समजले.

एका निष्पाप अमेरिकन नागरिकाची हत्या झाल्यामुळे अमेरिकन वकिलाला इतका राग आला की तारस्वरात रागाने त्याने इजिप्तच्या वकिलाला सांगितले की 'या कुत्र्याच्या अवलादींवर ताबडतोब खटले भरा. वॉशिंग्टनला सर्व वृतांत कळवा.' बेलिओट याच्या 'औचित्यभंग' आरडाओरड्यामुळे त्याची ३१ वर्षांची सेवा संपवून अमेरिकन सरकारने त्याला सक्तीने निवृत्त केले. अमेरिकेने इजिप्तबरोबर लकडा लावला होता की या चार दहशतवाद्यांची अमेरिकेत परत पाठवणी करण्यात यावी. इजिप्त हे अमेरिकेचे दोस्त राष्ट्र होते. अशा परिस्थितील इजिप्तला दुखवणे अमेरिकेला शक्य नव्हते. अमेरिकन अधिकाऱ्यांनी अध्यक्ष मुबारक यांना दहशतवाद्यांचा ठावठिकाणी सांगण्यास आग्रह चालवला. पण अध्यक्ष मुबारक

यांनी उडवाउडवीची उत्तरे दिली. कदाचित ते ट्युनिसकडे गेले असतील असे मुबारकने सांगितले. पण त्यानंतर आठ तास दहशतवादी अलमाझा या इजिप्तच्या लष्करी विमानातच होते. अमेरिकन गुप्तहेर खात्याकडे याविषयी खडानखडा माहिती होती.

अध्यक्ष रेगन हे शिकागो येथून करसुधारणा या विषयावर भाषण संपवून वॉशिंग्टनला परतल्यानंतर त्यांना हे वृत्त सांगण्यात आले. TWA-847 या विमानाच्या अपहरणाच्यावेळी अमेरिकेची झालेली मानहानी अमेरिका राष्ट्र विसरले नव्हते. आंतरराष्ट्रीय दहशतवादाविरुद्ध अमेरिकेसारखे महाबलाढ्य राष्ट्र काही परिणामकारक कृती करू शकत नाही याविषयी अमेरिकन नागरिकांत एक प्रकारचे वैफल्य पसरले होते. अध्यक्ष रेगन यांची दहशतवाद्यांना धडा शिकविण्याची फार इच्छा होती. त्यांच्या लष्करी सल्लागाराबरोबर सल्लामसलत केल्यानंतर त्यांना असे सांगण्यात आले की, दहशतवाद्यांना बाहेर घेऊन जाणारे विमान मध्येच अडवून दहशतवाद्यांना ताब्यात घेता येईल, पण इजिप्तच्या विमानांनी आदेश ऐकले नाही तर काय करायचे? हा एक प्रश्न होता. इजिप्तचे विमान पाडले असते तर सर्वच अरब राष्ट्रांमध्ये प्रतिक्रिया निर्माण झाली असती. म्हणून याबाबत मार्गदर्शक सूचना अध्यक्ष रेगन यांच्याकडून मिळाल्यानंतर यापुढील कारवाईस प्रारंभ झाला. दुपारी २।। वा. भूमध्य समुद्रातील 'साराटोगा' या अमेरिकेच्या विमानवाहक जहाजाला आदेश मिळाल्यानंतर चार लष्करी टॉम कॅट विमाने आकाशात झेपावली. त्याबरोबर दोन रडार हॉकी विमाने पण झेपावली. क्रीट बेटाच्या आसपास आकाशात झेपावत असताना त्यांनी इजिप्शियन विमानाला अचूकपणे हेरले. इजिप्शियन विमानाच्या पायलटने ट्यूनिस विमानतळावर उतरायची परवानगी रेडिओने मागितली होती. नकार मिळाल्यानंतर अथेन्स येथे पण उतरण्याचा प्रयत्न करण्यात आला. हे सर्व रेडिओ संदेश अमेरिकन विमानचालकांनी ग्रहण केले होते. त्यानंतर ही चार विमाने इजिप्तच्या विमानाच्या दिशेने झेपावली. सर्व बाजूला घेऊन रडार विमानांतर्फे त्यांनी सक्तीचे लँडिंग करण्याबाबत आपले पंख एकदम खाली करून आंतरराष्ट्रीय खूण केली. इजिप्शियन विमान चालकाने कैरोच्या विमानतळाशी संपर्क साधण्याचा अयशस्वी प्रयत्न केल्यानंतर अमेरिकन विमानचालकाच्या आदेशाला त्यांनी मान्यता दिली. या विमानात चार दहशतवादी, लष्करी संरक्षक, इजिप्तचे राजनैतिक अधिकारी, पॅलिस्टिनी मुक्ती संघटनेचा नेता अबू अब्बास हे होते. सिसिलीमधील 'सायगोनेला' या नाविक हवाईतळावर हे लष्करी विमान उतरवण्यात आले.

त्याच्यापाठोपाठ दोन अमेरिकन लष्करी वाहतूक विमानांतील दहशतवादी प्रतिबंधक दलातील कमांडो सैनिक विमानतळावर उतरले. त्याचप्रमाणे इटलीचे

देखील लष्करी दल येऊन सामील झाले. एकदा असे वाटले की, अमेरिकन कमांडो विमानात जाऊन चार दहशतवाद्यांना आपल्या ताब्यात घेणार, पण इटालियन कमांडो सैनिकांनी हवेत गोळीबार करून अमेरिकन सैनिकांना प्रतिबंध केला व दहशतवाद्यांना ताब्यात घेतले. त्यांना स्थानिक तुरुंगात डांबण्यात आले. जहाजावरील अमेरिकन ओलिसांनी पोलिसांच्या देखरेखीखाली त्यांना ओळखण्याचा कार्यक्रम तुरुंगात पार पाडला. इटालियन सरकारने खास मॅजिस्ट्रेट नेमून त्यांची चौकशी आरंभली. जाबजबाब सुरू झाले. इकडे अध्यक्ष रेगन यांचे इटलीचे पंतप्रधान क्रॅक्सी यांना फोनवर फोन सुरू झाले व ४ अपहरणकर्ते व अबू अब्बास यांस अमेरिकेत खटला भरण्याकरिता परत पाठवण्याचा लकडा लावण्यात आला. पण क्रॅक्सी यांनी, जहाज इटालियन कंपनीचे असल्यामुळेच व तेथील भूप्रदेश हा सार्वभौम देशाचा भूप्रदेश असल्याने, अध्यक्ष रेगन यांची मागणी फेटाळून लावली.

इटलीची याबाबतची भूमिका स्वच्छ होती. इटलीचे आणि पी. एल. ओ.चे संबंध निकटचे आणि अर्थपूर्ण होते. राष्ट्रीय हितसंबंध लक्षात घेऊन अनेक वर्ष इटलीचे अरब देशांबरोबर घनिष्ठ संबंध निर्माण झाले होते. लिबिया एक व्यापारपेठ आणि तांत्रिक सेवा म्हणून लिबियाचे स्थान अत्यंत महत्त्वाचे होते. इटलीच्या अनेक उद्योगधंद्यात लीबियाची प्रचंड प्रमाणात भांडवल-गुंतवणूक होती. इटलीचे सीरिया आणि इराक या देशांबरोबरचे संबंधही सुधारून वाढीस लागले होते. इटलीचे दहशतवादाविरुद्धचे रेकॉर्ड १९७० पासून अत्यंत उत्कृष्ट होते. अनेक कठोर उपाययोजना करून त्यांनी दहशतवाद आटोक्यात आणला होता. परंतु ते अंतर्गत बाबतीत. मात्र आंतरराष्ट्रीय दहशतवादाच्या बाबतीत इटलीचे धोरण गुळमुळीत होते. पॅलिस्टिनी मुक्ती संघटनेला अनेक सवलती देऊन व समझोता करून ही डोकेदुखी देण्याबाहेरच ठेवण्यात त्यांनी यश मिळविले होते. आता सर्वांनाच खूश करणारे निर्णय घेणे इटालियन शासनाला शक्य नव्हते. दहशतवाद्यांचा भाग सोडल्यास नजीकचे दोस्त राष्ट्राबरोबरच्या (अमेरिका) संबंधात थोडासा तणातणाव निर्माण झाला असता. अरब राष्ट्रांना दुखवणे इटलीला फार महागात पडले असते. अमेरिकेने इजिप्शियन विमानाला क्रीटजवळ अडवून ताब्यात घेत त्याबद्दल सर्व अरब राष्ट्रांनी नाराजी व्यक्त केली होती. एवढेच नव्हे तर अध्यक्ष मुबारक यांनी शुद्ध चाचेगिरी असे उद्‌गार काढले होते. ही प्रतिक्रिया लक्ष घेऊन इटालियन सरकारने दहशतवाद्यांना सोडून देण्याचा निर्णय घेतला असावा. इटलीचे पंतप्रधान कॅक्सी यांचेही धोरण बरोबर होते. यावेळी पी. एल. ओ. नेता यासर अराफत यांच्या मध्यस्थीमुळे नोकरवर्ग आणि प्रवासी असे मिळून जवळजवळ ४५० ओलिसांची सुटका होऊ शकली. पण यासारखी घटना पुन्हा घडली तर इटलीला शब्द टाकण्यास अजिबात

बाब नव्हता. म्हणून इटालियन सरकारने याबाबत उत्कृष्ट फार्स करण्याचे ठरवले व अमेरिकन अधिकाऱ्यांच्या डोळ्यांत धूळफेक केली. इटालियन न्यायाधीशांना चौकशी करण्यामध्ये सरकारतर्फेच अडथळा आणला जात होता. २४ तासानंतर इजिप्तचे पकडलेले विमान दहशतवाद्यांसकट रोमच्या लष्करी विमानतळावर आणण्यात आले. तेथे इजिप्तचे वकील व रोमचा पोलीसप्रमुख यांच्या संगनमताने असे भासवण्यात आले. इजिप्शियन आर्ट ॲकॅडमी या इमारतीत दहशतवाद्यांना व अबू अब्बास या म्होरक्याला स्थानबद्ध करण्यात आलेले आहे. या इमारतीभोवती बुलेटप्रुफ कपडे घातलेले पोलीस, आभास करण्यासाठी ठेवण्यात आले.

पण अबू अब्बास हा इजिप्तच्या विमानात कधीच बसला नव्हता. रोमच्या लष्करी विमानतळावर असतानाच एका युगोस्लाव्ह विमानात त्याची व्यवस्था करण्यात आली होती. अबू अब्बासच्या विनंतीनुसार त्याच्या संरक्षणाकरिता एका शरीररक्षकाची व्यवस्था करण्यात आली होती. त्यानंतर हे विमान बेलग्रेडच्या दिशेने आकाशात झेपावले. त्यामुळे अमेरिकेला हात चोळत बसण्याखेरीज गत्यंतर राहिले नाही. एका बलाढ्य राष्ट्राची नाचक्की झाली होती.

बेलग्रेड येथे आल्यानंतर अबू अब्बासने इजिप्शियन मध्यपूर्व वृत्तसंस्थेमध्ये मुलाखत दिली, 'प्रवाशांच्या प्राणाला इजा पोहोचवणे किंवा जहाजाचे अपहरण करणे हे मूळ ध्येय नव्हते. तर इस्राइलने व्यापलेल्या प्रदेशात आत्मघातकी हल्ला करून ॲशलँड बंदरात घबराट उडवून देणे हा हेतू होता.'

या घटनेमुळे आंतरराष्ट्रीय राजनीतीवर फार मोठा प्रकाश पडला. आंतरराष्ट्रीय दहशतवादाविरुद्ध संघर्ष करण्याचे जरी मान्य केले तरी प्रत्यक्ष वेळ येताच आपले राष्ट्रीय हितसंबंध लक्षात घेऊन इजिप्त, इटलीसारखी राष्ट्रेदेखील कृती करण्यास कचरतात ही गोष्ट सिद्ध झाली. दुसरा मुद्दा दहशतवाद्यांवर मृत्युदंडाची शिक्षादेखील निवारक (हा हन्त हन्त) म्हणून काहीही प्रभाव पाडू शकत नाही. अध्यक्ष रेगन यांनी ज्यावेळी अमेरिकन लष्करी विमानाने इजिप्तच्या दहशतवादी विमानाला अटकाव करून सिसिलीच्या विमानतळावर उतरावयास लावले, त्यावेळी You can run, but you cannot hide, असा जो संदेश दिला होता तो फुसका ठरला. या संदर्भात आणखी एक मुद्दा- दहशतवादी कृत्य हे केव्हाही, कुठेही, कसेही घडू शकते, ही परिस्थिती असल्यामुळे आंतरराष्ट्रीय कायद्याचा भंग करून एका जहाजाचे अपहरण करून, दिवसाढवळ्या एका महाबलाढ्य राष्ट्राच्या नागरिकांची हत्या करून ४ अपहरणकर्ते सहीसलामत सुटू शकले. यावरून दहशतवादाचे हत्यार किती जबरदस्त आहे याची आपल्याला कल्पना येते.

प्रकरण १४ वे

दहशतवादाची वाटचाल

२१ वे शतक

दहशतवादाची वाटचाल

१ ले दशक

(१) इराणचा आण्विक कार्यक्रम - एक समस्या

आज जागतिक चिंतेचा विषय कोणता असेल तर इराणचा आण्विक शस्त्रे जमविण्याचा कार्यक्रम. संयुक्त राष्ट्रसंघाने इराणविरुद्ध जो ठराव अमेरिका गटाने आणला होता, त्यात इराणविरुद्ध भारताने मतदान केले होते. पण त्यानंतर भारत आणि इराण यांचे संबंध सुधारले आहेत, व काही क्षेत्रात त्यांचे परस्परांशी सहकार्य आहे. अमेरिकेने याचा धसका घेतलेला आहे. डेमोक्रॅटिक पक्षाच्या काही सभासदांनी, भारताने इराणवर दबाव आणून त्यांचा आण्विक कार्यक्रम रद्द करण्यास भाग पाडावे, व मगच भारताबरोबरचा आण्विक सहकार्याचा करार मान्य करावा अशी त्याला दुरुस्ती सुचविली होती. नोव्हेंबर २००६ मध्ये इराणचे अध्यक्ष अहमद दीन जान यांनी असे जाहीर केले आहे की इराण याबाबतीत अंतिम पाऊल (final step) उचलणार आहे. अर्थात final step म्हणजे काय हे त्यांनी स्पष्ट केलेले नाही.

याचाच अर्थ असा की, जरी सं. रा. संघाने (I. A. E.A) म्हणजेच आंतरराष्ट्रीय अणुऊर्जा समितीने इराणला, युरेनियम समृद्धी करण्याचा (enrichment of urenium) कार्यक्रम थांबवावा असे सांगितले तरी इराण हा कार्यक्रम राबवणारच आहे. इराणने हा कार्यक्रम अमलात आणला तर इराणला शासन काय करणार हे स्पष्ट केलेले नाही; केवळ आर्थिक व राजनैतिक निर्बंध, एवढेच सूचित केले आहे. पण इराणने त्यावर अशी प्रतिक्रिया व्यक्त केली आहे की, शांततेकरिताच, व उद्योगाकरिताच हा कार्यक्रम राबविण्यात येणार आहे. पण आण्विक अस्त्रे प्रसरण (proliferation of atomic weapons)आणि अभ्यासगटाच्या तज्ज्ञाने (Iraque Study Group) बुश प्रशासनाला असे सुचविले आहे की त्यांनी इराकबरोबर समोरासमोर (direct) बोलणी करावीत. अध्यक्ष बुश यांनी आतापर्यंत इराणच्या आणि उ. कोरियाच्या बाबतीत ही गोष्ट कटाक्षाने टाळली आहे. जेम्स बेकर या इराक-अभ्यास गटाच्या

एका सदस्याने असे मत प्रकट केले आहे की, 'प्रत्यक्ष बोलणी न करणे, एकाकी पाडणे, त्या राज्याला बदनाम करणे हे सर्व चूक आणि असयुक्तिक आहे. (pathologically irrational) प्रत्यक्ष बोलणी करूनच ही समस्या सोडविली पाहिजे. पण इराणच्या हातात हुकुमाचे पत्ते आहेत. ते म्हणजे, पेट्रोलच्या खाणी. त्यामुळे इराणला नमते घेण्याचे काहीच कारण नाही. इराणवर इराकसारखा हल्ला करणे यापुढे अमेरिकन जनतेला परवडणार नाही. मध्यपूर्वेत इराणचा दबदबा आहे, चीनचा आणि रशियाचा आतून पाठिंबा आहे. २३ डिसेंबर, शनिवार रोजी सुरक्षा समितीने बहुमताने ठराव संमत केला आहे; व इराणला, असा आदेश दिला आहे की, अण्वस्त्रे बनविण्याचा कार्यक्रम थांबवावा. त्याचप्रमाणे युरेनियमच्या समृद्धीकरणाचा कार्यक्रम चालू ठेवण्याबद्दल इराणवर निर्बंध लादण्यात आले आहेत. पण इराणच्या परराष्ट्र खात्याच्या प्रवक्त्यांची याविषयी प्रतिक्रिया ती होती. श्री. महमंदअली हुसेनीच्या शब्दात, "अणु कार्यक्रम राबविण्याचा इराणचा निश्चय आता जास्त ठाम झाला आहे. शांततेकरिता हा कार्यक्रम ठोसपणाने (concrete), जास्त निर्णायक (decisive) आणि जास्त संघटितपणे (organised) राबविण्यात येणार आहे. सुरक्षा समिती एक साधन म्हणून पाश्चिमात्य राष्ट्रे तिचा उपयोग करणार असतील तर त्याचा काहीही उपयोग होणार नाही." इराणच्या अध्यक्षांनी हा ठराव म्हणजे एक कागदाचे चिटोरे (scrap of paper) असे म्हणून ठरावाची उपेक्षा केली आहे. सुरक्षा समितीने या ठरावानुसार, बिन लष्करी निर्बंध लादण्यास अनुमती दिली आहे. उदा. राजनैतिक आणि आर्थिक संबंध तोडणे, दळणवळण व वाहतुकीची साखळी (link) रद्द करणे यांचा संपर्क न ठेवणे." वगैरे. पुढे काय होते ते पाहूया.

परवेज मुशर्रफ :

या दहशतवादाचा विचार करताना, आणखी एका घटनेचा उल्लेख केला पाहिजे. पाकिस्तानचे अध्यक्ष जनरल परवेज मुशर्रफ यांचे आत्मचरित्र – 'In The Line of Fire' या ग्रंथाचे प्रकाशन २५ सप्टेंबर २००६ ला न्यूयॉर्कमध्ये ६०० प्रतिष्ठित प्रेक्षकांच्या उपस्थितीत करण्यात आले. अत्यंत चमत्कारिक घटना! या आत्मचरित्रात गेल्या काही वर्षांत या उपखंडात ज्या काही खळबळजनक घटना घडल्या, राजकीय घडामोडी झाल्या, त्याचा लेखकाच्या दृष्टिकोनातून मांडलेले, एकांगी वृत्त आहे.

भारताच्या संदर्भातील विषय म्हणजे, पाकिस्तानचे कारगील प्रदेशावरील आक्रमण. १९९९ साली एप्रिल अखेर भारतीय लष्कराने बर्फ पडण्याच्या सुमारास १२० कि.मी.च्या अंतरावरील आपली खंदकातील ठाणी खाली केली. त्याच सुमारास पाकिस्तानच्या लष्कराने आक्रमण करून ही हस्तगत केली. जनरल परवेझ

मुशर्रफ यांच्या नेतृत्वाखाली पाकिस्तानी लष्कराने कट करून पंतप्रधान नवाज शरीफ यांना काहीही सुगावा न लागू देता हे आक्रमण केले. पण मुशर्रफ यांनी याचे समर्थन केले आहे, यात त्यांची लुच्चेगिरी आहे. भारताने पाक सरहद्दीवर सैन्याची जमवाजमव केल्यामुळे पाकिस्तानला हा संरक्षणात्मक पवित्रा घ्यावा लागला असे जनरल मुशर्रफ म्हणत व हा हल्ला काश्मिरी मुज्जाहिद्दीन (स्वातंत्र्य सैनिक) यांनी केला असा दावा ते करतात. पण मुज्जाहिद्दीनच्या वेषात पाकिस्तानचे सैनिकच होते ही वस्तुस्थिती आहे. या युद्धात भारताचे दुप्पट-तिप्पट सैनिक पाकिस्तानच्या लष्कराने ठार केले असा दावा ते करतात. पण भारतीय सैनिकांनी अनेक अडचणींना तोंड देऊन ९०% प्रदेश परत मिळविला. आपल्या पराभवाची नामुष्की लपविण्याकरिता पंतप्रधान नवाज शरीफ अमेरिकेत गेले व अमेरिकन अध्यक्ष बिल क्लिंटन यांच्या मध्यस्थीने पुढील कटू प्रसंग टळला व पाकिस्तानने आक्रमण मागे घेतले. ही वस्तुस्थिती असताना मुशर्रफ यांनी नवाज शरीफ यांनी हे पाऊल निष्कारण उचलले असा शेरा मारला आहे.

भारतीयांच्या दृष्टीने यातील दुसरा महत्त्वाचा विषय म्हणजे अण्वस्त्र प्रसरण (atomic-proliferation). पाकिस्तानचे अण्वस्त्रांचे जनक माजी शास्त्रज्ञ श्री. ए. क्यू. खान यांनी लाच घेऊन अण्वस्त्रांचा प्रसार, तांत्रिक ज्ञानाचा सूत्रांच्या आलेखांचा प्रसार कसा केला याचा वृत्तांत मागे आला आहे, पण अध्यक्ष मुशर्रफ यांनी यातून जो अर्थ काढला आहे, किंबहुना सर्व आंतरराष्ट्रीय जगतात भयानक असत्य पसरविण्याचा या ग्रंथात आत्मचरित्राद्वारे हास्यास्पद प्रयत्न केला आहे, त्याला तोड नाही. श्री ए. क्यू. खान यांनी चोरून मारून आण्विक प्रसरण करण्याकरिता दुबई येथे एक गुप्त जाळे विणले होते, त्यात काही भारतीय होते. ते काही काळानंतर अदृश्य झाले. मुशर्रफ यांना असे वाटते की या भारतीयांनी ए. क्यू खान यांचेच तंत्रज्ञान चोरून आपला अणुबॉम्ब बनविला आहे. किती खोटेपणा, अहंपणा आणि धूळफेक! या चोरट्या अणुप्रसरणाकरिता श्री. खान विमानाने, अनेक वेळ सेंट्रीफ्युजेस व अन्य साहित्य घेऊन उत्तर कोरियाला गेले, ते श्री. मुशर्रफ यांच्या संमतीनेच. पण आपणास २००३ पर्यंत याची अजिबात माहिती नव्हती असे मुशर्रफ लिहितात. केवढा खोटारडेपणा, किती बनवाबनवी!

यानंतरची खटकणारी गोष्ट म्हणजे, २००४ साली आग्रा येथील भरलेली भारत-पाक शांतता परिषद (summit). सगळे वादग्रस्त व तणातणी निर्माण करणारे, संबंध बिघडवणारे सर्व प्रश्न, चर्चा करून सोडविण्याकरिता पंतप्रधान अटलबिहारी वाजपेयी यांच्या पुढाकाराने ही परिषद बोलविण्यात आली होती. पण मुशर्रफ यांच्या दहशतवादाच्या संदर्भातील भूमिकेमुळे आणि काश्मीरमधील दहशतवादाला

स्वातंत्र्ययुद्ध म्हणून संबोधल्यामुळे ही परिषद अयशस्वी झाली. पण मुशर्रफ यांनी आपल्या ग्रंथात वाजपेयींच्या नेतृत्वाला दुबळे म्हणून दोष दिला आहे. यात मुशर्रफ यांचा अहंकार डोकं वर काढतो.

काश्मीर – न संपणारे गुऱ्हाळ

काश्मीर समस्या आणि त्यासंबंधी वाटाघाटी अनेक दशके चालत आल्या आहेत. ताज्या घडामोडी, काय आहेत याचा येथे विचार केलेला आहे. नवी दिल्ली येथे नोव्हेंबर २००६ या महिन्यात भारत-पाक यांची संयुक्त प्रकारची बोलणी, चर्चा सुरू होती. त्याचवेळेस श्रीनगर येथे दहशतवादी घटना घडली. केंद्रीय सुरक्षा दलाच्या तळावर एक हातबॉम्ब फेकण्यात आला. तसेच एका कारबॉम्बचा स्फोट करण्यात आला, त्यात १९ माणसे जखमी झाली. त्याचवेळेस बारामुल्लाजवळ 'खानपोश', येथे आणखीन एक स्फोट झाला, त्यात १० व्यक्ती जखमी झाल्या. भारत-पाक बोलणी चालू असतानाच, पाकिस्तानचे परराष्ट्रीय सचिव-रियाज महमंद खान यांनी हुरियतच्या शिष्टमंडळाची भेट घेतली.

श्री. खान यांनी त्या शिष्टमंडळाला सांगितले की, अलगाववादी (seperatists) एक झाल्याशिवाय पाकिस्तानला काश्मीरची समस्या सोडविण्याच्या दृष्टीने काहीही करता येणे शक्य नाही. पाकिस्तानचे अध्यक्ष मुशर्रफ यांच्या 'स्वयं-शासन' (self-rule) या प्रस्तावाला पाठिंबा देण्याचे त्यांना आवाहन केले. मवाळ हुरीयत नेत्यांनी याला पाठिंबा दिला. पण ताठरवाद्यांनी याला पाठिंबा दिला नाही. विशेषत: अली शहा गिलानी यांनी विरोध केला. गिलानीच्या मते, पाकिस्तानच्या या बदललेल्या दृष्टिकोनामुळे फुटीरवाद्यांच्या लढ्यावर फार परिणाम झाला आहे. 'संयुक्त वाटाघाटी', करण्याबाबत देखील त्याचे मत प्रतिकूल होते, कारण त्यामुळे काहीच साध्य होत नसते. पण स्वयंनिर्णयाच्या प्रस्तावाला पाठिंबा देणाऱ्या कोणत्याही काश्मिरी गटाबरोबर सहकार्य करण्याचे व ऐक्य साधण्याचे त्याने मान्य केले.

जम्मू-काश्मीर लिबरेशन फ्रंटचे अध्यक्ष, यासिन मलिक यांनी चार सूत्री प्रस्ताव पुढे मांडला. यात, काश्मीरविषयी अंतिम निर्णय घेण्यात काश्मिरी जनतेला सहभागी करण्याचा मुद्दा होता. याविषयाचा निर्णय, व सोडवणूक (solution) भारत, पाकिस्तान आणि काश्मिरी जनता यांना मान्य होणारा असावा.

ज्यावेळी रियाझ खान ऐक्य भावनेविषयी आग्रहाने सांगत असतानाच हुरीयत परिषदेचे अध्यक्ष मिरवाइज उमर फरुख कायरो इजिप्त येथील आंतरराष्ट्रीय परिषदेला हजर राहिले होते. या परिषदेला 'पिपल्स कॉन्फरन्स पार्टी'चे नेते सज्जद लोन, आणि पीपल्स डेमिक्रॅटिक पार्टीच्या नेत्या मेहबूबा मुफ्ती या पण हजर होत्या. मिरवाइज याने मेहबूबा मुफ्ती यांच्याशी संवाद साधण्यास नकार दिला कारण त्यांच्या मते

मेहबूबा यांना भारताविषयी प्रेम आहे. मिरवाइजने पाकिस्तानच्या प्रस्तावास (स्वयं-शासन) पाठिंबा दर्शविला. काश्मीरमधील प्रमुख पक्ष 'नॅशनल कॉन्फरन्स' आणि 'पीपल्स डेमोक्रॅटिक पार्टी' यांनी यापूर्वीच पाकिस्तानच्या या प्रस्तावाला पाठिंबा दर्शविला आहे.

काही दिवसांपूर्वी भारतीय दूरदर्शन वाहिनीला मुलाखत देताना तस्लीम अस्लमने सांगितले होते की 'स्वतंत्र काश्मीर' ही अशक्य गोष्ट आहे व 'सार्वमत' हा अव्यवहार्य प्रस्ताव आहे. पाकिस्तानच्या परराष्ट्रीय संबंध खात्याच्या प्रवक्तीने (तस्मीन अस्लम) याही पुढे जाऊन असे जाहीर केले आहे की काश्मीर हा आपला प्रदेश आहे, असा दावा पाकिस्तानने कधीही केला नाही. अर्थात सार्वमताच्या वेळी जनता पाकिस्तानच्या बाजूने मत देतील असा आशावाद प्रवक्तीने प्रकट केला. एकंदरीत पाकिस्तानचा काश्मीरबाबत गोंधळच गोंधळ आहे!

इराक – दहशतवादाचा नंगानाच

इराकमध्ये साध्या मृत्युदेवाचे तांडव नृत्य चालू आहे. हा एक अमेरिकेचा फसलेला प्रयोग. अमेरिकेचे अध्यक्ष आणि इंग्लंडचे पंतप्रधान टोनी ब्लेअर यांनी ही फार मोठी चूक होती हे मान्य केलेले आहे. आतापर्यंत अमेरिकेने अब्जावधी डॉलर्स इराकच्यावर खर्च केले आहेत. कित्येक हजार अमेरिकन सैनिक मारले गेले आहेत. इराकमध्ये आता आत्मघातकी मानवी बॉम्बचा वापर करून दररोज ५० ते १०० इराकी नागरिकांचा बळी घेतला जात आहे. तेथे अरब, शिया पंथीय, सुन्नी पंथीय, कुर्द अशा वेगवेगळ्या जमाती आहेत व त्यांचे आपापसात भयानक यादवी युद्ध सुरू आहे. अरब जमात ७५% आहेत, कुर्द २०% आहेत. शियापंथीयांची संख्या ६५% आहे, तर सुन्नी ३२% आहे.

अमेरिकेच्या नेतृत्वाखालील संयुक्त फौजा इराकमधील दहशतवादी कारवायांना आणि यादवी युद्धाला आळा घालण्यास अपयशी ठरल्या आहेत, तर अमेरिकेच्या पुढाकाराखाली नियुक्त इराकचे पंतप्रधान नुर अल मलिकी अकार्यक्षम म्हणून त्यांच्यावर शिक्का बसला आहे. इराकमध्ये सध्या कायदा आणि सुव्यवस्थेचा पूर्ण निकाल लागलेला आहे. अमेरिकन काँग्रेसचे राजकीय प्रवक्ते व नेते अमेरिकन फौजांना परत बोलवावे अशी मागणी करत आहेत. पण अमेरिकेचा इतका फज्जा उडून देखील अध्यक्ष बुश अंतिम विजय अमेरिकेचा होणार आहे असा आशावाद बाळगून आहेत पण या क्षेत्रातील बहुसंख्य तज्ज्ञांचे असे मत झाले आहे की यापुढे हिंसाचाराला आळा घालणे शक्य होणार नाही. ब्रिटिश लष्करप्रमुख सर रिचर्ड डानाट यांनी ब्रिटन लवकरच आपल्या फौजा इराकमधून काढून घेणार आहे असे जाहीर केले आहे. पण तज्ज्ञांनी याकरिता कोणतीही योजना, रणनीती, डावपेच

यांचा उल्लेख केला नाही. अमेरिकन काँग्रेसच्या निवडणुकीत रिपब्लिकन पक्षाचा पराभव होण्याचे प्रमुख कारण म्हणजे त्यांचे इराकविषयीचे धोरण (policy) पण यापुढे केवळ अमेरिकन सैन्य काढून घेऊन भागणार नाही. टप्प्याटप्प्याने सैन्य काढून घेता येईल. अर्थात याला काही वर्षे लागतील किंवा काही महिन्यात हे काम होऊ शकेल. पण याकरिता राजनैतिक (diplomatic) प्रयत्न आवश्यक आहेत. शांतता परिषद बोलवावी लागेल, त्यात अन्य राष्ट्रांना बोलावून सहभागी करावे लागेल. उदा. सीरीया, इराण व चीन सुद्धा पण अध्यक्ष बुश यांचा याला विरोध आहे. शेवटी या प्रश्नाचे एकच उत्तर आहे, इराकची जातीय तत्त्वावर फाळणी करणे, कुर्द बहुसंख्याकांचे वेगळे राज्य, बहुसंख्याक शिया प्रदेशांचे वेगळे राज्य, त्याचप्रमाणे सुन्नी पंथीयांचे वेगळे राज्य. प्रारंभी संघराज्य पण कायम स्वरूपात स्वतंत्र राज्ये, पण अमेरिकन तज्ज्ञांना यात सुद्धा चिंतेची बाब आहे, असे वाटते. यातील ताठर (hard liners) गटाकडे पेट्रोलच्या खाणीचा ताबा गेल्यास! अमेरिकेच्या पेट्रोल संबंधीच्या हितसंबंधाला धोका पोहोचण्याची शक्यता आहे.

अमेरिकेच्या अध्यक्षभवनातून एक एकत्रित कार्यक्रम पुढील महिन्यात जाहीर होण्याची शक्यता आहे. अमेरिकन संरक्षण खात्याचे सचिव रॉबर्ट गेटस् हे नुकतेच इराकला भेट देऊन परतले आहेत. त्यांनी आपला अहवाल अध्यक्ष बुश यांना सादर केला आहे. इराकमधील अमेरिकन लष्करी अधिकाऱ्यांनी इराकमधील अमेरिकन सैनिकांची संख्या वाढविण्याची शिफारस केल्याचे पण गेटस् यांनी सूचित केले आहे.

पुढील महिन्यात अमेरिकेच्या इराकमधील रणनीतीचा एक भाग म्हणून एक एकत्रित कार्यक्रम (package) जाहीर केला जाणार आहे. त्यानुसार इराकमधील अमेरिकन सैनिकांची संख्या ३०,००० वाढविली जाईल. अमेरिकेच्या विविध खातेप्रमुखांच्या संयुक्त मंडळाने अध्यक्ष बुश यांना असे आग्रहाने सांगितले आहे, की इराककरिता १०० कोटी डॉलर्सच्या मदतीची तरतूद करावी. अध्यक्ष रुझवेल्ट यांनी जागतिक आर्थिक मंदीच्या वेळी 'न्यू डील' नावाचा कार्यक्रम राबविला होता. त्याच धर्तीवर हा कार्यक्रम जाहीर केला जावा, असे त्यांनी सुचविले आहे. अमेरिकन सैनिकांच्या वाढीबरोबर इराकच्या पुनर्रचनेकरिता आर्थिक व राजकीय उपाययोजनेचा हा एक भाग असावा, असे या मंडळाला वाटते. यांना अशी भीती वाटते की केवळ सैनिकांची संख्या वाढवून काहीही उपयोग होणार नाही, उलट आणखी सैनिकांना प्राण गमवावे लागतील. हे वृत्त जनरल पिटर स्कूमेकर यांच्या सूत्रांकडून समजले आहे. संरक्षण धोरण समितीचे एक माजी सभासद आणि संरक्षण विभागाचे (पेन्टॅगॉन) सल्लागार न्यूट ग्रिनग्रीच याच्या मते दुसऱ्या महायुद्धानंतरची

मार्शल योजना आणि हा कार्यक्रम यांच्यातील सुवर्णमध्य असावा, की ज्यामुळे प्रत्येक बेकार इराकी तर माणसाला काम मिळेल, व त्याच्या मनातील अमेरिकेबद्दलची द्वेष भावना, वैरभाव नष्ट होईल. सैन्य कमी असो वा जास्त असो. या विजयाच्या दिशेने यामुळे हे पहिले पाऊल ठरेल व ही रणनीती यशस्वी ठरेल.

अफगाणिस्तान - तालिबानचा छुपा कार्यक्रम

२१ व्या शतकात अल-कायदा आणि ओसामा बिन लादेन ही नावे ऐकल्यानंतर आपण हादरतो. गेल्या महिन्यात नोव्हेंबर २००६ मध्ये ब्रिटिश पंतप्रधान टोनी ब्लेअर यांनी अफगाणिस्तानला भेट दिली आणि तेथे संयुक्त सैन्याच्या एक पथकाची ब्रिटिश सैनिकांची पाहणी केली, व त्यांच्याशी गप्पा मारल्या, त्यांचे मनोबल वाढविले. पण त्याच वेळी त्यांनी असे सांगितले की, ''अफगाणिस्तानमधील ग्रामीण भागात ठाण मांडून बसलेल्या, तालिबानचे उच्चाटन करण्यास अजून एक दशक लागेल.'' गेल्या उन्हाळ्यात ब्रिटिश सैनिकांनी बंडखोर तालिबान दहशतवाद्यांबरोबर सामना करून त्यांचा पूर्ण बंदोबस्त केला. ब्लेअर यांच्या शब्दात सांगायचे झाल्यास ''जगाच्या सुरक्षिततेचा लढा या आगळ्या वेगळ्या वाळवंटात लढला जात आहे.'' आता, अफगाणिस्तानमध्ये हमीद करझाई यांच्या नेतृत्वाखाली लोकशाहीची वाटचाल सुरू आहे. एक शांततावादी विकसनशील, प्रगत राष्ट्र म्हणून अफगाणिस्तानला नाव मिळवायचे अफगाणिस्तानच्या अध्यक्षांचे स्वप्न आहे. अध्यक्ष करझाई यांना ओसामा बिन लादेन हा अफगाणिस्तानचा शत्रू वाटतो, तो सापडल्यास त्याच्यावर खटला भरून त्याला कठोर शासन करण्याचा निर्धार पण करझाई यांनी व्यक्त केला आहे. अमेरिकन लष्कराचे संरक्षण व आर्थिक साहाय्य, अफगाणिस्तान आपल्या पायावर उभे राहतोपर्यंत स्वीकारले जाईल असे पण त्यांनी जाहीर केले आहे. पाकिस्तानच्या वायव्य सरहद्द प्रांत, बलुचीस्थान आणि वझारीस्थान येथील प्रदेशात, तालिबानच्या दहशतवाद्यांची पुन्हा जमवाजमव होत आहे. परदेशी दहशतवादी तेथे गोळा होत आहेत व आत्मघातकी बॉम्बर, दहशतवादी तयार करण्याकरिता त्यांना प्रशिक्षण दिले जात आहे.

सध्या काबूलमध्ये दिवसातून चारच तास वीज असते, अफगाणी चलनाची किंमत नगण्य आहे; तर अमेरिकन डॉलर्सला महत्त्व आले आहे.

नेपाळ - दहशतवादाचा अंत

राजेशाहीचा अंत जवळ आला म्हणून नेपाळात जल्लोष केला जात आहे. नेपाळी जनतेची या जोखडातून मुक्तता होणार आहे. माओवादी कम्युनिस्ट पक्षाने सात पक्षांच्या आघाडीबरोबर केलेल्या शांतता करारावर सह्या केल्या आहेत. ११ वर्षांच्या रक्तरंजित युद्धाचा शेवट केला आहे. सर्वसामान्य नेपाळी माणूस यापुढे

सुखावला आहे. पण त्याला मनातून असे पण वाटते की आपणाला अजून बरीच अडथळ्यांची शर्यत पार करावी लागणार आहे. सात राजकीय पक्षांची आघाडी आणि माओवादी यांच्यात समान असे काही नाही, पण त्यांचा शत्रू मात्र समान आहे. राजे ग्यानेंद्र. या राजाचा देशात उघड उघड तिरस्कार केला जातो. संचारबंदी असताना, पाच लाख नेपाळी लोकांनी राजवाड्यावर मोर्चा नेला होता, यावरून ही गोष्ट स्पष्ट होते. हा जनतेचा उठाव होता.

संयुक्त आघाडीने आणि माओवाद्यांनी हे ओळखले होते की, "United we stand, divided we fall." माओवाद्यांनी हे पण लक्षात घेतले होते. पूर्ण लष्करी विजय आपणाला मिळणार नाही, पण एक प्रमुख लोकशाही पक्ष म्हणून आपला उदय होईल. संयुक्त आघाडीला (S. P. A.) पण वाटले माओवाद्यांच्या सहकार्याशिवाय सत्ता मिळणार नाही. या सर्व गोष्टींचा विचार करून २१ नोव्हेंबर २००६ ला शस्त्रसंधी करण्यात आला, व २७ नोव्हेंबरला शस्त्रे खाली ठेवण्यासंबंधी करार करण्यात आला. १ डिसेंबर ही सरकार बनविण्याची अंतरिम तारीख आहे, व ५ डिसेंबर २००६ पर्यंत अंतरिम राज्यघटना बनविली जाईल. ५ मे २००७ पर्यंत असेंब्लीच्या निवडणुका घेण्यात येतील. मान-सन्मान एवढ्यापुरते राजपद ठेवले जाईल. पंतप्रधान कोइराला यांनी राने ग्यानेद्र यांना तसे वचन दिले आहे. भारत, अमेरिका व युरोपियन देश यांची अशीच इच्छा आहे.

उत्तर कोरियाचा आण्विक आणि क्षेपणास्त्रांचा कार्यक्रम

इराणप्रमाणेच उत्तर कोरियाचा आण्विक कार्यक्रम हा जागतिक चिंतेचा विषय बनला आहे. याबाबतच्या बड्या राष्ट्रांचे एकमत होत नसल्याने आणखीनच गोंधळाची परिस्थिती निर्माण झाली आहे. जुलै २००६ मध्ये अशा प्रकारचे वातावरण निर्माण झाले.

उ. कोरियाची क्षेपणास्त्रे सोडण्याची तांत्रिक तयारी २००६ च्या जुलैच्या सुमारास पूर्ण झाली. तायपोडाँग या क्षेपणास्त्राची उड्डाणाची क्षमता ६७०० कि.मी. इतकी होती. त्यामुळे अमेरिकेतली 'अलास्का', किनारा व हवाई बेटे या प्रदेशांवर हल्ला करण्यास पूर्ण सक्षम होती. ९/११ च्या घटनेमुळे अमेरिकेने या गोष्टीचा धसका घेतला होता व हा प्रश्न सुरक्षा समितीत नेऊन उ. कोरियावर आर्थिक निर्बंध लादण्याचा अमेरिकेने विचार केला व निर्बंध लादले, हा सर्व तपशील मागील एका प्रकरणात आलेला आहे, याठिकाणी त्याची पुनरुक्ती करणे योग्य होणार नाही. यासंबंधी ताज्या घडामोडीचा येथे विचार केलेला आहे.

रशिया आणि चीनचा कठोर उपाययोजना करण्यास विरोध असल्यामुळे अमेरिकेने बोलणी करून व वाटाघाटी करून ही समस्या सोडविण्याचे ठरविले आहे

व आंतरराष्ट्रीय समुदायाबरोबर फटकून वागणाऱ्या उ. कोरियाला आग्रहाने या अण्वस्त्रे बनविणे, वगैरे प्रकरणातून पूर्णपणे आपण अंग काढून घ्यावे, अण्वस्त्रे प्रसरणबंदीच्या करारात पुन्हा सामील होऊन अण्वस्त्रे प्रसरणबंदीस सहकार्य करावे असे अमेरिकेने आवाहन केले आहे. यासंबंधी डिसेंबर १५ ते २० च्या दरम्यान अमेरिका आणि उ. कोरिया यांच्यात ही बोलणी होणार आहेत. पण अमेरिकेचे उपसचिव ख्रिस्तोफर हिल असे म्हणाले की, ''अण्वस्त्र कार्यक्रमाबाबत बोलणी करण्यापूर्वी उत्तर कोरियाला काही कठोर निर्णय घ्यावे लागतील.''

कोरियाचा आण्विक आणि कार्यक्रम

उ. कोरियाने ऑक्टोबर महिन्यात पहिली अणुचाचणी केल्यानंतर व त्यानंतर सं. रा. संघाने निर्बंध लादल्यावर पुन्हा याविषयी बोलणी करण्यास संमती दिली आहे; व या विषयाचा नव्याने विचार होणार आहे. बीजिंगमध्ये भरणाऱ्या या बैठकीला दक्षिण कोरिया, चीन, रशिया, जपान, अमेरिका ही राष्ट्रे हजर राहणार आहेत. उ. कोरियाने अण्वस्त्रे प्रसारण बंदी करारातून २००३ साली आपले अंग काढून घेतले होते. अमेरिकन सचिव हिल, यांनी असे सूचित केले की चीनबरोबरची बोलणी सफल झाली आहेत. उ. कोरियाच्या प्रतिनिधींची भेट होत आहे, व उ. कोरियाच्या उपपंतप्रधानांनी या कल्पनांचा, सूचनांचा विचार करण्याचे आश्वासन दिले आहे.

उ. कोरियाच्या प्रतिनिधीने सांगितले, ''गेल्या वर्षी जो आंतरराष्ट्रीय समझोता झाला आहे, त्याची अंमलबजावणी करण्यास उ. कोरियाची तयारी आहे. १९ सप्टेंबरला जो करार झाला, तो पाळण्याची तयारी आहे. पण आम्ही एकट्यानेच अण्वस्त्रांचा नाद सोडावा. Giving up N. weapons हे अशक्यप्राय आहे.'' पण तत्त्वत: उ. कोरियाने हा कार्यक्रम थांबविण्याचे मान्य केले. त्याबदल्यात आर्थिक लाभ आणि सुरक्षेची हमी यागोष्टी मिळाल्या पाहिजेत, ही अट घातली आहे.

श्रीलंका – अंत नसलेला संघर्ष

दोन दशके चाललेला श्रीलंकेतील संघर्ष, ६४,००० माणसे यात बळी पडलीत. शस्त्रसंधी होतो, की लवकरच त्याचा भंग होतो, व जीवघेणा संघर्ष सुरू होतो. श्रीलंका हे सार्क संघटनेतील एक सदस्य राज्य आहे. त्यामुळे भारताच्या परराष्ट्रीय धोरणाची ही कसोटीच आहे. गेल्या महिन्यातच (नोव्हेंबर २००६) श्रीलंकेत पंतप्रधान महिंदा राजपाक्षे यांनी भारताला भेट दिली. भारत सरकारबरोबर परस्पर हितसंबंधी बोलणी केली त्यावेळी एका खाजगी टी. व्ही. चॅनेलला मुलाखत देताना राजपाक्षे यांनी सांगितले की L. T. T. E. भारताच्या दृष्टीने देखील धोकादायक संघटना आहे. कारण 'उल्फाचे' आणि L. T. T. E. चे गुप्त संबंध आहेत.

पण आता तमिळनाडूमध्ये तमिळ स्वतंत्र राज्याला (Elam) पाठिंबा व्यक्त केला जात आहे, व याविषयी आवाज उठत आहे. 'पट्टाली मक्कल काची' आणि द्रविड मुनेत्र कळघम'. या पक्षांनी राजपाक्षे यांच्या विरुद्ध निदर्शने करण्यास संमती दिली आहे. प्रसिद्ध तमिळ सिनेदिग्दर्शक 'भारती राजा', ने L. T. T. E. प्रमुख प्रभाकरनची तुलना कै. सुभाषचंद्र बोस यांचेबरोबर केली आहे. भारती राजा आणि दुसरे सिनेनिर्माते महिन्द्रन यांनी प्रभाकरनची अनेक वेळा भेट घेतली आहे. L. T. T. E. च्या ताब्यातील प्रदेशाच्या राज्यकारभाराची अत्यंत प्रशंसा केली आहे. त्यांच्या मते, हा प्रदेश, एक आदर्श राज्य आहे. कायदा आणि सुव्यवस्था, उत्कृष्ट आहे.

पी. एम. के. चे एक नेते, डॉ. एस. रामदास म्हणतात, "भारत सरकारने बंद केलेला A-9 राजमार्ग खुला करण्यासाठी व तमिळी लोकांवर होणारे बॉम्बहल्ले थांबविण्यास श्रीलंकेच्या सरकारवर दबाव आणावा." त्यांनी शस्त्रसंधीचा भंग झाल्याबद्दल, श्रीलंकेच्या सरकारलाच जबाबदार धरले आहे. या समस्येचे आणखी एक तमिळ अभ्यासक थिरमावलवन यांनी श्रीलंकेच्या सैन्याला लष्करी प्रशिक्षण दिल्याबद्दल भारत सरकारला दोष दिला आहे.

तमिळनाडूचे मुख्यमंत्री श्री. करुणानिधी यांनी भारत सरकारला पत्र लिहून, तमिळ लोकांच्या अडचणी, त्रास, यातना दूर कराव्यात अशी विनंती केली आहे.

अरुणाचल – चीनचा दावा

नुकतेच चिनी वकिलाने एक विवादात्मक प्रक्षोभक विधान केले, "अरुणाचल हा चीनचा प्रदेश आहे." अर्थात चीनच्या राष्ट्राध्यक्षाच्या भारत भेटीच्या वेळी हा वाद विशेष वाढविण्यात आला नाही, पण दोन राष्ट्रात किंचित तणावाचे वातावरण निर्माण झाले. भारताचे परराष्ट्रमंत्री श्री. प्रणव मुखर्जी यांनी लगेच ठासून सांगितले की, "अरुणाचल हा भारताचा अविभाज्य भाग आहे." आपण आता थोडे मागे जाऊया. चीनचा हा दावा तिबेटच्या इतिहासावर आधारलेला आहे. पण भारत देखील ऐतिहासिक पुराव्याच्या आधारावरच आपला हक्क सांगत आहे. १९ व्या शतकाच्या मध्यात भारतातील ब्रिटिश राज्यकर्त्यांनी भारत ईशान्य भागाची सरहद्द निश्चित करण्याचे ठरविले. या भागात लोकसंख्या अगदी विरळ होती. त्यामुळे यात कोणत्याही समस्या उभ्या राहिल्या नाहीत. नकाशावरून ही रेषा ठरवून तावांगपर्यंत ती रेषा आणण्यात आली. पण तावांग त्यावेळी व्यापारी केंद्र होते. त्यावेळी ब्रिटिशांना कळून चुकले की तावांग हा तिबेटचा प्रदेश आहे.

त्याकाळात, १९१२ साली चीनमधील मांचू राजघराण्याला उतरती कळा लागली होती. त्यावेळी तिबेटच्या १३ व्या दलाई लामाने तिबेटमधील मांचू

राजघराण्याच्या प्रतिनिधीची हकालपट्टी करून तिबेट हे स्वतंत्र सार्वभौम राष्ट्र आहे असे घोषित केले. परिणामत: चीन आणि तिबेटमध्ये तिबेटचे राजकीय स्थान निश्चित करण्याकरिता वाद निर्माण झाला असताना ब्रिटिश राज्यकर्त्यांनी या दोघांत मध्यस्थी करण्याचा प्रयत्न केला. पण चीनचे सहकार्य न मिळाल्याने ब्रिटिशांना अपयश आले. तिबेट आणि चीनच्या सरहद्दीचा प्रश्न लोंबकळतच राहिला. त्यामुळे या ईशान्य भारताचा सरहद्दीचा प्रश्न तिबेटबरोबर वाटाघाटीच्या द्वारे सोडविला. दि. ३ जुलै, १९१४ रोजी ब्रिटिश परराष्ट्र सचिव हेन्री मॅकमोहन आणि तिबेटचे प्रतिनिधी लोंचेन शास्ता याने सिमला करार मान्य केला व दोघांनी मॅकमोहन रेषा ही सरहद्द मान्य केली. ही सरहद्द दर्शविण्याकरिता सरकारी गॅझेट मध्ये ही रेषा अधिकृतपणे प्रकाशित करण्यात आली, व हा नकाशा पण प्रकाशित करण्यात आला. १९५४ साली भारताने याला 'नेफा' (North-East Frontier Agency) हे नाव दिले. १९७२ साली भारताने या प्रदेशाला अरुणाचल असे नाव दिले. १९१४ च्या सिमला कराराने तावांग हे तिबेटने भारताला दिले आहे. चीनने, सिमला कराराने भारताला जो प्रदेश देण्यात आला तो करार स्वीकारावा, असे भारताचे म्हणणे आहे. याउलट चीन-सिमला करार मान्य करण्यास तयार नाही.

दहशतवाद – बांगलादेश – वर्तमान स्थिती

२६ जानेवारी २००७ ला, भारताचा एक शेजारी, बांगला देशात सार्वत्रिक निवडणुका होणार आहेत. त्या खलीदा झीया यांच्या बांगला नॅशनॅलिस्ट पार्टीची राजकीय आघाडी आणि शेख हसीना यांच्या अवामी लागची राजकीय आघाडी यांच्यात सरळ सरळ सामना होणार आहे. गेल्या पाच वर्षांत खलीदा झीया यांच्या संयुक्त सरकारच्या कारकिर्दीत, गैरकारभार, भ्रष्टाचार, स्वार्थ बोकाळला होता. त्यामुळे राष्ट्राचा विकास खुंटला, परराष्ट्रीय धोरण अपयशी ठरले व दहशतवादाला उत्तेजन मिळाले, लोकशाही राज्यव्यवस्था डळमळीत झाली. २१ व्या शतकात बांगला देश एक गरीब आणि मागासलेला देश म्हणून ओळखला जाऊ लागला.

काही आठवडे निवडणुका दूर असून देखील राजकीय पक्षांच्या कार्यकर्त्यांत चकमकी उडत आहेत. यात एक जण मरण पावला आहे तर अनेकजण जखमी झाले आहेत. हंगामी अध्यक्ष इज्जउद्दीन अहमद यांच्यावर अवामी लीग या पक्षाने अविश्वास प्रकट केला आहे व चौथ्या वेळी सर्व दळणवळण, वाहतूक यांची नाकेबंदी घोषित केली आहे. त्यामुळे बांगला देशातील मोठ्या शहरातील सार्वजनिक जीवन ठप्प झाले आहे. निवडणुका नि:पक्षपातीपणाने घेतल्या जाव्यात, मतदार याद्या सुधाराव्यात, लष्कराने निवडणुकांत हस्तक्षेप करू नये, वगैरे मागण्या अवामी लीग या गटाने केल्या आहेत. अध्यक्ष इयाउद्दीन अहमद यांनी सल्लागारांची बैठक

बोलावून हा प्रश्न सोडविण्याचा प्रयत्न चालविला आहे. शेख हसीना याच्या अवामी लीग या आघाडीचे सरकार आल्यास बांगला देशातील दहशतवादाला, लष्करी गटांना, कारवायांना, व भारतविरोधी धोरणाला आळा बसेल.

नक्षलवादी चळवळ – २००४–२००६

दहशतवादाप्रमाणेच नक्षलवाद हे भारतातील एक भयानक संकट आहे. ते पुढीलप्रमाणे आहे– तुरुंग फोडून आपल्या सहकाऱ्याची सुटका करणे, पोलिसांवर हल्ले करून शस्त्रे पळविणे, रेल्वे रुळ उखडणे, पोलीस अधिकाऱ्यांची हत्या करणे, पोलीस ठाण्यावर हल्ला करणे, विरोध करणाऱ्या आदिवासींची हत्या करणे वगैरे. कायद्याचे राज्य संपून अराजकता निर्माण होत असल्याचे वातावरण निर्माण होत आहे. इतके की केंद्रीय सरकारला याची दखल घेणे भाग पडत आहे. नेपाळमध्ये माओवाद्यांचा विजय झाल्यामुळे याला एक प्रकारचे उत्तेजनच मिळाले आहे.

नक्षलवादी चळवळ १३ राज्यांत पसरली आहे. तमिळनाडू, आंध्र, महाराष्ट्र, मध्यप्रदेश, उत्तरांचल, ओरिसा, बिहार, बंगाल, झारखंड, आसाम, कर्नाटक, केरळ, उत्तरप्रदेश. याविषयी केंद्रीय सरकारने पुढील आकडेवारी प्रसिद्ध केली आहे. पूर्वी १२६ जिल्ह्यांत नक्षलवादी चळवळीचा उपद्रव होता, पण सरकारी उपाययोजनांमुळे हा उपद्रव आता ५० जिल्ह्यांपुरता मर्यादित आहे. तर नक्षलवाद्यांच्या आकडेवारीनुसार १६५ जिल्ह्यात त्यांचे अस्तित्व आहे, व प्रभाव आहे. नक्षलवादी हल्ल्याच्या ९३० घटना घडल्या; यात १०७० व्यक्ती या मारल्या गेल्या. चकमकीत १३० पोलिसांचा मृत्यू झाला. पोलिसांनी देखील ५०० नक्षलवाद्यांना यमसदनास पाठविले. गेल्या वर्षी १६०८ नक्षलवादी घटना घडल्या होत्या. नक्षलवाद्यांच्या भीतीमुळे छत्तीसगडमधील ६०० खेड्यांतील ५५००० आदिवासींना आपली घरेदारे सोडून छावणीत राहणे भाग पडत आहे.

विरोध करणाऱ्या आदिवासी टोळ्यांची नक्षलवादी हत्या करतात. सध्या नक्षलवादी उत्तरांचल, तमिळनाडू व कर्नाटक या राज्यात आपला प्रभाव वाढविण्याच्या खटपटीत आहेत. छत्तीसगड, झारखंड, मध्यप्रदेश, ओरिसा, बिहार या राज्यात, घनदाट जंगल प्रदेशात, आदिवासी भागात त्यांनी आपल्या हालचाली सुरू केल्या आहेत. सरकार तुमच्याकडे लक्ष देत नाही. गरिबांच्या अडचणीचा, दुरवस्थेचा विचार करत नाही, असा प्रचार ते करत आहेत. शासनाविरुद्ध लढा देण्यास उत्तेजित करत आहेत. त्यामुळे नक्षलवादी विचारसरणीचा प्रभाव वाढत आहे.

या संकटाचा सामना करण्याकरिता राज्याने पण खंबीर उपाययोजना करण्यास सुरुवात केली आहे. राज्य-पोलीसदल आणि केंद्रीय राखीव पोलीस दल यांना नक्षलवाद्यांविरुद्ध लढण्याचे प्रशिक्षण दिले जात आहे. स्फोटके, स्फोट घडवून

आणणारी साधने, ही शोधून काढण्याची उपकरणे व तंत्रज्ञान दिले जात आहे. केंद्रीय सरकारने पण याची गंभीर दखल घेतली आहे. राज्यांच्या मुख्यमंत्र्यांच्या बैठकीत सर्व राज्यांनी मिळून नक्षलवादूयां विरुद्ध संयुक्त कारवाई करण्याचे आवाहन करण्यात आले आहे, व त्याकरिता लागणारा निधी, पण पुरविण्याचे आश्वासन दिले आहे. छत्तीसगड येथील प्रशालेत नक्षलवाद्यांविरुद्ध लढण्याचे प्रशिक्षण, राज्य पोलीसदलातील जवानांना दिले जात आहे.

२००६ सालात, कर्नाटक राज्यात नक्षलवाद्यांनी आपला प्रभाव वाढविला आहे. बिहार, आंध्रप्रदेश, बंगालसारख्या राज्यांप्रमाणे कर्नाटक राज्याने नक्षलवाद्यांना कधीच जवळ केले नाही. पण गेल्या दोन वर्षांत त्यांच्या हालचाली उपद्रव देत आहेत. पण फेब्रुवारी २००६ मध्ये काही घटना घडल्या आहेत. हा उपद्रव चिकमंगलूर, उडुपी आणि दक्षिण कन्नड या जिल्ह्यात विशेष जाणवत आहे. ६ फेब्रुवारी ते ११ फेब्रुवारी या काळात या घटना घडल्याने राज्य सरकार खडबडून जागे झाले आहे. ६ फेब्रुवारीला कोप्पा तालुक्याच्या सीमेवर बालीगा येथे चकमक उडून दोन नक्षलवादी ठार झाले. पोलिसांनी १ ए. के. ४७ रायफल, काही बंदुका, गावठी बॉम्ब, १०० काडतुसे आणि १४,००० रु. रोख असे पोलिसांनी हस्तगत केले.

याचा सूड उगविण्यासाठी ११ फेब्रुवारीला २०० नक्षलवाद्यांनी एका प्राथमिक शाळेवर हल्ला केला. त्या शाळेत ३० पोलिसांनी तळ ठोकला होता. तुमकुर जिल्ह्यातील वेंकट मनहल्ली ठिकाणावर हा हल्ला होता. यात ९ पोलीस ठार झाले. पोलीस अधिकारी कळवाड हे झोपत असतानाच एका हँड ग्रेनेडने त्यांचे तुकडे झाले. कर्नाटकच्या मंत्र्यांनी लगेच पंतप्रधानांशी संपर्क साधला. पोलीस प्रमुख श्री. बोरकर हे विमानाने हैद्राबादला गेले आणि तेथील पोलीस प्रमुखांना, या संकटाचा सामना कसा करावा याविषयी मार्गदर्शन करण्याची विनंती केली. कर्नाटकच्या मुख्यमंत्र्यांनी नक्षलवाद्यांबरोबर सामना करण्याकरिता खास रक्षक-दल स्थापन केले. नक्षलवादी कारवायांचा फटका बसलेला केंद्रमुखच्या २०० कुटुंबाचे पुनर्वसन, नक्षलवाद्यांचा बंदोबस्त, नक्षलग्रस्त भागातील विकास योजना या सर्वांकरिता ४२ कोटींचे पॅकेज जाहीर केले. त्यातील १८ कोटी केंद्रीय सरकार देणार आहेत. त्यापैकी १ कोटी चिकमंगलूर, उडुपी आणि मंगलूर जिल्ह्याच्या विकास कार्याकरिता देण्यात आले.

अमेरिका-भारत आण्विक नागरी करार

अमेरिकेच्या वरिष्ठ सभागृहाने (सिनेटने), त्यातील कायदे संमतकारांनी (law makers) ८ डिसेंबर, २००६ रोजी हेन्री हाइड भारत-अमेरिका अणुऊर्जा सहकार्य करार केला. त्यामुळे तीन दशके एकाकी पाडलेल्या, तुसडेपणाने वागणूक दिलेल्या

(isolated) भारताचे हे वेगळेपण संपुष्टात आले. हेन्री हाइड या निवृत्त संसदपटूने या बिलाचा मसुदा लिहून तयार केला होता. म्हणून या कराराला त्यांचे नाव दिले आहे. सोमवारी ११ तारखेस अध्यक्ष बुश यांची सही झाल्यानंतर त्याचे कायद्यात रूपांतर झाले आहे. भारताने १९७४ साली पहिली अणु चाचणी घेतल्यानंतर, आण्विक व्यापारी संदर्भात हे अत्यंत महत्त्वाचे पाऊल उचलले आहे. हा करार करताना अमेरिकेने आपल्या यासंबंधी कायद्यात दुरुस्ती केली आहे. यानंतर अमेरिकेबरोबर १२३ कलमानुसार एक समझोता करावा लागेल, त्याचप्रमाणे आंतरराष्ट्रीय अणुऊर्जा मंडळाबरोबर चर्चा करावी लागेल, बोलणी करावी लागेल व पुढील रूपरेषा निश्चित करावी लागेल. एवढ्याने ही गोष्ट पूर्ण होईल असे नाही. यानंतर अणु साहित्य पुरवठा राष्ट्रांच्या गटा बरोबर (group) बोलणी करून त्यांचे सहकार्य मिळवावे लागेल. अमेरिकेने आपले कायदे सैल करून भारतावरचा बहिष्कार संपविला आहे, आता भारत एक अणु शस्त्रधारी राष्ट्र म्हणून आंतरराष्ट्रीय मान्यता मिळेल. दुसरी गोष्ट म्हणजे इतके दिवस प्रगत आण्विक तंत्रज्ञान व इंधन न मिळाल्यामुळे या क्षेत्रातील प्रगती खुंटली होती, मागासली होती. पण यापुढे भारत, अमेरिका आणि अन्य राष्ट्रांकडून आण्विक प्रगत तंत्रज्ञान आणि इंधन खरेदी करू शकेल. आणखी एक मुद्दा- काही माजी अणुशास्त्रज्ञांनी, संमत झालेल्या कराराच्या काही अटींमुळे भारताचे अण्वस्त्रे बनविण्याच्या व अन्य बाबतीतील स्वातंत्र्यावर गदा येईल, अशी ओरड केल्याने, कलम १२३ नुसार वाटाघाटी करताना या मंडळींना पण सामील करून घेण्यास अणुऊर्जा मंडळाने मान्यता दिली आहे.

भारताला आता आण्विक संयंत्रे (reactors) तंत्रज्ञान आणि इंधन मिळू शकेल व ऊर्जा कार्यक्रम राबविता येईल त्याचप्रमाणे जैविक तंत्रज्ञान (biotech) आरोग्य आणि हवामानशास्त्र याकरिता सुद्धा यांचा उपयोग करता येईल. अण्वस्त्रे बनविण्याच्या बाबतीत मात्र पाठिंबा मिळणार नाही पण अडथळे आणले जाणार नाहीत. नागरी आणि लष्करी आण्विक ऊर्जा विभाग वेगवेगळे केले जातील. आता या विषयात फारसे अडथळे येणार नाहीत. पण सरकारला भारतीय जनता पक्ष आणि डावे पक्ष यांचे समाधान करावे लागेल व भारताने आपले स्वातंत्र्य गमावले असून अमेरिकेच्या कारस्थानाला भारत बळी पडला आहे हा गैरसमज दूर करावा लागेल.

भारत-पाकिस्तान - उच्चस्तरीय बोलणी

'भारत-पाक, शांतता बोलणी होणार, होणार' अशी दवंडी पिटून देखील प्रत्यक्ष बोलणी झाल्यानंतर काहीच निष्पन्न होत नाही. नेहमीप्रमाणे १४, १५ नोव्हेंबरला (२००६) दिल्लीत बोलणी झाली. पण यावेळी एक पाऊल पुढे पडले आहे. दहशतवादाविरुद्ध दोन्ही देशांनी यंत्रणा उभारावी याविषयी दोन्ही राष्ट्रांचे

एकमत झाले आहे. अण्वस्त्रांचा धोका टाळण्यासाठी दोन्ही राज्यांनी काही निर्णय घेण्याचे पण मान्य केले. भारताचे प्रतिनिधी परराष्ट्र सचिव शिवशंकर मेनन हे होते. या चर्चेचा मुख्य विषय दहशतवाद होता. याबाबत पाकिस्तानने फारच ताणून धरले व याविषयी उलटसुलट युक्तिवाद करण्यातच धन्यता मानली. पाकिस्तानचे परराष्ट्र सचिव रियाझ खान यांचा युक्तिवाद असा होता, ''पाकिस्तानला संपूर्ण घुसखोरी थांबविता येणे केवळ अशक्य आहे. पण तुमचे सीमारक्षक ही घुसखोरी का थांबवित नाहीत? आणि तुम्हीच- भारत सरकारच म्हणते की घुसखोरी कमी झाली आहे.'' वगैरे वगैरे.

चर्चेचा मुख्य विषय 'दहशतवाद' हा होता. याविषयी पाकिस्तानचे धोरण ताठरपणाचे होते. भारताने पाकिस्तानातील दहशतवादी जे गट भारतात दहशतवादी कृत्ये करतात, त्यांच्याविरुद्ध पाकिस्तान कारवायी करत नाही असा सवाल खडा केल्यानंतर, त्यांचा युक्तिवाद असा होता. सबळ पुराव्याशिवाय पाकिस्तान शासन कोणालाही अटक करू शकत नाही, पण भारताने पाकिस्तानात यावेळी पकडलेल्या अतिरेक्यांचा कबुलीजबाव, निवेदन, टेलिफोन रेकॉर्डस् वगैरेची कागदपत्रे सादर केली. या पाकिस्तानस्थित अतिरेक्यांनी वाराणशी, बंगलोर, म्हैसूर, दिल्ली येथे बॉम्बस्फोट घडवून आणलेले होते.

पण पाकिस्तानचे म्हणणे असे पडले की, 'हा एवढा पुरावा पुरेसा नाही.' १५ नोव्हेंबरच्या या बैठकीत मुंबई-बॉम्बस्फोटाबद्दलचा पुरावा व कागदपत्रे भारताने सादर केली नाहीत. कारण तोपर्यंत आरोपपत्र दाखल करण्यात आलेले नव्हते.

काश्मीरमधील 'सियाचीन' प्रश्नाबाबत भारताबरोबर बराच वाद घालून, याबाबत कायमस्वरूपी तोडगा काढला जावा असे मत पाकिस्तानने प्रकट केले. तोपर्यंत सियाचीन मधील कोणत्याही भागावर अधिकार सांगणार नाही. अधिकृत दावा, न करण्याचे आश्वासन भारताकडून मागितले. यापुढील बैठक १५ डिसेंबरच्या सुमारास भारतात भरणार आहे. भारताच्या शिष्टमंडळात, गृहखात्याचे काही अधिकारी, परराष्ट्र व्यवहार खात्यातील के. सी. सिंग हे असतील. पण पाकिस्तानचा दहशतवादासंबंधीचा दृष्टिकोन लक्षात घेतल्यास याबाबतीत फारशी प्रगती होण्याची आशा नाही. पाकिस्तानचे पाठीमागचे रेकॉर्ड दुटप्पीपणाचे आहे. भारताने भारतात दहशतवादी गुन्हे केलेल्या ३७ अतिरेक्यांची यादी पाकिस्तानला दिली होती, अगदी दाऊद इब्राहिमसकट ! पण हे पाकिस्तानमध्ये नाहीत असा खोटा दावा पाकिस्तानने केला.

पण या गदारोळात काही सकारात्मक गोष्टी पण घडल्या आहेत; व प्रगतीचे

पाऊल पुढे पडले आहे. पाकव्याप्त काश्मीर (POK) व जम्मू-काश्मीरमध्ये व्यापार वाढावा या उद्देशाने सीमारेषेच्या आसपास प्रवेश करणारी ट्रकसर्व्हिस सुरू करण्यास दोन्ही राज्यांनी सहमती दर्शविली आहे. ज्यांनी ज्यांनी चुकून दुसऱ्या राज्यात बेकायदेशीर सीमा प्रवेश केला आहे, त्याकरिता मानवी दृष्टिकोनातून सोडून देण्यात यावे असे ठरले. परस्परांच्या राज्यात प्रवासाचे पारपत्र (Vica) व अन्य कागदपत्रे लवकर मिळावीत या दृष्टीने उपाययोजना करण्याचे पण मान्य करण्यात आले.

प्रकरण १५ वे

प्रतिबंधक –दहशतवाद

Counter - Terrorism

प्रतिबंधक दहशतवाद, Target Hardening, अफगाणिस्तानमधील अमेरिकन counter-terrorism चे नवीन तंत्र

सोव्हिएट रशियाचे तीन तेरा वाजल्यानंतर म्हणजेच शीतयुद्धाच्या (Cold-war) अस्तानंतर स्थैर्य, पुढील येणाऱ्या काळाची खात्री, बिनधोकपणा - हे चित्र पालटले. एका नवीन पर्वास प्रारंभ झाला. भारत–पाकिस्तान यांनी १९५८ साली अणुस्फोट केल्यानंतर एका नवीन कालखंडाचा उदय झाला तर ९/११ च्या अमेरिकेवरील हल्ल्याने दहशतवादी युगाची सुरुवात झाली असे म्हणता येईल. आता दहशतवादाची साथ जगभर पसरली आहे. या ब्रह्मराक्षसाला मातीत गाडण्यासाठी अनेक मार्ग, उपाययोजना, सुचविल्या जात आहेत. अनेक दिशांनी त्याचा विचार केला जात आहे. सर्व लोकशाही राज्ये आता खडबडून जागी झाली आहेत. बड्या राष्ट्रांनी याबाबत काही पावले पण उचलली आहेत. प्रतिबंधक दहशतवाद counter terrorism हा त्यातील एक महत्त्वाचा कार्यक्रम त्यांनी तयार केला आहे. दहशतवादी कृत्यांना विरोध करणाऱ्या तीन वेगळ्या प्रक्रियांना ही संज्ञा दिली जाते. १) Anti Terrorism किंवा प्रति–दहशतवाद, २) Reactive Terrorism किंवा प्रतिक्रियात्मक दहशतवाद, ३) Proactive Terrorism किंवा पूर्वलक्षी दहशतवाद किंवा घटनापूर्व दहशतवाद. Anti Terrorism ही कृती किंवा action दहशतवादी कारवाईला अटकाव करणारी कृती आहे. counter terrorism ही कृती दहशतवाद्याला शिक्षा करण्याकरिता ठोशास ठोसा या प्रकारची कृती आहे. सामान्यपणे, anti terrorism प्रक्रियेत, एखादी दहशतवादी घटना घडणार असेल किंवा घडली असल्यास, तर त्याला परावृत्त करणारे प्रयास/प्रयत्न या प्रकारात मोडतात. याशिवाय आणखीन एक तिसरा प्रकार संभवतो. Pro-Active-Terrorism एखाद्या ठिकाणी, दहशतवादी हल्ला होणार आहे अशी गुप्त बातमी कळते. पण असा हल्ला होण्यापूर्वीच लक्ष्य ठरलेल्या राष्ट्राकडून (State) लष्करी पथकाच्या साहाय्याने दहशतवाद्यांच्या अड्ड्यावर अचानक हल्ला केला जातो. त्यामुळे दहशतवाद्यांच्या सर्व योजना, कारस्थाने

उधळून टाकली जातात. अशा प्रकारच्या घटनापूर्व कारवाईला terrorism premtion, असे संबोधले जाते. दहशतवाद्यांच्या आखून, ठरवून केल्या जाणाऱ्या कारवाईला अटकाव करण्याकरिता दहशतवाद्यांच्या तळांवर, ठिकाणांवर अगोदर केलेले हल्ले, व लष्करी किंवा पोलिसी कारवाई असा यांचा अर्थ होतो. अर्थात काही वेळा दहशवादी कारवाया घडत असताना, त्यांना तोंड देण्याकरिता (उदा. ओलिसांची समस्या) काही कृती करावी लागते, काही निर्णय घ्यावे लागतात. त्यांना crisis - management किंवा आपत्कालीन व्यवस्था असे पण म्हणतात. काही वेळा दहशतवादी घटना पूर्ण झाल्यानंतर (उदा. मुंबईचे बॉम्बस्फोट) ज्या उपाययोजना केल्या जातात, कृती केली जाते, उदा. मृतांची देखभाल करणे, जखमींना रुग्णालयात पोहोचविणे, त्यांना consequences - managementअसे नाव दिले आहे.

या संदर्भात राज्यांना (states) आणि खाजगी कंपन्यांना, संस्थांना दोन महत्त्वाच्या समस्या भेडसावतात; ज्यांना प्रतिबंधात्मक (counter-terrorism) धोरण आणि डावपेच (strategy) आखायचे असतात. सध्या दहशतवादी घटना आणि कारवायांत सतत वाढ होत आहे. पण बहुतेक राज्ये आणि खाजगी कंपन्यांचा प्रतिसाद (response) म्हणजेच संघर्ष, हा प्रतिक्रियात्मक (Reactive) असा आहे. तो pro-active म्हणजेच पूर्वलक्षी नसतो; म्हणजेच, अशी घटना घडण्यापूर्वीच कारवाई केली जात नाही. अर्थात याला अगोदर थोडीफार याची कल्पना असावी लागते. या संदर्भातील दुसरी गोष्ट म्हणजे, दहशतवादी धमक्यांना काही खाजगी संस्थांना, काही प्रातिनिधिक मंडळांना, तोंड द्यावे लागले; काही प्रतिबंधक उपाय योजावेच लागतात. पण या सर्वांत कधीच एकवाक्यता नसते; किंवा ते एकत्र येत नाहीत ही एक आणखी समस्या आहे; यामुळे दहशतवाद्यांचा पूर्ण पराभव होत नाही. त्यांचा पूर्ण बीमोड होत नाही. दहशतवादी कारवायांना आळा घालायचा झाल्यास, राष्ट्रीय स्तरावरील व स्थानिक पोलिसांना दहशतवादी बनावे लागते. प्रशिक्षण घ्यावे लागते म्हणजेच दहशतवादी असल्याचे भासवून त्यांच्यासारखा पोषाख, भाषा याविषयी माहिती, ज्ञान मिळवावे लागेल म्हणजे त्याच्या गोटात प्रवेश मिळू शकेल व त्यांचा छडा लागेल. याकरिता लष्करी आणि प्रशासकीय अधिकाऱ्यांना पण शिक्षण घ्यावे लागेल. अपहरण केलेल्या ओलीस प्रकरणातील धमक्या, होणारे बॉम्बस्फोट, वगैरे गोष्टी कशा हाताळाव्या, याचे हे प्रशिक्षण असेल. त्याचप्रमाणे जे सरकारी नोकर, दहशतवादी धमक्या दमदाटींचे लक्ष्य (target) ठरतील त्यांना पुढील गोष्टींचे ज्ञान होईल १) सद्यस्थिती कशी टाळता येईल? २) या संकटापासून कसे दूर पळता येईल? ३) समजा यात सापडल्यास, संकटाचा कसा सामना करता येईल? या सर्वांचे प्रशिक्षण (training) पोलीस

अधिकाऱ्यांना घ्यावेच लागेल. याला prevention strategy असे म्हणतात.

यानंतरचा भाग म्हणजे Target Hardening - गेल्या काही वर्षांत, अमेरिकन वकिलातीवर मध्यपूर्वेत, काही देशात हल्ले झाले आहेत, उदा. बेरुतमधील आठ मजली इमारत बॉम्बस्फोटाने उडवून देण्याचा धाडसी प्रयत्न करण्यात आला होता. या सर्व गोष्टी लक्षात घेऊनच काही actions घेण्यात येतात. सरकारी इमारती, कचेऱ्या व परिसर यांचे नकाशे, आराखडे असे बनविले जातात की एखाद्या आत्मघातकी दहशतवाद्याने 'कारबॉम्ब'स्फोट करून, हल्ला केला तरी, काहीच नुकसान होणार नाही. इमारतीची रचना, बांधणी, दणकट, कठीण केली जाते.

अमेरिकेच्या परदेशातील (external anti terrorism)धोरणात काही सूचना समाविष्ट केल्या आहेत. अमेरिकन नागरिक जगभर प्रवास करत असतात. काही देशात अमेरिकेविरुद्ध असंतोष खदखदत असतो. अशावेळी अमेरिकन प्रवाशांना, पर्यटकांना योग्य मार्गदर्शन करण्याकरिता, सल्लागार किंवा मार्गदर्शक पुरविले जातात. ज्यावेळी विशिष्ट प्रसंगी, विशिष्ट स्थळांना धोका निर्माण झालेला असतो. उदा. मध्यपूर्व, लिबिया, इराण वगैरे. State department च्या राजनैतिक सुरक्षा सेवेतर्फे दिलेल्या धमक्यांचे (threats) मूल्यमापन केले जाते; राजनैतिक प्रतिनिधींना पूर्ण संरक्षण दिले जाते.

अमेरिकेत प्रवेश करणाऱ्या दहशतवादी गटांवर पाळत ठेवली जाते. अशा खतरनाक गटांची, दहशतवाद्यांची यादी केली जाते, व त्यांना अमेरिकेत प्रवेश करण्यास मनाई केली जाते, त्यांना परावृत्त केले जाते. जी राज्ये दहशतवादी टोळ्यांना आश्रय देतात, त्यांना पोसतात, सर्व प्रकारचे साहाय्य करतात, अशा राज्यांवर अमेरिका आर्थिक निर्बंध लादते. उदा. उत्तर कोरिया, इराण वगैरे. काही वेळा संयुक्त राष्ट्र संघटनेत या अर्थाचा ठराव संमत करून घेतला जातो व त्याची अंमलबजावणी केली जाते. यात आठ प्रमुख औद्योगिक राष्ट्रांचे सहकार्य घेतले जाते. ही राज्ये, कॅनडा, फ्रान्स, जर्मनी, इटाली, जपान, अमेरिका, इंग्लंड, रशिया, ऑस्ट्रेलिया ही आहेत. २००५ साली या राष्ट्रांची परिषद मॉस्को येथे भरली होती. भारत आमंत्रित राज्य होते. हा गट जगातील अत्यंत प्रभावी व प्रमुख व्यासपीठ बनत आहे. येथे दहशतवाद, त्याविरुद्ध संघर्ष संघटित आंतरराष्ट्रीय गुन्हे, मादक पदार्थांची तस्करी आणि प्रादेशिक संघर्ष आणि शांतता या सर्व समस्यांची येथे चर्चा केली जाते.

खुद्द अमेरिकेत एका कायद्यानुसार लष्करी प्रतिबंधक दहशतवादाला (counter terrorism) मर्यादा पडतात. सामान्यपणे पोलीस खाते जे काम करू शकतात, त्याकरिता लष्कराचे साहाय्य घेण्यास बंदी आहे. याला अपवाद म्हणजे, दहशतवादी

गटाने पूर्ण घेरले जाण्याची घटना. अमेरिका देशाबाहेर (परदेशात) executive order (2323) अन्वये (counter terrorism) प्रक्रियेला मर्यादा घालण्यात आल्या आहेत. या कलमानुसार राजकीय कारणांकरिता कोणाचीही हत्या करण्यास बंदी घातली आहे. या कलमातील 'unlawful' हा शब्द अर्थपूर्ण आहे. याचा अर्थ असा की, कायदेशीर (legitimate) लष्करी कारणाकरिता कोणत्याही व्यक्तीला ठार करता येते.

याचे एक उदाहरण म्हणजे – लिबियाने १९९५ साली बर्लिनवर छुपा हल्ला केला होता. जर्मनी नाटोचा सभासद असल्याने, अर्थात अमेरिका अस्वस्थ होणे स्वाभाविक होते. बर्लिनवर हा हल्ला कर्नल गदाफींच्या आदेशानुसार केला होता. त्याला प्रत्युत्तर (counter-terrorism) म्हणून एप्रिल १९९६ मध्ये अमेरिकन विमानांनी पण लिबियावर हवाई हल्ले कले. अर्थात अशी कारवाई करताना आजूबाजूच्या परिसरातील व्यक्तींना अपाय होत नाही, याची काळजी घेतली जाते, व संयमाने कृती केली जाते. सध्या अमेरिकेजवळ Tounter-terrorism ची Delta-Force आणि Naval Special War Development Groupही अत्याधुनिक तंत्रज्ञानाने सज्ज असलेली लष्करी पथके आहेत. या पथकांना नियमितपणे प्रशिक्षण दिले जाते. या प्रशिक्षणाचा एक भाग म्हणजे दहशतवाद्याचे सोंग पण आणावे लागते. ग्रेट ब्रिटनजवळ देखील tounter-terrorism करिता special air-force ची पथके आहेत. या सर्व पथकांच्या हालचाली, त्यांचे डावपेच, हत्यारे याविषयी गुप्तता राखली जात असल्याने याविषयी बाहेर काहीच कळत नाही.

अफगाणिस्तानमधील अमेरिकन counter-terrorism चे नवीन तंत्र – यातील उल्लेखनीय कोणती गोष्ट असेल तर – युद्ध इलेक्ट्रॉनिक उपकरणाच्या साहाय्याने नियंत्रित करण्यात आले होते. (remote control) या युद्धात, आधुनिक युद्धतंत्रात एक नवीन दालन उघडले गेले. अमेरिकेचे लष्कर प्रमुख, जनरल टॉमी प्रॅक्स, हे या लढाईचे नेतृत्व करत होते, पण ते रणभूमीवर हजर नव्हते. ७५% वेळ फ्लोरिडामधील सर्व बाजूंनी बंदिस्त असा खास हॉलमध्ये (entcom) इमारतीतील एका दालनात, अफगाणिस्तानमधील युद्ध चालवत होते. सैन्याला आदेश देत होते. पूर्वीच्या conventional warfare मध्ये हजारो सैनिक जखमी होत असत, अनेक ठार मारले जात. पण या युद्धात – "Franks was instrumental in showing that new way of waging war was emerging which was built around high speed communications that controlled long range strikes".

यातील दुसरी नवलाची गोष्ट म्हणजे खास अमेरिकन लष्करी पथके अफगाणिस्तानमधील युद्धभूमीवर उतरविण्यात आली. शेकडो छत्रीधारी सैनिकांना

(para troopers) कंदाहारपासून ८० मैल दूर असलेल्या लष्करी विमानतळावर उतरविण्यात आले होते. त्याच वेळेस हेलिकॉप्टरने कंदाहारजवळील तालिबानच्या तळावर बॉम्बहल्ले करण्यात आले. या खास लष्करी पथकाचे युद्धभूमीवर आगमन झाल्यानंतर युद्धाचे चित्रच पालटले. या युद्धाचा झटपट निकाल लागला. अफगाणिस्तानचा प्रदेश अमेरिकन सैन्याने लवकर ताब्यात आणला. हे सर्व counter-terrorism च्या अभिनव तंत्रामुळे शक्य झाले.

भारताचे (Counter-Terrorism) प्रतिबंधात्मक धोरण – अस्सल, खरीखुरी लोकशाही, सक्रिय (active) राज्यव्यवस्था, उत्तम राज्यकारभार, जनतेच्या अडीअडचणींची त्वरित दखल व सोडवणूक, परिणामकारक पोलीसयंत्रणा, आर्थिक विकास हे सर्व दहशतवादाच्या साथीला (epidemic) उत्कृष्ट औषध आहे. भारतात निवडणूक प्रक्रियेत दहशतवादी हिंसाचाराला, कधीच अडथळा आणून दिला नाही. १९९० साली दहशतवादी हिंसाचाराचा कहर झाला असताना पंजाबमध्ये निवडणुका घेण्यात आल्या. तसेच २००२, सप्टेंबर साली जम्मू-काश्मीरमध्ये निवडणुका घेण्यात आल्या; जरी I.S.I. या पाकिस्तानी गुप्तहेर संघटनेने जिहादी गटाला हिंसाचार करून निवडणुकीत व्यत्यय आणण्याचा आदेश दिला होता. पण भारतातर्फे परदेशीय राजनैतिक शिष्टमंडळांना या निवडणुका नि:पक्षपाती आणि मुक्त वातावरणात होत आहेत, याची खात्री करून घेण्याकरिता काश्मीरला भेट देण्यास प्रोत्साहन देण्यात आले होते. या सर्वांनी निवडणुका नि:पक्षपातीपणाने व मुक्त वातावरणात घेतल्या गेल्या आहेत हे जाहीरपणे सांगितले. याच धर्तीवर नागालँड मधील निवडणुका २००३ साली घेण्यात आल्या.

दहशतवाद फोफावण्यास आर्थिक मागासलेपण काही अंशी कारणीभूत असते. भारतात दहशतवादी हिंसाचाराला, आर्थिक विकासाला खिळ घालण्यास संधी दिली जात नाही. गेल्या काही वर्षांत दहशतवादग्रस्त प्रदेशात विकास योजना राबविण्यात आल्या, उदा. बिहार, ईशान्य भारत त्याचप्रमाणे दहशतवादी हिंसाचाराचा कहर झाला असताना पंजाब भारताचे धान्यकोठार झाले होते व आता गव्हाच्या उत्पादनाचे नवे उच्चांक गाठत आहे. काश्मीरमध्ये परदेशी पर्यटकांची संख्या कमी झाल्यानंतर भारतातील पर्यटकांना याविषयी उत्तेजन देण्यात येऊन, अनेक सवलती जाहीर करण्यात आल्या व भारतीय पर्यटनाचा पुरस्कार करण्यात आला. त्याचप्रमाणे १९९० साली व श्रीनगरमध्ये विद्यार्थ्यांच्या परीक्षा घेण्यास दहशतवाद्यांनी अडथळे निर्माण केल्यानंतर त्यांना सरकारी खर्चाने विमानाने जम्मूत नेऊन, त्यांच्या परीक्षा घेण्यात आल्या. काश्मीरमधील सुकी फळे (dry fruits) व हस्तव्यवसायाला लागणारा कच्चा माल (handicraft) व साधनसामग्री खरेदी करण्यास दहशतवाद्यांनी अडथळे

निर्माण केल्यानंतर, काश्मीरमधील विक्रेत्यांना विमानाने दिल्ली येथे आणण्यात आले, व मालाच्या विक्रीस साहाय्य करण्यात आले.

भारतात ज्या भागात दहशतवादी हिंसाचाराने थैमान माजविले आहे, त्या भागाकरिता 'एकत्रित आर्थिक सवलती' (joint economic packages) जाहीर केल्या आहेत. उदा. बिहार, आसाम, काश्मीर वगैरे. counter-terrorism प्रतिबंधक दहशतवादाचा आणखी उपाय म्हणजे ओलीस-अपहरण, वाहन-अपहरण, विमान-अपहरणसारख्या दहशतवादी कारवायांच्या व प्रसंगी, त्यांच्या मागण्या, धमक्या यांना भीक न घालता, कोणत्याही मागण्या मान्य केल्या जात नाहीत. सवलती दिल्या जात नाहीत. याला अपवाद काही मोजक्या घटना आहेत. उदा. काश्मीरच्या मुख्यमंत्र्यांची कन्या रुबयाचे (Rubaya) ८ डिसेंबर १९८९ रोजी अपहरण केले गेले. त्याप्रसंगी मानवी भावनांचा विचार करून अपहरणकर्त्यांच्या मागण्या मान्य करण्यात आल्या.

परराष्ट्रीय धोरणे (External Counter Terrorism Policies) - १९७१ पूर्वी पूर्वपाकिस्तानमधून (आता बांगला देश) भारताला सतत दहशतवादी कारवायांचा त्रास होत असे. भारताने बांगला देश स्वतंत्र होण्यास सशस्त्र साहाय्य केले. १९७१ साली पाकिस्तानबरोबर युद्ध करून बांगला देशाची निर्मिती होण्यास साहाय्य केले. गेली अनेक वर्षे I. S. I. पंजाब, जम्मू-काश्मीर, आसाम व भारताच्या अन्य प्रदेशात दहशतवादी कृत्ये करणाऱ्या इस्लामी दहशतवाद्यांना पाकिस्तानात आश्रय देत आहे, व साहाय्य करत आहे. भारत सरकारने १९९२ पासून ही समस्या अमेरिकन सरकारच्या समोर मांडली आहे. त्यानंतर क्लिंटन प्रशासनाने पाकिस्तानच्या दहशतवादाला उत्तेजन देणाऱ्या धोरणाविरुद्ध कडक उपाययोजना केल्या. पाकिस्तानच्या संशयित गटांवर पाळत ठेवून, त्यांच्यावर बंदी घातली. त्यावेळच्या I. S. I. प्रमुखाला, जावेद नसीरला काढून टाकण्यास पाकिस्तान सरकारला भाग पाडले.

९/११ च्या घटनेनंतर पाकिस्तानच्या लष्करी आणि गुप्तहेर खात्याने अमेरिकेशी सहकार्य करून 'अल कायदा'च्या अतिरेक्यांविरुद्ध कारवाई करून, बऱ्याच जणांना अटक करून अमेरिकेच्या ताब्यात दिले आहे. पण भारताविरुद्ध सरहद्दीवरून चालणाऱ्या दहशतवादी कारवाया थांबविण्याकरिता काहीच उपाययोजना करत नाही. त्यामुळे भारताने पाकिस्तान बरोबरची शांतता बोलणी तूर्त रद्द केली आहेत.

दहशतवादी कारवाया थांबविल्याशिवाय व पाकिस्तानमधील त्यांच्या छावण्या बंद केल्याशिवाय ही बोलणी केली जाणार नाहीत असे भारताने जाहीर केले असले तरी, हॅवाना येथे तटस्थ राष्ट्रांच्या परिषदेच्या वेळी राष्ट्राध्यक्ष मुशर्रफ यांचेबरोबर शांतता बोलणी होण्याची शक्यता आहे. बांगला देशातही भारताच्या ईशान्य

भागातील १०० हून जास्त अतिरेक्यांनी आश्रय घेतला आहे. भारत सरकारने त्यांना ताब्यात देण्याविषयी आणि त्याच्या छावण्या बंद करण्याविषयी बांगला देशाला खणखणीतपणे सांगितले आहे (जुलै २००६). भारताचा या विषयाचा पवित्रा, कोणतेही कठोर उपाय न योजता, सामंजस्याने ही समस्या सोडविण्याचा प्रयत्न आहे.

भारताची प्रतिबंधक : दहशतवाद (Counter-Terrorism) यंत्रणा पुढीलप्रमाणे आहे. राज्य पोलीस खाते आणि गुप्तहेर खाते यंत्रणा. भारताच्या राज्यघटनेप्रमाणे कायदा आणि सुव्यवस्था आणि शांतता राखण्याची जबाबदारी प्रत्येक राज्याची (state) आहे. केंद्रीय सत्ता गुप्त माहिती गोळा करून, राज्यांना देते, मार्गदर्शन करून, आर्थिक साहाय्य करून, प्रशिक्षण देऊन, राज्यांची या क्षेत्रातील कार्यक्षमता बळकट करते. या सर्वांची अंमलबजावणी करण्याचे काम राज्य पोलीस खाते करते.

राष्ट्रीय हेरखाते – (National Intelligence Community)यात पुढील विभाग आहेत.

1) Internal intelligenceAgency (The Ministry of Home afairs, Intelligence Bureau) म्हणजेच अंतर्गत गुप्त हेरयंत्रणा,

2) The External IntelligenceAgency. (Cabinets Secretariati's Research & Analysis Wing) परराष्ट्रीय गुप्त हेर संदेश विभाग (मंत्रिमंडळाच्या सचिवाचा संशोधन विभाग). याखेरीज काही वर्षांपूर्वी संरक्षण गुप्तहेर संदेश विभाग पण स्थापन करण्यात आला.

Intelligence Bureau - गुप्तहेर संदेश यंत्रणा, देशांतर्गत (Domestic) दहशतवादी गट, त्याची गुप्त माहिती गोळा करून, एकत्र करते. तर R.A.W. हा विभाग देशाबाहेरील वृत्त मिळवितो. एकत्र करतो. संरक्षण गुप्त संदेश विभाग (Defence IntelligenceAgency) जम्मू–काश्मीर, नागालँड सारख्या प्रदेशातील कारवायांच्या वेळी उपयुक्त ठरणारी गुप्त माहिती गोळा करतो.

प्राकृतिक सुरक्षा विभाग (Physical Security Agency) या विभागात केंद्रीय औद्योगिक सुरक्षा दल आहे. देशातील विमानतळ, अणुकेंद्रे – यासारख्या संवेदनक्षम क्षेत्रांचे संरक्षण करण्याचे काम हे दल करते. राष्ट्रीय सुरक्षा दलास प्रशिक्षण देऊन, अपहरण, ओलिसांची धरपकड वगैरे बाबतीत हस्तक्षेप करून संकट निवारण करण्याची जबाबदारी या दलाकडे आहे. खास (special) संरक्षण विभागाकडे, (special protection group) पंतप्रधानांचे संरक्षण करण्याची जबाबदारी आहे.

निम लष्करी संरक्षक दल (Paramilitary Forces) या विभागात केंद्रीय

राखीव दल आणि सीमा रक्षक दल यांचा समावेश होतो. दहशतवादाविरुद्ध प्रतिबंधक कारवाई करताना पोलिसांना जर आणखीन कुमक हवी असेल तर हे दल साहाय्य करते. ज्यावेळी बाकी उपाय अयशस्वी ठरल्यानंतर, अगदी शेवटचा उपाय म्हणून लष्कराचे साहाय्य घेतले जाते.

लष्कर (Army) - पाकिस्तानच्या मोठ्या प्रमाणातील काश्मीरमधील घुसखोरीमुळे आणि पाकिस्तानच्या अनेक भाडोत्री सैनिकांच्यामुळे (त्यातील काही माजी सैनिक आहेत.). लष्कराला बराच सक्रिय आणि कायमस्वरूपाची नेतृत्वाची भूमिका पार पाडावी लागत आहे व दहशतवाद विरोधी कारवायांत लष्कराचे साहाय्य अगदी मोलाचे ठरत आहे. दोन वर्षांपूर्वी प्रतिबंधक दहशतवादी यंत्रणेत आणखी दोघांची भर पडलेली आहे.

1) Multi-Disciplinary Centre–बहुज्ञान शाखा केंद्र हा विभाग अमेरिकेच्या C.I.A. विभागाप्रमाणे आहे. Intelligence Bureau चा वरिष्ठ अधिकारी वरील प्रतिबंधक – दहशतवाद (counter-terrorism) हा वरील विभागाचा पण प्रमुख आहे. C. I. B. चे कार्य गुप्त माहिती गोळा करणे आणि counter-terrorism कारवायांत भाग घेणाऱ्या विविध समित्यांचे अधिकारी एकाच छत्राखाली कार्य करतात. परराष्ट्र खात्यातील प्रतिबंधक दहशतवाद शाखा अमेरिकेच्या स्टेट डिपार्टमेंटच्या counter-terrorism च्या उपविभागासारखी याची रचना आहे.

प्रकरण १६ वे

पारिभाषिक शब्द

स्पष्टीकरण

गेल्या दोन दशकात दहशतवादाची साथ जगभर पसरली आहे. या विषयावर विपुल लेखन झाले आहे. अनेक पारिभाषिक शब्द, संज्ञा, प्रसार माध्यमात वापरल्या जात आहेत. उदा. खंडणी, अपहरण वगैरे. यातील काही संज्ञांचे स्पष्टीकरण येथे दिले आहे. हा विषय समजून घेण्यास त्यामुळे साहाय्य होईल.

हत्या (Assassination) Historical Dictionary ofA Terrorism या ग्रंथात याची व्याख्या पुढीलप्रमाणे आहे. "The deliberate murder of a military figure or of ordinary citizens for political ends".

दहशतवाद्यांचे हे हत्यार अगदी मूलभूत आणि पूर्वीपासूनचे आहे. इस्राइली फीदीयान दहशतवादी गट, अन्य धार्मिक तसेच निधर्मी प्रमुख, महत्त्वाच्या व्यक्तीची हत्या मारेकऱ्यातर्फे घडवून आणीत. अशा खुनी व्यक्तीविषयक आदर, नवल वाटू नये म्हणून त्यांना हशचिशीन (Hash chishin) म्हणजे मारेकरी, असे संबोधले जाऊ लागले. या शब्दापासून Assassin हा इंग्रजी शब्द आलेला आहे. सर्वच हत्या दहशतवादी हत्या असतात असे नाही. महत्त्वाच्या राजकीय व्यक्तीची (V. I. P.) हत्या अत्यंत गूढ, मानसशास्त्रीय हेतूने केलेली असते. अशा व्यक्तीची यादी (Hit List) केली जाते. श्रीमती इंदिरा गांधी आणि कै. राजीव गांधी यांच्या हत्या या सदरात मोडतात.

आश्रय –आसरा (Asylum) – राजकीय आश्रय प्राणावर बेतण्याची भीती असेल तर दुसऱ्या परिचित, मवाळ दृष्टिकोन असणाऱ्या, समान विचारसरणी असलेल्या राज्यात, राजकीय व्यक्ती आश्रय मागतात व घेतात. उदा. दलाई लामा यांनी भारतात राजकीय आश्रय घेतला आहे. इंग्लंडमध्ये राजकीय आश्रय घेणाऱ्या अनेक देशांच्या राजकीय व्यक्ती आहेत. राजकीय निर्वासित म्हणजे "A bonafide refugee is any one who bless another country to avoid persecution due to his or her race, religion, or nationalitypolitical opinion....." अशी व्यक्ती दुसऱ्या देशात पळून गेल्यास, त्या देशात राजकीय आश्रय मागता

येतो. आश्रय दिल्यानंतर मूळच्या देशात त्या व्यक्तीला परत पाठविता येत नाही, म्हणजेच प्रत्यार्पण करता येत नाही. पण यात– हत्या, आघात यांसारख्या गंभीर गुन्ह्यात त्याचा सहभाग नसावा. श्रीमती बेनझीर भुट्टो यांनी असाच राजकीय आश्रय परदेशात घेतला आहे. प्रसिद्ध बांगलादेशीय लेखिका तस्लीमा नसरीन यांनी पण युरोपमधील देशात राजकीय आश्रय घेतला आहे.

आगी लावणे (Arson) – ही दहशतवादी कारवाई म्हणजे - मोठ्या इमारतींना आगी लावल्या जातात, कारण एखाद्या व्यक्तीबद्दलचा वैरभाव, विमा कंपनीची फसवणूक, मनमानी, गुंडगिरी, किंवा आगी लावण्याचे वेड (mania) ही असतात. पण दहशतवादी याचा हत्यार म्हणून वापर करतात. गुजरातमधील दंगलीत याचा फार क्रूरपणाने उपयोग करण्यात आला. रेल्वेच्या डब्यातील प्रवाशांना जाळून मारण्यात आले. यातील ढळढळीत उदाहरण म्हणजे ९/११ चा न्यूयॉर्कमधील वर्ल्ड ट्रेड सेंटर वरील भयानक वैमानिक हल्ला. नेपाळमधील माओवाद्यांनी पण नेपाळ नरेशांविरुद्ध या हत्याराचा उपयोग केला.

वांशिक, जातीय, हत्या (Genocide) – एखाद्या वांशिक, जातीय, धार्मिक गटाचे अस्तित्व संपविणे म्हणजे genocide किंवा मानवी हत्या याचे ताजे उदाहरण म्हणजे आसाममध्ये उल्फा या अतिरेकी गटाने बिहारी कामकऱ्यांच्या केलेल्या हत्या होय. परप्रांतीयांनी आसाममध्ये प्रवेश करू नये, कामधंदा करू नये, याकरिता दहशत घालण्याकरिता हा हल्ला करण्यात आला. Attempts to destroy a national, ethnic, religious or racial group by killing member of the group - is called Genocide. संयुक्त राष्ट्रसंघाने याविषयी ठराव करून हा प्रतिबंधात्मक शिक्षापात्र गुन्हा आहे, हे स्पष्ट केले आहे. काश्मीरमधील दोडा येथे ६० हिंदूंची केलेली हत्या याच सदरात मोडते. नुकत्याच फाशी दिलेल्या इराकी हुकूमशहाने, सद्दाम हुसेनने, कुर्द अल्पसंख्य जमातीची केलेली हत्या पण वंशिक हत्याच आहेत.

वांशिक किंवा धार्मिक शुद्धीकरण (Ethnic Cleansing) – वांशिक किंवा धार्मिक गटाची एखाद्या विशिष्ट प्रदेशातून हकालपट्टी करून, त्या प्रदेशात आपण एकमेव स्वामी आहोत व आपलेच स्वामित्व, हे निर्माण करण्याचा, या पाठीमागे उद्देश असतो. काश्मीरमधील काश्मीर खोऱ्यातील काही लाख काश्मिरी पंडित ही जमात आपली घरेदारे सोडून आपला जीव वाचविण्याकरिता भारतात आली आहे. बहुसंख्य मुस्लीम आणि दहशतवाद्यांनी तेथे जीवन जगणे अशक्य करून सोडले. निमलष्करी दलाने किंवा नागरिकांनी अशा प्रकारची केलेली कारवाई

पण याच प्रकारात मोडते.

प्रत्यार्पण (Extradition) – एखाद्या परदेशीय व्यक्तीवर दहशतवादी गुन्हा केल्याचा आरोप असल्यास, अशा व्यक्तीला संबंधित राज्यात परत पाठविण्यात येते, या प्रक्रियेला प्रत्यार्पण (Extradition) असे संबोधले जाते. पण अशा व्यक्तीच्या मानवी हक्कांचे संरक्षण करण्याकरिता, आंतरराष्ट्रीय ठराव आणि संकेत आहेत. तसेच राज्यांनी पण कायदे संमत केलेले आहेत. 'निर्वासित कोण?' – याचे स्पष्टीकरण १९६७ च्या ठरावाने करण्यात आले आहे; याचा मागे उल्लेख आला आहे. समजा एका राज्याने एखाद्या अतिरेक्याला मृत्युदंडाची शिक्षा दिलेली आहे, पण तो अतिरेकी दुसऱ्या देशात पळून गेला व त्या देशात त्याने आश्रय घेतला आहे. पहिल्या राज्याने फाशी दिलेल्या अतिरेक्याची प्रत्यार्पण करण्याची मागणी केल्यास दुसरे राज्य त्या अतिरेक्याचे प्रत्यार्पण करत नाही, कारण मानवी हक्कांचा भंग होय. भारताने पाकिस्तानकडे अनेक अतिरेक्यांची पाठवणी करण्याची मागणी केली आहे

अपहरण कारवाई (High-Jacking) – "The forcible seizure of a ship, train, automobile or airoplane, usually the threat of bodily harm to the crew and passengers." प्रवासी आणि नोकर वर्गाला शारीरिक इजा करण्याची धमकी देऊन बळजबरीने एखादे जहाज, रेल्वेगाडी, मोटारगाडी किंवा विमान ताब्यात घेणे – याला अपहरण कारवाई असे म्हणतात. पण यात एक समस्या निर्माण होते. याचे कारण म्हणजे political offence exception -राजकीय गुन्ह्यांचा अपवाद. राजकीय कारणांकरिता, राजकीय निर्वासित म्हणून जर अपहरण करण्याचा गुन्हा केला असल्यास तर काही राज्यांना या तत्त्वानुसार, अपहरणकर्त्याला हा गुन्हा माफ करण्याची परवानगी दिली जाते. १९९४ साली, क्यूबाच्या निर्वासितांनी ३ लष्करी बोटींचे अपहरण करून अमेरिकेत पलायन केले; पण त्यांच्याविरुद्ध काहीही कारवाई करण्यात आली नाही. याचे एक प्रसिद्ध उदाहरण म्हणजे – ११ सप्टेंबर. चार अमेरिकन प्रवासी विमानांचे अपहरण करून चाकू सुऱ्यांची धमक्या देऊन विमानाच्या कॉकपिटचा ताबा घेतला व आत्मघातकी हल्ले केले, ही गोष्ट आता जगजाहीर आहे.

बंडखोरी–विद्रोह (Insurgency) - सत्ताधारी गट व कोणतीही कायदेशीर मान्यता नसलेला गट यांच्यातील संघर्ष म्हणजेच बंडखोरी होय. हा बंडखोर गट, सर्व प्रकारची राजकीय साधनसामग्री आणि हिंसाचाराचा वापर करून, शासनाचा, कायदेशीरपणाचा अधिकार नष्ट करतो. एखाद्या प्रदेशावर हक्क सांगणाऱ्या गटाचा गनिमी काव्याचा लढा हा वेगळा प्रकार आहे. बंडखोर अशा प्रसंगी नेहमीची युद्ध

पद्धती वापरतात. (conventional - warfare) किंवा दहशतवादी मार्ग किंवा डावपेच वापरतात. त्याच्या मर्यादा (limits) राजकीय उद्दिष्टे कोणती आहेत, यावर अवलंबून असतात. ईशान्य भारतात नागा जमात अशा प्रकारचे डावपेच वापरत होती; कारण त्यांना स्वतंत्र सार्वभौम राज्य हवे आहे. आसाममधील 'उल्फा' या गटाची पण अशीच मागणी आहे. इराकमधील अल्पसंख्य कुर्द जमातीला पण असेच स्वतंत्र सार्वभौम राज्य हवे आहे. ही जमात पण असेच दहशतवादी मार्ग अनुसरते.

जिहाद – (Jihad) याचा मूळ अरबी 'जहादा' या शब्दापासून ही संज्ञा आली आहे. जे अप्रिय आहे, त्याविरुद्ध संघर्ष असा त्याचा शब्दश: अर्थ आहे. (To Struggle with some thing that is disagreeable - Historical Dictionary of Terrorism) इस्लामी कायदेपंडित याची व्याख्या पुढीलप्रमाणे करतात – "Jihad means - as Muslims believes, exerting their abilities, talents and power struggling in the path of God using all resources of life, property, speech to make the word, God, prevail in this world." पण काळाच्या ओघात मूलतत्त्ववादाला (fundamentalism) उजाळा मिळाला व गैर-इस्लामी राजवटींना विरोध करण्याकरिता (दहशती मार्गासकट) या धर्मतत्त्वांच्या श्रद्धेचे आवाहन करण्यात आले. इस्लामचे बाह्य शत्रू, इस्राइल आणि अमेरिका, याच्या विरुद्ध संघर्षाला 'जिहाद' नाव देण्यात आले आहे. पण बहुसंख्य आधुनिक इस्लामी कायदेपंडितांनी जिहाद म्हणजे संरक्षणात्मक संघर्ष असाच अर्थ लावलेला आहे.

व्यक्ती-अपहरण (Kidnapping) – "Deliberate seizure of person or persons as hostages, has become a major tactic of terrorism". याचे ताजे उदाहरण म्हणजे काश्मीरचे माजी मुख्यमंत्री, मुफ्ती महंमद यांची कन्या रुबय्या सय्यद हिचे ८ सप्टेंबर १९८९ रोजी जे. के. एल. एफ. च्या अतिरेक्यांनी अपहरण केले होते व सर्व अटी मान्य झाल्यावरच त्यांची सुटका करण्यात आली. तेहरान (इराण) मध्ये अमेरिकन वकिलातीतील राजनैतिक सेवकांना ४४४ दिवस ओलीस म्हणून बंदिस्त केलेले होते. या प्रक्रियेमुळे किंवा कारवाईमुळे, अतिरेक्यांना प्रसिद्धी मिळते, त्यांचा फायदा होतो, राजकीय सवलती मिळतात. राज्याकडून, समाजाकडून या सवलती मिळण्याकरिता हुकूमाचे पत्ते मिळतात. तुरुंगात असलेल्या आपल्या सहकाऱ्याची सुटका करण्याची मागणी करता येते किंवा खंडणी वसूल करता येते. सर्वांत महत्त्वाची गोष्ट म्हणजे दहशतवाद्यांची विश्वासार्हता वाढीस लागते.

मुज्जाहिद्दीन (Mujjahiddin) – मूळचा अरबी शब्द मुज्जाहीद (Mujjahid) असा आहे; त्याचे मुज्जाहिद्दीन हे अनेकवचन आहे. मुज्जाहिद्दीन म्हणजे अशी

व्यक्ती, जी परमेश्वराकरिता युद्धात म्हणजेच जिहाद मध्ये भाग घेते. धर्मवीर असा पण त्याचा अर्थ होतो. निमलष्करी आणि राजकीय गटांतील सदस्यांना पण हे नाव दिले जाते. उदा. अफगाण मुज्जाहिद्दीन. सोव्हिएट रशियाने अफगाणिस्तानावर आक्रमण केल्यावर त्यांचा प्रतिकार व हकालपट्टी करणाऱ्या दहशतवादी गटांना हे नाव दिले गेले. या अफगाण दहशतवादी गटांत देखील अनेक उपगट होते. इराणमध्ये असाच एक दहशतवादी गट होता. काश्मीरमध्ये पण 'हिजबुल-मुज्जाहिद्दीन' नावाचा एक दहशतवादी गट आहे. त्याला काश्मीरचे पाकिस्तानात सामीलीकरण हवे आहे.

स्व-संरक्षणाचा हक्क (Right of Self-Defence) - जी राज्ये दहशतवादाचा पुरस्कार करतात, त्यांना सवलती देतात, शस्त्रे, पैसा पुरवितात अशा राज्यांवर प्रतिक्रियात्मक म्हणजेच 'जशास तसे', या न्यायाने, लष्करी कारवाई करण्याचा किंवा त्यांच्या तळांवर (camps) हल्ला करण्याचा अमेरिका आणि पश्चिमी (western) राज्यांना पूर्ण अधिकार आहे, असे समर्थन म्हणजेच स्व संरक्षणाचा अधिकार होय. संयुक्त राष्ट्र संघाच्या सनदेनुसार कलम ५१ प्रारंभीच युद्ध करण्याच्या अधिकारांचा त्याग जरी केला असला, तरी पण परकीय आक्रमण परतवून लावण्याचा अधिकार व अन्य राज्यांवर जर आक्रमण होत असल्यास, त्यांचे संरक्षण करण्याचा अधिकार राखून ठेवण्यात आला आहे.

पाकिस्तानमध्ये अमेरिकन वकिलातीवर ओसामा बिन लादेनच्या सदस्यांनी केलेल्या हल्ल्यांना प्रत्युत्तर म्हणून (७ ऑगस्ट १९९८) अमेरिकन विमानांनी - लादेनच्या अफगाणिस्तानामधील तळांवर २० ऑगस्ट १९९९ रोजी बॉम्बहल्ले केले.

लक्ष्ये (Target) - दहशतवाद ही प्रक्रिया, राजकीय हिंसाचारापेक्षा वेगळा प्रकार आहे. रूढ युद्ध प्रकार किंवा गनिमी कावा हे भिन्न प्रकार आहेत. यात लष्करी सैनिकांच्याहून वेगळ्या माणसांकडून हे युद्ध चालविले जाते. दहशतवाद्यांची प्रवृत्ती लष्करी लक्ष्यांपेक्षा (military target) नागरी लक्ष्यांवर (civil target) हल्ले करण्याची असते. अशा लक्ष्यांवर हल्ले करताना नजीकच्या व्यक्तीला इजा होते. बळी ठरलेल्या व्यक्ती पकडून, त्यांना भीती दाखवून, त्यांच्या मार्फत आपल्या मागण्या मान्य करून घेणे म्हणजेच दहशतवाद होय. सरकारी इमारती, लष्करी प्रतिष्ठाने (installations), अणुऊर्जा केंद्रे (atomic-reactors), वीज निर्मिती केंद्रे (electric power-stations), तारांची कुंपणे (barbed wires) यावर हल्ले करणे अवघड व जोखमीचे असते. म्हणून यांना hard-target असे म्हणतात. याउलट, शाळा,

मंदिरे, पूजास्थाने, मॉल्सवजा दुकाने, बाजारपेठा - यावर हल्ला करणे, सुलभ असते. याठिकाणी नागरिकांची ये-जा असते. अशी ठिकाणे संरक्षित (protected) नसतात. अशा ठिकाणी बॉम्बचा हल्ला अगर मशीनगनचा मारा केल्यास, त्याचा प्रतिकार करणे कठीण असते; व त्यांचे संरक्षण पण करता येत नाही. अशा लक्ष्यांना soft target असे म्हणतात. ७/७ चा मुंबईवरील हल्ला याच प्रकारात मोडतो. जानेवारी २००७ च्या पहिल्या आठवड्यात आसाममध्ये उल्फा गटाने बिहारी कामकऱ्यांवर केलेले हल्ले असेच आहेत. (soft-target) अक्षरधाम (गुजरात) मधील मंदिरावरील हल्ला हा याच प्रकारातील होता.

दहशतवादी राज्ये (Terrorists - S tates) – अमेरिकेच्या यादीतील दहशतवादी राज्ये - (२००३ साली) पुढीलप्रमाणे होती : सुदान, लिबिया, उ. कोरिया, सिरिया, इराक, इराण ही राज्ये दहशतवादाचा पुरस्कार करणारी आहेत असे समजले जाते. आता इराकचे, सिरियाचे व लिबियाचे नाव वगळण्यात आलेले आहे. दरवर्षी वस्तुस्थितीचा अभ्यास करून, आकडेवारी गोळा करून मग ही यादी तयार केली जाते. याला काही मापदंड लावले जातात व नंतर पुराव्याची छाननी करूनच हे निष्कर्ष काढले जातात. मापदंड पुढीलप्रमाणे आहेत : कोणती राज्ये, दहशतवाद्यांना आश्रय स्थाने पुरवितात. (safe havens). कोणती राज्ये दहशतवाद्यांना प्रवास-परवाने, शस्त्रे, प्रशिक्षण, पैसा आणि तांत्रिक साहाय्य देतात कोणती राज्ये दहशतवादाचा परराष्ट्रीय धोरण आणि अंतर्गत धोरण ठरविताना साधन म्हणून उपयोग करतात, या सर्व तथ्यांची (facts) तपासणी करण्यात येते. यात आणखी एक प्रकार आहे कनिष्ठ पातळीवरचे साहाय्य किंवा पाठिंबा यांत काही राज्ये मवाळ धोरण स्वीकारतात व सर्व काही उघड्या डोळ्याने बघत राहतात, पण विरोध करत नाहीत. यात दहशतवाद्यांना निवास करू देणे, नवीन दहशतवाद्यांची भरती करू देण्यास विरोध न करणे, या गोष्टी येतात. भूतान या राज्याने उल्फा या दहशतवादी गटाबाबत हेच धोरण स्वीकारले होते. पाकिस्तानचे नाव दहशतवादी राज्यांच्या यादीत नसले तरी प्रत्यक्षात हे दहशतवादाचे केंद्रस्थान आहे, असे आंतरराष्ट्रीय वर्तुळात समजले जाते. अफगाणिस्तानच्या तालिबान शासनाने, ओसामा बिन लादेनला असाच आश्रय दिला होता.

परिशिष्ट

पाकिस्तानची गुप्तहेर संघटना

(Inter Services Intelligence of Pakistan):

या पाकिस्तानी गुप्तहेर विभागाने भारतात बंडाळी माजावी, आर्थिक-राजकीय अव्यवस्था निर्माण व्हावी म्हणून अनेक वर्षे प्रयत्न केले व करत आहेत. किंबहुना पाकिस्तानच्या परराष्ट्रीय धोरणाचा तो भाग आहे. ११ जुलै २००६ रोजी मुंबईत रेल्वेडब्यात जे बॉम्बस्फोट झाले, त्याचे कारस्थान I. S. I. ने रचले होते व पाकिस्तानच्या दहशतवादी गटांकडून व भारतीय साथीदारांकडून त्याची अंमलबजावणी करण्यात आली. पंजाब, ईशान्य भारत, जम्मू काश्मीर व सरहद्दीपलीकडच्या प्रदेशातील सर्व दहशतवादी कारवायांच्या पाठीमागे I. S. I. आहे. low intensity conflicts मुळे म्हणजेच सर्वंकष युद्धामुळे आपणावर विजय मिळेल असे पाकिस्तानला वाटते.

I. S. I. हा पाकिस्तानच्या संरक्षण खात्याचा एक विभाग आहे (ministery of defence). याची स्थापना १९४८ साली करण्यात आली. यात नाविक दल, लष्कर आणि वैमानिक दलातील अधिकारी यांनी जबाबदारी सांभाळतात. परराष्ट्रातील गुप्त माहिती गोळा करणे, त्यांचे पृथक्करण करणे व मूल्यमापन करणे विभागातर्फे केले जाते. त्यांचा रोख भारतावर आहे. सुरुवातीला उत्तरेकडील (गीलगीट, बाल्टिस्थान) व पाकव्याप्त काश्मीर प्रदेशातील गुप्त माहिती गोळा करण्यापलीकडे या विभागाला अन्य काही कार्य नव्हते. पण पूर्व पाकिस्तानच्या काही बंगाली अधिकाऱ्यांविषयी संशय आल्यामुळे I.S.I. ला पूर्व पाकिस्तानातील अंतर्गत गुप्त माहिती गोळा करण्याची जबाबदारी अध्यक्ष आयुबखान यांच्या कारकिर्दीत I. S. I. वर सोपवण्यात आली. पण अध्यक्ष झिया उल हक यांच्या कारकिर्दीत याची व्याप्ती अजून वाढवण्यात आली. सिंधी फुटीरवादी गट, शिया संघटना आणि श्रीमती बेनझीर भुट्टो यांच्या पाकिस्तान पीपल्स पार्टी यांच्याविषयी गुप्त माहिती गोळा करण्याची कामगिरी सोपविण्यात आली. १९५० साली अध्यक्ष आयूबखान यांनी I. S. I. मध्ये एक गुप्त कारवाई विभाग (Overt Action Dpt) स्थापन केला व भारताच्या ईशान्य भागातील बंडाळीला, त्यावेळी लंडनस्थित फुटीरवादी चळवळीला फूस देणे, साहाय्य करणे या कामगिऱ्या सोपवल्या.

१९९० च्या अफगाण युद्धात अमेरिकेच्या C. I. A. ने, I. S. I. च्या क्षमतेत

वाढ होण्यास बरीच मदत केली. I. S. I. च्या अनेक अधिकाऱ्यांना अमेरिकेत प्रशिक्षण देण्यात आले. I. S. I. ने अफगाण मुज्जाउद्दीन, इस्लामी मूलतत्त्ववादी (पाकिस्तान) आणि अरब स्वयंसेवक यांना मार्गदर्शन करून, सोव्हिएत लष्कराविरुद्ध लढण्यास तयार केले. सोव्हिएट रशियाने अफगाणिस्तानमधून माघार घेतल्यानंतर, I. S. I. ने तालिबानला समर्थ बनवून अफगाणिस्तानमध्ये सत्ता संपादन करण्यास हरप्रकारे साहाय्य केले. अशी सर्वत्र समजूत आहे की, या विभागात इस्लामी आणि जिहादी घटकांबद्दल सहानुभूती बाळगणारे अनेक अधिकारी आहेत.

निवडक संदर्भ साहित्य

1) Gupta K. G- edited, "Anti -Terrorism Laws - India U. S. A. - U. K. - Israel " vol - I, II. Atlantic Publishers - New Delhi, 2002.

2) Primacor Y. - A world Challenged - (Fighting Terrorism in 21st Century) Manas Publications - New Delhi, 2004.

3) Ghosh Sucheta & O Mishra - Terrorism and Low intensity conflict in South Asian Region. Manak Publications New Delhi, 2005

4) Prof. Anderson S. K. & Sloan S tephen (Editors) Historical Dictionary of Terrorism Manak Publications, New Delhi, 2002.

5) Yohan Alexander - Combating Terrorism Manas Publication - New Delhi, 2003

6) Narang A. S. & Shrivasta Pramila Terrorism - Global Perspective Kanishka Publishers - New Delhi, 2003.

7) Sharma D. P . - The New Terrorism, Islamist International A. P. H.Corp. Publications, New Delhi, 2005

8) Chandra Ramesh - Global Terrorism Kalpaz Publication - New Delhi, 2003

९) मुझफ्फर हुसेन - लादेन दहशतवाद आणि अफगाणिस्तान चंद्रकला प्रकाशन - पुणे, २००२

१०) Periodicals - 1) India Today
2) Outlook
3) The Week
4) National Geographical Magazine

११) News Papers - 1) Times of India. 2) Indian Express
3) दै. सकाळ ४) लोकमत.

१२) Internet Services इंटरनेट सेवा.

www.ingramcontent.com/pod-product-compliance
Lightning Source LLC
La Vergne TN
LVHW060432051026
849518LV00002B/431

9788189959029